A-TÌ-ĐẠT-MA
THỨC THÂN TÚC LUẬN

GIÁO HỘI PHẬT GIÁO VIỆT NAM THỐNG NHẤT
ỦY BAN PHIÊN DỊCH TRUNG ƯƠNG

ĐẠI TẠNG KINH VIỆT NAM

THANH VĂN TẠNG

Tập 31

LUẬN BỘ VI

A-TÌ-ĐẠT-MA THỨC THÂN TÚC LUẬN

ABHIDHARMA VIJÑĀNAKĀYAŚĀSTRA

阿毘達磨識身足論

Đề-bà-thiết-ma *tạo*

Tam tạng Pháp sư Huyền Trang *phụng chiếu dịch*

Việt dịch: **ĐẠO SINH**

Hiệu chỉnh & Chú thích: **TUỆ SỸ**

HỘI ĐỒNG HOẰNG PHÁP
PL. 2568 - DL. 2024

ĐẠI TẠNG KINH VIỆT NAM
THANH VĂN TẠNG - Tập 31 – LUẬN BỘ VI
A-TÌ-ĐẠT-MA THỨC THÂN TÚC LUẬN
Việt dịch: ĐẠO SINH
Hiệu chỉnh & Chú thích: TUỆ SỸ

Ban Báo Chí & Xuất Bản Hội Đồng Hoằng Pháp
Ấn hành lần thứ nhất, quý IV/2024

Trách nhiệm xuất bản: Thích Nguyên Siêu
Sửa bản in: Tâm Quang
Trình bày: Quảng Hạnh Tuệ
Thiết kế bìa: Quảng Pháp, Nhuận Pháp

https://hoangphap.org

MỤC LỤC PHÂN TÍCH

GIỚI THIỆU CÔNG TRÌNH PHIÊN DỊCH ĐẠI TẠNG KINH VIỆT NAM

Yo vo, ānanda,
mayā dhammo ca vinayo ca desito paññatto,
so vo mamaccayena satthā.*

I. SƠ LƯỢC QUÁ TRÌNH PHIÊN DỊCH

Trước khi nhập Niết-bàn, đức Phật có di giáo tối hậu cho các chúng đệ tử: "Pháp và Luật mà Ta đã thuyết và quy định, là Đạo Sư của các ngươi sau khi Ta diệt độ." Phụng hành di giáo của đức Thế Tôn, các vị Trưởng lão A-la-hán đã thực hiện cuộc kiết tập lần thứ nhất tại thành Vương Xá, cùng hòa hiệp phúng tụng tất cả những điều đã được Phật giảng dạy trong suốt bốn mươi lăm năm giáo hóa; nền tảng của văn hiến Phật giáo mà về sau được gọi là Tam tạng được thành lập từ đó.

Kể từ đó, giáo pháp của đức Thích Tôn theo bước chân du hóa của các Thánh đệ tử lan tỏa khắp bốn phương. Nơi nào Giáo pháp được truyền đến, nơi đó bốn chúng đệ tử học tập và hành trì theo phương ngôn của bản địa, như điều đã được đức Phật chỉ giáo: *anujānāmi, bhikkhave, sakāya niruttiyā buddhavacanaṃpariyāpuṇitun"ti.* "Này các tỳ-kheo, Ta cho phép các ngươi học Phật ngôn bằng chính phương ngữ của mình." Y cứ theo lời dạy này, ngay từ khởi thủy Phật ngôn đã được chuyển thể qua nhiều phương ngữ khác nhau. Khi các bộ phái Phật giáo phát triển, mỗi bộ phái cố gắng thành lập Tam tạng Thánh điển theo phương ngữ của địa phương được xem là căn cứ địa. Khi

---

* Này *Ānanda!* Pháp và Luật mà Ta đã thuyết và qui định, là Đạo Sư của các ngươi sau khi Ta diệt độ.

mà hệ thống văn tự tại cổ Ấn Độ chưa phổ biến, sự lưu truyền Thánh điển bằng khẩu truyền là phương tiện chính. Do khẩu truyền, những biến âm do khẩu âm của từng địa phương khác nhau thỉnh thoảng cũng ảnh hưởng đến một vài thay đổi nhỏ trong các văn bản. Những biến thiên âm vận ấy trong nhiều trường hợp dẫn đến những giải thích khác nhau về một điểm giáo nghĩa giữa các bộ phái. Tuy nhiên, nhìn từ đại thể, các giáo nghĩa trọng yếu vẫn được hiểu và hành trì như nhau giữa tất các các truyền thống, nam phương cũng như bắc phương. Điều có thể được khẳng định qua các công trình nghiên cứu tỉ giảo về văn bản trong hai nguồn văn hệ Phật giáo hiện tại: Pali và Hán tạng. Các bản Hán dịch xuất xứ từ A-hàm, và các bản văn Pali hiện đọc được, đại bộ phận đều tương ưng với nhau. Do đó, những điều được cho là dị biệt giữa hai truyền thống nam và bắc phương, mà thường hiểu lệch lạc là Tiểu thừa và Đại thừa, chỉ là sự khác biệt bởi môi trường lịch sử văn minh theo các địa phương và dân tộc. Đó là sự khác biệt giữa nguyên thủy và phát triển. Phật pháp truyền sang phương nam, đến các nước Nam Á, nơi đó sự phát triển văn minh và các định chế xã hội chưa đến mức phức tạp, nên giáo pháp của Phật được hiểu và hành gần với nguyên thủy. Về phương bắc, tại các vùng đông bắc Ấn, và tây bắc Trung Quốc, nhiều chủng tộc dị biệt, nhiều nền văn hóa khác nhau, và do đó cũng xuất hiện nhiều định chế xã hội khác nhau. Phật pháp được truyền vào đó, một thời đã trở thành quốc giáo của nhiều nước. Thích ứng theo sự phát triển của đất nước ấy, từ ngôn ngữ, phong tục, định chế xã hội, giáo pháp của đức Phật cũng dần dần được bản địa hóa.

Thánh điển Tam tạng là nguồn suối cho tất cả nhận thức về Phật pháp, để học tập và hành trì, cũng như để nghiên cứu. Kinh tạng và Luật tạng là tập đại thành Pháp và Luật do chính đức Phật giảng dạy và quy định, là sở y cho tri thức và hành trì của Thánh đệ tử để tiến tới thành tựu cứu cánh Minh và Hành. Kinh và Luật cũng bao gồm những diễn giải của các Thánh đệ tử được thân truyền từ kim khẩu của đức Phật. Luận tạng, theo truyền thống Thượng tọa bộ nam phương, và cũng theo truyền thống Hữu bộ, do chính đức Phật thuyết. Nhưng các đại luận sư như Thế Thân (*Vasubandhu*), cũng như hầu hết các nhà nghiên cứu Phật học trên thế giới hiện đại, đều không công nhận truyền thuyết này, mà cho rằng đó là tập đại thành các công trình phân tích, quảng diễn, và hệ thống hóa những điều đã được Phật thuyết trong Pháp và Luật. Kinh và Luật tạng được thành lập trong một khoảng thời gian nhất định, trực tiếp hoặc gián tiếp từ kim khẩu của Phật, và là sở y chung cho tất cả các bộ phái Phật giáo, bao gồm cả Phật giáo Đại thừa, mặc dù có những sai biệt do vấn đề truyền khẩu với các khẩu âm và phương ngữ khác nhau, theo thời gian và địa vức.

Luận tạng là bộ phận Thánh điển phản ánh lịch sử phát triển của Phật giáo, bao gồm các phương diện tín ngưỡng tôn giáo, tư duy triết học, nghiên cứu khoa học, định chế và tổ chức xã hội chính trị. Tổng quát mà nói, đó không chỉ là phản ánh lịch sử phát triển của nội bộ Phật giáo, mà trong đó cũng phản ánh toàn bộ văn minh tại những nơi mà giáo lý của đức Phật được truyền đến. Điều này cũng được chứng minh cụ thể bởi lịch sử Việt Nam.

Mỗi bộ phái Phật giáo tự xây dựng cho mình một nền văn hiến Luận tạng riêng biệt, tập hợp các luận giải giáo nghĩa, bảo vệ kiến giải Phật pháp của mình, bài trừ các quan điểm dị học. Đây là nền văn hiến đồ sộ, liên tục phát triển trên nhiều khu vực địa lý khác nhau. Cho đến khi Hồi giáo bành trướng tại Ấn Độ, Phật giáo bị đào thải. Một bộ phận văn hiến Phật giáo được chuyển sang Tây Tạng, qua các bản dịch Phạn Tạng, và một số lớn nguyên bản Phạn văn được bảo trì. Một bộ phận khác, lớn nhất, gần như hoàn chỉnh nhất, văn hiến Phật giáo được chuyển dịch sang Hán tạng, bao gồm hầu hết mọi xu hướng tư tưởng dị biệt của Phật giáo phát triển trong lịch sử Ấn Độ, từ Nguyên thủy, Bộ phái, Đại thừa, cho đến Mật giáo.

Truyền thuyết ghi rằng Phật giáo được truyền vào Trung Hoa dưới đời Hán Minh Đế, niên hiệu Vĩnh bình thứ 10 (Tl. 65), và bản kinh Phật đầu tiên được dịch sang Hán văn là Kinh Tứ thập nhị chương, do Ca-diếp Ma-đẳng và Trúc Pháp Lan. Nhưng truyền thuyết này không được nhất trí hoàn toàn giữa các nhà nghiên cứu lịch sử Phật giáo Trung Quốc. Điều chắc chắn là Khương Tăng Hội, quê quán Việt Nam, xuất phát từ Giao Chỉ (Việt Nam), đã đưa Phật giáo vào Giang Tả, miền Nam Trung Hoa. Các công trình phiên dịch và chú giải của

Khương Tăng Hội đã chứng tỏ rằng trước đó, tức từ năm thứ 247 kỷ nguyên Tây lịch, thời gian được nói là Tăng Hội vào đất Kiến nghiệp, quy y cho Tôn Quyền, Phật giáo đã phát triển đến một hình thái nhất định tại Việt Nam, cùng một số kinh Phật được phiên dịch. Điều này cũng được củng cố thêm bởi những điều được ghi chép trong Mâu Tử Lý Hoặc Luận. Có lẽ do hậu quả của thời kỳ Bắc thuộc, hầu hết những điều được tìm thấy trong hành trạng của Khương Tăng Hội và trong ghi chép của Mâu Tử đều bị xóa sạch. Chỉ tồn tại những gì được ghi nhận là truyền từ Trung Quốc.

Dịch giả Phạn Hán đầu tiên tại Trung Quốc được khẳng định là An Thế Cao (đến Trung Quốc trong khoảng Tl. 147 – 167). Tất nhiên trước đó hẳn cũng có các dịch giả khác mà tên tuổi không được ghi nhận. Lương Tăng Hựu căn cứ trên bản Kinh lục xưa nhất của Đạo An (Tl. 312 – 385) ghi nhận có chừng 134 kinh không rõ dịch giả; và do đó cũng không xác định trước hay sau An Thế Cao.

Sự nghiệp phiên dịch Phật kinh Phạn Hán liên tục từ An Thế Cao, cho đến các đời Minh, Thanh được tập thành trong 32 tập của Đại Chánh, bao gồm Thánh điển Nguyên thủy, Bộ phái, Đại thừa, Mật giáo, 1692 bộ. Những trước tác của Trung Hoa, từ sớ giải, luận giải, cho đến sử truyện, du ký, v.v., tập thành từ tập 33 đến 55 trong Đại Chánh, gồm 1492 tác phẩm. Số tác phẩm được ấn hành trong Tục tạng chữ Vạn còn nhiều hơn thế nữa. Đây là hai bản Hán tạng tương đối đầy đủ nhất, trong đó tạng Đại Chánh được sử dụng rộng rãi trên quy mô thế giới.

Sự nghiệp phiên dịch Kinh điển ở nước ta được bắt đầu rất sớm, có thể trước cả thời Khương Tăng Hội, mà dấu vết có thể tìm thấy trong *Lục độ tập kinh*. Ngôn ngữ phiên dịch của Khương Tăng Hội là Hán văn. Hiện chưa có phát hiện nào về các bản dịch Kinh Phật bằng tiếng quốc âm. Suốt trong thời kỳ Bắc thuộc, do nhu cầu tinh thông Hán văn như là sách lược cấp thời để đối phó sự đồng hóa của phương bắc, Hán văn trở thành ngôn ngữ thống trị. Vì vậy công trình phiên dịch Kinh điển thành quốc âm không thể thực hiện. Bởi vì, công trình phiên dịch Tam tạng tại Trung Hoa thành tựu đồ sộ được thấy ngay, chủ yếu do sự bảo trợ của triều đình. Quốc âm chỉ được dùng như là phương tiện hoằng pháp trong nhân gian.

Cho đến thời Pháp thuộc, trước tình trạng vong quốc và sự đe dọa bởi văn hóa xâm lược, văn hóa dân tộc có nguy cơ mất gốc, cho nên sơn môn phát động phong trào chấn hưng Phật giáo, phổ biến kinh điển bằng tiếng quốc ngữ qua ký tự La-tinh. Từ đó, lần lượt các Kinh điển quan trọng từ Hán tạng được phiên dịch theo nhu cầu học và tu của Tăng già và Phật tử tại gia. Phần lớn các Kinh điển này đều thuộc Đại thừa, chỉ một số rất ít được trích dịch từ các A-hàm. Dù Đại thừa hay A-hàm, các Kinh Luận được phiên dịch đều không theo một hệ thống nào cả. Do đó sự nghiên cứu Phật học Việt Nam vẫn chưa có cơ sở chắc chắn. Mặt khác, do ảnh hưởng ngữ pháp Phạn, các bản dịch Hán hàm chứa một số vấn đề ngữ pháp Phạn Hán khiến cho ngay cả các nhà chú giải Kinh điển lớn như Cát Tạng, Trí Khải cũng phạm phải rất nhiều sai lầm. Chính Ngạn Tông, người tổ chức dịch trường theo lệnh của Tùy Dạng đế đã nêu lên một số sai lầm này. Cho đến Huyền Trang, vì phát hiện nhiều sai lầm trong các bản Hán dịch nên quyết tâm nhập Trúc cầu pháp, bất chấp lệnh cấm của triều đình và các nguy hiểm trên lộ trình.

Ngày nay, do sự phát hiện nhiều bản Kinh Luận quan trọng bằng tiếng Sanskrit, cũng như sự phổ biến ngôn ngữ Tây Tạng, mà phần lớn Kinh điển Sanskrit được phiên dịch, nên nhiều công trình chỉnh lý được thực hiện cho các bản dịch Phạn Hán. Thêm vào đó, do sự phổ biến ngôn ngữ Pali, vốn được xem là ngôn ngữ Thánh điển gần với nguyên thuyết nhất, một số sai lầm trong các bản dịch A-hàm cũng được chỉnh lý, và tỉ giảo, khiến cho lời dạy của Đức Thích Tôn được thọ trì một cách trong sáng hơn.

Trên đây là những nhận thức cơ bản để Ban phiên dịch Đại Tạng Kinh Việt Nam y theo đó mà thực hiện các bản dịch. Trước hết, là bản dịch các kinh A-hàm đang được giới thiệu ở đây. Các kinh thuộc bộ A-hàm được dịch sang Hán rất sớm, kể từ thời Hậu Hán với An Thế Cao. Nhưng phần lớn các truyền bản này đều phát xuất từ Tây vực, từ các nước Phật giáo thịnh hành thời đó như Quy-tư, Vu-điền. Do khẩu âm và phương ngữ nên trong các truyền bản được nói là Phạn văn đã hàm chứa khá nhiều sai lạc. Điều này có thể thấy rõ qua sự so sánh các đoạn tương đương Pali, hay các dẫn chứng trong Đại Tì-bà-sa, Du-già sư địa. Thêm vào đó, các dịch giả hầu hết đều học Phật và học tiếng Sanskrit tại các nước Tây Vực chứ không trực tiếp tại Ấn Độ như La-thập và Huyền Trang, nên trình độ ngôn ngữ Phạn có hạn chế. Các vị ấy khi vừa đặt chân lên Trung Hoa, do khát vọng thâm thiết của các Phật tử Trung Hoa, muốn có thêm kinh Phật để học và tu, cho nên trong khi chưa tinh thông tiếng Hán, mà công trình phiên dịch lại được thôi thúc cần thực hiện. Vì không tinh thông Hán ngữ nên công tác phiên dịch luôn luôn qua trung gian một người chuyển ngữ. Quá trình phiên dịch đi qua nhiều giai đoạn mà chính người chủ dịch không thể quán triệt, cho nên trong các bản dịch hàm chứa những đoạn văn rất tối nghĩa, và nhiều khi nhầm lẫn. Trong tình hình như vậy, một bản dịch Việt từ Hán đòi hỏi rất nhiều tham khảo để hy vọng tiếp cận với nguyên bản Sanskrit đã thất lạc, và cũng từ đó mà hy vọng có thể tiếp cận với lời Phật dạy hơn, điều mà các bản Hán dịch do trở ngại ngôn ngữ đã không thể thực hiện được.

Đại Tạng Kinh Việt Nam chủ yếu căn cứ trên Đại Chánh Đại Tạng Kinh, Nhật Bản, gồm 100 tập, được biên tập khởi đầu từ niên hiệu Đại Chánh (Taisho) thứ 11, Tl. 1922, cho đến niên hiệu Chiêu Hòa (Showa) thứ 9, Tl. 1934, tập hợp trên 100 nhà nghiên cứu Phật học hàng đầu của Nhật Bản, dưới sự chủ trì của Cao Nam Thuận Thứ Lang (Takakusu Junjiro) và Độ Biên Hải Húc (Watanabe Kaigyoku). Để bản sử dụng là bản in của chùa Hải Ấn, Triều Tiên, được gọi là bản Cao-lệ. Công trình chỉnh lý văn bản căn cứ các khắc bản Tống, Nguyên, Minh, cùng một số khắc bản và thủ bản tại Hoa và Nhật khác như tả bản Thiên Bình, bản Liêu của Cung nội sảnh, bản chùa Đại Đức, bản chùa Vạn Đức, v.v. Một số bản văn được phát hiện tại các vùng trong Tây Vực như Vu Điền, Đôn Hoàng, Quy Tư, Cao Xương, cũng được dùng làm tham khảo. Nhiều đoạn văn từ Pali và Sanskrit cũng được dẫn dưới cước chú để đối chiếu đoạn Hán dịch mà người biên tập nghi ngờ là không chính xác hoặc thuộc về dị bản nào đó.

Nội dung Đại tạng Đại Chánh được phân làm ba phần chính: phần thứ nhất, gồm 32 tập, là các bản dịch Phạn Hán bao gồm Kinh, Luật, Luận, được thuyết bởi chính kim khẩu của Phật, hay được kiết tập bởi các Thánh đệ tử, hoặc được trước tác bởi các Luận sư. Phần thứ hai, từ Đại Chánh tập 33 đến tập 55, trước tác của Trung Hoa, bao gồm các số giải Kinh, Luật, Luận, và luận thuyết riêng biệt của các tông phái Phật giáo Trung Hoa, các sử truyện, truyện ký, du ký, truyền kỳ; các bản Hán dịch thuộc ngoại giáo như Thắng luận, Số luận, Ba tư giáo, Thiên chúa giáo, các tập ngữ vựng Phạn Hán, giáo khoa Phạn Hán, các Kinh lục. Phần thứ ba, từ tập 56 đến 85, tập họp các trước tác của Nhật Bản, gồm các sớ giải Kinh, Luật, Luận, phần lớn căn cứ trên các bản sớ giải Trung Hoa mà giải nghĩa rộng thêm, và các luận thuyết của các tông phái tại Nhật Bản. Còn lại 12 tập sưu tập các đồ tượng, tranh ảnh, phần lớn là các đồ hình mạn-đà-la của Mật tông. 3 tập cuối, tổng mục lục, liệt kê nội dung các bản Đại tạng lưu hành.

Ban phiên dịch Đại Tạng Kinh Việt Nam chọn Đại Chánh tạng làm để bản, phiên dịch tất cả tác phẩm được ấn hành trong đó. Phàm lệ để thực hiện bản dịch tạm thời được quy định như sau:

1. Đại Tạng Kinh Việt Nam bao gồm tất cả các bản dịch tiếng Việt của Tam Tạng Kinh Điển Phật giáo đã xuất hiện ở nước ta từ trước đến nay, qua các thời kỳ với nhiều dịch giả khác nhau, để cho thấy quá trình hình thành Đại Tạng Kinh Việt Nam qua lịch sử.

2. Về bản đáy, bản dịch Việt căn cứ trên ấn bản Đại Chánh Tân Tu Đại Tạng Kinh 100 tập, mỗi tập trên dưới 1000 trang chữ Hán cỡ 10pt và sẽ được đánh số theo thứ tự của số ghi trong bản in Đại Chánh. Mỗi trang của bản in Đại chính được chia làm ba cột: a, b, c. Số trang và cột này đều được ghi trong bản dịch để tiện tham khảo.

3. Vì thế, một bản kinh chữ Hán có thể có nhiều bản dịch tiếng Việt, nên sau số thứ tự của Đại Chánh, sẽ đánh thêm các mẫu tự A, B, C... để phân biệt các bản dịch tiếng Việt khác nhau của cùng một bản kinh chữ Hán đó.

4. Về xử lý văn bản trong khi phiên dịch, phần lớn căn cứ công trình hiệu đính và đối chiếu của bản Đại Chánh. Ngoài ra, tham khảo thêm các công trình hiệu đính và đối chiếu khác.

5. Giữa các ấn bản có những điểm khác nhau, bản Việt sẽ lựa chọn hoặc hiệu đính theo nhận thức của người dịch.

6. Trong bản Hán, nếu chỗ nào xét thấy văn dịch hay từ ngữ không phù hợp với giáo nghĩa truyền thống phổ biến, người dịch sẽ tham khảo các Kinh, Luật, Luận cần thiết để hiệu chính. Những hiệu chính

này được giải thích ở phần cước chú.

7. Bản Hán dịch thực hiện căn cứ phần lớn trên sự truyền khẩu. Do đó những từ phát âm tương tự dễ đưa đến ngộ nhận, như *sam* Pāli hay *sama* và *samyak*; *cala* và *jala*; *muti* và *muṭṭhi*, v.v… Trong những trường hợp này, người dịch sẽ tham chiếu các kinh tương đương, các bản Hán biệt dịch, suy đoán tự dạng nguyên thủy có thể có trong Phạn bản để hiệu chính. Những hiệu chính này đều được ghi ở phần cước chú.

8. Do các truyền bản khác nhau giữa các bộ phái, để có nhận thức về giáo nghĩa nguyên thủy, chung cho tất cả, cần có những nghiên cứu đối chiếu sâu rộng. Công việc này ngoài khả năng hiện tại của các dịch giả. Tuy nhiên, trong trường hợp có thể, những điểm dị biệt giữa các truyền bản sẽ được ghi nhận và đối chiếu. Những ghi nhận này được nêu ở phần cước chú.

9. Bản Hán dịch được phân thành số quyển. Bản dịch Việt không chia số quyển như vậy, nhưng sẽ ghi ở phần cước chú mỗi khi bắt đầu một quyển khác.

10. Các từ Phật học trong một số bản Hán dịch nếu không phổ biến, do đó có thể gây khó khăn cho việc đọc và nghiên cứu, trong các trường hợp như vậy, tuy vẫn giữ nguyên dịch ngữ của bản Hán, nhưng dịch ngữ tương đương thông dụng hơn sẽ được ghi trong phần cước chú. Trong trường hợp có thể, sẽ ghi luôn dịch giả của những dịch ngữ này và xuất xứ của chúng từ bản dịch nào để tiện việc tham khảo.

11. Các kinh sách tham khảo trong cước chú đều được viết tắt theo quy định phổ thông của giới nghiên cứu quốc tế; xem quy định về viết tắt ở cuối mỗi tập của Đại tạng kinh Việt Nam.

II. PHƯƠNG ÁN THỰC HIỆN

Dự án thực hiện bao gồm các công trình phiên dịch, biên tập, và ấn hành, một Hội Đồng phiên dịch Đại Tạng Kinh Việt Nam được thành lập, được điều phối bởi Tổng biên tập, với các nhiệm vụ được phân phối như sau:

1. Ủy ban Phiên dịch. Để hoàn tất một bản dịch, các công tác sau đây cần được thực hiện:

a. Phiên dịch trực tiếp: Các văn bản lần lượt được phân phối đến các vị có trình độ Hán văn tương đối, kiến thức Phật học cơ bản, và khả năng ngôn ngữ cần thiết, phiên dịch trực tiếp từ Hán sang Việt.

b. Hiệu đính và chú thích: nhiệm vụ chủ yếu của phần hiệu chính là đọc lại bản dịch thô và bổ túc những sai lầm có thể có trong bản dịch. Trong thực tế, người hiệu đính còn phải làm nhiều hơn thế nữa.

Trước hết là phần chỉnh lý văn bản. Phần này đáng lý phải thực hiện trước khi phiên dịch. Việc chỉnh lý văn bản thoạt tiên có vẻ đơn giản, vì người dịch chỉ lưu ý một số nhầm lẫn trong việc khắc bản của để bản. Những điểm khác nhau giữa các bản khắc hầu hết được ghi ở cước chú trong ấn bản Đại Chánh, người dịch chỉ cần hiểu rõ nội dung đoạn dịch thì có thể lựa chọn những từ thích hợp trong cước chú. Tuy nhiên, do hạn chế về trình độ Phật pháp và khả năng tham khảo nên đa số người dịch không chọn được từ chính xác. Mặt khác, ngay cả các từ trong cước chú không phải hoàn toàn chính xác. Ngay cả Đại sư Ấn Thuận cũng phạm phải một số sai lầm khi chọn từ, vì không tìm ra các đoạn Pali hoặc Sanskrit tương đương nên phải dựa trên ức đoán. Những ức đoán phần nhiều là sai. Mặt khác, nhiều sai lầm không phải do tả bản hay khắc bản, mà do chính từ truyền bản. Bởi vì, kinh điển từ Ấn Độ truyền sang hầu hết đều do khẩu truyền. Những biến đổi trong khẩu âm, phát âm, khiến nhầm lẫn từ này với từ khác, làm cho ý nghĩa nguyên thủy của giáo lý sai lạc. Người dịch từ Hán văn mà không có trình độ Phạn văn nhất định thì không thể phát hiện những sai lầm này. Điều đáng lưu ý những sai lầm này xuất hiện rất nhiều và rất thường xuyên trong nhiều bản dịch Phạn Hán.

Phần hiệu đính tập trung trên cú pháp Phạn mà ảnh hưởng của nó trong các bản dịch khiến cho nhiều khi ngay cả những vị tinh thông Hán, ngay cả các nhà chú giải kinh điển nổi tiếng cũng phải nhầm lẫn. Để hiểu rõ nội dung bản dịch Hán, cần thiết phải tìm lại nguyên bản Phạn để đối chiếu. Đại sư Cát Tạng đã vấp phải sai lầm khi không có cơ sở để phân tích mệnh đề Hán dịch là năng động hay thụ động, do đó đã nhầm lẫn người giết với kẻ bị giết. Đó là một đoạn văn trong *Thắng man* mà nguyên bản Phạn của kinh này đã thất lạc, nhưng đoạn văn tương đương lại được tìm thấy trong trích dẫn của *Sikṣasamuccaya* của *Sāntideva*. Nếu không tìm thấy đoạn Sanskrit được trích dẫn này thì không ai có thể biết rằng Cát Tạng đã nhầm lẫn.

Rất nhiều kinh điển trong nguyên bản Phạn đã bị thất lạc. Ngay cả những tác phẩm quan trọng như Đại Tì-bà-sa chỉ tồn tại trong bản dịch của Huyền Trang. Nhiều đoạn được trích dẫn trong bản dịch *Câu-xá*, mà Phạn văn đã được phát hiện, cũng giúp người đọc Đại Tì-bà-sa có manh mối để đi sâu vào nội dung. Đọc một bản văn mà không nắm vững nội dung của nó, nghĩa là chính dịch giả cũng không hiểu, hoặc hiểu sai, sao có thể hy vọng người đọc hiểu được đoạn văn phiên dịch? Do đó, công tác hiệu đính không đơn giản chỉ bổ túc những khuyết điểm trong bản dịch về lối hành văn, mà đòi hỏi công phu tham khảo rất nhiều để nắm vững nội dung nguyên tác trong một giới hạn khả dĩ.

Đại Tạng Kinh Việt Nam là bản dịch Việt từ Hán tạng, do đó không thể tự tiện thay đổi nội dung dù phát hiện những sai lầm trong bản Hán. Những sai lầm mang tính lịch sử, do đó không được phép loại bỏ tùy tiện. Tuy vậy, bản dịch Việt cũng không thể bỏ qua những nhầm lẫn được phát hiện. Những phát hiện sai lầm cần được nêu lên, và những hiệu đính cũng cần được đề nghị. Những điểm này được ghi ở phần cước chú để cho bản Việt vẫn còn gần với bản Hán dịch.

Trên đây là một số điều kiện tất yếu để thực hiện một bản dịch tương đối khả dĩ chấp nhận. Trong tình hình hiện tại, chúng ta chỉ có rất ít vị có thể hội đủ điều kiện yêu cầu như trên. Do đó, dự án thực hiện hướng đến chương trình đào tạo, không đơn giản chỉ là đào tạo chuyên gia dịch thuật, mà là bồi dưỡng những vị có trình độ Phật học cao với khả năng đọc và hiểu các ngôn ngữ chuyển tải Thánh điển, chủ yếu các thứ tiếng Pali, Sanskrit, Tây Tạng và Hán. Trong tình hình nghiên cứu Phật học hiện tại trên thế giới, người muốn nghiên cứu Phật học mà không biết đến các ngôn ngữ này thì khó có thể nắm vững giáo nghĩa căn bản. Và đây cũng là điều mà Ngạn Tông đã nêu rõ trong các điều kiện tham gia dịch thuật trong viện phiên dịch bảo trợ bởi Tùy Dạng Đế, mặc dù Ngạn Tông chỉ yêu cầu hiểu biết Phạn văn nhưng đồng thời cũng yêu cầu kiến thức uyên bác, không chỉ tinh thông Phật điển mà còn cả thư tịch ngoại giáo.

Chi tiết chương trình đào tạo cần được trình bày trong một dịp khác.

2. Ủy ban Ấn hành. Công tác ấn hành gồm các phần:

a. Sửa lỗi chính tả của các bản dịch. Hiện tại lỗi chính tả trong các bản dịch do các Thầy, Cô, và Phật tử tự nguyện chỉnh sửa. Nhưng chỉ là công tác nghiệp dư, do không chuyên trách, và do đó cũng thiếu kinh nghiệm trong việc phát hiện lỗi, nên các bản in phổ biến tồn tại khá nhiều lỗi chính tả.

b. Trình bày bản in. Công tác này tùy thuộc điều kiện kỹ thuật vi tính. Sơ khởi, ban ấn hành chưa đủ điều kiện để có những vị thành thạo sử dụng kỹ thuật vi tính trong việc trình bày văn bản. Công việc này hiện tại do các Thầy, Cô phụ trách, với trình độ kỹ thuật do tự học, và tự phát. Vì vậy, trong nhiều trường hợp không khắc phục được lỗi kỹ thuật nên hình thức trình bày của bản văn chưa được hoàn hảo như mong đợi.

Sự nghiệp phiên dịch được định khoảng 15 năm, hoặc có thể lâu hơn nữa. Hình thức Đại Tạng Kinh do đó không thể được thiết kế một lần hoàn hảo. Trong diễn tiến như vậy, tất nhiên trình độ kỹ thuật được cải tiến theo thời gian, khiến cho hình thức trình bày cũng cần thay đổi cho phù hợp với thời đại. Hậu quả sẽ khó tránh khỏi là sự không đồng bộ giữa các tập Đại Tạng Kinh ấn hành trước và sau.

c. Ấn loát. Sau khi hình thức trình bày được chấp nhận, bản dịch được đưa đi nhà in. Trách nhiệm ấn loát được giao cho nhà in với các khoản được ghi thành hợp đồng. Vấn đề ấn loát như vậy tương đối ổn định. Tuy nhiên, cũng cần có người chuyên trách để theo dõi quá trình ấn loát, hầu tránh những sai sót kỹ thuật có thể có do nhà in.

d. Phát hành, phổ biến và vận động. Một nhiệm vụ không kém quan trọng là phát hành và phổ biến Đại Tạng Kinh. Công việc này đáng lý do một ban phát hành chuyên trách. Nhưng trong điều kiện nhân sự hiện tại, một Ban như vậy chưa thể thành lập, do đó ban ấn hành kiêm nhiệm. Thêm nữa, công trình phiên dịch là sự nghiệp chung của toàn thể Phật tử Việt Nam, không phân biệt Giáo hội, hệ phái, do đó cần có sự tham gia và cống hiến của chư Tăng Ni, Phật tử, bằng hằng sản và hằng tâm, bằng tâm nguyện cá nhân hay tập thể dưới các hình thức hỗ trợ và bảo trợ bằng vật chất hoặc tinh thần, cống hiến bằng tất cả khả năng vật chất và trí tuệ. Công việc vận động này để cho được hữu hiệu với sự tham gia tích cực của nhiều chúng đệ tử cũng cần được chuyên trách bởi một ban vận động. Trong điều kiện nhân sự hiện tại, ban ấn hành kiêm nhiệm.

HẬU TỪ

Trải qua trên dưới 2 nghìn năm du nhập, những giáo nghĩa căn bản mà đức Phật đã giảng được học và hành tại Việt Nam, đã đem lại nhiều an lạc cho nhiều cá nhân và xã hội, đã góp phần xây dựng tình cảm và tư duy của các cộng đồng cư dân trên đất nước Việt. Thế nhưng, sự nghiệp phiên dịch cũng như ấn hành để phổ biến Thánh điển, làm nền tảng sở y cho sự học và hành, chưa được thực hiện trên quy mô rộng lớn toàn quốc.

Sự nghiệp phiên dịch tại Trung Quốc trải qua gần hai nghìn năm, với thành tựu vĩ đại, tập đại thành và bảo tồn kho tàng Thánh điển thoát qua nhiều trận hủy diệt do những đức tin mù quáng, quàng tín. Sự nghiệp ấy đại bộ phận do các quốc vương Phật tử tích cực bảo trợ, đã là sự nghiệp chung của toàn thể nhân dân theo từng giai đoạn đặc biệt của lịch sử. Việt Nam tuy cũng có các minh quân Phật tử, nhưng do tác động bởi các yếu tố chính trị xã hội nên chưa từng được tổ chức quy mô dưới sự bảo trợ của triều đình. Chỉ do yêu cầu thực tế học và hành mà một số kinh điển được phiên dịch, nhưng chưa đủ để lập thành nền tảng tương đối hoàn bị cho sự nghiên cứu sâu giáo nghĩa.

Gần đây, vào năm 1973, một Hội đồng phiên dịch Tam tạng lần đầu tiên trong lịch sử được thành lập. Chủ tịch: Thượng tọa Thích Trí Tịnh, Tổng thư ký: Thượng tọa Thích Quảng Độ, với các thành viên quy tụ tất cả các Thượng tọa và Đại đức đã có công trình phiên dịch và có uy tín trên phương diện nghiên cứu Phật học, dưới sự chỉ đạo của Viện Tăng Thống, Giáo hội Phật giáo Việt Nam Thống nhất. Chương trình phiên dịch được soạn thảo trên quy mô rộng lớn, nhưng do bởi hoàn cảnh chiến tranh cho nên chỉ mới thực hiện được một phần nhỏ. Một phần của thành quả này về sau được ấn hành năm 1993 bởi Viện Nghiên cứu Phật học Việt Nam, trực thuộc Giáo hội Phật giáo Việt Nam, dưới danh hiệu "Đại Tạng Kinh Việt Nam." Thành quả này là các Kinh thuộc bộ A-hàm được phân công bởi Hội đồng Phiên dịch Tam tạng, trong đó, *Trường A-hàm* và *Tạp A-hàm* do TT Thiện Siêu, TT Trí Thành và ĐĐ Tuệ Sỹ thuộc Viện Cao đẳng Phật học Hải đức Nha Trang; *Trung A-hàm* và *Tăng nhất A-hàm* do TT Thanh Từ, TT Bửu Huệ, TT Thiền Tâm thuộc Viện Cao đẳng Phật học Huệ Nghiêm Saigon.

Ngoài ra, một phần phân công khác cũng đã được hoàn thành như:

TT Trí Nghiêm: Đại Bát Nhã (Huyền Trang dịch, 600 cuốn) thuộc bộ Bát-nhã. TT Trí Tịnh: Kinh *Ma-ha Bát-nhã-ba-la-mật* (Đại phẩm) thuộc bộ Bát-nhã; Kinh *Diệu pháp Liên hoa* (La-thập dịch), thuộc bộ Pháp hoa; Kinh Đại phương Quảng Phật Hoa nghiêm (bản Bát thập) thuộc bộ Hoa nghiêm, và toàn bộ Đại bảo tích.

Các bản dịch này cũng đã được ấn hành nhưng do bởi đệ tử của các Ngài chứ chưa đưa vào Đại Tạng Kinh Việt Nam.

Những vị được phân công khác chưa thấy có thành quả được công bố.

Mặc dù với nỗ lực to lớn, nhưng do hoàn cảnh nhiễu nhương của đất nước nên thành tựu rất khiêm nhượng. Thêm nữa, các thành tựu này cũng chưa hội đủ điều kiện và thời gian thuận tiện được hiệu đính và biên tập theo tiêu chuẩn nghiên cứu và phiên dịch Phật điển trong trình độ nghiên cứu Phật giáo hiện đại của thế giới, do đó cũng chưa thể được dự phần trong sự nghiệp phiên dịch và nghiên cứu Phật học trên quy mô quốc tế, như cống hiến của Phật giáo Việt Nam cho cộng đồng nhân loại trong sự nghiệp hoằng dương Chánh pháp chung của toàn thể Phật tử thế giới vì lợi ích và an lạc của hết thảy mọi loài chúng sanh.

Sự nghiệp như vậy không thể là cống hiến cá biệt của một cá nhân hay tập thể, của một Giáo hội hay hệ phái, mà là sự nghiệp chung của toàn thể Tăng tín đồ Phật giáo Việt Nam, không chỉ một thế hệ, mà liên tục trong nhiều thế hệ, cùng tồn tại và tiến bộ theo đà thăng tiến của xã hội và nhân loại. Trên hết là báo đáp ân đức của Phật Tổ, đã vì an lạc của chúng sanh mà trải qua vô vàn khổ hành, qua vô số a-tăng-kỳ kiếp. Thứ đến, kế thừa sự nghiệp hoằng pháp lợi sanh của Thầy Tổ để cho ngọn đèn Chánh pháp luôn luôn được thắp sáng trong thế gian.

Vì vậy, chúng tôi khẩn thiết, trên nương nhờ uy thần nhiếp thọ của Chư Phật và Thánh Tăng, cùng với sự tán trợ của chư vị Trưởng lão hiện tiền trong hàng Tăng bảo, kêu gọi sự hỗ trợ cống hiến bằng tất cả tâm nguyện và trí lực, bằng tất cả hằng sản và hằng tâm, của bốn chúng đệ tử Phật, cho sự nghiệp hoằng pháp đệ nhất tối thắng này được tiến hành vững chắc và liên tục từ thế hệ này cho đến nhiều thế hệ tiếp theo, duy trì ngọn đèn Chánh pháp tồn tại lâu dài trong thế gian vì lợi ích và an lạc của hết thảy chúng sanh.

Mùa Phật đản Pl. 2552 – Mậu Tý 2008
Trí Siêu – Tuệ Sỹ
cẩn bạch

GIÁO HỘI PHẬT GIÁO VIỆT NAM THỐNG NHẤT
HỘI ĐỒNG PHIÊN DỊCH TAM TẠNG LÂM THỜI

DUYÊN KHỞI

Kể từ phong trào chấn hưng Phật giáo vào thập niên 1930, chư vị dịch giả đã cố gắng phiên âm và phiên dịch Kinh điển từ Hán văn hay chữ Nôm sang chữ quốc ngữ để sử dụng trong sinh hoạt thiền môn Việt Nam cũng như để đem giáo lý Phật đi vào quần chúng. Những nỗ lực như vậy rất đáng trân trọng, nhưng vẫn còn là những đóng góp từ cá nhân, mang tính cấp thời, chưa có sự phối hợp đồng bộ, và chưa đủ tầm mức học thuật để giới thiệu Thánh điển Phật giáo tiếng Việt đến với cộng đồng dân tộc.

Vài thập niên sau đó thì chữ quốc ngữ qua ký tự La-tinh mới được phổ cập trong thiền môn, và kinh sách Phật giáo bằng tiếng Việt, phiên dịch cũng như trước tác, mới được bừng khai, không những tạo nên các phong trào tu học của quần chúng khắp nước, mà còn là sự dẫn đạo tư tưởng của Phật giáo Việt Nam đối với các thế hệ trưởng thành trong chiến tranh qua sự thành lập Giáo Hội Phật Giáo Việt Nam Thống Nhất (GHPGVNTN), đồng thời kiến lập Đại Học Vạn Hạnh, một viện đại học tư thục Phật giáo đầu tiên tại Nam Việt Nam vào năm 1964.

Từ nguồn nhân lực dồi dào với nhiều vị pháp sư, học giả được đào tạo trong và ngoài nước, cũng như các cơ sở giáo dục Phật giáo được trải rộng khắp miền Trung và Nam Việt, Viện Tăng Thống GHPGVNTN đã có nền tảng vững chắc về học thuật để quyết định thành lập Hội Đồng Phiên Dịch Tam Tạng; và qua Hội nghị Toàn thể Hội đồng Phiên dịch Tam Tạng tổ chức tại Viện Đại Học Vạn Hạnh vào các ngày 20, 21,

22 tháng 10 năm 1973, hội nghị đã đưa ra dự án phiên dịch với mục lục tổng quát các Kinh điển truyền bản Hán tạng cần phiên dịch, phân chia công việc, cũng như giới thiệu thành viên của Hội đồng Phiên dịch Tam Tạng gồm 18 vị Pháp sư như sau:

HỘI ĐỒNG PHIÊN DỊCH TAM TẠNG 1973

A. *Ủy Ban Phiên Dịch:*

1. Hòa thượng Trưởng lão Thích Trí Tịnh   (1917 – 2014)
   Trưởng Ban

2. Hòa thượng Trưởng lão Thích Minh Châu   (1918 – 2012)
   Phó Trưởng Ban

3. Hòa thượng Trưởng lão Thích Quảng Độ   (1928 – 2020)
   Tổng Thư Ký

4. Hòa thượng Trưởng lão Thích Trí Quang   (1923 – 2019)

5. Hòa thượng Trưởng lão Thích Đức Nhuận   (1924 – 2002)

6. Hòa thượng Trưởng lão Thích Bửu Huệ   (1914 – 1991)

7. Hòa thượng Trưởng lão Thích Trí Thành   (1921 – 1999)

8. Hòa thượng Trưởng lão Thích Nhật Liên   (1923 – 2010)

9. Hòa thượng Trưởng lão Thích Thiện Siêu   (1921 – 2001)

10. Hòa thượng Trưởng lão Thích Huyền Vi   (1926 – 2005)

B. *Thành Viên Bổ Sung:*

1. Hòa thượng Trưởng lão Thích Đức Tâm   (1928 – 1988)

2. Hòa thượng Trưởng lão Thích Huệ Hưng   (1917 – 1990)

3. Hòa thượng Trưởng lão Thích Thuyền Ấn   (1927 – 2010)

4. Hòa thượng Trưởng lão Thích Trí Nghiêm   (1911 – 2003)

5. Hòa thượng Trưởng lão Thích Trung Quán   (1918 – 2003)

6. Hòa thượng Trưởng lão Thích Thiền Tâm   (1925 – 1992)

7. Hòa thượng Trưởng lão Thích Thanh Từ   (1924 –)

8. Hòa thượng Thích Tuệ Sỹ   (1943 – 2023)

Sau gần 50 năm kể từ khi Hội đồng Phiên dịch Tam Tạng được thành lập, nhiều Kinh điển đã được phiên dịch, góp phần đáng kể vào kho tàng Thánh điển Phật giáo Việt Nam, nhưng có thể nói rằng dự án phiên dịch đưa ra thời ấy, vẫn chưa hoàn tất. Lý do thứ nhất, do hoàn cảnh chiến tranh và bất toàn xã hội, các Kinh điển được dịch rồi vẫn không có đủ thời gian thuận tiện để được hiệu đính và nhuận sắc lại theo đúng tiêu chuẩn Phật điển hàn lâm. Thứ nữa, với nguồn tài liệu cổ ngữ, sinh ngữ dồi dào hiện nay cùng với phương tiện kỹ thuật vi tính, thông tin liên mạng, chư vị dịch giả có rất nhiều cơ hội để truy cập, tham khảo, đối chiếu các truyền bản khác nhau để có được định bản tiếng Việt đáng tin cậy, theo chuẩn mực quốc tế. Ngoài ra, chư vị thành viên Hội đồng Phiên dịch đã theo thời gian, tuần tự viên tịch khi công trình phiên dịch còn dang dở. Nay chỉ còn 2 trong số 18 vị dịch giả còn đương tiền, nhưng một vị đang trong tình trạng bất hoạt; vị duy nhất còn lại có thể tiếp tục đảm đương trọng nhiệm là Hòa thượng Thích Tuệ Sỹ. Xét thấy, đây cũng là phước duyên hy hữu cho Phật giáo Việt Nam cũng như cho công trình phiên dịch Tam Tạng do Viện Tăng Thống đề ra nửa thế kỷ trước:

a) Về phương diện học thuật, Hòa thượng Tuệ Sỹ là một trong số ít học giả uy tín trong việc nghiên tầm, phiên dịch, chú giải và giảng thuật về Tam Tạng Kinh điển từ nhiều thập niên qua; đã và đang đào tạo, nâng đỡ nhiều thế hệ Tăng Ni và Cư sĩ có trình độ Phật học và cổ ngữ có thể phụ trợ công trình phiên dịch;

b) Về phương diện điều hành, Hòa thượng Tuệ Sỹ chính thức tiếp nhận ấn tín Viện Tăng Thống từ Đức Đệ ngũ Tăng Thống, hàm nghĩa kế thừa sự nghiệp hoằng pháp của GHPGVNTN, đồng thời kế thừa công trình phiên dịch của Hội đồng Phiên dịch Tam Tạng được Hội đồng Giáo phẩm Trung ương Viện Tăng Thống thành lập năm 1973.

Từ những nhân duyên và điều kiện kể trên, công trình phiên dịch dang dở của chư vị tiền hiền tất yếu phải được Hòa thượng Tuệ Sỹ đưa vai gánh vác, không thể để cho gián đoạn. Đó là lý do, từ danh nghĩa Viện Tăng Thống GHPGVNTN, Hội Đồng Phiên Dịch Tam Tạng Lâm Thời (HĐPDTTLT) đã được thành lập vào ngày 03 tháng 12 năm 2021, theo Thông Bạch số 11/VTT/VP, nhằm kế thừa sự nghiệp phiên dịch Tam Tạng của chư vị Trưởng lão Hội Đồng Phiên Dịch Tam Tạng Viện Tăng Thống, với thành phần nhân sự như sau:

HỘI ĐỒNG PHIÊN DỊCH TAM TẠNG LÂM THỜI 2021*

Cố Vấn:	Giáo sư Trí Siêu Lê Mạnh Thát (Việt Nam)
Chủ Tịch:	Hòa thượng Thích Tuệ Sỹ (Việt Nam)
Chánh Thư Ký:	Hòa thượng Thích Như Điển (Đức quốc)
Phó Thư Ký Quốc Nội:	Hòa thượng Thích Thái Hòa (Việt Nam)
Phó Thư Ký Hải Ngoại:	Hòa thượng Thích Nguyên Siêu (Hoa Kỳ)

Ủy Ban Duyệt Sách:

Hòa thượng Thích Tuệ Sỹ; Giáo sư Trí Siêu Lê Mạnh Thát.

Ủy Ban Phiên Dịch:

Hòa thượng Thích Đức Thắng (Việt Nam); Hòa thượng Thích Thái Hòa (Việt Nam); Thượng tọa Thích Nguyên Hiền (Việt Nam); Thượng tọa Thích Nhuận Châu (Việt Nam); Đại đức Thích Nhuận Thịnh (Việt Nam); Cư sĩ Đạo Sinh Phan Minh Trị (Việt Nam); Cư sĩ Trí Việt Đỗ Quốc Bảo (Đức quốc).

Ủy Ban Chứng Nghĩa Chuyết Văn:

Hòa thượng Thích Thiện Quang (Canada); Thượng tọa Thích Nguyên Tạng (Úc); Đại đức Thích Nhuận Thịnh (Việt Nam); Cư sĩ Tâm Huy Huỳnh Kim Quang (Hoa Kỳ); Cư sĩ Tâm Quang Vĩnh Hảo (Hoa Kỳ).

Những thành viên khác tùy theo nhu cầu sẽ được thỉnh cử sau.

Xét thấy công hạnh tu trì cũng như kiến văn của thành viên chưa thể sánh ngang với chư Tôn túc Trưởng lão Hội đồng Phiên dịch Tam Tạng 1973, do đó chỉ có thể thành lập Hội đồng Lâm thời để kế thừa việc phiên dịch Kinh-Luật-Luận theo khả năng. Trong điều kiện như thế, HĐPDTTLT sẽ không phiên dịch theo thứ tự lịch sử hình thành Thánh điển như Đại Chánh, mà theo phương pháp các Kinh Lục cổ điển, phân Thánh giáo thành Ba thừa: Thanh Văn Tạng, Bồ-tát Tạng và Mật Tạng. Cho đến khi nào sở học và đạo hạnh được nâng cao, đủ để xác định tín tâm trong hàng bốn chúng đệ tử, bấy giờ Hội đồng Phiên dịch Tam Tạng Lâm thời sẽ chuyển thành chính thức, và sẽ tuần tự thực hiện chương trình phiên dịch đúng theo đề xuất của Hội đồng Phiên dịch Tam Tạng 1973.

---

* Xem thêm chú thích cuối bài.

Sự nghiệp phiên dịch Đại Tạng Kinh là sự nghiệp chung, hệ trọng và trường kỳ, của Tăng tín đồ Phật giáo Việt Nam trong và ngoài nước. Hình thành Đại Tạng Kinh tiếng Việt không những tạo điều kiện thuận lợi cho việc nghiên cứu và thực hành Phật Pháp đúng đắn cho tứ chúng đệ tử, khẳng định vị thế của Phật giáo Việt Nam đối với nhân loại và cộng đồng Phật giáo quốc tế, mà còn là sự phục hưng những giá trị văn hóa dân tộc nhằm góp phần vào việc xây dựng và phát triển đất nước. Nhận thức được tầm quan trọng này, chư vị lãnh đạo các Giáo hội Phật giáo Việt Nam Thống Nhất tại hải ngoại đã vận động thành lập Hội Đồng Hoằng Pháp vào ngày 08 tháng 5 năm 2021, với sự tán trợ của Viện Tăng Thống, nhằm mở rộng con đường hoằng pháp ngoài nước theo tiêu hướng của GHPGVNTN, cũng như để vận động yểm trợ và thúc đẩy công trình phiên dịch và ấn hành Đại Tạng Kinh Việt Nam tiến đến thành tựu viên mãn.

Để tri niệm ân sâu của chư lịch đại Tổ sư và chư vị Tôn túc trong Hội Đồng Phiên Dịch Tam Tạng 1973 trong sự nghiệp hoằng truyền chánh đạo, Hội Đồng Hoằng Pháp nguyện góp phần công đức, toàn tâm ủng hộ, cúng dường tâm lực, trí lực và tài lực để Đại Tạng Kinh Việt Nam chuẩn mực được lần lượt ấn hành, khởi đầu từ Thanh Văn Tạng, tháng 01 năm 2022, cho đến khi hoàn tất Bồ-tát Tạng và Mật Tạng trong thập niên tới.

Nguyện đem công đức Pháp thí này hồi hướng chánh pháp cửu trụ, tứ chúng an hòa, phát Bồ-đề tâm tiến tu đạo nghiệp; lại nguyện nhân loại được an vui, phúc lạc; sớm chấm dứt thiên tai dịch bệnh, khắp loài chúng sinh đều được lạc nghiệp an cư.

Ngưỡng vọng chư tôn Trưởng lão, chư Hòa thượng, Thượng tọa, Đại đức Tăng Ni cùng bốn chúng đệ tử trong và ngoài nước chứng minh và liễu tri.

Nam mô Công Đức Lâm Bồ-tát.

Phật lịch 2565, năm Tân Sửu
Ngày 01 tháng 01 năm 2022
Hội Đồng Phiên Dịch Tam Tạng Lâm Thời
Cẩn bạch

CHÚ THÍCH *(cập nhật 15/09/2024):*

Tham chiếu Quyết định số: 07.VTT/CTK/QĐ do Hòa Thượng Thích Tuệ Sỹ ký 21/09/2023; đồng thời tham chiếu Biên bản kỳ họp Ủy Ban Phiên Dịch Trung Ương mở rộng vào ngày 15/08/2024 và 29/08/2024, từ 9/2024 có những thay đổi về tổ chức và nhân sự sau:

- *Tên gọi mới:*

ỦY BAN PHIÊN DỊCH TRUNG ƯƠNG

- *Nhân sự:*

Chủ tịch:	Hòa Thượng Thích Như Điển
Chánh Thư Ký:	Hòa Thượng Thích Thái Hòa
Phó Thư Ký:	Hòa Thượng Thích Nguyên Siêu
Phụ tá đặc trách Giáo nghĩa	Tỳ-kheo-ni TN. Thanh Trì
Tiểu Ban Phiên Dịch Chuyên Trách:	

PHÀM LỆ

1. Đại Tạng Kinh Việt Nam bao gồm tất cả các bản dịch tiếng Việt của Tam Tạng Kinh Điển Phật giáo đã xuất hiện ở nước ta từ trước đến nay, qua các thời kỳ với nhiều dịch giả khác nhau, để cho thấy quá trình hình thành Đại Tạng Kinh Việt Nam qua lịch sử.

2. Về bản đáy, bản dịch Việt căn cứ trên ấn bản Đại Chánh Tân Tu Đại Tạng Kinh 100 tập, mỗi tập trên dưới 1000 trang chữ Hán cỡ 10pt và sẽ được đánh số theo thứ tự của số ghi trong bản in Đại Chánh. Mỗi trang của bản in Đại chính được chia làm ba cột: a, b, c. Số trang và cột này đều được ghi trong bản dịch để tiện tham khảo.

3. Vì thế, một bản Kinh chữ Hán có thể có nhiều bản dịch tiếng Việt, nên sau số thứ tự của Đại Chánh, sẽ đánh thêm các mẫu tự A, B, C... để phân biệt các bản dịch tiếng Việt khác nhau của cùng một bản Kinh chữ Hán đó.

4. Về xử lý văn bản trong khi phiên dịch, phần lớn căn cứ công trình hiệu đính và đối chiếu của bản Đại Chánh. Ngoài ra, tham khảo thêm các công trình hiệu đính và đối chiếu khác.

5. Giữa các ấn bản có những điểm khác nhau, bản Việt sẽ lựa chọn hoặc hiệu đính theo nhận thức của người dịch.

6. Trong bản Hán, nếu chỗ nào xét thấy văn dịch hay từ ngữ không phù hợp với giáo nghĩa truyền thống phổ biến, người dịch sẽ tham khảo các Kinh, Luật, Luận cần thiết để

hiệu chính. Những hiệu chính này được giải thích ở phần cước chú.

7. Bản Hán dịch thực hiện căn cứ phần lớn trên sự truyền khẩu. Do đó những từ phát âm tương tự dễ đưa đến ngộ nhận, như *sam* Pāli hay *sama* và *samyak*; *cala* và *jala*; *muti* và *mutthi*, v.v... Trong những trường hợp này, người dịch sẽ tham chiếu các Kinh tương đương, các bản Hán biệt dịch, suy đoán tự dạng nguyên thủy có thể có trong Phạn bản để hiệu chính. Những hiệu chính này đều được ghi ở phần cước chú.

8. Do các truyền bản khác nhau giữa các bộ phái, để có nhận thức về giáo nghĩa nguyên thủy, chung cho tất cả, cần có những nghiên cứu đối chiếu sâu rộng. Công việc này ngoài khả năng hiện tại của các dịch giả. Tuy nhiên, trong trường hợp có thể, những điểm dị biệt giữa các truyền bản sẽ được ghi nhận và đối chiếu. Những ghi nhận này được nêu ở phần cước chú.

9. Bản Hán dịch được phân thành số quyển. Bản dịch Việt không chia số quyển như vậy, nhưng sẽ ghi ở phần cước chú mỗi khi bắt đầu một quyển khác.

10. Các từ Phật học trong một số bản Hán dịch nếu không phổ biến, do đó có thể gây khó khăn cho việc đọc và nghiên cứu, trong các trường hợp như vậy, tuy vẫn giữ nguyên dịch ngữ của bản Hán, nhưng dịch ngữ tương đương thông dụng hơn sẽ được ghi trong phần cước chú. Trong trường hợp có thể, sẽ ghi luôn dịch giả của những dịch ngữ này và xuất xứ của chúng từ bản dịch nào để tiện

việc tham khảo.

11. Các Kinh sách tham khảo trong cước chú đều được viết tắt theo quy định phổ thông của giới nghiên cứu quốc tế; xem quy định về viết tắt ở cuối mỗi tập của Đại Tạng Kinh Việt nam.

12. Quy ước các danh từ viết hoa

Các từ gốc Sanskrit/Pāli:

a. Từ thường phiên âm: tất cả viết thường với gạch nối. Như *śūnyatā* = thuấn-nhã-đa tính, *kṣatriya* = sát-đế-lợi. Trừ các từ tôn kính, theo ngữ cảnh; như: *Nirvāṇa* = Niết-bàn; *Ācārya* = A-xà-lê; *Bhikṣu* = Tỳ-kheo v.v...

b. Từ đặc hữu (nhân danh, địa danh): Chữ đầu hoa, còn lại thường, với gạch nối. Như *Śariputra* = Xá-lợi-phất, *Śrāvastī* = Xá-vệ, *Kapilavastu* = Ca-tì-la-vệ.

c. Trường hợp vừa âm vừa nghĩa, phần phiên âm chữ đầu hoa, còn lại thường với gạch nối; phần nghĩa viết Hoa, như *Śariputra* = Xá-lợi Tử.

Các từ thuần Việt, chưa có quy tắc chính thức, nhưng theo cách viết phổ thông hiện nay:

a. Từ phổ thông: tất cả không hoa, trừ trường hợp tôn kính hay đặc biệt.

b. Từ đặc hữu, nhân danh, địa danh: tất cả viết hoa.

Vạn Hạnh, Pl. 2550 - Dl. 2006
Trí Siêu và **Tuệ Sỹ** cẩn chí

BẢNG VIẾT TẮT

A	*Aṅguttara-Nikāya* – Tăng chi bộ kinh
Câu-xá	A-tỳ-đạt-ma-câu-xá luận, T 29 No 1558
Cf.	*confer*, Tham chiếu, so sánh
Cđ., Chân Đế	bản dịch của Chân Đế
cht.	chú thích
Ch.	Chương
...cho đến	Lặp lại nguyên văn đoạn trên
D	*Dīgha-nikāya*, Trường bộ kinh
Đại.	Đại Chánh Tân Tu Đại Tạng Kinh, Taisho
đd	đã dẫn
Dh, Dhp	*Dhammapada*, kinh Pháp cú
Du-già	Du-già sư địa luận, T 30 No 1579
ff.	following, tiếp theo
Ht., Huyền Trang	bản dịch của Huyền Trang
ibid.	*ibidem*, cùng chỗ đã dẫn, đã dẫn, dẫn thượng
M	*Majjhima-Nikāya* – Trung bộ kinh
n.	number, số hiệu
Niss.	*Nissaggiya*, Ni-tát-kỳ
NM	bản in đời Nguyên Minh
nt	như trên
Pl.	Pāli
S	*Samyutta-Nikāya* – Tương ưng bộ kinh
Pāc.	*Pācittiya*, Ba-dật-đề
Sdt.	sách dẫn trên
Sđd.	Sách đã dẫn
Skt.	Sanskrit

Sn	*Sutta-nipāta* – Kinh tập
T.	Taisho (大正), Đại chánh tân tu Đại tạng kinh, dẫn theo số sách, số trang, cột và dòng.
Tập dị	Tập dị môn túc luận
Th 1	*Theragātha* – Trưởng lão kệ
Th 2	*Therīgāthā* – Trưởng lão ni kệ
thc.	tham chiếu
thk.	tham khảo
Tì-bà-sa	A-tì-đạt-ma Đại tì-bà-sa luận
Tl.	Tây lịch
TNM	bản in các đời Tống Nguyên Minh
tr.	Trang
TVT	Đại Tạng Kinh Việt Nam, Thanh Văn Tạng
vd.	ví dụ
Vin.	*Vinaya*, Luật tạng Pāli
Vsm.	*Visuddhimagga* – Thanh tịnh đạo luận
x.	xem
X.	Xuzang (續藏), Tục tạng, Vạn.
Wogihara	Phạn Hòa từ điển, Địch Nguyên Vân Lai (Wogihara Unrai)

A-TÌ-ĐẠT-MA
THỨC THÂN TÚC LUẬN

ABHIDHARMA-VIJÑĀNAKĀYAŚĀSTRA

阿毘達磨識身足論

ঞ ✹ ର

A-la-hán Đề-bà-thiết-ma *tạo*
Tam Tạng Pháp Sư Huyền Trang *phụng chiếu dịch*

提婆設摩阿羅漢造 三藏法師玄奘奉 詔譯

Việt dịch:

ĐẠO SINH

Hiệu đính & Chú thích:

TUỆ SỸ

A-TÌ-ĐẠT-MA
THỨC THÂN TÚC LUẬN

A-la-hán Đề-bà-thiết-ma tạo
Tam Tạng Pháp Sư Huyền Trang phụng chiếu dịch

TỤNG TÁN THÁN QUI LỄ

Kính lễ đấng Đại Giác – Vua trong các bậc Giác Ngộ,
Kính lễ Diệu Pháp giải thoát, chỗ quy hướng của trí,
Mặt trời của ba cõi, vua Giác ngộ cúng dường.[1]
Kính lễ các Thánh Chúng, nơi nương tựa của trí giả.

A-tỳ-đạt-ma – biển khó qua,
Từ miệng Phật – ao tuôn nguồn nước cho ngàn Thánh giả,
Khéo quyết biển lớn mênh mông mờ cảnh giới[2];
Vì vậy, con nay chí thành xin kính lễ.

Nếu mặt trời rực rỡ không mọc để chiếu sáng cõi người,
Rừng rậm[3] tối tăm ai trừ được?
Nếu không có luận A-tì-đạt-ma,
Làm sao diệt sạch bóng tối che mờ trí sở tri?

---

[1] Câu 2 & 3: đảnh lễ Pháp.
[2] Chỉ bóng tối phiền não, che mờ cảnh giới.
[3] 稠林, thường chỉ rừng rậm tà kiến; *saddharmapuṇḍarīka* ii, 65: dṛṣṭīgahaneṣu: trong những rừng rậm của tà kiến.

A-tì-đạt-ma – đèn chánh pháp,
Mắt sáng của tâm, gốc rễ của trí,
Mặt trời chiếu rọi rừng sở tri, là gươm chặt đứt các tà thuyết.
Là uy lực của bậc Khai sĩ,[4] là kho tàng của đức Như Lai;[5]

Là mắt tuệ sáng soi đường ba cõi,
Tất cả đèn Pháp, biển Phật âm,
Phát khởi thắng tuệ phá nghi hoặc,
Là ngã tư đường pháp Hiền Thánh;

Là ao lớn chứa nước tuệ bậc trí,
Là nền tảng tầm cầu trí tối thắng dũng mãnh,
Đạt thành thông tuệ liễu tri Thắng pháp này,[6]
Tỏ ngộ Thánh giáo này, là chân đệ tử Phật.

TỤNG TỔNG NHIẾP[7]

Uẩn đầu: Mục-kiền-liên;
Uẩn kế: Bổ-đặc-già-la;
Nhân, sở duyên tạp loại;
Tứ cú là cuối cùng.

---

[4] 開士, *Nhất thiết kinh âm nghĩa 16*, T54n2128_p0407a13: Nguyên Phạn ngữ: bồ-tát (*bodhisattva*), chỉ vị mở đường bằng Chánh pháp. *Xuất tam tạng ký tập 1*, T54n2128_p0407a13: cựu dịch Kinh là *phù-tát* 扶薩 (cũng dịch nghĩa là *khai sĩ*). Tân dịch Kinh là *bồ-tát*.

[5] 如來藏, Skt. *tathāgatapiṭaka*, trong nghĩa như Thanh văn tạng (*śrāvaka-piṭaka*): Thánh điển của Thanh văn. Không nhầm lẫn với *tathāgatagarbha*: thai tạng của Như Lai, theo nghĩa Đại thừa. *Tăng nhất A-hàm 1*, T02n0125_p0550c03: 其有專心持增一便為總持如來藏, "Những ai chuyên tâm trì *Tăng nhất*, người ấy tổng trì tạng của Như Lai."

[6] Chỉ A-tì-đạt-ma tối thắng pháp.

[7] Nguyên Hán: 嗢拖南. Skt. *udānam*, Hán âm phổ thông *ốt-đà-nam*, kệ tụng lược nêu các vấn đề sẽ được luận thuật trong chương.

CHƯƠNG I: UẨN MỤC-KIỀN-LIÊN[8]

TIẾT 1: NHIẾP TỤNG 1

Căn, ác hành, tưởng,
Tầm, tư,[9] *giới, lậu,*
Lửa, ái, sở hữu,
Cấu, phược đều ba.

1.1. Ba bất thiện căn[10]

Sa-môn Mục-liên[11] nói thế này: "[các pháp trong] quá khứ, vị lai đều không tồn tại; [các pháp trong] hiện tại và pháp vô vi mới thật sự tồn tại."[12] Nên hỏi vị ấy rằng, ông có đồng ý là trong Khế kinh Thế Tôn

---

8 Skt *Maudgalyāyana-skandha.*

9 尋思, Skt *vitarka,* tầm, trong cặp đôi *vitarka-vicāra,* tầm tứ 尋伺. Đây do số từ trong kệ tụng nên thêm tư 思. Bản dịch Nhật hiểu là tầm 尋 *vitarka,* và tư 思 *cetanā.* Trong văn Luận dưới đây không có mục tư 思 *cetanā* riêng biệt.

10 *Saṅgīti: trīṇy akuśalamūlāni| lobho'kuśalamūlaṃ dveṣo' kuśalamūlaṃ moho'kusalamūlam| Chúng tập:* 三不善根: 貪欲 瞋恚 愚癡。Thập thượng: 云何三退法？謂三不善根：貪不善根、恚不善根、癡不善根。Xem *Tập Dị Môn Túc Luận,* Chương IV. 1. Ba bất thiện căn (Việt dịch, TVT Tập 21, Luận bộ IV, **cht. 225**).

11 沙門目連 = 目乾連, Skt *Śramaṇa-Maudgalyāna.*

12 *Dị bộ tông luân luận* 1, T49n2031_p0016a01: quan điểm chung của bốn bộ phái thuộc hệ Đại chúng bộ/ *Mahāsaṅghika:* Nhất thuyết bộ/*Ekavyāvahārika,* Thuyết xuất thế bộ/*Lokottaravāda,* Kê dận bộ/ *Kaurukullaka),* các pháp trong quá khứ và vị lai không có thực thể, không tồn tại. *Thuật ký:* hiện tại có thể và dụng mới được nói là thực

đã bằng văn từ, âm vận thiện xảo, khéo nói về ba bất thiện căn: tham bất thiện căn, sân bất thiện căn, **[531b01]** si bất thiện căn?

Đáp: Đúng thế.

Lại hỏi: Ông có đồng ý là có thể đối với tham bất thiện căn đã quán, đang quán, sẽ quán, tham đó là bất thiện?

Đáp: Đúng thế.

Hỏi: Cái gì được quán? Quá khứ, vị lai, hay hiện tại? Nếu nói quán quá khứ thì nên nói quá khứ tồn tại, không nên nói quá khứ không tồn tại; nếu nói quá khứ không tồn tại là điều không hợp lý. Nếu nói quán vị lai thì nên nói vị lai tồn tại, không nên nói vị lai không tồn tại; nếu nói vị lai không tồn tại là điều không hợp lý.

Nếu nói quán hiện tại thì nên nói tồn tại một bổ-đặc-già-la,[13] không phải trước không phải sau, hai tâm hòa hợp,[14] một tâm sở quán, một tâm năng quán; nhưng điều này không hợp lý. Nếu nói không tồn tại một bổ-đặc-già-la, không phải trước không phải sau, hai tâm hòa hợp, một tâm sở quán, một tâm năng quán, thì không nên nói có quán hiện tại; nếu nói quán hiện tại, là điều không hợp lý.

---

hữu. Pháp trong quá khứ và vị lai không có thể và dụng nên không thực hữu. *Tì-bà-sa 118*, T27n1545_p0613b24: Những vị mê mờ không tỏ rõ về pháp trong ba thời nên cho rằng pháp trong quá khứ và vị lai không tồn tại, duy chỉ pháp trong hiện tại và pháp vô vi mới thực sự tồn tại. Để bác bỏ quan điểm này nên sáng tác luận này (luận *Đại-tì-bà-sa*).

[13] 補特伽羅, Skt pudgala, từ chỉ tự ngã (*ātman*) như là chủ thể nhận thức, và luân hồi. Xem đoạn sau, Chương II: Uẩn Bổ-đặc-già-la.

[14] Hai tâm hợp nhất trong cùng một sát-na, không trước, không sau. *Phát trí 1*, T26n1544_p0919b14: "Không một bổ-đặc-già-la nào mà, từng cá thể, không trước không sau, hai tâm cùng phát sinh." *Śāstri*, 11³: *yasmān nāsti kasyacit pudgalasyāpūrvācaramayor dvicittayoḥ sahotpādaḥ*. *Tì-bà-sa 10*, T27n1545, tr. 0047b01: Đại chúng bộ chấp, một bổ-đặc-già-la có hai tâm cùng phát sinh.

Nếu nói không quán quá khứ, vị lai, hiện tại, thì không ai có thể đối với tham bất thiện căn đã quán, đang quán, sẽ quán, tham đó là bất thiện. Nếu không thể quán thì không thể có sự đã nhàm chán, đang nhàm chán, sẽ nhàm chán.[15] Nếu không thể nhàm chán, thì không thể đã ly tham, đang ly tham, sẽ ly tham. Nếu không thể ly tham, thì không thể đã giải thoát, đang giải thoát, sẽ giải thoát. Nếu không thể giải thoát, thì không thể đã nhập niết-bàn, đang nhập niết-bàn, sẽ nhập niết-bàn.

Như bất thiện căn, các kết, phược, tùy miên, tùy phiền não, triền,[16] là những thứ cần được loại bỏ, cần được xả ly, cần được đoạn trừ, cần được biến tri[17] cũng như vậy.

Lại hỏi: Ông có đồng ý là có trường hợp đối với tham bất thiện căn đã quán, đang quán, sẽ quán, tham đó là cái chiêu cảm khổ dị thục đời sau?

Đáp: Đúng thế.

Hỏi: Cái gì được quán? Quá khứ, vị lai, hay hiện tại? Nếu nói quán quá khứ thì nên nói pháp quá khứ tồn tại, không nên nói pháp quá khứ không tồn tại; nếu nói pháp quá khứ không tồn tại, là điều không

---

[15] *Tạp 3*, kinh số 79, tr. 20a11: 過去 未來色尚無常 況復現在色 多聞聖弟子如是觀察已 不顧過去色 不欣未來色 於現在色厭 離欲 滅寂靜 受想行識亦復如是。 "Này các Bí-sô, nếu sắc quá khứ không tồn tại, Thánh đệ tử đa văn chắc hẳn không quan tâm xả sắc quá khứ. Nhưng vì sắc quá khứ tồn tại, cho nên Thánh đệ tử đa văn quan tâm xả sắc quá khứ. Sắc vị lai nếu không tồn tại, Thánh đệ tử đa văn chắc hẳn hoan hỷ sắc vị lai. Nhưng vì sắc vị lai tồn tại." Dẫn bởi *Câu-xá iii* (Việt dịch, [IVII] tập 20, Luận bộ III, **cht. 21, tr. 133**).

[16] 結 (*saṃyojana*), 縛 (*bandhana*), 隨眠 (*anuśaya*), 隨煩惱 (*upakleśa*), 纏 (*paryavasthāna*), xem *Câu-xá v*, tụng 41ab.

[17] 所棄, 所捨, 所斷遍知. *Câu-xá 21*, T29n1558_p0112a18: "Có hai biến tri (*parijñā*: nhận thức toàn diện): trí biến tri (*jñānaparijñā*) và đoạn biến tri (*prahāṇaparijñā*). *Tì-bà-sa 34*, T27n1545_p0175b08: "Đoạn biến tri (nhận thức toàn diện về những đoạn trừ) là gì? Vĩnh viễn đoạn trừ tất cả tham, sân, si, tất cả phiền não."

hợp lý. Nếu nói quán vị lai thì nên nói pháp vị lai tồn tại, không nên nói pháp vị lai không tồn tại; nếu nói pháp vị lai không tồn tại là điều không hợp lý.

Nếu nói quán hiện tại thì nên nói tồn tại một bổ-đặc-già-la, không phải trước không phải sau, vừa tạo nghiệp, cũng vừa lãnh thọ quả dị thục của nghiệp này[18]; điều này không hợp lý. Nếu nói không tồn tại một bổ-đặc-già-la, không phải trước không phải sau, vừa tạo nghiệp, cũng vừa lãnh thọ quả dị thục của nghiệp này, thì không nên nói quán trong hiện tại; nếu nói quán hiện tại, là điều không hợp lý.

Nếu nói không quán quá khứ, vị lai, hiện tại, thì không thể đối với tham bất thiện căn đã quán, đang quán, sẽ quán, mà tham đó vốn chiêu cảm khổ dị thục đời sau.

Nếu không thể quán thì không thể có sự đã nhàm chán, đang nhàm chán, [531c01] sẽ nhàm chán. Nếu không thể nhàm chán, thì không thể đã ly tham, đang ly tham, sẽ ly tham. Nếu không thể ly tham, thì không thể đã giải thoát, đang giải thoát, sẽ giải thoát. Nếu không thể giải thoát, thì không thể đã nhập niết-bàn, đang nhập niết-bàn, sẽ nhập niết-bàn.

Cũng như tham bất thiện căn, hai căn bất thiện sân và si cũng vậy.

1.2. Ba ác hành[19]

Ác hành thuộc thân, ác hành thuộc ngữ đều bất thiện; không phải kết, không phải phược, không phải tùy miên, không phải tùy phiền

---

[18] Ngay trong sát-na căn bản nghiệp đạo, nghiệp không thể cho quả dị thục tức thì; chỉ chỉ nghiệp đã diệt, quả dị thục của nghiệp không thể phát sinh. Trong quan hệ dị thục nhân (*vipākahetu*) và dị thục quả (*vipākaphala*), nhân quả không đồng thời.

[19] Ba ác hành (*trīṇi duścaritāni*): 身惡行 (*kāyaduścarita*), 語惡行 (*vāgduścarita*), 意惡行 (*manoduścarita*); *Tập Dị Môn* Ch. IV. 5 (Việt dịch, [T.VIII] tập 21, Luận bộ IV, cht. 255, tr. 120): ba ác hành, *Saṅgīti: tīṇi duccaritāni – kāyaduccaritaṃ, vacīduccaritaṃ, manoduccaritaṃ.* Chúng tập: 三不善行: 不善身行 不善口行 不善意行.

não, không phải triền;[20] là những thứ cần được loại bỏ, cần được xả ly, cần được đoạn trừ, cần được biến tri, chúng chiêu cảm khổ dị thục đời sau.

Ác hành thuộc ý là bất thiện; là kết, phược, tùy miên, tùy phiền não, triền; là những thứ cần được loại bỏ, cần được xả ly, cần được đoạn trừ, cần được biến tri, chúng chiêu cảm khổ dị thục đời sau.

1.3. Ba tưởng[21]

Dục tưởng, khuể tưởng, hại tưởng đều bất thiện; không phải kết, không phải phược, không phải tùy miên, không phải tùy phiền não, không phải triền; là những thứ cần được loại bỏ, cần được xả ly, cần được đoạn trừ, cần được biến tri, chúng chiêu cảm khổ dị thục đời sau.

1.4. Ba tầm[22]

Dục tầm, khuể tầm, hại tầm đều bất thiện; không phải kết, không phải phược, không phải tùy miên;[23] là tùy phiền não, không phải

---

[20] Dẫn bởi *Tì-bà-sa 47*, T27n1545_p0244a05.

[21] *Trường 8* T01n0001_p0050a15: 復有三法，謂三不善想：欲想想、害想。*Tạp 24*, T02n0099_p0172a04‖三想—欲想、恚想、害想，*Đại tập pháp môn kinh*, T01n0012_p0227c13‖「復次，三不善思惟，是佛所說。謂欲思惟、瞋思惟、害思惟。 D 33. *Saṅgīti* III. tayo akusalasaṅkappā – kāmasaṅkappo, byāpādasaṅkappo, vihiṃsāsaṅkappo.

[22] Ba bất thiện tầm. D.33. *Saṅgīti*: tayo akusalavitakkā – kāmavitakko, byāpādavitakko, vihiṃsāvitakko. *Dhammasaṅgaṇī 7*: yo tasmiṃ samaye takko vitakko saṅkappo appanā byappanā cetaso abhiniropanā sammāsaṅkappo – ayaṃ tasmiṃ samaye vitakko hoti, khi mà có những gì là sự đi tìm, tầm cầu, tư duy, chú tâm, cực chú tâm, tư, hiện tiền thẩm sát, chánh tư duy, lúc bấy giờ có tầm. Chúng tập: 三不善想: 欲想、瞋想、害想。xem *Tập dị môn*, Ch. IV. 3. (Việt dịch, [TTV] tập 21, Luận bộ IV, cht. 241, tr. 115)

[23] *Tì-bà-sa 44*, T27n1545_p0227a11: Có một tâm sở đặc biệt gọi là hại tầm (vihiṃsā-vitarka). Nó không phải là sân (vyāpāda), không phải là vô minh, không phải là tùy miên (anuśaya). Tự tính của nó được

triền; là những thứ cần được loại bỏ, cần được xả ly, cần được đoạn trừ, cần được biến tri, có khả năng chiêu cảm khổ dị thục đời sau.

1.5. Ba giới[24]

Dục giới, khuể giới đều bất thiện; là kết, phược, tùy miên, tùy phiền não, triền; là những thứ cần được loại bỏ, cần được xả ly, cần được đoạn trừ, cần được biến tri, chúng chiêu cảm khổ dị thục đời sau.

Hại giới là bất thiện; không phải kết, không phải phược, không phải tùy miên; là tùy phiền não; không phải triền; là những thứ cần được loại bỏ, cần được xả ly, cần được đoạn trừ, cần được biến tri, có khả năng chiêu cảm khổ dị thục đời sau.

1.6. Ba lậu[25]

Dục lậu, vô minh lậu đều bất thiện; là kết, phược, tùy miên, tùy phiền não, triền; là những thứ cần được loại bỏ, cần được xả ly, cần được đoạn trừ, cần được biến tri, chúng chiêu cảm khổ dị thục đời sau.

Hữu lậu không phải bất thiện; là kết, phược, tùy miên, tùy phiền não, triền; là những thứ cần được loại bỏ, cần được xả ly, cần được đoạn trừ, cần được biến tri; chúng không chiêu cảm khổ dị thục đời sau.

1.7. Ba lửa[26]

Lửa tham, lửa sân, lửa si, và dục ái đều bất thiện; là kết, phược, tùy miên, tùy phiền não, triền; là những thứ cần được loại bỏ, cần được

---

dẫn khởi bởi sân; là đẳng lưu của sân (vyāpāda-niṣyanda), hậu khởi của sân, được gọi là phiền não cấu (kleśamala).

[24] Ba bất thiện giới. D. 33. *Saṅgīti: tisso akusaladhātuyo – kāmadhātu, byāpādadhātu, vihiṃsādhātu.* xem *Tập dị môn*, Ch. IV. 7. (Việt dịch, TVT tập 21, cht. 260, tr. 122).

[25] Ba lậu. D. 33. *Saṅgīti: tayo āsavā – kāmāsavo, bhavāsavo, avijjāsavo.* xem *Tập dị môn*, Ch. IV. 23. (Việt dịch, TVT tập 21, cht. 360, tr. 151).

[26] Ba lửa. D. 33. *Saṅgīti: tayo aggī – rāgaggi, dosaggi, mohaggi.* Cf. A. VII 47 *Aggisuttaṃ* (2) PTS. iv 44. Xem *Tập dị môn*, Ch. IV, 31. (Việt dịch, TVT

xả ly, cần được đoạn trừ, cần được biến tri; chúng chiêu cảm khổ dị thục đời sau.

1.8. Ba ái[27]

Sắc ái, vô sắc ái không phải bất thiện; là kết, phược, tùy miên, tùy phiền não, triền; là những thứ cần được loại bỏ, cần được xả ly, cần được đoạn trừ, cần được biến tri, chúng không phải là những thứ chiêu cảm khổ dị thục đời sau.

---

tập 21, cht. 406, tr. 163).

[27] Ba ái. D.33. *Saṅgīti*, có ba nhóm ba ái, đây là nhóm thứ hai: *aparāpi tisso taṇhā – kāmataṇhā, rūpataṇhā, arūpataṇhā*. Lại có ba ái khác: dục ái, sắc ai, vô sắc ái. Nhóm thứ ba: *rūpataṇhā, arūpataṇhā, nirodhataṇhā*, sắc ái, vô sắc ái, diệt ái, không thấy trong *Tập dị*. Xem *Tập dị môn*, Ch. IV. 21. (Việt dịch, TNM tập 21, cht. 349, tr. 147).

1.9-11. Ba sở hữu – Ba cấu – Ba phược

Tham sở hữu, sân sở hữu, si sở hữu.[28] Tham cấu, sân cấu, si cấu.[29] Tham phược, sân phược, si phược.[30] Thảy đều là bất thiện; là kết, phược, tùy miên, tùy phiền não, triền; là những thứ cần được loại bỏ, cần được xả ly, cần được đoạn trừ, cần được biến tri, có khả năng chiêu cảm khổ dị thục đời sau.

---

[28] *Đại thừa A-tì-đạt-ma tập luận 4*, T31n1605_p0677c25: "Có ba sở hữu; đó là tham sở hữu, sân sở hữu, si sở hữu. Do y chỉ tham, sân, si, cho nên tích chứa tài vật, gây kinh sợ và thù oán, phần nhiều sống trong tán loạn, do đó gọi là sở hữu." Cf. Pāli, D.33. *Saṅgīti* (iii.217): *tayo kiñcanā - rāgo kiñcanaṃ, doso kiñcanaṃ, moho kiñcanaṃ.* Nghĩa thích: *kiñcanā* (sở hữu), đó là cái chướng ngại, sự chấp trì. Do chúng sanh bị trói buộc, bị chướng ngại, trong cái tham đang sanh, nên nói là tham sở hữu.

[29] Pāli, *Vibhaṅga*, 368: *tattha katamāni tīṇi malāni? rāgo malaṃ, doso malaṃ, moho malaṃ.* Nghĩa thích: nó làm cho thành cáu bẩn, nên gọi là cấu (*mala*). *Đại thừa A-tì-đạt-ma tập luận 4*, T31n1605_p0677c15: "Có ba cấu – tham cấu, sân cấu, si cấu. Do y chỉ tham, sân, si mà hủy phạm học xứ thi-la như thế (*śīlākṣa*). Do vậy, các vị đồng phạm hạnh có trí, hoặc ở nơi tụ lạc, hoặc ở chỗ thanh vắng, thấy vị ấy đã làm như vậy, bèn nói như vầy: Trưởng lão này làm việc như vậy, hành sự như vậy, là cái gai của tụ lạc, là vết nhơ không sạch. Như vậy gọi là cấu."

[30] Phược, Skt *bandhana*: sự ràng buộc, trói buộc. Ba phược. AK. Pradhan 311[15]: *bandhanāni katamāni | trīṇi bandhanāni |rāgo bandhanaṃ sarvo dveṣo bandhanaṃ sarvo moho bandhanaṃ sarvaḥ |* Những gì là phược? Có ba phược. Tất cả tham là phược. Tất cả sân là phược, tất cả si là phược. Do tùy thuận ba thọ mà có ba phược. *Câu-xá v*, tụng 45d.

TIẾT 2: NHIẾP TỤNG 2

[532a01] *Bộc, ách, thủ, hệ, cái,*
Thượng hạ, tài, câu ngại,
Kiến, ái và tùy miên,
Chi tà, kết, nghiệp đạo.

2.1. Bốn bộc lưu và ách

Sa-môn Mục-liên nói thế này: "[Pháp trong] quá khứ, vị lai không tồn tại; [pháp trong] hiện tại và vô vi tồn tại". Nên hỏi vị ấy rằng, ông có đồng ý là trong Khế kinh đức Thế Tôn đã bằng văn từ, âm vận thiện xảo, khéo nói bốn bộc lưu: dục bộc lưu, hữu bộc lưu, kiến bộc lưu, vô minh bộc lưu?[31]

Đáp: Đúng thế.

Hỏi: Ông có đồng ý là có thể đã quán, đang quán, sẽ quán dục bộc lưu ấy là bất thiện chăng?

Đáp: Đúng thế.

Hỏi: Cái gì được quán? Quá khứ, vị lai, hay hiện tại? Nếu nói quán quá khứ thì nên nói pháp quá khứ tồn tại, không nên nói pháp quá khứ không tồn tại; nếu nói pháp quá khứ không tồn tại là điều không hợp lý. Nếu nói quán vị lai thì nên nói pháp vị lai tồn tại, không nên

---

[31] Bộc lưu, dòng nước lũ. *Câu-xá V.* Skt catvāra oghāḥ-- kāmaughaḥ, bhavaudhaḥ, dṛṣṭyoghaḥ, avidyaughaś ca, bốn bộc lưu: dục bộc lưu, hữu bộc lưu, kiến bộc lưu, vô minh bộc lưu. *D.33. Saṅgīti: cattāro oghā – kāmogho, bhavogho, diṭṭhogho, avijjogho.* Nghĩa thích: Nó nhận chìm chúng sanh trong lưu chuyển sinh tử. Xem *Tập dị môn,* Ch. V. 28. *Tì-bà-sa 48,* T27n1545_p0247a18: Bộc lưu có nghĩa là gì? Nó có nghĩa là cuốn trôi – vì các phiền não cuốn trôi các hữu tình lưu chuyển sinh tử trong các cõi, các giới. Nó có nghĩa tuôn trào – vì các phiền não tuôn trào hữu tình lưu chuyển sinh tử trong các cõi, các giới. Nó có nghĩa nhận chìm – vì các phiền não nhận chìm hữu tình lưu chuyển sinh tử trong các cõi, các giới.

nói vị lai không tồn tại; nếu nói vị lai không tồn tại, là điều không hợp lý.

Nếu nói quán hiện tại thì nên nói tồn tại một bổ-đặc-già-la, không phải trước không phải sau, hai tâm hòa hợp, một tâm sở quán, một tâm năng quán; điều này không hợp lý. Nếu nói không tồn tại một bổ-đặc-già-la, không phải trước không phải sau, hai tâm hòa hợp, một tâm sở quán, một tâm năng quán, thì không nên nói quán ở hiện tại; nếu nói quán hiện tại, là điều không hợp lý.

Nếu nói không quán quá khứ, vị lai, hiện tại, thì không thể đã quán, đang quán, sẽ quán dục bộc lưu là bất thiện. Nếu không thể quán thì không thể có sự đã chán ghét, đang chán ghét, sẽ chán ghét. Nếu không thể chán ghét, thì không thể đã ly tham, đang ly tham, sẽ ly tham. Nếu không thể ly tham, thì không thể đã giải thoát, đang giải thoát, sẽ giải thoát. Nếu không thể giải thoát, thì không thể đã nhập niết-bàn, đang nhập niết-bàn, sẽ nhập niết-bàn.

Cũng như bất thiện, các phiền não kết, phược, tùy miên, tùy phiền não, triền; là những thứ cần được loại bỏ, cần được xả ly, cần được đoạn trừ, cần được biến tri đều cũng như vậy.

Lại hỏi: Ông có đồng ý là, có thể đã quán, đang quán, sẽ quán dục bộc lưu, vốn chiêu cảm khổ dị thục ở đời sau chăng?

Đáp: Đúng thế.

Hỏi: Cái gì được quán? Quá khứ, vị lai, hay hiện tại? Nếu nói quán quá khứ thì nên nói pháp quá khứ tồn tại, không nên nói pháp quá khứ không tồn tại; nếu nói pháp quá khứ không tồn tại, là điều không hợp lý. Nếu nói quán vị lai thì nên nói pháp vị lai tồn tại, không nên nói pháp vị lai không tồn tại; nếu nói pháp vị lai không tồn tại, là điều không hợp lý.

Nếu nói quán hiện tại thì nên nói tồn tại một bổ-đặc-già-la, không phải trước không phải [532b01] sau, vừa tạo nghiệp, cũng vừa lãnh thọ quả báo của nghiệp này; điều này không hợp lý. Nếu nói không tồn tại một bổ-đặc-già-la, không phải trước không phải sau, cũng vừa tạo nghiệp, cũng vừa lãnh thọ quả báo của nghiệp này, thì không nên nói quán ở hiện tại; nếu nói quán hiện tại, là điều không hợp lý.

Nếu nói không quán quá khứ, vị lai, hiện tại thì không thể đã quán, đang quán, sẽ quán dục bộc lưu, vốn chiêu cảm khổ dị thục đời sau. Nếu không thể quán thì không thể đã chán ghét, đang chán ghét, sẽ chán ghét. Nếu không thể chán ghét, thì không thể đã ly tham, đang ly tham, sẽ ly tham. Nếu không thể ly tham, thì không thể đã giải thoát, đang giải thoát, sẽ giải thoát. Nếu không thể giải thoát, thì không thể đã nhập niết-bàn, đang nhập niết-bàn, sẽ nhập niết-bàn.

Cũng như dục bộc lưu, kiến bộc lưu và vô minh bộc lưu cũng vậy.

Hữu bộc lưu[32] không phải bất thiện; là kết, phược, tùy miên, tùy phiền não, triền; là những thứ cần được loại bỏ, cần được xả ly, cần được đoạn trừ, cần được biến tri, không chiêu cảm khổ dị thục đời sau.

Cũng như bộc lưu, ách[33] cũng vậy.

2.2. Bốn thủ và hệ

Trong số các thủ[34] thì dục thủ, kiến thủ, giới cấm thủ là bất thiện; là kết, phược, tùy miên, tùy phiền não, triền; là những thứ cần được

---

[32] *Tì-bà-sa 50*, T27n1545_p0261a22: trong 4 bộc lưu, chỉ một bộc lưu là vô ký: đó là hữu bộc lưu (*bhavaugha*).

[33] Bốn ách. *Câu-xá iii* (Việt dịch, TVI tập 20, cht. 3, tr. 147): *catvāro yogāḥ*. Pāli, D. 33. *Saṅgīti*, PTS. iii.230: *cattāro yogā – kāmayogo, bhavayogo, diṭṭhiyogo, avijjāyogo. Trường 8*, tr. 51a22. *Câu-xá iii* (Việt dịch, TVI tập 20, cht. 17, tr. 150): Pāli *vaṭṭasmiṃ yojentīti yogā*, gọi là ách, vì nó gông cùm chúng sinh vào trong lưu chuyển sinh tử. *Tì-bà-sa 48*, tr. 247b25: gọi là ách, vì nó ràng buộc, trói chặt chúng sinh, bắt phải chịu gánh nặng khổ như sợi dây thừng buộc con bò vào ách xe rồi khớp mỏ, bắt kéo trọng tải.

[34] Skt. *catvāry upādānāni*. Xem *Pháp uẩn*, chương XII Duyên khởi, về chi thủ, cht. 946. Phân biệt, Skt. về thủ (*upādāna*) trong thủ uẩn (*upādāna-skandha*) hay bốn thủ (*catvāry-upādānāni*), và thủ (*parāmarśa*) trong kiến thủ (*dṛṣṭi-parāmarśa*), giới cấm thủ (*śīlavrata-parāmarśa*). Về ngữ nguyên: *parāmarśa*, (a) *Vyākhyā*: *para* hàm nghĩa tối thắng (*pradhāna*); (b) *āmarśa>ā-mṛś* (*ā-mṛśate*): sờ mó, phản tỉnh. *Câu-xá v*, tụng 7ad. Luận: "Cái hạ liệt (*hīna*) mà cho là thù

loại bỏ, cần được xả ly, cần được đoạn trừ, cần được biến tri, có thể chiêu cảm khổ dị thục đời sau.

Ngã ngữ thủ không phải bất thiện[35]; là kết, phược, tùy miên, tùy phiền não, triền; là những thứ cần được loại bỏ, cần được xả ly, cần được đoạn trừ, cần được biến tri, không chiêu cảm khổ dị thục đời sau.

Các hệ[36] là bất thiện; là kết, phược, tùy miên, tùy phiền não, triền; là những thứ cần được loại bỏ, cần được xả ly, cần được đoạn trừ, cần được biến tri, có khả năng chiêu cảm khổ dị thục đời sau.

2.3. Năm cái

Trong số các cái,[37] tham dục cái, sân khuể cái, nghi cái là bất thiện; là kết, phược, tùy miên, tùy phiền não, triền; là những thứ cần được

---

thắng (*agra*), đây gọi là *kiến thủ*. Cái gì gọi là hạ liệt? Tất cả pháp hữu lậu đều hạ liệt, vì chúng bị đoạn trừ bởi Thánh nhân. Chấp chặt cái hạ liệt mà cho là thù thắng nên gọi là cố chấp quan điểm (kiến thủ)." D.33. *Saṅgīti*: *cattāri upādānāni – kāmupādānaṃ, diṭṭhupādānaṃ, sīlabbatupādānaṃ, attavādupādānaṃ*, bốn thủ: dục thủ, kiến thủ, giới cấm thủ, ngã ngữ thủ. Xem *Tập dị môn*, Ch. V. 29 (Việt dịch, TVT tập 21, cht. 744, 745, tr. 264).

[35] *Tì-bà-sa 50*, T27n1545_p0261b10: trong bốn thủ, chỉ một thủ là vô ký, đó là ngã ngữ thủ (*ātmavādopādāna*).

[36] Đây chỉ bốn thân hệ. *Tập dị môn*, Ch. V. 30 (Việt dịch, TVT tập 21, cht. 753, tr. 265): Skt. *catvāraḥ kāya-granthāḥ*. Pāli, D.33. *Saṅgīti: cattāro ganthā – abhijjhā kāyagantho, byāpādo kāyagantho, sīlabbataparāmāso kāyagantho, idaṃsaccābhiniveso kāyagantho*, bốn thân hệ: tham thân hệ, sân thân hệ, giới cấm thủ thân hệ, thứ thật chấp thủ thân hệ (thân hệ là chấp thủ rằng: "Chỉ đây là sự thật"). *Tì-bà-sa 48*, T27n1545_p0248c14: thân hệ nghĩa là gì? Trói buộc thân, gọi là thân hệ. Kết sanh thân, gọi là thân hệ. Trói buộc thân, nghĩa là, bốn thứ này trói buộc hữu tình, gọi là thân hệ.

[37] Skt./Pāli: *pañca nivāraṇāni*, năm cái, chướng cái, triền cái. D.33. *Saṅgīti: pañca nīvaraṇāni – kāmacchandanīvaraṇaṃ, byāpādanīvaraṇaṃ, thinamiddhanīvaraṇaṃ, uddhaccakukkuccanīvaraṇaṃ,*

loại bỏ, cần được xả ly, cần được đoạn trừ, cần được biến tri, có khả năng chiêu cảm khổ dị thục đời sau.

Hôn trầm thụy miên cái, trạo cử ố tác cái đều là bất thiện; không phải kết, không phải phược, không phải tùy miên; là tùy phiền não, triền;[38] là những thứ cần được loại bỏ, cần được xả ly, cần được đoạn trừ, cần được biến tri, là những thứ chiêu cảm khổ dị thục đời sau.

2.4. Năm hạ phần kết

Trong số các hạ phần kết,[39] hữu thân kiến[40] không phải bất thiện; là kết, phược, tùy miên, tùy phiền não, triền; là những thứ cần được loại bỏ, cần được xả ly, cần được đoạn trừ, cần được biến tri, không chiêu cảm khổ dị thục đời sau.

Các hạ phần kết còn lại đều bất thiện; là kết, phược, tùy miên, tùy phiền não, triền; là những thứ cần được loại bỏ, cần được xả ly, cần được đoạn trừ, cần được biến tri, chúng chiêu cảm khổ dị thục đời sau.

---

vicikicchānīvaraṇaṃ, năm cái: tham dục cái, sân khuể cái, thụy miên cái, trạo cử cái, nghi cái. *Dasuttara: katame pañca dhammā pahātabbā? pañca nīvaraṇāni,* năm pháp cần đoạn trừ - năm cái. *Chúng tập:* 五蓋: 貪欲蓋瞋恚蓋睡眠蓋掉戲蓋疑蓋. *Tập dị môn,* Ch. VI. 6 (Việt dịch, TVT tập 21, cht. 951, tr. 352). Bị ngăn, bị che, bị đè nén, bị giấu, bị ẩn, bị đậy kín, bị úp kín, bị quấn chặt, bị bao trùm, nên gọi là cái.

[38] *Tì-bà-sa 59*, T27n1545_p0307c11: hôn trầm, thụy miên, trạo cử, ố tác mà tự tính là triền (*paryavasthāna*), không được kể trong năm kết tùy miên như tham, mạn, sân.

[39] Skt. *Câu-xá v,* tụng 43a: *pañcadhāvarabhāgiyam: satkāyadṛṣṭiḥ, śīlavrataparāmarśaḥ, vicikitsā, kāmacchandaḥ, vyāpāda iti. Pāli, D.33. Saṅgīti: pañca orambhāgiyāni saññojanāni – sakkāyadiṭṭhi, vicikicchā, sīlabbataparāmāso, kāmacchando, byāpādo. Chúng tập:* 謂五下結: 身見結戒盜結疑結貪欲結瞋恚結. *Trung 56, kinh số 205* "Ngũ hạ phần kết", và nhiều kinh: 五下分結謂貪欲瞋恚身見戒取疑, Pāli, M 64 *Mahāmālukyasuttaṃ* PTS i. 433.

[40] 薩迦耶見; Skt. *satkāyadṛṣṭiḥ.*

2.5. Năm thuận thượng phần kết

Trong số các thượng phần kết,[41] trạo cử kết không phải bất thiện; không phải kết, không phải phược, không phải tùy miên[42] ; là tùy phiền não, triền; là những thứ cần được loại bỏ, cần được xả ly, cần được đoạn trừ, cần được biến tri, không chiêu cảm khổ dị thục đời sau.

Các thượng phần kết còn lại **[532c01]** không phải bất thiện;[43] là kết, phược, tùy miên, tùy phiền não, triền; là những thứ cần được loại bỏ, cần được xả ly, cần được đoạn trừ, cần được biến tri, không chiêu cảm khổ dị thục đời sau.

2.6. Năm tâm tài & năm câu ngại

Năm tâm căn tài,[44] năm tâm câu ngại đều bất thiện; là kết, phược, tùy miên, tùy phiền não, triền; là những thứ cần được loại bỏ, cần được xả ly, cần được đoạn trừ, cần được biến tri, có khả năng chiêu cảm khổ dị thục đời sau.

---

[41] Skt. *Câu-xá v*, tụng 45: *pañcadhaivordhvabhāgīyam: dvau rāgau rūpyarūpijau/ tau auddhatyamānamohāś ca*, năm thuận thượng phần kết, hai tham sắc và vô sắc, và trạo cử, mạn, si (vô minh). Pāli *pañca uddhambhāgiyāni saññojanāni – rūparāgo, arūparāgo, māno, uddhaccaṃ, avijjā. Chúng tập:* 五上結: 色愛無色愛無明慢掉. *Trung* 56, kinh số 205.

[42] *Tì-bà-sa 59*, T27n1545_p0307c22: trạo cử kết, tự tính không phải là tùy miên.

[43] *Phát trí 3*, T26n1544_p0929c28; *Tì-bà-sa 50*, T27n1545_p0261c04: năm thuận thượng phần kết duy vô ký.

[44] Skt. *cetaḥkhila. Trung* 56, "Tâm uế" T01n0026, tr. 780b19: 五穢 năm tâm uế: nghi Phật, nghi Pháp, nghi Giới, nghi Giáo, xúc nhiễu đồng phạm hạnh; *Thành thật luận 10* T32n1646, tr. 321b11: năm tâm tài: nghi Phật, nghi Pháp, nghi Tăng, nghi Giới, nghi Giáo hóa. Nghe người tán thán Phật v.v... thì bằng ác khẩu như gai nhọn mà châm chích. Pāli *cetokhila*, tâm hoang vu, tâm xơ cứng, tâm chướng ngại.

2.6. Năm kiến

Trong số các kiến[45] thì tát-ca-da kiến,[46] biên chấp kiến không phải bất thiện; là kết, phược, tùy miên, tùy phiền não, triền; là những thứ cần được loại bỏ, cần được xả ly, cần được đoạn trừ, cần được biến tri, không chiêu cảm khổ dị thục đời sau.

Tà kiến, kiến thủ, giới cấm thủ đều bất thiện; là kết, phược, tùy miên, tùy phiền não, triền; là những thứ cần được loại bỏ, cần được xả ly, cần được đoạn trừ, cần được biến tri, có khả năng chiêu cảm khổ dị thục đời sau.

2.7. Sáu ái thân

Các ái thân[47] đều bất thiện; là kết, phược, tùy miên, tùy phiền não, triền; là những thứ cần được loại bỏ, cần được xả ly, cần được đoạn trừ, cần được biến tri, có khả năng chiêu cảm khổ dị thục đời sau.

---

[45] *Câu-xá v*, tụng 3a-d: *dṛṣṭayaḥ pañca satkāyamithyāntagrāhadṛṣṭayaḥ| dṛṣṭiśīlavrataparāmarśāv iti*, năm kiến: hữu thân kiến, tà kiến, biên chấp kiến, kiến thủ kiến, giới cấm thủ kiến.

[46] 薩迦耶見, Skt. *satkāyadṛṣṭi*, hữu thân kiến. *Tì-bà-sa 50*, T27n1545_ p0259c23: 1 trong ba kết, hữu thân kiến thuộc vô ký.

[47] Skt. *ṣaṭ tṛṣṇā-kāyāḥ: cakṣuḥsaṃsparśajā tṛṣṇā, śrotrasaṃsparśajā tṛṣṇā, ghrāṇasaṃsparśajā tṛṣṇā, jihvāsaṃsparśajā tṛṣṇā, kāyasaṃsparśajā tṛṣṇā, manaḥsaṃsparśajā tṛṣṇā*, sáu ái thân: 1. ái thân sanh bởi nhãn xúc; 2. ái thân sanh bởi nhĩ xúc; 3. ái thân sanh bởi tỉ xúc; 4. ái thân sanh bởi thiệt xúc; 5. ái thân sanh bởi thân xúc; 6, ái thân sanh bởi ý xúc. *Pāli, D.33. Saṅgīti: cha taṇhākāyā – rūpataṇhā, saddataṇhā, gandhataṇhā, rasataṇhā, phoṭṭhabbataṇhā, dhammataṇhā. Dasuttara: katame cha dhammā pahātabbā? cha taṇhākāyā*, sáu pháp cần đoạn trừ - sáu ái thân: sắc ái v.v... *Chúng tập:* 六愛身: 色愛身聲香味觸法愛身。

2.8. Tùy miên

Trong các tùy miên,[48] tùy miên hữu tham không phải bất thiện; là kết, phược, tùy miên, tùy phiền não, triền; là những thứ cần được loại bỏ, cần được xả ly, cần được đoạn trừ, cần được biến tri; không chiêu cảm khổ dị thục đời sau.

Các tùy miên còn lại đều bất thiện; là kết, phược, tùy miên, tùy phiền não, triền; là những thứ cần được loại bỏ, cần được xả ly, cần được đoạn trừ, cần được biến tri, có khả năng chiêu cảm khổ dị thục đời sau.

2.9. Tám tà chi

Trong các tà chi,[49] tà kiến là bất thiện; là kết, phược, tùy miên, tùy phiền não, triền; là những thứ cần được loại bỏ, cần được xả ly, cần được đoạn trừ, cần được biến tri, có khả năng chiêu cảm khổ dị thục đời sau.

Tà ngữ, tà nghiệp, tà mạng đều bất thiện; không phải kết, không phải phược, không phải tùy miên, không phải tùy phiền não, không phải triền; là những thứ cần được loại bỏ, cần được xả ly, cần được đoạn trừ, cần được biến tri, có khả năng chiêu cảm khổ dị thục đời sau.

Các tà chi còn lại đều bất thiện; không phải kết, không phải phược, không phải tùy miên, là tùy phiền não, không phải triền; là những thứ cần được loại bỏ, cần được xả ly, cần được đoạn trừ, cần được biến

---

[48] AK. V. tụng 1: *mūlaṃ bhavasyānuśayāḥ ṣaḍ rāgaḥ pratighas tathā | mano'vidyā ca dṛṣṭiś ca vicikitsā ca*, Tùy miên, gốc rễ của các hữu. Căn bản có sáu: tham, sân, mạn, vô minh, kiến, nghi. Do tham có hai: dục tham (*kāmarāga*) và hữu tham (*bhavarāga*). Do kiến có 5 (thân kiến, biên kiến, giới thủ kiến, kiến thủ kiến, tà kiến) nên thành 10.

[49] Tà chi, trái với 8 chi Thánh đạo. D. 1. *Mahāpadānasuttaṃ*, (ii.353): *micchādiṭṭhī micchāsaṅkappā micchāvācā micchākammantā micchāājīvā micchāvāyāmā micchāsatī micchāsamādhī*, tám tà chi: tà kiến, tà tư duy, tà ngữ, tà nghiệp, tà mạng, tà tinh tấn, tà niệm, tà định.

tri, có khả năng chiêu cảm khổ dị thục đời sau.

2.10. Bảy kết

Trong số các kết,[50] tật kết, xan kết đều bất thiện; là kết, phược, không phải tùy miên, là tùy phiền não, triền; là những thứ cần được loại bỏ, cần được xả ly, cần được đoạn trừ, cần được biến tri, có khả năng chiêu cảm khổ dị thục đời sau.

Các kết còn lại đều bất thiện; là kết, phược, tùy miên, tùy phiền não, triền; là những thứ cần được loại bỏ, cần được xả ly, cần được đoạn trừ, cần được biến tri, có khả năng chiêu cảm khổ dị thục đời sau.

2.11. Mười nghiệp đạo

Trong các nghiệp đạo,[51] bảy nghiệp đạo trước đều bất thiện; không phải kết, không phải phược, không phải tùy miên, không phải tùy phiền não, không phải triền; là những thứ cần được loại bỏ, cần được xả ly, cần được đoạn trừ, cần được biến tri, có khả năng chiêu cảm khổ dị thục đời sau.

Ba nghiệp đạo sau đều bất thiện; là kết, phược, tùy miên, tùy phiền não, triền; là những thứ cần được loại bỏ, cần được xả ly, cần được đoạn trừ, cần được biến tri, có khả năng **[532c29]** chiêu cảm khổ dị thục đời sau.

---

[50] *Câu-xá* v, tụng 41a: *saṃyojanādibhedena punas te pañcadhoditāḥ*, do sai biệt, như kết, các tùy miên được phân thành năm nhóm: kết (*saṃyojana*), phược (*bandhana*), tùy miên (*anuśaya*), tùy phiền não (*upakleśa*) và triền (*paryavasthāna*). Trong đó, kết có chín: *anunaya-pratigha-mānāvidyā-dṛṣṭi-parāmarśa-vicikitserṣyā-mātsarya*. Xem *Tập dị môn*, Ch. X (Việt dịch, ᵀᵛ¹ tập 21, cht. 1426, tr. 538). Chín kết: (1) ái kết; (2) nhuế kết; (3) mạn kết; (4) vô minh kết; (5) kiến kết; (6) thủ kết; (7) nghi kết; (8) tật kết; (9) xan kết.

[51] Skt. *karmapatha*.

TIẾT 3. NHIẾP TỤNG 3

Kết, cái, giác chi, tâm, thọ, ý,
Điều phục, trì kiên là cuối cùng.

3.1. Sáu nội kết & Ngoại kết

Sa-môn Mục-liên nói thế này: "[Pháp trong] quá khứ, vị lai không tồn tại; [pháp trong] hiện tại và vô vi tồn tại." Nên hỏi vị ấy rằng, ông có đồng ý là trong Khế kinh Thế Tôn bằng văn từ, âm vận thiện xảo, khéo nói: 'Nếu có nội nhãn kết,[52] biết như thật ta có nội nhãn kết; nếu không có nội nhãn kết, biết như thật ta không có nội nhãn kết; nhãn kết như vậy chưa sinh nay sinh, đã sinh khiến đoạn trừ, đã đoạn trừ khiến trong vị lai không còn sinh trở lại, cũng biết như thật như vậy'?"[53]

Đáp: Đúng thế.

Hỏi: Cái gì được biết? Quá khứ, vị lai, hay hiện tại? Nếu nói biết [pháp trong] quá khứ thì nên nói pháp quá khứ tồn tại, không nên nói pháp quá khứ không tồn tại; nếu nói pháp quá khứ không tồn tại là điều không hợp lý. Nếu nói biết [pháp trong] vị lai thì nên nói pháp vị lai tồn tại, không nên nói pháp vị lai không tồn tại; nếu nói pháp vị lai không tồn tại là điều không hợp lý.

Nếu nói biết [pháp trong] hiện tại thì nên nói tồn tại một bổ-đặc-già-la, không phải trước không phải sau, hai tâm hòa hợp, một tâm

---

[52] 內眼結. Xem *Pháp uẩn*, phẩm IX. Niệm trụ, "Pháp niệm trụ" (Việt dịch, [TVT] tập 22, cht. 369, tr. 228).

[53] Hán: nội kết 內結. Pāli (A. i. 63): *ajjhattasaṃyojana*, ngoại kết 外結, *bahiddhā-saṃyojana*. Sớ giải: năm thuận hạ phần kết gọi là nội kết (*orambhāgiyāni vā pañca saṃyojanāni ajjhattasaṃyojanaṃ nāma*), năm thuận thượng phần kết gọi là ngoại kết (*uddhambhāgiyāni pañca bahiddhāsaṃyojanaṃ nāma*). *Trung*, tập I, kinh số 21 Đẳng tâm, cht. 2 (Việt dịch). Xem *Trung*, Tập II, kinh số 98. Niệm xứ (Việt dịch).

sở tri, một tâm năng tri; điều này không hợp lý. Nếu nói không tồn tại một bổ-đặc-già-la, không phải trước không phải sau, hai tâm hòa hợp, một tâm sở tri, một tâm năng tri, thì không nên nói biết pháp trong hiện tại; nếu nói biết pháp hiện tại là điều không hợp lý.

Nếu nói không biết [pháp trong] quá khứ, vị lai, hiện tại, thế thì trong Khế kinh Thế Tôn đã bằng văn từ, âm vận thiện xảo, khéo nói: 'Nếu có nội nhãn kết, biết như thật ta có nội nhãn kết; nếu không có nội nhãn kết, biết như thật ta không có nội nhãn kết; nhãn kết chưa sinh nay sinh, đã sinh khiến đoạn trừ, đã đoạn trừ thì khiến trong vị lai không còn sinh trở lại, cũng biết như thật như vậy'. Trong Khế kinh Thế Tôn đã nói như vậy mà ông lại bài bác, mâu thuẫn, chống trái. Nếu ông bài bác, mâu thuẫn, chống trái điều được Thế Tôn nói trong Khế kinh như vậy thì không hợp đạo lý.

Cũng như nhãn kết, nhĩ, tỉ, thiệt, thân, ý kết cũng như vậy.

3.2. Năm cái

Sa-môn Mục-liên nói thế này: "[Pháp trong] quá khứ, vị lai không tồn tại; [pháp trong] hiện tại và vô vi tồn tại". Nên hỏi vị ấy rằng, ông có đồng ý là trong Khế kinh Thế Tôn bằng văn từ, âm vận thiện xảo, khéo nói: 'Nếu bên trong có tham dục cái,[54] biết như thật bên trong ta có tham dục cái; nếu bên trong không có tham dục cái, biết như thật bên trong ta không có tham dục cái; tham dục cái như vậy chưa sinh cho nên nay sinh, đã sinh khiến đoạn trừ, đã đoạn trừ **[533b01]** thì khiến trong vị lai không còn sinh trở lại, cũng biết như thật như vậy'?

Đáp: Đúng thế.

Hỏi: Cái gì được biết? Quá khứ, vị lai, hay hiện tại? Nếu nói biết [pháp trong] quá khứ thì nên nói pháp quá khứ tồn tại, không nên nói pháp quá khứ không tồn tại; nếu nói pháp quá khứ không tồn tại

---

[54] Nội ngũ cái, ngoại ngũ cái. Năm cái bên trong và năm cái bên ngoài. *Vibhaṅga* (PTS. 200): *bhikkhu santaṃ vā ajjhattaṃ kāmacchandaṃ "atthi me ajjhattaṃ kāmacchando" ti pajānāti*, Bí-sô có tham dục cái bên trong, như thật biết ta có tham dục cái bên trong." *Pháp uẩn*, phẩm X. Niệm trụ, "Pháp niệm trụ".

là điều không hợp lý. Nếu nói biết [pháp trong] vị lai thì nên nói pháp vị lai tồn tại, không nên nói pháp vị lai không tồn tại; nếu nói pháp vị lai không tồn tại là điều không hợp lý.

Nếu nói biết [pháp trong] hiện tại thì nên nói tồn tại một bổ-đặc-già-la, không phải trước không phải sau, hai tâm hòa hợp, một tâm sở tri, một tâm năng tri; điều này không hợp lý. Nếu nói không tồn tại một bổ-đặc-già-la, không phải trước không phải sau, hai tâm hòa hợp, một tâm sở tri, một tâm năng tri, thì không nên nói biết pháp trong hiện tại; nếu nói biết [pháp trong] hiện tại là điều không hợp lý.

Nếu nói không biết [pháp trong] quá khứ, vị lai, hiện tại, thì trong Khế kinh Thế Tôn đã bằng văn từ, âm vận thiện xảo, khéo nói: 'Nếu bên trong có tham dục cái, biết như thật bên trong ta có tham dục cái; nếu bên trong không có tham dục cái, biết như thật bên trong ta không có tham dục cái; cũng biết như thật tham dục cái chưa sinh nên nay sinh, đã sinh khiến đoạn trừ, đã đoạn trừ thì khiến trong vị lai không còn sinh trở lại'. Như vậy ông chẳng phải bài bác, mâu thuẫn, chống trái điều đức Thế Tôn đã nói trong Khế kinh. Nếu ông bài bác, mâu thuẫn, chống trái điều được Thế Tôn nói trong Khế kinh như vậy thì không hợp đạo lý.

Cũng như tham dục cái, sân khuể, hôn trầm, thụy miên, trạo cử, ố tác, nghi cái cũng như vậy.

3.3. Bảy giác chi

Sa-môn Mục-liên nói thế này: "[Pháp trong] quá khứ, vị lai không tồn tại; [pháp trong] hiện tại và vô vi tồn tại." Nên hỏi vị ấy rằng, ông có đồng ý là trong Khế kinh Thế Tôn bằng văn từ, âm vận thiện xảo, khéo nói: 'Nếu bên trong có niệm đẳng giác chi,[55] biết như thật bên

---

[55] Skt. *sapta saṃbodhyaṅgāni*, Bảy (đẳng) giác chi, phần làm nội thân và ngoại thân. *Tập dị môn*, Ch. VIII. Phẩm bảy pháp, "Bảy đẳng giác chi" (Việt dịch, TVT tập 21, cht.1253, tr. 466). 念等覺支, Skt. *smṛtisaṃbodhyaṅga*. Vibhaṅga (PTS. 200): *santaṃ vā ajjhattaṃ satisambojjhaṅgaṃ "atthi me ajjhattaṃ satisambojjhaṅgo" ti pajānāti, asantaṃ vā ajjhattaṃ satisambojjhaṅgaṃ "natthi me*

trong ta có niệm đẳng giác chi; nếu bên trong không có niệm đẳng giác chi, biết như thật bên trong ta không có niệm đẳng giác chi; niệm đẳng giác chi như vậy chưa sinh khiến cho sinh, đã sinh khiến an trụ không quên mất, tu tập đầy đủ, tăng trưởng gấp bội, tác chứng trí tuệ, cũng biết như thật'?

Đáp: Đúng thế.

Hỏi: Cái gì được biết? Quá khứ, vị lai, hay hiện tại? Nếu nói biết [pháp trong] quá khứ thì nên nói pháp quá khứ tồn tại, không nên nói pháp quá khứ không tồn tại; nếu nói pháp quá khứ không tồn tại là điều không hợp lý. Nếu nói biết [pháp trong] vị lai thì nên nói pháp vị lai tồn tại, không nên nói pháp vị lai không tồn tại; nếu nói pháp vị lai không tồn tại là điều không hợp lý.

Nếu nói biết [pháp trong] hiện tại thì nên nói tồn tại một bổ-đặc-già-la, không phải trước không phải sau, hai tâm hòa hợp, một tâm sở tri, một tâm năng tri; [533c01] điều này không hợp lý. Nếu nói không tồn tại một bổ-đặc-già-la, không phải trước không phải sau, hai tâm hòa hợp, một tâm sở tri, một tâm năng tri, thì không nên nói biết pháp trong hiện tại; nếu nói biết [pháp trong] hiện tại là điều không hợp lý.

Nếu nói không biết [pháp trong] quá khứ, vị lai, hiện tại, thế thì trong Khế kinh Thế Tôn đã bằng văn từ, âm vận thiện xảo, khéo nói: 'Nếu bên trong có niệm đẳng giác chi, biết như thật bên trong ta có niệm đẳng giác chi; nếu bên trong không có niệm đẳng giác chi, biết như thật bên trong ta không có niệm đẳng giác chi; cũng biết như thật niệm đẳng giác chi chưa sinh khiến cho sinh, đã sinh khiến an trụ không mất, tu tập đầy đủ, tăng trưởng gấp bội, tác chứng trí tuệ'. Như vậy, ông chẳng phải bài bác, mâu thuẫn, chống trái điều đức Thế Tôn đã nói trong Khế kinh. Nếu ông bài bác, mâu thuẫn, chống trái những điều được Thế Tôn nói trong Khế kinh như vậy thì không hợp

---

ajjhattaṃ satisambojjhaṅgo" ti pajānāti, bên trong có niệm đẳng giác chi, biết rằng "Bên trong tôi có niệm đẳng giác chi". Bên trong không có niệm đẳng giác chi, biết rằng "Bên trong tôi không có niệm đẳng giác chi."...

đạo lý.

Như niệm đẳng giác chi, trạch pháp đẳng giác chi, tinh tấn đẳng giác chi, hỷ đẳng giác chi, khinh an đẳng giác chi, định đẳng giác chi, xả đẳng giác chi cũng như vậy.

3.4. Tâm có tham & ly tham

Sa-môn Mục-liên nói thế này: "[Pháp trong] quá khứ, vị lai không tồn tại; [pháp trong] hiện tại và vô vi tồn tại." Nên hỏi vị ấy rằng, ông có đồng ý là trong Khế kinh Thế Tôn đã bằng văn từ, âm vận thiện xảo, khéo nói: 'Nếu tâm có tham,[56] biết như thật là tâm có tham; nếu tâm ly tham, biết như thật là tâm ly tham'?

Đáp: Đúng thế.

Hỏi: Cái gì được biết? Quá khứ, vị lai, hay hiện tại? Nếu nói biết [pháp trong] quá khứ thì nên nói pháp quá khứ tồn tại, không nên nói pháp quá khứ không tồn tại; nếu nói pháp quá khứ không tồn tại là điều không hợp lý. Nếu nói biết [pháp trong] vị lai thì nên nói pháp vị lai tồn tại, không nên nói pháp vị lai không tồn tại; nếu nói pháp vị lai không tồn tại là điều không hợp lý.

Nếu nói biết [pháp trong] hiện tại thì nên nói tồn tại một bổ-đặc-già-la, không phải trước không phải sau, hai tâm hòa hợp, một tâm sở tri, một tâm năng tri; điều này không hợp lý. Nếu nói không tồn tại một bổ-đặc-già-la, không phải trước không phải sau, hai tâm hòa hợp, một tâm sở tri, một tâm năng tri, thì không nên nói biết pháp trong hiện tại; nếu nói biết [pháp trong] hiện tại là điều không hợp lý.

---

[56] 有貪. ᴿˢᵏᵗ *sarāga*, hữu tham = câu hữu tham. Xem *Câu-xá* phẩm vii, Phân biệt Trí, tụng 11d, phụ luận. Tản mạn trong nhiều Kinh. *Trung 19*, kinh số 80 "Ca-si-na", tr. 553b17; *Trung 24*, Kinh 98 "Niệm xứ" tr. 584a06; Pāli M.10 *Mahāsatipaṭṭhānasutta*, PTS.i.60: *kathañca pana, bhikkhave, bhikkhu citte cittānupassī viharati? idha, bhikkhave, bhikkhu sarāgaṃ vā cittaṃ 'sarāgaṃ citta' nti pajānāti, vītarāgaṃ vā cittaṃ 'vītarāgaṃ citta'nti pajānāti,* Tỳ-kheo quán tâm như thế nào? Ở đây, tỳ-kheo tâm có tham biết là tâm có tham; tâm không tham biết là tâm không tham... *Pháp uẩn*, phẩm Niệm trụ, "Tâm niệm trụ".

Nếu nói không biết [pháp trong] quá khứ, vị lai, hiện tại, thế thì trong Khế kinh Thế Tôn đã bằng văn từ, âm vận thiện xảo, khéo nói: 'Nếu có tâm tham, biết như thật là có tâm tham; nếu tâm ly tham, biết như thật là tâm ly tham. Như vậy, ông chẳng phải bài bác, mâu thuẫn, chống trái điều Thế Tôn đã nói trong Khế kinh. Nếu ông bài bác, mâu thuẫn, chống trái **[534a01]** điều được Thế Tôn nói trong Khế kinh như vậy, thì không hợp đạo lý.

Cũng như tâm có tham, tâm ly tham, tâm có sân, tâm ly sân, tâm có si, tâm ly si, tâm lược, tâm tán, tâm trầm, tâm cử, tâm trạo động, tâm không trạo động, tâm không tịch tĩnh, tâm tịch tĩnh, tâm không định, tâm định, tâm không tu, tâm tu, tâm không giải thoát, tâm giải thoát,[57] cũng biết như thật như vậy.

3.5. Hai thọ

Sa-môn Mục-liên nói thế này: "[Pháp trong] quá khứ, vị lai không tồn tại; [pháp trong] hiện tại và vô vi tồn tại." Nên hỏi vị ấy rằng, ông có đồng ý là trong Khế kinh Thế Tôn đã bằng văn từ, âm vận thiện xảo, khéo nói: 'Thọ có hai, thân thọ và tâm thọ'?[58]

---

[57] *Pháp uẩn*, dẫn trên, Tâm lược (tâm tụ). Skt. *saṃkṣipta-citta*: tâm thiện, hội tụ trên sở duyên. Pāli *saṃkhittaṃ cittaṃ*. Tâm tán, Skt. *vikṣipta-citta*: nhiễm ô, vì nối kết với sự khuếch tán. Pāli *vikhittaṃ cittaṃ*. Tâm trầm, Skt. *līna-citta*: "tâm chìm", trì trệ, trầm cảm; tâm nhiễm ô, vì tương ưng với giải đãi (biếng nhác). Tâm cử, Skt. *pragṛhīta-citta*, "tâm được kéo lên/ được nâng cao"; tâm thiện, vì tương ưng với tinh cần (siêng năng). Tâm trạo động, Skt. *uddhata-citta*: trạo động, bốc cao, như bụi; tâm nhiễm ô, vì tương ưng với trạo cử. Tâm không tĩnh. Skt. *avyupaśānta-citta*: tâm không an tĩnh. Tâm không định, Skt. *asamāhita*: phi đẳng dẫn, không tập trung; tâm nhiễm ô, vì tương ưng với tán loạn. Tâm không tu. Skt. *abhāvita-citta*: tâm không tu, không được phát triển. Tâm không giải thoát. Skt. *avimukta-citta*.

[58] *Pháp uẩn*, dẫn trên, "Thọ niệm trụ", (a) *Thân thọ* (*kāyavedanā/ kāyikī vedanā*), các thọ được kể trong cảm thọ (*vedanā*), thọ tương ưng năm thức thân. (b) *Tâm thọ* (*cittavedanā/ caitasikī vedanā*), các thọ được kể trong thọ, thọ tương ưng ý thức. AK.i. Pradhan 145[2, 3]:

Đáp: Đúng vậy.

Hỏi: Cụ thọ! Nếu lúc lãnh nạp[59] thân thọ, tâm thọ, bấy giờ nên nói ở vào thời điểm nào? Quá khứ, vị lai, hay hiện tại? Nếu nói ở quá khứ thì nên nói pháp quá khứ tồn tại, không nên nói pháp quá khứ không tồn tại; nếu nói pháp quá khứ không tồn tại là điều không hợp lý. Nếu nói ở vị lai thì nên nói pháp vị lai tồn tại, không nên nói pháp vị lai không tồn tại; nếu nói pháp vị lai không tồn tại là điều không hợp lý.

Nếu nói ở hiện tại thì nên nói tồn tại một bổ-đặc-già-la, không phải trước không phải sau, hai thọ lãnh nạp, một thọ thuộc thân, một thọ thuộc tâm; điều này không hợp lý. Nếu nói không tồn tại một bổ-đặc-già-la, không phải trước không phải sau, hai thọ lãnh nạp, một thọ thuộc thân, một thọ thuộc tâm, thì không nên nói ở hiện tại; nếu nói ở hiện tại là điều không hợp lý.

Nếu nói không ở quá khứ, vị lai, hiện tại, thế thì trong Khế kinh Thế Tôn đã bằng văn từ, âm vận thiện xảo, khéo nói: Thọ có hai, thân thọ và tâm thọ. Như vậy ông chẳng phải bài bác, mâu thuẫn, chống trái điều Thế Tôn đã nói trong Khế kinh. Nếu ông bài bác, mâu thuẫn, chống trái điều được Thế Tôn nói trong Khế kinh như vậy thì không hợp đạo lý.

Sa-môn Mục-liên nói thế này: "[Pháp trong] quá khứ, vị lai không tồn tại; [pháp trong] hiện tại và vô vi tồn tại". Nên hỏi vị ấy rằng, ông có đồng ý là trong Khế kinh, Thế Tôn đã bằng văn từ, âm vận thiện xảo, khéo nói: Thọ có ba: lạc thọ, khổ thọ, và bất khổ bất lạc thọ?

Đáp: Đúng thế.

_____

cakṣuḥśrotraghrāṇajihvākāyasaṃsparśajāḥ pañca vedanāḥ kāyikī vedanety ucyate |...manaḥsaṃsparśajā punar vedanā caitasikīty ucyate | cittamātrāśritatvāt | 5 thọ phát sanh bởi xúc nơi mắt, tai, mũi, lưỡi, thân, được nói là thân thọ. Thọ phát sanh bởi xúc nơi ý, được nói là tâm thọ, vì y chỉ nơi tâm.

[59] 領納, [Skt] *anubhava*: cảm nghiệm, tri giác.

Hỏi: Cụ thọ! Nếu lúc lãnh nạp ba thọ[60] lạc, v.v... bấy giờ nên nói ở vào thời điểm nào? Quá khứ, vị lai, hay hiện tại? Nếu nói ở quá khứ thì nên nói pháp quá khứ tồn tại, không nên nói pháp quá khứ không tồn tại; nếu nói pháp quá khứ không tồn tại là điều không hợp lý. Nếu nói ở vị lai thì nên nói pháp vị lai tồn tại, không nên nói pháp vị lai không tồn tại; nếu nói pháp vị lai không tồn tại là điều không hợp lý.

Nếu [534b01] nói ở hiện tại thì nên nói tồn tại một bổ-đặc-già-la, không phải trước không phải sau, ba thọ lãnh nạp: lạc thọ, khổ thọ, và bất khổ bất lạc thọ; điều này không hợp đạo lý. Nếu nói không tồn tại một bổ-đặc-già-la, không phải trước không phải sau, ba thọ lãnh nạp: lạc thọ, khổ thọ, và bất khổ bất lạc thọ, thì không nên nói ở hiện tại; nếu nói ở hiện tại là điều không hợp lý.

Nếu nói không ở quá khứ, vị lai, hiện tại, thế thì trong Khế kinh Thế Tôn đã bằng văn từ, âm vận thiện xảo, khéo nói: Thọ có ba: lạc thọ, khổ thọ, và bất khổ bất lạc thọ. Như vậy chẳng phải ông bài bác, mâu thuẫn, chống trái điều Thế Tôn đã nói trong Khế kinh. Nếu ông bài bác, mâu thuẫn, chống trái điều được Thế Tôn nói trong Khế kinh như vậy thì không hợp đạo lý.

3.6. Ý thức hiện khởi

Sa-môn Mục-liên nói thế này: "[Pháp trong] quá khứ, vị lai không tồn tại; [pháp trong] hiện tại và vô vi tồn tại." Nên hỏi vị ấy rằng, ông có đồng ý là trong Khế kinh Thế Tôn đã bằng văn từ, âm vận thiện xảo, khéo nói: Ý và pháp làm duyên phát sinh ý thức?[61]

Đáp: Đúng thế.

---

60 AK.i. Pradhan 10[13], *trividho 'nubhavo vedanāskandhaḥ | sukho duḥkho 'duḥkhāsukhaś ca*, thọ uẩn, là cảm nghiệm tùy theo xúc, có ba: lạc, khổ, và phi khổ lạc.

61 AK.v. Pradhan 295[16], *"dvayaṃ pratītya vijñānasyotpāda" ity uktam | dvayaṃ katamat | cakṣū rūpāṇi yāvat mano dharmā iti |* Thức phát sanh do hai duyên: mắt và các sắc, cho đến ý và pháp. Tản mác trong nhiều kinh, Cf. Tạp 8, kinh số 214, tr. 154a26: duyên ý và pháp, ý thức phát sinh..." Pāli, S.35.93, *Dvayasuttaṃ* (PTS. iv.68): *dvayaṃ, bhikkhave, paṭicca viññāṇaṃ sambhoti. kathañca, bhikkhave, dvayaṃ*

Hỏi: Cụ thọ! Nếu lúc ý thức hiện khởi, bấy giờ ý (thức) nên nói ở vào thời điểm nào? Quá khứ, vị lai, hay hiện tại? Nếu nói ở quá khứ thì nên nói pháp quá khứ tồn tại, không nên nói pháp quá khứ không tồn tại; nếu nói pháp quá khứ không tồn tại, là điều không hợp lý. Nếu nói ở vị lai thì nên nói pháp vị lai tồn tại, không nên nói pháp vị lai không tồn tại; nếu nói pháp vị lai không tồn tại, là điều không hợp lý.

Nếu nói ở hiện tại thì nên nói tồn tại một bổ-đặc-già-la, không phải trước không phải sau, hai tâm hòa hợp: ý và ý thức; điều này không hợp lý. Nếu nói không tồn tại một bổ-đặc-già-la, không phải trước không phải sau, hai tâm hòa hợp: ý và ý thức, thì không nên nói ở hiện tại; nếu nói ở hiện tại thì không hợp đạo lý.

Nếu nói không ở quá khứ, vị lai, hiện tại, thế thì trong Khế kinh Thế Tôn đã bằng văn từ, âm vận thiện xảo, khéo nói: Ý và pháp làm duyên phát sinh ý thức. Như vậy, ông chẳng phải bài bác, mâu thuẫn, chống trái điều Thế Tôn đã nói trong Khế kinh. Nếu ông bài bác, mâu thuẫn, chống trái điều được Thế Tôn nói trong Khế kinh như vậy thì không hợp đạo lý.

3.7. Điều trị tâm

Sa-môn Mục-liên nói thế này: "[Pháp trong] quá khứ, vị lai không tồn tại; [pháp trong] hiện tại và vô vi tồn tại." Nên hỏi vị ấy rằng, ông có đồng ý là trong Khế kinh Thế Tôn đã bằng văn từ, âm vận thiện xảo, khéo nói: Dùng răng giữ răng, đầu lưỡi chạm vòm miệng; [534c01] lại dùng tâm hàng phục, chấp trì, điều phục tâm này?[62]

Đáp: Đúng thế.

Hỏi: Cụ thọ! Cái gì được điều phục? Quá khứ, vị lai, hay hiện tại? Nếu nói điều phục quá khứ thì nên nói pháp quá khứ tồn tại, không

---

paṭicca viññāṇaṃ sambhoti? ... manañca paṭicca dhamme ca uppajjati manoviññāṇaṃ.

[62] *Trung 24*, kinh số 98, Niệm xứ, "Sổ tức", T01n0026_p0582c07. Việt dịch: "Lại nữa, tỳ-kheo quán thân như thân; tỳ-kheo răng ngậm khít lại, lưỡi ấn lên khẩu cái, dùng tâm trị tâm, đối trị, đoạn trừ, tiêu diệt, tĩnh chỉ."

nên nói pháp quá khứ không tồn tại; nếu nói pháp quá khứ không tồn tại, là điều không hợp lý. Nếu nói điều phục vị lai thì nên nói pháp vị lai tồn tại, không nên nói pháp vị lai không tồn tại; nếu nói pháp vị lai không tồn tại, là điều không hợp lý.

Nếu nói điều phục hiện tại thì nên nói tồn tại một bổ-đặc-già-la, không phải trước không phải sau, hai tâm hòa hợp: một sở điều phục, một năng điều phục; điều này không hợp lý. Nếu nói không tồn tại một bổ-đặc-già-la, không phải trước không phải sau, hai tâm hòa hợp: một sở điều phục, một năng điều phục, thì không nên nói điều phục hiện tại; nếu nói điều phục hiện tại, là điều không hợp lý.

Nếu nói không điều phục quá khứ, vị lai, hiện tại, thế thì trong Khế kinh Thế Tôn đã bằng văn từ, âm vận thiện xảo, khéo nói: Dùng răng giữ răng, đầu lưỡi chạm vòm miệng; lại dùng tâm hàng phục, chấp trì, điều phục tâm này. Như vậy, ông chẳng phải bài bác, mâu thuẫn, chống trái điều Thế Tôn đã nói trong Khế kinh. Nếu ông bài bác, mâu thuẫn, chống trái điều được Thế Tôn nói trong Khế kinh như vậy thì không hợp đạo lý.

3.8. Ý cận hành

Sa-môn Mục-liên nói thế này: "[Pháp trong] quá khứ, vị lai không tồn tại; [pháp trong] hiện tại và vô vi tồn tại." Nên hỏi vị ấy rằng, ông có đồng ý là trong Khế kinh Thế Tôn đã bằng văn từ, âm vận thiện xảo, lời nói thiện xảo, nói cho Bí-sô Cụ thọ Bổ-sắc-yết-la-sa-lợi[63] 'có mười tám ý cận hành,[64] gọi là con người'?

---

[63] 補特揭羅娑利, *Trung* kinh số 162 Phân biệt sáu giới, Việt dịch tập III, Tôn giả Phất-ca-la-sa-lợi 弗迦邏娑利. [Pāli] *Pukkusāti*.

[64] [Skt.] *upavicāra*: đi gần sát đối tượng, quán sát chi tiết; nghĩa rộng là tư duy quán sát (*vicāra*) gần sát hay chung quanh đối tượng. Trong đây nói về hoạt động của ý, một loại liên tưởng. Như với sắc chẳng hạn. Sau khi được thấy và trở thành quá khứ, nó tồn tại trong ký ức, và ý tái hiện nó với tác ý tư duy sắc ấy dẫn đến hỷ, ưu hay xả. Các Kinh, và *Câu-xá* đều gọi là *manopavicāra*: ý cận hành, ý tư duy, tư sát đối tượng với cảm thọ hỷ, ưu hay xả. Xem *Tập dị môn*, Ch. VII, Sáu pháp 11, 12, 13. *Tạp 13* tr. 92c28: "Có sáu hỷ hành. Tỳ-kheo

Đáp: Đúng thế.

Hỏi: Cụ thọ! Nếu lúc mắt (sau khi) thấy sắc, tùy thuận hỷ xứ mà cận hành các sắc, khi ấy mười bảy ý cận hành còn lại nên nói ở vào thời điểm nào? Quá khứ, vị lai, hay hiện tại? Nếu nói ở quá khứ thì nên nói pháp quá khứ tồn tại, không nên nói pháp quá khứ không tồn tại; nếu nói pháp quá khứ không tồn tại, là điều không hợp lý. Nếu nói ở vị lai thì nên nói pháp vị lai tồn tại, không nên nói pháp vị lai không tồn tại; nếu nói pháp vị lai không tồn tại, là điều không hợp lý.

Nếu nói ở hiện tại thì nên nói tồn tại một bổ-đặc-già-la, không phải trước không phải sau, mười tám ý cận hành cùng lúc hiện khởi; điều này không hợp lý. Nếu nói không tồn tại một bổ-đặc-già-la, không phải trước không phải sau, mười tám ý cận hành cùng lúc hiện khởi, thì không nên nói ở hiện tại; nếu nói ở hiện tại thì không hợp đạo lý.

Nếu nói không ở quá khứ, vị lai, hiện tại, thế thì trong Khế kinh Thế Tôn đã bằng văn từ, âm vận thiện xảo, lời nói thiện xảo, nói cho Bí-sô Cụ thọ Bổ-sắc-yết-la-sa-lợi kia (nói), 'có mười tám ý cận hành, gọi là con người'. [535a01] Như vậy ông chẳng phải bài bác, mâu thuẫn, chống trái điều Thế Tôn đã nói trong Khế kinh? Nếu ông bài bác, mâu thuẫn, chống trái điều được Thế Tôn nói trong Khế kinh như vậy, thì không hợp đạo lý.

---

sau khi mắt thấy sắc, hành ở trong sắc xứ ấy; khi nghe tiếng ...” Pāli, D.iii. tr. 244 (*Saṅgīti*): *cakkhunā rūpaṃ disvā somanassaṭṭhāniyaṃ rūpaṃ upavicarati; sotena saddaṃ sutvā...cha domanassūpavicārā. ... cha upekkhūpavicārā...* sớ giải. Cf. *Trung* 42 tr. 690c07: 比丘 此六喜觀 六憂觀 六捨觀 合已十八行. 比丘 人有十八意行者 因此故說; *Tạp* 13 tr. 92c28: 六喜行, tr. 93a05: 六憂行, tr. 93a11: 六捨行. *Tì-bà-sa* 139 tr. 714c28; *Tập dị môn* 15 tr. 430a01: “Sáu hỷ cận hành: 1. mắt sau khi thấy sắc, an trú hỷ mà cận hành nơi sắc...; tr. 430a11: “Sáu ưu cận hành. Mắt sau khi thấy sắc, thuận ưu xứ, sắc cận hành...” tr. 430a21: “Sáu xả cận hành...”

TIẾT 4. NHIẾP TỤNG 4

Không sở duyên, tĩnh lự,
Dị sinh, đại sĩ, tàm quý,
Tuyên thuyết hữu tình cư,
Thực, Thánh đế, đoạn trừ lậu.

4.1. Không sở duyên

Sa-môn Mục-liên nói thế này: "Có tâm không sở duyên."[65] Nên hỏi vị ấy rằng, ông có đồng ý là trong Khế kinh Thế Tôn đã bằng văn từ, âm vận thiện xảo, khéo nói: "Bí-sô nhận thức cá biệt; vì nhận thức cá biệt nên gọi là thức.[66] Cái gì được nhận thức cá biệt? Là nhận thức cá biệt sắc, nhận thức cá biệt thanh, hương, vị, xúc, pháp."[67]?

Đáp: Đúng thế.

Hỏi: Ông thừa nhận đuối lý[68]. Nếu ông nói có tâm không sở duyên thì không nên nói trong Khế kinh Thế Tôn đã bằng văn từ, âm vận

---

[65] *Câu-xá v*, tụng 25b. AK.v. Pradhan 295²⁰, [k. 25b] *sadviṣayāt| sati viṣaye vijñānaṃ pravartate nāsati |yadi cātītānāgataṃ na syād asad ālambanaṃ vijñānaṃ syāt | tato vijñānam eva na syād ālambanābhāvāt |* Do cảnh tồn tại. Trong khi cảnh tồn tại, thức hoạt động; nếu không, nó không hoạt động. Nếu không tồn tại quá khứ và vị lai, thức không có sở duyên. Do sở duyên không tồn tại, thức cũng không tồn tại.

[66] Hán 了別, Skt. *prati vijñaptiḥ*. M. 43. *Mahāvedallasuttaṃ* (PTS.i.292): *kittāvatā nu kho, āvuso, viññāṇanti vuccatī"ti? vijānāti vijānātī'ti kho, āvuso, tasmā viññāṇanti vuccati*, thế nào gọi là thức? Nó nhận thức cá biệt, nên nó được gọi là thức.

[67] *Câu-xá i*, tụng 16. AK.i. Pradhan 11⁶,⁷; *vijñānaṃ prati vijñaptiḥ| viṣayaṃ viṣayaṃ prati vijñaptir upalabdhir ... |* Thức là nhận thức, tiếp thu từng cảnh vực cá biệt...

[68] Hán: 墮負. Skt. *nigrahasthāna*, [rơi vào] trường hợp (nguyên nhân) dẫn đến bị khuất phục trong luận chiến; trường hợp tự tương mâu thuẫn

thiện xảo, khéo nói: "Bí-sô nhận thức cá biệt; vì nhận thức cá biệt nên gọi là thức. Cái gì được nhận thức cá biệt? Là nhận thức cá biệt sắc, nhận thức cá biệt thanh, hương, vị, xúc, pháp." Nói như (ông) vậy thì không hợp lý. Nay nếu ông nói trong Khế kinh Thế Tôn đã bằng văn từ, âm vận thiện xảo, khéo nói: "Bí-sô nhận thức cá biệt; vì nhận thức cá biệt nên gọi là thức. Cái gì được nhận thức cá biệt? Là nhận thức cá biệt sắc, nhận thức cá biệt thanh, hương, vị, xúc, pháp", thì không nên nói có tâm không sở duyên; nếu nói có tâm không sở duyên thì không hợp đạo lý.

Vị ấy nói: nhất định là có tâm không sở duyên. Đó là gì? Duyên quá khứ hoặc duyên vị lai. Nên hỏi vị ấy rằng: Ông có đồng ý là trong Khế kinh Thế Tôn đã bằng văn từ, âm vận thiện xảo, lời nói thiện xảo, nói cho Bí-sô Sa-để vốn là người đánh cá[69]: "Bí-sô, do (các) nhân như vậy như vậy, do duyên như vậy như vậy, thức phát sinh. Thức đã phát sinh rồi, được gọi tên như vậy như vậy.[70] Do duyên mắt và sắc, thức phát sinh; thức đã phát sinh rồi, được gọi là thức con mắt. Do duyên tai, mũi, lưỡi, thân, ý và pháp, thức phát sinh; thức đã phát sinh rồi, được gọi là ý thức"?

Đáp: Đúng thế.

Hỏi: Ông thừa nhận đuối lý. Nếu ông nói nhất định có tâm không sở duyên thì không nên nói trong Khế kinh, Thế Tôn đã bằng văn từ, âm vận thiện xảo, lời nói thiện xảo, nói cho Bí-sô Sa-để vốn là người đánh cá: "Bí-sô, do nhân như vậy như vậy, do duyên như vậy như vậy,

---

dẫn đến thất bại.

[69] Pāli *sātissa nāma bhikkhuno kevaṭṭaputtassa: Sati*, con của một ngư phủ. Hán: 嗏帝比丘雞和哆子, Trà-đế, con của Kê-hòa-đa; M.38. (PTS.i.256): *Mahātaṇhāsaṅkhayasuttaṃ; Trung* 54, Việt dịch, kinh số 201: Trà-đế.

[70] Hán: 墮彼彼數, Pāli *saṅkhyaṃ gacchati*, nó được gọi tên... Kinh dẫn trên, **xem cht. trên:** *yaṃ yadeva, bhikkhave, paccayaṃ paṭicca uppajjati viññāṇaṃ, tena teneva viññāṇaṃtveva saṅkhyaṃ gacchati*, do duyên, thức phát sanh. Do duyên như vậy như vậy mà thức được gọi tên như vậy như vậy.

thức phát sinh. Thức đã phát sinh rồi, được gọi tên như vậy như vậy. Do duyên mắt và sắc, thức phát sinh; thức đã **[535b01]** phát sinh rồi, được gọi là thức con mắt. Do duyên tai, mũi, lưỡi, thân, ý và pháp, thức phát sinh; thức đã phát sinh rồi, được gọi là ý thức." Nói như vậy thì không hợp đạo lý. Nay nếu ông nói trong Khế kinh, Thế Tôn đã bằng văn từ, âm vận thiện xảo, lời nói thiện xảo, nói cho Bí-sô Sa-đế vốn là người đánh cá: "Bí-sô, do nhân như vậy như vậy, do duyên như vậy như vậy, thức phát sinh. Thức đã phát sinh rồi, được gọi tên như vậy như vậy. Do duyên mắt và sắc, thức phát sinh; thức đã phát sinh rồi, được gọi là thức con mắt. Do duyên tai, mũi, lưỡi, thân, ý và pháp, thức phát sinh; thức đã phát sinh rồi, được gọi là ý thức," thì không nên nói rằng nhất định có tâm không sở duyên; nếu nói nhất định có tâm không sở duyên là điều không hợp lý.

4.2. Tĩnh lự

Sa-môn Mục-liên nói thế này: "[Pháp trong] quá khứ, vị lai không tồn tại; [pháp trong] hiện tại và vô vi tồn tại." Nên hỏi vị ấy rằng, ông có đồng ý là những ai có tàm quý, ố tác, phòng hộ, yêu thích sở học, sống lâu nơi thiện xứ, những vị ấy chứng được bốn tĩnh lự thế gian[71]?

Đáp: Đúng thế.

Hỏi: Tức vị Cụ thọ kia vào lúc lâm chung có các vị đồng phạm hạnh có trí tìm đến thăm hỏi: "Cụ thọ! Nên ghi nhớ mình đã chứng đắc." Vị kia nói rằng, "Cụ thọ! Tôi nay đã đắc bốn tĩnh lự thế gian." Ông nên hỏi vị đó ghi nhớ sự chứng đắc gì, quá khứ, vị lai, hay hiện tại? Nếu nói ghi nhớ quá khứ thì nên nói quá khứ tồn tại, không nên nói quá khứ không tồn tại; nếu nói quá khứ không tồn tại thì không hợp đạo lý. Nếu nói ghi nhớ vị lai thì nên nói vị lai tồn tại, không nên nói vị lai không tồn tại; nếu nói vị lai không tồn tại thì không hợp đạo lý. Nếu nói ghi nhớ hiện tại thì nên nói tồn tại một bổ-đặc-già-la, không phải trước không phải sau, hai tâm hòa hợp, một tâm được ghi nhớ, một

---

[71] Tĩnh lự thế gian, tĩnh lự hữu lậu. Ba loại tĩnh lự, theo phẩm tính: *Câu-xá viii*, tụng 5d: vị định: tĩnh lự nhiễm vị ngọt của ái; tịnh định, tĩnh lự không nhiễm vị ngọt nhưng thuộc tính hữu lậu; vô lậu định: tĩnh lự có tính vô lậu. AK. viii.5d. Pradhan 436[18]: *āsvādanavacchuddhānāsravāṇi|*

tâm ghi nhớ, hơn nữa ở trong định mà có phát ngữ; điều này không hợp lý. Nếu nói không tồn tại một bổ-đặc-già-la, không phải trước không phải sau, hai tâm hòa hợp, một tâm được ghi nhớ, một tâm ghi nhớ, hơn nữa ở trong định mà không phát ngữ,[72] thì không nên nói là ghi nhớ hiện tại; nếu nói ghi nhớ hiện tại thì không hợp đạo lý. Nếu nói không ghi nhớ quá khứ, vị lai, hiện tại, thế thì không có pháp thượng nhân;[73] là tự mình hủy hoại.

4.3. Dị sanh

Sa-môn Mục-liên nói thế này: "[Pháp trong] quá khứ, vị lai không tồn tại; [pháp trong] hiện tại và vô vi tồn tại." Nên hỏi vị ấy rằng, ông có đồng ý là trong Khế kinh Thế Tôn đã bằng văn từ, âm vận thiện xảo, khéo nói: "Có năm căn: tín căn, tinh tấn căn, niệm căn, **[535c01]** định căn, tuệ căn. Bí-sô! Nếu với năm căn này, do thượng phẩm, do mãnh lợi, do thiện xảo, do viên mãn, mà thành A-la-hán câu phần giải thoát[74]. Từ đây trở xuống, càng yếu ớt hơn và chậm lụt hơn, thành

---

[72] 異語, Skt. *paryāya*: từ khác, cùng chỉ một sự vật. *Dị bộ tông luân luận*, T49n2031_p0015c15: một số bộ phái như Hữu bộ (*Sarvāstivāda*), Tuyết sơn bộ (*Haimavata*), Độc tử bộ (*Vātsīputrīya*), ..., chủ trương trong trạng thái nhập định (đẳng dẫn vị, Skt. *samāhita*) có thể phát ngữ; [16c05]: một số bộ phái thuộc Đại chúng bộ (*Mahāsaṅghika*) như Chế đa sơn bộ (*Caityaśaila*), Tây sơn trụ bộ (*Aparaśaila*), Bắc sơn trụ bộ (*Uttaraśaila*) chủ trương trong trạng thái nhập định không thể phát ngữ.

[73] 勝過人法, Skt. *uttamapuruṣa*, pháp siêu nhân, vượt lên trên người thường; thượng nhân pháp.

[74] Skt. *ubhayatovimukta*, giải thoát cả hai phần. AK.vi. k. 64ab, Pradhan 381², *nirodhalābhyubhayatovimuktaḥ prajñayetaraḥ |yo nirodhasamāpattilābhī sa ubhayatobhāgavimuktaḥ|* Vị Bất hoàn chứng đắc diệt định, được gọi là câu phần giải thoát, do lực của huệ và định mà giải thoát phiền não chướng và định chướng. Xem, *Tạp 26*, kinh số 635, T02n0099_p0183b06; Việt dịch, kinh 621: "Nếu Tỳ-kheo nào, đối với năm căn này mà có sự tăng thượng minh lợi, mãn túc thì sẽ đạt A-la-hán câu phần giải thoát. Hoặc nhu nhuyến hay yếu kém, sẽ đạt thân chứng... *cho đến*, sẽ đạt tùy tín hành."

tuệ giải thoát[75]. Từ đây trở xuống, càng yếu ớt hơn và chậm lụt hơn, thành thân chứng.[76] Từ đây trở xuống, càng yếu ớt hơn và chậm lụt hơn, thành kiến chí.[77] Từ đây trở xuống, càng yếu ớt hơn và chậm lụt hơn, thành tín giải thoát.[78] Từ đây trở xuống, càng yếu ớt hơn và

---

[75] Skt. *prajñāvimukti: prajñayā kleśavimuktaḥ*: tuệ giải thoát, giải thoát phiền não do bởi tuệ. Dưới A-la-hán lợi căn một bậc, do không chứng đắc diệt định.

[76] Skt. *kāyasākṣī*, thân chứng, hay tự thân tác chứng. AK.vi, Pradhan 363[18]: Sao gọi là *thân chứng*? Tự thân tác chứng pháp tương tợ Niết-bàn (*nirvāṇasadṛśasya dharmasya kāyena sākṣātkaraṇāt*). Do không y chỉ tâm, duy y chỉ thân mà phát sinh (*cittābhāvāt kāyāśrayotpatteḥ*). Vị ấy, sau khi xuất định, đạt được trạng thái tịch tĩnh của thân có thức mà trước đây chưa từng có, phát lên ý nghĩa rằng, "Tịch tĩnh thay diệt định! Tương tợ Niết-bàn thay diệt định!" *Trung 55*, kinh 179, "Bạt-đà-hòa-lợi"; *Tạp 33*, kinh 936, tr. 240a18: "Thánh đệ tử tuyệt đối tịnh tín bất động nơi Phật, cho đến quyết định trí tuệ, tự thân tác chứng và an trụ tám giải thoát nhưng chưa bằng huệ mà đoạn tận hữu lậu; đó gọi là Thánh đệ tử không đọa ác thú, cho đến Thân chứng." Pāli, *kāyasakkhin*, M. 70, *Kīṭāgirisuttaṃ* PTS. i.478: *katamo ca, bhikkhave, puggalo kāyasakkhī? idha, bhikkhave, ekacco puggalo ye te santā vimokkhā atikkamma rūpe āruppā te kāyena phusitvā viharati, paññāya cassa disvā ekacce āsavā parikkhīṇā honti*: có một hạng, sau khi chứng tịch tĩnh giải thoát, siêu việt các sắc, bằng tự thân xúc chứng vô sắc và an trụ; bằng huệ kiến mà đoạn tận một phần các lậu. *Câu-xá vi*, cht. 712. AK.vi. k. 43cd, Pradhan 363[14]: *nirodhalābhyanāgāmī kāyasākṣī punar mataḥ* || 6.43 || A-na-hàm chứng đắc diệt định, chuyển danh gọi là thân chứng. Do căn yếu và chậm lụt, dưới A-la-hán một bực.

[77] Skt. *dṛṣṭiprāpta*, kiến chí, hay kiến đáo. Do lực chủ yếu, tăng thượng của kiến (*dṛṣṭyadhipateya*) mà chứng đắc quả (*prāptaphala*) nên được gọi là kiến chí.

[78] Skt. *śraddhādhimukta*, tín giải, hay tín giải thoát, giải thoát do lực chủ đạo, tăng thượng của tín (*śraddhādhipateya*), được gọi là tín giải thoát.

chậm lụt hơn, thành tùy pháp hành[79]. Từ đây trở xuống, càng yếu ớt hơn và chậm lụt hơn, thành tùy tín hành[80]. Bí-sô! do duyên là căn ba-la-mật-đa như vậy mà biết được quả ba-la-mật-đa;[81] do duyên là quả ba-la-mật-đa mà biết được bổ-đặc-già-la ba-la-mật-đa[82]. Năm căn như thế không thành vô dụng. Bí-sô! Nếu tất cả năm căn này hoàn toàn không tồn tại, Ta nói kẻ kia thuộc hạng ngoại dị sinh[83]."?

Đáp: Đúng thế.

Hỏi: Cụ thọ! Vị hữu học hiện khởi tâm triền[84]; lúc ấy, năm căn này nên nói ở vào thời điểm nào? Quá khứ, hiện tại, hay vị lai? Nếu nói ở quá khứ thì nên nói quá khứ tồn tại, không nên nói quá khứ không tồn tại; nếu nói quá khứ không tồn tại, là không hợp đạo lý. Nếu nói ở vị lai thì nên nói vị lai tồn tại, không nên nói vị lai không tồn tại; nếu nói vị lai không tồn tại là điều không hợp lý.

---

[79] Skt. *dharmānusārin*, tùy pháp hành, hành giả y theo pháp được thuyết trong các kinh, tự mình thông hiểu và thực hành; Thánh giả Dự lưu thuộc hạng lợi căn.

[80] Skt. *śraddhānusārin*, Thánh giả Dự lưu thuộc hạng độn căn, tùy theo tín mà thực hành.

[81] *Tạp 26*, kinh số 653, T02n0099_p0183b12: Căn ba-la-mật, quả ba-la-mật 根波羅蜜, 果波羅蜜. Pāli (S. 48. 15. *Vitthāra*, PTS. v.201): *indriyavemattatā phalavemattatā hoti*, do sự sai biệt của căn mà có sự sai biệt của quả. Pāli *vemattatā*, chủng loại sai biệt; các bản Hán đọc là *pāramita*: ba-la-mật.

[82] Pāli, kinh dẫn trên: *phalavemattatā puggalavemattatā*, do quả sai biệt mà biết Thánh giả sai biệt. xem cht. trên.

[83] *Tì-bà-sa 2*, T27n1545_p0008b02: Có hai hạng dị sanh; hạng đoạn thiện căn được gọi là ngoại dị sanh: dị sanh/phàm phu, ngoài Thánh giáo; hạng không đoạn thiện căn được gọi là nội dị sanh.

[84] Hạng Hữu học (*śaikṣa*) chưa hoàn toàn đoạn tận phiền não, do đó có khi hiện khởi tâm triền. Phiền não khi tiềm phục được gọi là tùy miên (*anuśaya*); phiền não khi hiện khởi được gọi là triền (*paryutthāna*).

Nếu nói ở hiện tại thì nên nói tồn tại một bổ-đặc-già-la, không phải trước không phải sau, hai tâm hòa hợp, một tâm học, một tâm triền; điều này không hợp lý. Nếu nói không tồn tại một bổ-đặc-già-la, không phải trước không phải sau, hai tâm hòa hợp, một tâm học, một tâm triền thì không nên nói ở hiện tại; nếu nói ở hiện tại thì không hợp đạo lý. Nếu nói không ở quá khứ, vị lai, hiện tại, thế thì vị hữu học khi hiện khởi tâm triền, nên nói là ngoại,[85] là dị sinh,[86] thuộc hạng ngoại dị sinh.

4.4. Đại sĩ

Sa-môn Mục-liên nói thế này: "[Pháp trong] quá khứ, vị lai không tồn tại; [pháp trong] hiện tại và vô vi tồn tại." Nên hỏi vị ấy rằng, ông có đồng ý là trong Khế kinh Thế Tôn đã bằng văn từ, âm vận thiện xảo, lời nói thiện xảo, nói cho Cụ thọ Vô Diệt[87] trong kinh *Đại sĩ tầm tư*[88]: "Thiểu dục là pháp, đa dục không phải pháp?"

Đáp: Đúng thế.

Hỏi: Cụ thọ! Thiểu dục là pháp gì? Pháp thuộc tâm, tương ưng với tâm[89]. Cụ thọ! Nếu thân vị A-la-hán ở Dục giới hiện đang nhập Diệt định, thì thiểu dục này nên nói ở vào thời điểm nào? Quá khứ, vị lai, hay hiện tại? Nếu nói ở quá khứ thì nên nói **[356a01]** quá khứ tồn tại, không nên nói quá khứ không tồn tại; nếu nói quá khứ không tồn tại là điều không hợp lý. Nếu nói ở vị lai thì nên nói vị lai tồn tại, không nên nói vị lai không tồn tại; nếu nói vị lai không tồn tại là điều không hợp lý.

---

[85] Hạng người ngoài Thánh giáo.

[86] Skt. *pṛthagjana*, khách lạ (ngoài Thánh giáo), phàm phu.

[87] Skt. *Anirodha*, phát âm khác của *Anurudha* (Pāli *Aniruddha*): A-nậu-lâu-đà, được kể một trong mười vị Đại đệ tử.

[88] Tầm tư của bậc đại sĩ. *Trung 18*, kinh số 74 *Bát niệm*, T01n0026_p0541a05. Pāli, A. VIII 30 (PTS. iv. 230): *appicchassāyaṃ dhammo, nāyaṃ dhammo mahicchassa*.

[89] *Tì-bà-sa 181*, T27n1545_p0908b05: thiểu dục thuộc ý địa (*manobhūmi*), chỉ có mặt trong Dục giới.

Nếu nói ở hiện tại thì không nên nói "hiện đang nhập Diệt định"; nếu nói hiện đang nhập Diệt định thì không hợp đạo lý. Nếu nói không ở quá khứ, vị lai, hiện tại, thế thì thân vị A-la-hán ở Dục giới, hiện đang nhập Diệt định, lẽ ra không có thiểu dục.

4.5. Tàm quý

Sa-môn Mục-liên nói thế này: "[Pháp trong] quá khứ, vị lai không tồn tại; [pháp trong] hiện tại và vô vi tồn tại." Nên hỏi vị ấy rằng, ông có đồng ý là trong Khế kinh Thế Tôn đã bằng văn từ, âm vận thiện xảo, lời nói thiện xảo, nói cho Cụ thọ La-hỗ-la[90]: "Này La-hỗ-la, nếu có chánh tri mà nói vọng ngữ, không tàm, không quý, không ố tác, Ta nói kẻ đó không có ác nghiệp nào không làm?"[91]

Đáp: Đúng thế.

Hỏi: Cụ thọ! Tàm quý là pháp gì? Pháp thuộc tâm, tương ưng với tâm. Cụ thọ! Nếu thân vị A-la-hán ở Dục giới hiện đang nhập Diệt định thì tàm quý ở vào thời điểm nào? Quá khứ, vị lai, hay hiện tại? Nếu nói ở quá khứ thì nên nói quá khứ tồn tại, không nên nói quá khứ không tồn tại; nếu nói quá khứ không tồn tại là không hợp đạo lý. Nếu nói ở vị lai thì nên nói vị lai tồn tại, không nên nói vị lai không tồn tại; nếu nói vị lai không tồn tại thì không hợp đạo lý.

Nếu nói ở hiện tại thì không nên nói hiện đang nhập Diệt định; nếu nói hiện đang nhập Diệt định là không hợp đạo lý. Nếu nói không ở tại quá khứ, vị lai, hiện tại, thế thì thân vị A-la-hán ở Dục giới hiện đang nhập Diệt định, lẽ ra không có tàm quý.[92]

4.6. Hữu tình cư

Sa-môn Mục-liên nói thế này: "[Pháp trong] quá khứ, vị lai không tồn tại; [pháp trong] hiện tại và vô vi tồn tại". Nên hỏi vị ấy rằng, ông

---

羅怙羅. Skt Rahula, La-hầu-la, La-hỗ-la.

91 *Trung 3*, kinh 14 La-vân. Pāli M. 61. *Ambalaṭṭhikarāhulovādasuttaṃ*, PTS. i. 416: *evameva kho, rāhula, yassa kassaci sampajānamusāvāde natthi lajjā, nāhaṃ tassa kiñci pāpaṃ akaraṇīyanti vadāmi.*

92 Hết quyển 1. T26n1539_p0536a20.

có đồng ý là trong Khế kinh Thế Tôn đã bằng **[536b01]** văn từ, âm vận thiện xảo, khéo nói chín hữu tình cư:[93]

(1) Các hữu tình có sắc, thân dị biệt,[94] tưởng dị biệt, là loài người và một phần chư thiên.[95] Đây gọi là hữu tình cư thứ nhất.

(2) Các hữu tình có sắc, thân dị biệt, tưởng đồng nhất,[96] là chư thiên Phạm Chúng sinh vào thời kì kiếp sơ.[97] Đây gọi là hữu tình cư thứ hai.

(3) Các hữu tình có sắc, thân đồng nhất, tưởng dị biệt, là cõi trời Quang Âm.[98] Đây gọi là hữu tình cư thứ ba.

---

[93] 九有情居. *Cửu hữu tình cư* (sattvāvāsā nava), chín môi trường tồn tại của các loại chúng sinh. AK.iii. Pradhan 1171[6]: *eṣu hi sattvā āvasanti svecchayā*, bởi vì các hữu tình tự thân muốn sống trong những cư xứ này. *Thuận chính lý 22* T29n1562, tr. 464c26: Nơi nào mà các hữu tình ưa đến đó, không ưa di chuyển nơi khác, nơi đó được kể là hữu tình cư.

[94] 有種種身 有種種想. Skt. *nānātvakāyasaṃjñāś ca*. Pāli DN 33. *Saṅgīti* (PTS.iii.264): *sattā nānattakāyā nānattasaññino*.

[95] Toàn bộ loài người và chư thiên Dục giới, và chư thiên sơ tĩnh lự bao gồm Phạm chúng (*Brahmakāyika*), Phạm phụ (*Brahmapurohita*) và Đại Phạm (*Mahābrahmāṇa*); trong đó trừ chư thiên kiếp sơ khởi (*abhinirvṛtta*).

[96] 有種種身 有一種想. Skt. *nānākāyaikasaṃjñinaḥ* Pāli *nānattakāyā ekattasaññino*.

[97] Phạm chúng (*Brahmakāyika*) và Đại Phạm (*Mahābrahmāṇa*) đều có chung ý tưởng rằng, nguyên nhân tối sơ của các hữu tình này là sanh bởi Đại Phạm. Xem *Trường 14*, tr. 90b21. Pāli, D.i.18. *iminā mayaṃ bhotā brahmunā nimmitā... mayā ime sattā nimmitā*.

[98] 光音天. Skt. *ābhāsvara*, Cực quang thiên. Pāli *ābhassarā*. Pradhan 116[9]: *rupiṇaḥ santi sattvā ekatvakāyā nānātvasaṃjñinas tadyathā devā ābhāsvarāḥ.* Pāli *sattā ekattakāyā nānattasaññino, seyyathāpi devā ābhassarā.*

(4) Các hữu tình có sắc, thân đồng nhất, tưởng đồng nhất, là cõi trời Biến Tịnh[99]. Đây gọi là hữu tình cư thứ tư.

(5) Các hữu tình có sắc, không có tưởng, không có tưởng dị biệt, là cõi trời Vô Tưởng[100]. Đây gọi là hữu tình cư thứ năm.

(6) Các hữu tình không có sắc, do vượt qua tất cả tưởng về sắc, do diệt các tưởng hữu đối, và do không tác ý các tưởng sai biệt đa dạng, nhập hư không vô biên, thành tựu và an trú Không vô biên xứ; tức thú nhập cõi trời Không vô biên xứ.[101] Đây gọi là hữu tình cư thứ sáu.

(7) Các hữu tình không có sắc, sau khi vượt qua tất cả hư không vô biên xứ, nhập thức vô biên, thành tựu và an trú Thức vô biên xứ; tức thú nhập cõi trời Thức vô biên xứ.[102] Đây gọi là hữu tình cư thứ bảy.

(8) Các hữu tình không có sắc, đã vượt qua tất cả Thức vô biên xứ, nhập vô sở hữu, thành tựu và an trú Vô sở hữu xứ; tức thú nhập cõi trời Vô sở hữu xứ.[103] Đây gọi là hữu tình cư thứ tám.

(9) Các hữu tình không có sắc, vượt qua tất cả Vô sở hữu xứ, thành tựu và an trú Phi tưởng phi phi tưởng xứ; tức thú nhập cõi trời Phi tưởng phi phi tưởng xứ. Đây gọi là hữu tình cư thứ chín?[104]

---

[99] Skt: *śubhakṛtsna.* Pāli: *subhakiṇhā.* Pradhan 116[27]: *rūpiṇaḥ santi sattvā ekatvakāyā ekatvasaṃjñinas tadyathā devāḥ śubhakṛtsnāḥ.* Pāli *sattā ekattakāyā ekattasaññino, seyyathāpi devā subhakiṇhā.*

[100] Skt: *asaṃjñisattva,* Vô tưởng hữu tình. Pāli: *asaññasattā.* Câu-xá iii, dẫn trên: trong bảy thức trụ (*viññānasthitti*), từ thức trụ 5-7, thuộc ba lớp đầu Vô sắc giới. Bảy thức trụ này cũng là bảy hữu tình cư, thêm 2 hai hữu tình cư: Vô tưởng hữu tình (*asaṃjñisattva*) và Hữu đỉnh (*bhavāgra*), thành chín. Câu-xá iii, tụng 36cd: *bhavāgrāsaṃjñisattvāśca sattvāvāsā nava smṛtāḥ:* (bảy thức trụ) thêm Hữu đỉnh và Vô tưởng hữu tình, nên biết, là chín hữu tình cư.

[101] 近趣空無邊處天. Skt: *ākāśānantyāyatana(upaga)*: sanh vào (cận hành) Không vô biên xứ. Pāli: *ākāsānañcāyatanūpagā.*

[102] Skt: *vijñānāntyāyatana.* Pāli: *viññāṇañcāyatanūpagā.*

[103] Skt: *ākiñcanyāyatana.* Pāli: *ākiñcaññāyatanūpagā.*

[104] Skt: *naivasaṃjñānāsaṃjñāyatana.* Pāli: *nevasaññānāsaññāyatanūpagā.* Câu-xá iii, tụng 6cd. AK.iii. Pradhan 117[15], *sattvāvāsā nava smṛtāḥ* || 3.6

Đáp: Đúng thế.

Hỏi: Cụ thọ! Nếu thân vị A-la-hán ở Dục giới, hiện nhập Diệt định, thì nên nói trú ở trong hữu tình cư nào?

Đáp: Trong thân dị, tưởng dị.[105]

Hỏi: Cụ thọ, do tưởng thời điểm nào mà gọi là có tưởng? Quá khứ, vị lai, hay hiện tại? Nếu nói do quá khứ thì nên nói quá khứ tồn tại, không nên nói quá khứ không tồn tại; nếu nói quá khứ không tồn tại là không hợp đạo lý. Nếu nói do vị lai thì nên nói vị lai tồn tại, không nên nói vị lai không tồn tại; nếu nói vị lai không tồn tại thì không hợp đạo lý.

Nếu nói do hiện tại thì không nên nói hiện nhập Diệt định; nếu nói hiện nhập Diệt định thì không hợp đạo lý. Nếu nói không do quá khứ, vị lai, hiện tại, thế thì thân vị A-la-hán ở Dục giới, hiện đang nhập Diệt định, lẽ ra nên nói không có tưởng, nên nói hữu tình vô tưởng, nên nói an trú trong hữu tình vô tưởng.

4.7. Thức ăn

[536c01] Sa-môn Mục-liên nói "[Pháp trong] quá khứ, vị lai không tồn tại; [pháp trong] hiện tại và vô vi tồn tại." Nên hỏi vị ấy rằng, ông có đồng ý trong Khế kinh Thế Tôn đã bằng văn từ, âm vận thiện xảo, khéo nói: tất cả hữu tình tồn tại do thức ăn?[106]

Đáp: Đúng thế.

Hỏi: Cụ thọ! Nên nói các cõi trời của hữu tình Vô tưởng có những thức ăn gì?

|| Pāli, D.33. *Saṅgītisutta*, PTS. iii. 264, *nava sattāvāsā*. Xem *Tập dị môn*, Ch. X, phẩm Chín pháp, 2. Chín hữu tình cư.

[105] Trong chư thiên Dục giới, thứ nhất trong 9 hữu tình cư, xem đoạn trên.

[106] D.33. *Saṅgīti: sabbe sattā āhāraṭṭhitikā*. Xem *Tập dị môn*, Ch. II, phẩm Một pháp. 1. Thức ăn.

Đáp: Có xúc, ý tư, và thức.[107]

Hỏi: Cụ thọ! Lúc đó, nên nói các thức ăn này ở vào thời điểm nào? Quá khứ, vị lai, hay hiện tại? Nếu nói ở quá khứ thì nên nói quá khứ tồn tại, không nên nói quá khứ không tồn tại; nếu nói quá khứ không tồn tại là điều không hợp lý. Nếu nói ở vị lai thì nên nói vị lai tồn tại, không nên nói vị lai không tồn tại; nếu nói vị lai không tồn tại là điều không hợp lý.

Nếu nói ở hiện tại thì không nên nói hữu tình vô tưởng; nếu nói hữu tình Vô tưởng là điều không hợp lý. Nếu nói không ở quá khứ, vị lai, hiện tại, thế thì trong Khế kinh Thế Tôn đã bằng văn từ, âm vận thiện xảo, thiện thuyết "tất cả hữu tình tồn tại do y chỉ thức ăn". Như vậy ông chẳng phải bài bác, mâu thuẫn, chống trái điều Thế Tôn đã nói trong Khế kinh. Nếu ông bài bác, mâu thuẫn, chống trái điều được Thế Tôn nói trong Khế kinh như vậy, thì không hợp đạo lý.

4.8. Quán Thánh đế

Sa-môn Mục-liên nói "[Pháp trong] quá khứ, vị lai không tồn tại; [pháp trong] hiện tại và vô vi tồn tại." Nên hỏi vị ấy rằng, ông có đồng ý là trong Khế kinh Thế Tôn đã bằng văn từ, âm vận thiện xảo, khéo nói, có sáu thức thân: nhãn thức, nhĩ thức, tị thức, thiệt thức, thân thức, ý thức?[108]

Đáp: Đúng thế.

Hỏi: Ông có đồng ý là có thể đã quán, đang quán, sẽ quán nhãn thức là vô thường, là khổ, là không, là vô ngã; đã quán, đang quán, sẽ quán nhân của nó là nhân, là tập, là sinh, là duyên; diệt của nó là diệt, là tĩnh, là diệu, là ly; có thể đoạn con đường của nó là đạo, là như, là hành, là xuất?[109]

---

[107] Trong bốn loại thức ăn: đoàn thực, xúc thực, ý tư thực, thức thực. Xem *Tập dị môn*, dẫn trên.

[108] **Skt.** *ṣaḍ-vijñāna-kāyaḥ*, sáu thức tụ, sáu nhóm thức. Xem *Tập dị môn*, Ch. VII, phẩm Sáu pháp, 3. Sáu thức thân.

[109] 16 hành tướng của bốn Thánh đế (*ṣoḍaśākārāḥ*): 1. Khổ đế (*duḥkhasatya*): vô thường (*anitya*), khổ (*duḥkha*), không (*śūnya*),

Đáp: Đúng thế.

Hỏi: Cái gì được quán? Quá khứ, vị lai, hay hiện tại? Nếu nói quán quá khứ thì nên nói quá khứ tồn tại, không nên nói quá khứ không tồn tại; nếu nói quá khứ không tồn tại, là điều không hợp lý. Nếu nói quán vị lai thì nên nói vị lai tồn tại, không nên nói vị lai không tồn tại; nếu nói vị lai không tồn tại là điều không hợp lý.

Nếu nói quán hiện tại thì nên nói tồn tại một bổ-đặc-già-la, không phải trước không phải sau, hai tâm hòa hợp, một tâm sở quán, một tâm năng quán; điều này không hợp lý. Nếu nói không tồn tại một bổ-đặc-già-la, không phải trước không phải sau, hai tâm hòa hợp, một tâm sở quán, một tâm năng quán, thì không nên nói quán **[537a01]** ở hiện tại; nếu nói quán hiện tại là không hợp đạo lý.

Nếu nói không quán quá khứ, vị lai, hiện tại thì lẽ ra không khả năng đã quán, đang quán, sẽ quán (Khổ đế nơi) nhãn thức là *vô thường*, là *khổ*, là *không*, là *vô ngã*; không khả năng đã quán, đang quán, sẽ quán (Tập đế, nhân của khổ nơi nhãn thức) là *nhân*, là *tập*, là *sinh*, là *duyên*; diệt tận (khổ nơi nhãn thức) là *diệt*, là *tĩnh*, là *diệu*, là *ly*; con đường dẫn đến đến đoạn trừ (khổ nơi nhãn thức) là *đạo*, là *như*, là *hành*, là *xuất*. Nếu không khả năng quán thì không khả năng đã nhàm chán, đang nhàm chán, sẽ nhàm chán. Nếu không khả năng nhàm chán thì không khả năng đã ly tham, đang ly tham, sẽ ly tham. Nếu không khả năng ly tham thì không khả năng đã giải thoát, đang giải thoát, sẽ giải thoát. Nếu không khả năng giải thoát thì không khả năng đã nhập niết-bàn, đang nhập niết-bàn, sẽ nhập niết-bàn.

Cũng như nhãn thức, nhĩ thức, tị thức, thiệt thức, thân thức, ý thức cũng như vậy.

---

vô ngã (*anātmaka*). 2. Tập đế (*samudayasatya*): nhân (*hetu*), tập (*samudaya*), sanh (*prabhava*), duyên (*pratyaya*). 3. Diệt đế (*nirodhasatya*): diệt (*nirodha*), tĩnh (*śānta*), diệu (*praṇīta*), ly (*niḥsaraṇa*). 4. Đạo đế (*mārgasatyta*): đạo (*mārga*), như (*nyāya*), hành (*pratipat*), xuất (*nairyāṇika*). Xem *Câu-xá iii*, T.3. Hành tướng mười trí, k. 13a. (Việt dịch, ▨▨ tập 20, **tr. 438**).

4.9. Đoạn trừ lậu

Sa-môn Mục-liên nói "[Pháp trong] quá khứ, vị lai không tồn tại; [pháp trong] hiện tại và vô vi tồn tại." Nên hỏi vị ấy rằng, ông có đồng ý là trong Khế kinh Thế Tôn đã bằng văn từ, âm vận thiện xảo, khéo nói: các bí-sô nên đoạn trừ các lậu?

Đáp: Đúng thế.

Hỏi: Cái gì được đoạn? Quá khứ, vị lai, hay hiện tại? Nếu nói đoạn quá khứ thì nên nói quá khứ tồn tại, không nên nói quá khứ không tồn tại; nếu nói quá khứ không tồn tại là không hợp đạo lý. Nếu nói đoạn vị lai thì nên nói vị lai tồn tại, không nên nói vị lai không tồn tại; nếu nói vị lai không tồn tại là không hợp đạo lý.

Nếu nói đoạn hiện tại thì nên nói tồn tại một bổ-đặc-già-la, không phải trước không phải sau, hai tâm hòa hợp, một tâm sở đoạn, một tâm năng đoạn; điều này không hợp lý. Nếu nói không tồn tại một bổ-đặc-già-la, không phải trước không phải sau, hai tâm hòa hợp, một tâm sở đoạn, một tâm năng đoạn, thì không nên nói đoạn ở hiện tại; nếu nói đoạn hiện tại là điều không hợp lý.

Nếu nói không đoạn quá khứ, vị lai, hiện tại, thế thì trong Khế kinh Thế Tôn đã bằng văn từ, âm vận thiện xảo, khéo nói: "Các bí-sô nên đoạn trừ các lậu". Như vậy, chẳng phải ông bài bác, mâu thuẫn, chống trái điều Thế Tôn đã nói trong Khế kinh. Nếu ông bài bác, mâu thuẫn, chống trái điều được Thế Tôn nói trong Khế kinh như vậy thì không hợp đạo lý.

CHƯƠNG II: UẨN BỔ-ĐẶC-GIÀ-LA[110]
TIẾT 1. NHIẾP TỤNG 1

Thú, bổ-đặc-già-la,
Tám Thánh và ba tụ,
[537b01] Ba bổ-đặc, tự tạo tác,
Kiến, văn, giác tri cuối.

1.1. Năm thú

1.1. Luận sư Bổ-đặc-già-la nói rằng, bằng đế nghĩa, thắng nghĩa,[111] bổ-đặc-già-la có thể được biết, có thể được chứng nghiệm, hiện hữu, hiện khởi; vì thế nhất định tồn tại bổ-đặc-già-la.

Luận sư Tánh Không[112] hỏi: Ông có thừa nhận là trong Khế kinh Thế Tôn đã bằng văn từ, âm vận thiện xảo, thiện thuyết, năm thú như

---

[110] Skt. *Pudgala-skandha.*

[111] Hán: 諦義勝義, Pāli *Kathāvatthu* - Pāli, PTS.1: *puggalo upalabbhati saccikaṭṭhaparamatthenāti*, bằng đế nghĩa, thắng nghĩa, bổ-đặc-già-la có thể được biết đến. Sớ nghĩa: (a) *saccikaṭṭha* (đế nghĩa, chân lý chân thật, thực hữu): đó là đối tượng thực hữu, chứ không phải các đối tượng bất thực như ảo ảnh, quáng nắng, v.v... (*māyāmarīciādayo viya abhūtākārena aggahetabbo bhūtaṭṭho*). (b) *paramattha* (thắng nghĩa, chân lý siêu việt), được nhận thức trực tiếp, không do truyền văn. Chân lý thắng nghĩa được định nghĩa trong đây, *Kathāvatthu*, chỉ cho 5 uẩn, 12 xứ, 18 giới, 22 căn, được thu nhiếp trong 57 pháp. Các pháp này, trong Đại thừa không được xem là thắng nghĩa đế, mà chỉ thuộc về thế tục đế (*sammutisacca/ saṃvṛttisatya*).

[112] Skt. *śūnyavādin.* Ấn Thuận, Y36n0034_p0168a07 (CBETA 線上閱讀): Tính không luận giả, tức Vô ngã luận giả.

vầy được an lập một cách xác định, không bị tạp loạn. Đó là địa ngục, súc sinh, quỷ, trời, và người;[113] nhất định có địa ngục thú riêng biệt,... *cho đến* nhân thú riêng biệt?

Đáp: Đúng thế.

Hỏi: Ông có thừa nhận rằng, có trường hợp từ địa ngục chết, sinh vào thú súc sinh?

Đáp: Đúng thế.

Hỏi: Ông hãy thừa nhận đuối lý.[114] Nếu có năm thú an lập một cách xác định không xen tạp nhau, tức từ địa ngục thú cho đến nhân thú, nhất định có địa ngục thú riêng biệt,... *cho đến* nhất định có nhân thú riêng biệt, thì không nên nói có trường hợp từ địa ngục chết sinh vào thú súc sinh. Ông nói như vậy là không hợp đạo lý.

Nay nếu ông nói có trường hợp từ địa ngục chết sinh vào thú súc sinh, thì không nên nói năm thú này an lập một cách xác định không xen tạp nhau, tức từ địa ngục thú, *cho đến* nhân thú, nhất định có địa ngục thú riêng biệt,... *cho đến* nhất định có nhân thú riêng biệt. Nếu nói năm thú này an lập một cách xác định, không xen tạp nhau, tức từ địa ngục thú, *cho đến* nhân thú, nhất định có địa ngục thú riêng biệt, cho đến nhất định có nhân thú riêng biệt, là điều không hợp lý.

---

[113] 五趣... 捺落迦趣、傍生趣 鬼趣 天趣 人趣. *Câu-xá iii,* tụng 14, AK.iii Pradhan 1141[7]: (*pañca gatayaḥ*) *narakās tiryañcaḥ pretā devā manuṣyā iti,* địa ngục, bàng sinh, quỷ, chư thiên, loài người. Pāli, M.12. *Mahāsīhanādasuttaṃ,* PTS.i.73: *pañca kho imā, sāriputta, gatiyo. katamā pañca? nirayo, tiracchānayoni, pettivisayo, manussā, devā.* Hán, *Tạp A-hàm 16,* kinh số 432, T02n0099_p0112b25: luân hồi năm thú, xoay chuyển nhanh chóng, hoặc đọa địa ngục, hoặc đọa súc sinh, hoặc đọa ngạ quỷ, hoặc loài người, hoặc chư thiên. - *Ngũ thú (pañca gatayaḥ),* năm định hướng tái sinh; Hán cũng thường gọi là *ngũ đạo,* hay *lục đạo.* Thượng tọa bộ (*Theravāda*) và Hữu bộ (*Sảvāstivāda*) phân loại chỉ có 5 thú, liệt a-tu-la (*asura*) vào loại thiên thú (*deva-gati*).

[114] 墮負. Skt *nigrahasthāna,* **xem cht. 68 trên.**

Vị ấy nói rằng, "Nhất định có trường hợp từ địa ngục chết sinh vào thú súc sinh", thì nên hỏi vị ấy rằng: "Ông có thừa nhận rằng "'kia chính là kia'[115]?"

Đáp: Không đúng.

Hỏi: Ông thừa nhận đuối lý. Nếu nhất định có trường hợp từ địa ngục chết sinh vào thú súc sinh, thì lẽ ra nên nói "'kia chính là kia.'" Ông nói như vậy thì không hợp đạo lý. Nếu ông không nói "kia chính là kia", thì không nên nói "nhất định có trường hợp từ địa ngục chết sinh vào thú súc sinh"; nếu nói "nhất định có trường hợp từ địa ngục chết sinh vào thú súc sinh" thì không hợp đạo lý.

Nếu nói: "'kia chính là kia'" thì nên hỏi vị ấy, "Ông có thừa nhận rằng, địa ngục kia chính là thú súc sinh"?

Đáp: Không đúng.

Hỏi: Ông thừa nhận đuối lý. Nếu "kia chính là kia", thì lẽ ra nên nói "địa ngục kia chính là thú súc sinh." Ông nói lời này không hợp đạo lý. Nếu ông không nói "địa ngục kia chính là thú súc sinh" thì không nên nói "'kia chính là kia'; nếu nói "'kia chính là kia'" thì không hợp

---

[115] 彼即是彼: nó chính là nó. *Watanabe,* tr. 46, cht. 52&53: từ 彼 (cái kia) đầu chỉ cho địa ngục; từ 彼 (cái kia) sau chỉ cho bàng sinh. Ý nghĩa đoạn này, Pháp sư Ấn Thuận giải thích: "Xét từ quan hệ trước sau, nếu thực sự tồn tại một bổ-đặc-già-la, vậy thì từ cõi thú này tái sinh vào cõi thú khác, hoặc từ Sơ quả đến quả Thứ Hai ... Như vậy, trước sau như một, đồng nhất, "*Kia chính là kia*", thế thì phạm lỗi thường (hằng), nhất (thể). Như nói, "*Kia khác với kia*", thế thì phạm lỗi đoạn (diệt), dị (thể). Giả như nói, "Không thể nói *kia* hoặc (chính là) *kia* hoặc khác (*kia*)." Vậy, đây cũng không nên nói "Không thể nói *kia* hoặc chính là *kia* hoặc khác *kia*." Y36n0034_p0168a08 - Y0034 說一切有部為主的論書與論師之研究 - CBETA 線上閱讀. giải thích này hiểu rằng nếu tồn tại một bổ-đặc-già-la thường hằng, nhất thể, thế thì bổ-đặc-già-la địa ngục cũng là bổ-đặc-già-la bàng sinh, như vậy địa ngục và bàng sinh tạp loạn.

đạo [537c01] lý. Nếu nói: "'kia khác với kia'", thì nên hỏi vị ấy, "Ông có thừa nhận rằng, khi dứt ở địa ngục thì sinh vào nơi khác là thú súc sinh?"[116]

Đáp: Không phải như thế.

Hỏi: Ông thừa nhận đuối lý. Nếu "'kia khác với kia'", thì lẽ ra nên nói "Khi dứt ở địa ngục thì sinh vào nơi khác là thú súc sinh." Lời nói này của ông không hợp lý. Nếu ông không nói "Khi dứt ở địa ngục thì sinh vào nơi khác là thú súc sinh", thì không nên nói "'kia khác với kia'"; nếu nói "'kia khác với kia'" thì không hợp đạo lý. Nếu nói rằng, "không thể nói kia hoặc chính là kia, hoặc là cái khác,"[117] thì nên hỏi vị ấy, "Ông có thừa nhận rằng, có trường hợp từ địa ngục chết sinh vào thú súc sinh; nói như vậy cũng không thể cho rằng kia hoặc là kia, hoặc là cái khác?"

Đáp: Không đúng.

Hỏi: Ông thừa nhận đuối lý. Nếu không thể nói, "kia hoặc chính là kia, hoặc là cái khác", thì lẽ ra nên nói có trường hợp "từ địa ngục chết sinh vào thú súc sinh". Nói như vậy cũng không thể cho rằng "kia hoặc chính là kia, hoặc là cái khác"; lời nói của ông không hợp đạo lý. Nếu ông không nói có trường hợp "từ địa ngục chết sinh vào thú súc sinh", lời nói này cũng không thể cho rằng "kia hoặc chính là kia, hoặc là cái khác," thì không nên nói "không thể cho rằng kia hoặc là kia, hoặc là cái khác." Nếu nói không thể cho rằng "kia hoặc chính là kia, hoặc là cái khác" thì không hợp đạo lý.

Cũng như trường hợp "từ địa ngục chết sinh vào súc sinh thú," trường hợp từ địa ngục chết sinh vào quỷ thú cũng như vậy.

---

[116] 彼異於彼: "Nó khác với Nó", địa ngục khác với địa ngục, *nơi khác* (súc sinh) cũng là địa ngục.

[117] 彼或彼或異,

1.2. Luận sư Bổ-đặc-già-la nói rằng, bằng đế nghĩa, thắng nghĩa, bổ-đặc-già-la có thể được biết, có thể được chứng nghiệm, hiện hữu, hiện khởi, vì thế nhất định có bổ-đặc-già-la.

Luận sư Tánh Không hỏi: Các ông có thừa nhận là trong Khế kinh Thế Tôn đã bằng văn từ, âm vận thiện xảo, thiện thuyết năm thú như vầy, được an lập một cách xác định, không xen tạp nhau, là địa ngục, súc sinh, quỷ, trời, và người; nhất định có địa ngục thú riêng biệt,... *cho đến* có nhân thú riêng biệt?

Đáp: Đúng thế.

Lại hỏi: Ông có thừa nhận là có trường hợp "từ địa ngục chết, sinh vào nhân thú"?

Đáp: Đúng thế.

Hỏi: Ông thừa nhận đuối lý. Nếu có năm thú an lập một cách xác định không xen tạp nhau, tức từ địa ngục thú..., *cho đến* nhân thú, nhất định có địa ngục thú riêng biệt..., *cho đến* nhất định có nhân thú riêng biệt, thì không nên nói có trường hợp "từ địa ngục chết sinh vào nhân thú". Ông nói như vậy là không hợp lý. Nay nếu ông nói có trường hợp "từ địa ngục chết, sinh vào nhân thú", thì không nên nói năm thú này an lập một cách xác định không xen tạp nhau, tức **[538a01]** từ địa ngục thú,... *cho đến* nhân thú, nhất định có địa ngục thú riêng biệt..., *cho đến* nhất định có nhân thú riêng biệt; nếu nói năm thú này an lập một cách xác định, không xen tạp nhau, tức từ địa ngục thú,... *cho đến* nhân thú, nhất định có địa ngục thú riêng biệt, cho đến nhất định có nhân thú riêng biệt, thì không hợp đạo lý.

Vị ấy nói, "Nhất định có trường hợp từ địa ngục chết sinh vào nhân thú", thì ta nên hỏi vị ấy "Ông có thừa nhận rằng, "kia chính là kia"?

Đáp: Không đúng.

Hỏi: Ông thừa nhận đuối lý. Nếu nhất định có trường hợp từ địa ngục chết sinh vào nhân thú, thế thì nên nói "'kia chính là kia'." Ông nói lời này không hợp đạo lý. Nếu ông không nói "kia chính là kia", thì không nên nói "nhất định có trường hợp từ địa ngục chết sinh vào nhân thú"; nếu nói "nhất định có trường hợp từ địa ngục chết, sinh vào nhân thú" thì không hợp đạo lý. Nếu nói thế này, "'kia chính là kia'", thì nên hỏi vị ấy: "Ông có thừa nhận rằng địa ngục kia chính là nhân thú?"

Đáp: Không đúng.

Hỏi: Ông thừa nhận đuối lý. Nếu "'kia chính là kia'", thế thì nên nói địa ngục kia chính là nhân thú; lời ông nói không hợp đạo lý. Nếu ông không nói địa ngục kia chính là nhân thú, thì không nên nói "kia chính là kia'"; nếu nói "'kia chính là kia'" thì không hợp đạo lý. Hơn nữa, nếu nói rằng "'kia chính là kia'" thì nên hỏi vị ấy rằng, "Ông có thừa nhận là chúng sanh trong địa ngục thú không có khả năng làm phát sinh vô lậu căn, lực, giác chi;[118] nhưng nhân thú thì có thể?

Đáp: Đúng thế.

Hỏi: Ông có thừa nhận rằng, thú kia không có khả năng chính là có khả năng?

Đáp: Không đúng.

Hỏi: Ông thừa nhận đuối lý. Nếu thú kia chính là thú kia thì lẽ ra nên nói thú kia không có khả năng cũng chính là có khả năng; nhưng lời nói của ông không hợp lý. Nếu ông không nói "thú kia không có khả năng cũng chính là có khả năng" thì không nên nói "'kia chính là kia'"; nếu nói "'kia chính là kia'" thì không hợp lý. Nếu nói "'kia khác với kia'", thì nên hỏi vị ấy: "Ông có thừa nhận rằng, dứt ở địa ngục, thì sinh vào nơi khác là nhân thú?

Đáp: Không đúng.

Hỏi: Ông thừa nhận đuối lý. Nếu "kia khác với kia", lẽ ra nên nói dứt ở địa ngục thì sinh vào nơi khác là nhân thú. Ông nói điều này

_____

[118] 5 căn, 5 lực và 7 giác chi.

không hợp lý. Nếu ông không nói dứt ở địa ngục, sinh vào nơi khác là nhân thú, thì không nên nói "'kia khác với kia'"; nếu nói "'kia khác với kia'" thì không hợp đạo lý. Nếu nói: "không thể nói kia hoặc là kia, hoặc là cái khác" thì nên hỏi vị ấy rằng "Ông có thừa nhận là có trường hợp từ địa ngục chết sinh **[538b01]** vào nhân thú; lời nói này cũng không thể cho rằng kia hoặc là kia, hoặc là cái khác"?

Đáp: Không đúng.

Hỏi: Ông thừa nhận đuối lý. Nếu không thể nói "kia hoặc là kia, hoặc là cái khác", lẽ ra nên nói có trường hợp từ địa ngục chết sinh vào nhân thú; nói như vậy cũng không thể cho rằng "kia hoặc là kia, hoặc là cái khác". Lời ông nói không hợp lý. Nếu ông không nói có trường hợp từ địa ngục chết sinh vào nhân thú, nói như vậy cũng không thể cho rằng "kia hoặc là kia, hoặc là cái khác", thì không nên nói "không thể cho rằng kia hoặc là kia, hoặc là khác"; nếu nói "không thể cho rằng kia hoặc là kia, hoặc là cái khác" thì không hợp lý.

Cũng như trường hợp từ địa ngục chết sinh vào nhân thú, trường hợp từ địa ngục chết sinh vào thiên thú cũng vậy.

Cũng như địa ngục thú, các thú súc sinh, quỷ, trời, người cũng vậy. Điểm khác biệt ở đây là trong các thú địa ngục, súc sinh, quỷ, không nên nói có khả năng (phát sinh vô lậu căn, lực, giác chi); trong thiên thú và nhân thú nên nói có khả năng; trong thiên thú và nhân thú không nên nói không có khả năng; trong địa ngục, súc sinh, và quỷ thú nên nói không có khả năng.

1.2. Tám bổ-đặc-già-la

2.1. Luận sư Bổ-đặc-già-la nói rằng, bằng đế nghĩa, thắng nghĩa, bổ-đặc-già-la có thể được biết, có thể được chứng nghiệm, hiện hữu, hiện khởi, vì thế nhất định có bổ-đặc-già-la.

Luận sư Tánh-không hỏi: Các ông có thừa nhận là trong Khế kinh Thế Tôn đã bằng văn từ, âm vận thiện xảo, khéo nói, có tám hạng bổ-đặc-già-la[119] như vậy, được an lập một cách xác định, không xen tạp nhau. Đó là, tác chứng hướng quả Dự Lưu,[120] nếu là quả Dự Lưu,... *cho đến* tác chứng hướng quả A-la-hán, nếu là quả A-la-hán; nhất định có tác chứng hướng quả Dự Lưu riêng biệt, nhất định có quả Dự Lưu riêng biệt,... *cho đến* nhất định có tác chứng hướng quả A-la-hán riêng biệt, nhất định có quả A-la-hán riêng biệt?

Đáp: Đúng thế.

Lại hỏi: Ông có thừa nhận các bổ-đặc-già-la tác chứng hướng quả Dự Lưu, đắc quả Dự Lưu?

Đáp: Đúng thế.

Hỏi: Ông thừa nhận đuối lý. Nếu có tám hạng bổ-đặc-già-la như vậy, được an lập một cách xác định, không xen tạp nhau. Đó là, tác chứng hướng quả Dự Lưu, nếu là quả Dự Lưu,... *cho đến* tác chứng hướng quả A-la-hán, nếu là quả A-la-hán; nhất định có tác chứng hướng quả Dự Lưu riêng biệt, nhất định có quả Dự Lưu riêng biệt,... *cho đến* nhất định có tác chứng hướng quả A-la-hán riêng biệt, nhất định có quả A-la-hán riêng biệt, thì lẽ ra không nên nói "các bổ-đặc-già-la tác chứng **[538c01]** hướng quả Dự-Lưu, đắc quả Dự Lưu." Ông nói như vậy thì không hợp lý.[121]

Nay nếu ông nói "các bổ-đặc-già-la tác chứng hướng quả Dự-Lưu, đắc quả Dự Lưu" thì không nên nói tám bổ-đặc-già-la như vậy, an lập một cách xác định, không xen tạp nhau. Đó là, tác chứng hướng quả

---

[119] Tám hạng người (Skt. *pudgala*; Pāli *puggala*); đây chỉ tám hạng Thánh giả, gồm bốn hướng (*pratipannaka*) và bốn quả (*phala*). Xem *Pháp uẩn*, phẩm Chứng tịnh, "Tăng chứng tịnh".

[120] Hán: 預流果能作證向, hiểu là tác chứng "hướng quả Dự lưu", hay "Dự lưu quả hướng", Skt. *srota-āpatti-pratipanaka*). Pāli, DN 33 *Saṅgītisuttaṃ*, PTS. iii.256: *sotāpattiphalasacchikiriyāya paṭipanno*. *Tập dị môn 18*, T26n1536_p0441a13、證預流果向；證預流果...

[121] Bổ-đặc-già-la hướng quả và bổ-đặc-già-la đắc quả là một, thì không thể có 8 bổ-đặc-già-la quyết định riêng biệt.

Dự Lưu, đắc quả Dự Lưu, *cho đến* tác chứng hướng quả A-la-hán, đắc quả A-la-hán; nhất định có tác chứng hướng quả Dự Lưu riêng biệt, nhất định có quả Dự Lưu riêng biệt, cho đến nhất định có tác chứng hướng quả A-la-hán riêng biệt, nhất định có quả A-la-hán riêng biệt.

Nếu nói tám hạng bổ-đặc-già-la này, được an lập một cách xác định, không xen tạp nhau. Đó là, tác chứng hướng quả Dự-Lưu, đắc quả Dự Lưu, *cho đến* tác chứng hướng quả A-la-hán, đắc quả A-la-hán; nhất định có tác chứng hướng quả Dự Lưu riêng biệt, nhất định có quả Dự Lưu riêng biệt, *cho đến* nhất định có tác chứng hướng quả A-la-hán riêng biệt, nhất định có quả A-la-hán riêng biệt, thì không hợp lý.

Vị ấy nói: "các bổ-đặc-già-la tác chứng hướng quả Dự Lưu, nhất định đắc quả Dự Lưu", thì nên hỏi vị ấy, "Ông có thừa nhận "kia chính là kia""?[122]

Đáp: Không đúng.

Hỏi: Ông thừa nhận đuối lý. Nếu bổ-đặc-già-la tác chứng hướng quả Dự Lưu nhất định đắc quả Dự Lưu, thì lẽ ra nên nói "'kia chính là kia'"; lời ông nói không hợp đạo lý. Nếu ông không nói "'kia chính là kia'", thì không nên nói "các bổ-đặc-già-la tác chứng hướng quả Dự Lưu nhất định đắc quả Dự Lưu"; nếu nói "các bổ-đặc-già-la tác chứng hướng quả Dự Lưu nhất định đắc quả Dự Lưu" thì không hợp lý. Nếu nói "'kia chính là kia'" thì nên hỏi vị ấy: "Ông có thừa nhận rằng tác chứng hướng đến quả ấy chính là trụ quả[123] ấy?"

---

[122] 彼即是彼, 彼 trước chỉ bổ-đặc-già-la hướng quả, 彼 sau chỉ bổ-đặc-già-la đắc quả; **xem cht. 115 trên.**

[123] Trụ quả (*phalastha*) đồng nghĩa đắc quả (*phalaprāpta*). Trong 16 sát-na hiện quán Thánh đế, cho đến sát-na thứ 16, đạo loại trí phát sinh, vị ấy bây giờ không gọi là hướng quả, mà gọi là trụ quả. Vị ấy, trước đó hướng quả nào, nay trụ quả ấy. AK.vi. Pradhan 354[11], *yatra phale yaḥ pratipannako bhūtaḥ sa tadānīṃ tatra phalasthito bhavati.*

Đáp: Không đúng.

Hỏi: Ông thừa nhận đuối lý. Nếu "kia chính là kia", thì ông nên nói tác chứng hướng quả ấy chính là trụ quả. Lời ông nói không hợp lý. Nếu ông không nói tác chứng hướng đến quả ấy chính là trụ quả, thì không nên nói "kia chính là kia"; nếu nói "kia chính là kia", thì không hợp lý. Hơn nữa, nếu nói "kia chính là kia" thì nên hỏi vị ấy rằng, "Ông có thừa nhận các bổ-đặc-già-la tác chứng hướng quả Dự Lưu[124] không thành tựu quả; [125] nếu là quả Dự lưu, thì thành tựu quả"?

Đáp: Đúng thế.

Lại hỏi: Ông có thừa nhận 'không thành tựu ấy chính là thành tựu'?
[539a01] Đáp: Không đúng.

Hỏi: Ông thừa nhận đuối lý. Nếu bổ-đặc-già-la tác chứng hướng quả Dự Lưu thì không thành tựu quả; quả Dự lưu ấy thành tựu quả, thì nên nói "vị ấy không thành tựu ấy chính là thành tựu"; lời nói này của ông không hợp đạo lý. Nếu ông không nói "không thành tựu ấy chính là thành tựu", thì không nên nói "kia chính là kia"; nếu nói "kia chính là kia" thì không hợp lý. Nếu nói "'kia khác với kia'" thì nên hỏi vị ấy, "Ông có thừa nhận tác chứng hướng quả Dự Lưu dứt thì sinh quả Dự lưu khác?

Đáp: Không đúng.

Hỏi: Ông thừa nhận đuối lý. Nếu "kia khác với kia", lẽ ra nên nói "những vị sau khi dứt tác chứng hướng quả Dự Lưu thì phát sinh cái khác là quả Dự lưu"; lời này của ông không hợp đạo lý. Nếu ông không nói "những vị sau khi dứt tác chứng hướng quả Dự Lưu thì

---

[124] Đang hướng quả, thì không thể nói là trụ quả hay đắc quả.

[125] 成就於果, Skt *phalena samanvāgataḥ*; quả đã đắc và chưa mất quả, gọi là thành tựu quả. Dự lưu hướng chưa đắc quả nên nói là không thành tựu quả.

phát sinh cái khác là quả Dự lưu", thì không nên nói "'kia khác với kia'"; nếu nói "kia khác với kia" thì không hợp lý. Nếu nói "không thể nói kia hoặc là kia, hoặc là khác kia" thì nên hỏi "Ông có thừa nhận tác chứng hướng quả Dự Lưu đắc quả Dự Lưu"? Nói thế cũng không thể nói "kia hoặc là kia, hoặc là khác kia."

Đáp: Không đúng.

Hỏi: Ông thừa nhận đuối lý. Nếu không thể nói "kia hoặc là kia, hoặc là khác kia", lẽ ra nên nói "tác chứng hướng quả Dự Lưu đắc quả Dự Lưu"; nói như vậy cũng không thể nói kia hoặc là kia, hoặc là khác; lời nói này của ông không hợp đạo lý. Nếu ông không nói "tác chứng hướng quả Dự Lưu đắc quả Dự Lưu", lời nói này cũng không thể nói kia hoặc là kia, hoặc là khác; thì không nên nói "không thể nói kia hoặc là kia, hoặc là khác". Ông nói như vậy không hợp lý.

"Như tác chứng hướng quả Dự lưu đắc quả Dự Lưu", lời nói này cũng không thể giải thích "kia hoặc là kia, hoặc là khác", thì không nên nói "không thể giải thích 'kia hoặc là kia hoặc là khác.'" Ông nói lời này không hợp đạo lý.

Cũng như tác chứng hướng quả Dự Lưu đối với quả Dự Lưu, trường hợp tác chứng hướng quả Nhất Lai[126] đối với quả Nhất Lai cũng vậy. Điểm khác biệt ở đây là không nên khẳng định tác chứng hướng quả Nhất Lai không thành tựu quả.[127]

2.2. Luận sư Bổ-đặc-già-la nói rằng, bằng đế nghĩa, thắng nghĩa, bổ-đặc-già-la có thể nắm bắt, có thể chứng nghiệm, hiện hữu, hiện khởi, vì thế nhất định có bổ-đặc-già-la.

---

[126] **Skt.** *sakṛda-āgāmin*: Tư-đà-hàm, Nhất Lai.

[127] *Câu xá vi*, tụng 32, T29n1558_p0122c21: Những vị đã đắc quả (Dự lưu), nhưng chưa đắc thắng quả đạo, vị ấy chỉ được gọi là trụ quả (thành tựu quả Dự lưu) chứ không gọi là hướng quả (Nhất lai). Thắng quả đạo (*phalaviśiṣṭo mārgaḥ* = *phalād viśiṣṭo mārgaḥ*), đạo thắng tiến, đặc sắc hơn quả đang đắc: chứng quả Nhất lai v.v...

Luận sư Tánh Không hỏi: Ông có thừa nhận là trong Khế kinh **[539b01]** Thế Tôn đã bằng văn từ, âm vận thiện xảo, khéo nói, tám bổ-đặc-già-la như vậy, an lập một cách xác định, không xen tạp nhau. Đó là, tác chứng hướng quả Dự-Lưu, hoặc quả Dự Lưu..., *cho đến* tác chứng hướng quả A-la-hán, hoặc quả A-la-hán; nhất định có tác chứng hướng quả Dự Lưu riêng biệt, nhất định có quả Dự Lưu riêng biệt..., *cho đến* nhất định có tác chứng hướng quả A-la-hán riêng biệt, nhất định có quả A-la-hán riêng biệt?

Đáp: Đúng thế.

Lại hỏi: Ông có thừa nhận tác chứng hướng quả Bất Hoàn[128] đắc quả Bất Hoàn?

Đáp: Đúng thế.

Luận: Ông thừa nhận đuối lý. Nếu có tám hạng bổ-đặc-già-la, an lập một cách xác định, không xen tạp nhau. Đó là, tác chứng hướng quả Dự-Lưu, hoặc quả Dự Lưu, *cho đến* tác chứng hướng quả A-la-hán, hoặc quả A-la-hán; nhất định có tác chứng hướng quả Dự Lưu riêng biệt, nhất định có quả Dự Lưu riêng biệt, *cho đến* nhất định có tác chứng hướng quả A-la-hán riêng biệt, nhất định có quả A-la-hán riêng biệt, thì không nên nói tác chứng hướng quả Bất Hoàn đắc quả Bất Hoàn. Ông nói như vậy thì không hợp đạo lý.

Nay nếu ông nói tác chứng hướng quả Bất Hoàn đắc quả Bất Hoàn, thì không nên nói tám hạng bổ-đặc-già-la như vậy, an lập một cách xác định, không xen tạp nhau. Đó là, tác chứng hướng quả Dự-Lưu đắc quả Dự Lưu, cho đến tác chứng hướng quả A-la-hán, đắc quả A-la-hán; nhất định có tác chứng hướng quả Dự Lưu riêng biệt, nhất định có quả Dự Lưu riêng biệt, cho đến nhất định có tác chứng hướng quả A-la-hán riêng biệt, nhất định có quả A-la-hán riêng biệt.

---

128 **Skt.** *anāgami-pratipannaka*, A-na-hàm hướng, Bất Lai hướng, Bất Hoàn hướng.

Nếu nói có tám hạng bổ-đặc-già-la, an lập một cách xác định, không xen tạp nhau. Đó là, tác chứng hướng quả Dự-Lưu đắc quả Dự Lưu, cho đến tác chứng hướng quả A-la-hán, đắc quả A-la-hán; nhất định có tác chứng hướng quả Dự Lưu riêng biệt, nhất định có quả Dự Lưu riêng biệt, cho đến nhất định có tác chứng hướng quả A-la-hán riêng biệt, nhất định có quả A-la-hán riêng biệt, thì không hợp đạo lý.

Nếu vị ấy nói: tác chứng hướng quả Bất Hoàn đắc quả Bất Hoàn, thì nên hỏi vị ấy "Ông có thừa nhận 'kia chính là kia'?"

Đáp: Không đúng.

Luận: Ông thừa nhận đuối lý. Nếu tác chứng hướng quả Bất Hoàn nhất định đắc quả Bất Hoàn, lẽ ra nên nói "'kia chính là kia'"; ông nói thế không hợp lý. Nếu ông không nói **[539c01]** "'kia chính là kia,'" thì không nên nói "tác chứng hướng quả Bất Hoàn nhất định đắc quả Bất Hoàn"; nếu nói "tác chứng hướng quả Bất Hoàn nhất định đắc quả Bất Hoàn" thì không hợp đạo lý. Nếu nói "'kia chính là kia,'" thì nên hỏi vị ấy, "ông có thừa nhận tác chứng hướng quả ấy chính là trụ quả?"

Đáp: Không đúng.

Luận: Ông thừa nhận đuối lý. Nếu "kia chính là kia", lẽ ra nên nói tác chứng hướng quả ấy chính là trụ quả; lời này của ông không hợp đạo lý. Nếu ông không nói tác chứng hướng quả ấy chính là trụ quả, thì không nên nói "kia chính là kia"; nếu nói "kia chính là kia" thì không hợp đạo lý. Hơn nữa, nếu nói "kia chính là kia" thì nên hỏi vị ấy, "ông có thừa nhận tác chứng hướng quả Bất Hoàn có sân khuế, mà quả Bất Hoàn ấy xa lìa sân khuế[129]?

Đáp: Đúng thế.

---

[129] Sân chỉ có mặt trong Dục giới. Quả Bất Hoàn không trở lại Dục giới, nên không có sân. *Tì-bà-sa* 65, T27n1545_p0339b24: Bất Hoàn đối trị toàn phần các kết sân khuế, tật, xan.

Lại hỏi: Ông có thừa nhận vị ấy có sân khuể chính là lìa sân khuể?

Đáp: Không đúng.

Luận: Ông thừa nhận đuối lý. Nếu "kia chính là kia", lẽ ra nên nói vị ấy có sân khuể chính là lìa sân khuể; lời nói này của ông không hợp đạo lý. Nếu ông không nói vị ấy có sân khuể chính là lìa sân khuể, thì không nên nói "kia chính là kia"; nếu nói "kia chính là kia" thì không hợp đạo lý. Nếu nói "'kia khác với kia'" thì nên hỏi vị ấy, ông có thừa nhận "tác chứng hướng quả Bất Hoàn dứt[130] thì phát sinh cái khác là quả Bất Hoàn"?

Đáp: Không đúng.

Luận: Ông thừa nhận đuối lý. Nếu "kia khác với kia", lẽ ra nên nói tác chứng hướng quả Bất Hoàn dứt, phát sinh cái khác là quả Bất Hoàn; lời này của ông không hợp đạo lý. Nếu ông không nói "tác chứng hướng quả Bất Hoàn chấm dứt, phát sinh cái khác là quả Bất Hoàn", thì không nên nói "kia khác với kia"; nếu nói "kia khác với kia" thì không hợp đạo lý. Nếu nói "không thể nói 'kia hoặc là kia hoặc là khác', thì nên hỏi vị ấy "ông có thừa nhận (vị) tác chứng hướng quả Bất Hoàn (vị ấy) đắc quả Bất Hoàn?" Nói như thế cũng không thể nói "'kia hoặc là kia hoặc là khác.'"

Đáp: Không đúng.

Luận: Ông thừa nhận đuối lý. Nếu không thể nói "kia hoặc là kia hoặc là khác", lẽ ra nên nói "(vị) tác chứng hướng quả Bất Hoàn, (vị ấy) đắc quả Bất Hoàn"; nói như vậy cũng không thể nói "kia hoặc là

---

[130] 作證向斷. *Câu-xá vi*, tụng 36ac: Trụ quả Dự lưu, đoạn trừ 7-8 phẩm hoặc (trong 9 phẩm tùy miên Dục giới), gọi là nhất gián (*ekavīcika*), vì chỉ còn một đời (*ekajanma*) nữa sẽ nhập Niết-bàn; hoặc gián cách một phẩm phiền não sẽ đắc quả Bất hoàn, trường hợp này, vị ấy được gọi là Bất hoàn hướng – hướng quả thứ ba (Skt. *kṣīṇasaptāṣṭadoṣāṃśa ekajanmaikavīcikaḥ | tṛtīyapratipannaśca*).

kia hoặc là khác"; ông nói như vậy không hợp đạo lý. Nếu ông không nói "(vị) tác chứng hướng quả Bất Hoàn, (vị ấy) đắc quả Bất Hoàn", nói như vậy cũng không thể nói "kia hoặc là kia hoặc là khác", thì không nên nói "không thể nói kia hoặc là [540a01] kia hoặc là khác"; nếu nói "không thể nói "'kia hoặc là kia hoặc là khác'" thì không hợp đạo lý.

2.3. Luận sư Bổ-đặc-già-la nói rằng bằng đế nghĩa, thắng nghĩa, bổ-đặc-già-la có thể nắm bắt, có thể chứng nghiệm, hiện hữu, hiện khởi, vì thế nhất định có bổ-đặc-già-la.

Luận sư Tánh Không hỏi: Ông có thừa nhận là trong Khế kinh Thế Tôn đã bằng văn từ, âm vận thiện xảo, thiện thuyết tám hạng bổ-đặc-già-la như thế, an lập một cách xác định, không xen tạp nhau. Đó là, tác chứng hướng quả Dự-Lưu, đắc quả Dự Lưu..., *cho đến* tác chứng hướng quả A-la-hán, đắc quả A-la-hán; nhất định có tác chứng hướng quả Dự Lưu riêng biệt, nhất định có quả Dự Lưu riêng biệt, cho đến nhất định có tác chứng hướng quả A-la-hán riêng biệt, nhất định có quả A-la-hán riêng biệt?

Đáp: Đúng thế.

Lại hỏi: Ông có thừa nhận (vị) tác chứng hướng quả A-la-hán, (vị ấy) đắc quả A-la-hán?

Đáp: Đúng thế.

Luận: Ông thừa nhận đuối lý. Nếu có tám hạng bổ-đặc-già-la, an lập một cách xác định, không xen tạp nhau. Đó là, tác chứng hướng quả Dự-Lưu, đắc quả Dự Lưu..., *cho đến* tác chứng hướng quả A-la-hán, đắc quả A-la-hán; nhất định có tác chứng hướng quả Dự Lưu riêng biệt, nhất định có quả Dự Lưu riêng biệt, *cho đến* nhất định có tác chứng hướng quả A-la-hán riêng biệt, nhất định có quả A-la-hán riêng biệt, thì không nên nói (vị) tác chứng hướng quả A-la-hán, (vị ấy) đắc quả A-la-hán. Lời này của ông không hợp đạo lý.

Nay nếu ông nói (vị) tác chứng hướng quả A-la-hán, (vị ấy) đắc quả A-la-hán, thì không nên nói tám hạng bổ-đặc-già-la như vậy, an lập một cách xác định, không xen tạp nhau. Đó là, tác chứng hướng quả Dự-Lưu, đắc quả Dự Lưu..., *cho đến* tác chứng hướng quả A-la-hán, đắc quả A-la-hán; nhất định có tác chứng hướng quả Dự Lưu riêng biệt, nhất định có quả Dự Lưu riêng biệt..., *cho đến* nhất định có tác chứng hướng quả A-la-hán riêng biệt, nhất định có quả A-la-hán riêng biệt; nếu nói có tám hạng bổ-đặc-già-la, an lập một cách xác định, không xen tạp nhau. Đó là, tác chứng hướng quả Dự-Lưu đắc quả Dự Lưu, *cho đến* tác chứng hướng quả A-la-hán, đắc quả A-la-hán; nhất định có tác chứng hướng quả Dự Lưu riêng biệt, nhất định có quả Dự Lưu riêng biệt, *cho đến* nhất định có **[540b01]** tác chứng hướng quả A-la-hán riêng biệt, nhất định có quả A-la-hán riêng biệt, thì không hợp đạo lý.

Vị ấy nói, tác chứng hướng quả A-la-hán nhất định đắc quả A-la-hán, thì nên hỏi vị ấy, "ông có thừa nhận "'kia chính là kia'?"

Đáp: Không đúng.

Luận: Ông thừa nhận đuối lý. Nếu có (vị) tác chứng hướng quả A-la-hán nhất định đắc quả A-la-hán, thì nên nói "kia chính là kia"; lời này của ông không hợp đạo lý. Nếu ông không nói "kia chính là kia", thì không nên nói (vị) tác chứng hướng quả A-la-hán nhất định đắc quả A-la-hán; nếu nói "(vị) tác chứng hướng quả A-la-hán nhất định đắc quả A-la-hán" thì không hợp đạo lý. Nếu nói "kia chính là kia", thì nên hỏi vị ấy, ông có thừa nhận tác chứng hướng quả ấy chính là trụ quả?

Đáp: Không đúng.

Luận: Ông thừa nhận đuối lý. Nếu "kia chính là kia", lẽ ra nên nói (vị) tác chứng hướng quả ấy chính là (vị) trụ quả; lời nói này không hợp đạo lý. Nếu ông không nói tác chứng hướng quả ấy chính là trụ quả, thì không nên nói "kia chính là kia"; nếu nói "kia chính là kia" thì không hợp đạo lý. Hơn nữa, nếu nói "kia chính là kia" thì nên hỏi vị ấy: "Ông có thừa nhận tác chứng hướng quả A-la-hán chưa hoàn toàn ly tham, chưa hoàn toàn ly mạn, chưa hoàn toàn ly vô minh,[131] vẫn còn phải học[132]; quả A-la-hán đã hoàn toàn ly tham, đã hoàn toàn ly mạn, đã hoàn toàn ly vô minh, không còn gì phải học,[133] việc cần làm đã làm xong"?

Đáp: Đúng thế.

Lại hỏi: Ông có thừa nhận rằng, vị ấy còn việc cần làm chính là đã làm xong việc cần làm?

Đáp: Không đúng.

Luận: Ông thừa nhận đuối lý. Nếu "kia chính là kia" thì nên nói vị kia còn việc cần làm chính là đã làm xong việc cần làm. Lời ông nói không hợp đạo lý. Nếu ông không nói vị kia còn việc cần làm chính là đã làm xong việc cần làm, thì không nên nói "kia chính là kia"; nếu nói "'kia chính là kia'" thì không hợp đạo lý. Nếu nói "kia khác với kia" thì nên hỏi vị ấy, "ông có thừa nhận rằng, tác chứng hướng quả A-la-hán dứt,[134] phát sinh cái khác là quả A-la-hán?"

Đáp: Không phải.

Luận: Ông thừa nhận đuối lý. Nếu "kia khác với kia", lẽ ra nên nói tác chứng hướng quả A-la-hán chấm dứt, phát sinh cái khác là quả A-la-hán. Ông nói như thế không hợp lý. Nếu ông không nói "tác

---

[131] Tham, mạn, vô minh: ba tùy miên thuộc tu sở đoạn thượng giới.

[132] A-la-hán hướng còn thuộc hàng hữu học.

[133] vô học, quả A-la-hán.

[134] 作證向斷, *Câu-xá vi*, tụng 44: Vị Bất hoàn trụ quả đoạn phiền não đến lớp thứ 8 trong Hữu đỉnh (*bhavāgra*) thành A-la-hán hướng (*arhattvapratipannaka*); dù đoạn trừ trong vô gián đạo (*anantaryamārga*) đoạn trừ phiền não đến lớp 9 trong Hữu đỉnh vẫn là A-la-hán hướng. Duy chỉ bằng Kim cang dụ định (*vajropama*) đoạn tận phẩm 9 phiền não Hữu đỉnh, trực tiếp sau đó đắc quả A-la-hán.

chứng hướng quả A-la-hán chấm dứt, phát sinh cái khác là quả A-la-hán" thì không nên nói "kia khác với kia"; nếu nói "kia khác với kia" thì không hợp đạo lý. Nếu [540c01] nói: "không thể nói 'kia hoặc là kia hoặc là khác'" thì nên hỏi vị ấy: "ông có thừa nhận rằng, tác chứng hướng quả A-la-hán đắc quả A-la-hán"? Nói như vậy cũng không thể nói "kia hoặc là kia hoặc là khác".

Đáp: Không đúng.

Luận: Ông thừa nhận đuối lý. Nếu không thể nói "kia hoặc là kia hoặc là khác", lẽ ra nên nói (vì) tác chứng hướng quả A-la-hán (vị ấy) đắc quả A-la-hán; nói như vậy cũng không thể nói "kia hoặc là kia hoặc là khác". Ông nói như vậy không hợp đạo lý. Nếu ông không nói (vì) tác chứng hướng quả A-la-hán (vị ấy) đắc quả A-la-hán, lời nói như vậy cũng không thể nói "kia hoặc là kia hoặc là khác", thì không nên nói "không thể nói 'kia hoặc là kia hoặc là khác'"; nếu nói "không thể nói 'kia hoặc là kia hoặc là khác'" thì không hợp đạo lý.

1.3. Ba Tụ

4.1. Luận sư Bổ-đặc-già-la nói rằng: bằng đế nghĩa, thắng nghĩa, bổ-đặc-già-la có thể nắm bắt, có thể chứng nghiệm, hiện hữu, hiện khởi, vì thế nhất định có bổ-đặc-già-la.

Luận sư Tánh Không hỏi: Ông có thừa nhận là trong Khế kinh Thế Tôn đã bằng văn từ, âm vận thiện xảo, thiện thuyết, có ba tụ như thế an lập một cách xác định, không xen tạp nhau. Đó là, bất định tụ, tà tính định tụ, chánh tính định tụ;[135] nhất định có bất định tụ riêng biệt, nhất định có tà tính định tụ riêng biệt, nhất định có chánh tính định tụ riêng biệt?

Đáp: Đúng thế.

---

[135] *Tập dị môn*, Ch. IV. Ba pháp. 18. ba tụ. D.33. *Saṅgīti* (PTS. iii.218): *tayo rāsī – micchattaniyato rāsi, sammattaniyato rāsi, aniyato rāsi.* *Câu xá iii*, tụng 44b. Skt. *trayo rāśayaḥ— samyaktvaniyato rāśiḥ, mithyātvaniyato rāśiḥ, aniyato rāśiriti.*

Lại hỏi: Ông có thừa nhận, có (hạng) từ bất định tụ thể nhập tà tính định tụ?

Đáp: Đúng thế.

Luận: Ông thừa nhận đuối lý. Nếu có ba tụ an lập một cách xác định, không xen tạp nhau. Đó là, bất định tụ, tà tính định tụ, chánh tính định tụ; nhất định có bất định tụ riêng biệt, nhất định có tà tính định tụ riêng biệt, nhất định có chánh tính định tụ riêng biệt, thì không nên nói có (hạng) từ bất định tụ thể nhập tà tính định tụ; ông nói thế này không hợp đạo lý. Nay nếu ông nói có (hạng) từ bất định tụ thể nhập tà tính định tụ thì không nên nói ba tụ như vậy an lập một cách xác định, không xen tạp nhau. Đó là, bất định tụ, tà tính định tụ, chánh tính định tụ; nhất định có bất định tụ riêng biệt, nhất định có tà tính định tụ riêng biệt, nhất định có chánh tính định tụ riêng biệt; nếu nói có ba tụ an lập một cách xác định, không xen tạp nhau, đó là bất định tụ, tà tính định tụ, chánh tính định tụ; nhất định có bất định tụ riêng biệt, nhất định có tà tính định tụ riêng biệt, nhất định có chánh tính định tụ riêng biệt, thì không hợp đạo lý. Nếu vị ấy **[541a01]** nói, nhất định có (hạng) từ bất định tụ thể nhập tà tính định tụ thì nên hỏi vị ấy, "ông có thừa nhận "kia chính là kia"?

Đáp: Không đúng.

Luận: Ông thừa nhận đuối lý. Nếu nhất định có (hạng) từ bất định tụ thể nhập tà tính định tụ, thì lẽ ra nên nói "kia chính là kia"; lời ông nói không hợp đạo lý. Nếu ông không nói "kia chính là kia" thì không nên nói nhất định có trường hợp từ bất định tụ thể nhập tà tính định tụ; nếu nói nhất định có trường hợp từ bất định tụ thể nhập tà tính định tụ thì không hợp đạo lý. Nếu nói "kia chính là kia" thì nên hỏi vị ấy, "ông có thừa nhận những ai trụ bất định tụ (cũng) chính là trụ tà tính định tụ"?

Đáp: Không đúng.

Luận: Ông thừa nhận đuối lý. Nếu "kia chính là kia" thì nên nói những ai trụ bất định tụ chính là trụ tà tính định trụ. Ông nói như vậy không hợp đạo lý. Nếu ông không nói những ai trụ bất định tụ chính là trụ tà tính định trụ thì không nên nói "kia chính là kia"; nếu nói "kia chính là kia" thì không hợp lý. Hơn nữa, nếu nói "kia chính là kia" thì nên hỏi vị ấy "ông có thừa nhận trụ bất định tụ có khả năng phát sinh vô lậu căn, lực, giác chi; trụ tà tính định không có khả năng đó?"

Đáp: Đúng thế.

Lại hỏi: Ông có thừa nhận rằng có khả năng chính là không có khả năng?

Đáp: Không đúng.

Luận: Ông thừa nhận đuối lý. Nếu "kia chính là kia" thì nên nói vị ấy có khả năng chính là không có khả năng. Ông nói như thế là không hợp đạo lý. Nếu ông không nói có khả năng chính là không có khả năng, thì không nên nói "kia chính là kia"; nếu nói "kia chính là kia" thì không hợp lý. Nếu nói "kia khác với kia" thì nên hỏi vị ấy, "ông có thừa nhận những ai trụ bất định tụ chấm dứt, sinh vào trụ tà tính định tụ khác?"

Đáp: Không đúng.

Luận: Ông thừa nhận đuối lý. Nếu có thể nói "kia khác với kia" thì nên nói những ai trụ bất định tụ chấm dứt, thể nhập trụ tà tính định tụ khác. Ông nói như thế không hợp đạo lý. Nếu ông không nói những ai trụ bất định tụ chấm dứt, sinh vào trụ tà tính định tụ khác, thì không nên nói "kia khác với kia"; nếu nói "kia khác với kia" thì không hợp lý. Nếu nói "không thể nói 'kia hoặc chính là kia hoặc là khác kia'" thì nên hỏi vị ấy "ông có thừa nhận những ai từ bất định tụ thể nhập tà tính định tụ? Nói như vậy cũng không thể nói "kia hoặc là kia hoặc là khác."

Đáp: Không đúng.

Luận: Ông thừa nhận đuối lý. Nếu không thể nói kia hoặc chính là kia **[541b01]** hoặc là khác, thì nên nói những ai từ bất định tụ thể nhập tà tính định tụ; nói như vậy cũng không thể nói "kia hoặc chính là kia hoặc là khác". Ông nói thế không hợp lý. Nếu ông không nói những ai từ bất định tụ thể nhập tà tính định tụ, nói như vậy cũng không thể nói "kia hoặc chính là kia hoặc là khác kia"; thì không nên nói "không thể nói 'kia hoặc là kia hoặc là khác kia'"; nếu nói "không thể nói 'kia hoặc là kia hoặc là khác'" thì không hợp lý.

4.2. Luận sư Bổ-đặc-già-la nói rằng, bằng đế nghĩa, thắng nghĩa, bổ-đặc-già-la có thể nắm bắt, có thể chứng nghiệm, hiện hữu, hiện khởi, vì thế nhất định có bổ-đặc-già-la.

Luận sư Tánh Không hỏi: Ông có thừa nhận là trong Khế kinh Thế Tôn đã bằng văn từ, âm vận thiện xảo, thiện thuyết ba tụ như vậy an lập một cách xác định, không xen tạp nhau. Đó là, bất định tụ, tà tính định tụ, chánh tính định tụ; nhất định có bất định tụ riêng biệt, nhất định có tà tính định tụ riêng biệt, nhất định có chánh tính định tụ riêng biệt.

Đáp: Đúng thế.

Lại hỏi: Ông có thừa nhận có hạng từ bất định tụ thể nhập chánh tính định tụ?[136]

Đáp: Đúng thế.

Luận: Ông thừa nhận đuối lý. Nếu có ba tụ an lập một cách xác định, không xen tạp nhau. Đó là, bất định tụ, tà tính định tụ, chánh tính định tụ; nhất định có bất định tụ riêng biệt, nhất định có tà tính

---

[136] *Tì-bà-sa 3*, T27n1545_p0013b02: Nói là nhập chánh tính quyết định (*samyakniyāma*), ấy là, khi từ bất định tụ xuất, nhập chánh định tụ (*samyajniyatarāśí*). – *Câu-xá iii*, tụng 44b; *chánh tính* (*samyaktva*): do đoạn trừ tất cả phiền não; *định* (*niyata*), quyết định Thánh giả, do cứu cánh ly hệ.

định tụ riêng biệt, nhất định có chánh tính định tụ riêng biệt, thì không nên nói có hạng từ bất định tụ thể nhập chánh tính định tụ. Ông nói như vậy không hợp đạo lý. Nay nếu ông nói có trường hợp từ bất định tụ thể nhập chánh tính định tụ thì không nên nói ba tụ như thế an lập một cách xác định, không xen tạp nhau. Đó là, bất định tụ, tà tính định tụ, chánh tính định tụ; nhất định có bất định tụ riêng biệt, nhất định có tà tính định tụ riêng biệt, nhất định có chánh tính định tụ riêng biệt; nếu nói có ba tụ an lập một cách xác định, không xen tạp nhau. Đó là, bất định tụ, tà tính định tụ, chánh tính định tụ; nhất định có bất định tụ riêng biệt, nhất định có tà tính định tụ riêng biệt, nhất định có chánh tính định tụ riêng biệt, thì không hợp đạo lý. Nếu vị ấy nói, nhất định có hạng từ bất định tụ thể nhập chánh tính định tụ, thì nên hỏi vị ấy "ông có thừa nhận 'kia chính là kia'?"

Đáp: Không đúng.

Luận: Ông thừa nhận đuối lý. Nếu nhất định có hạng từ bất định tụ thể nhập chánh tính định tụ, thì nên nói "kia chính là kia". Ông nói như thế không hợp lý. Nếu ông không [541c01] nói "kia chính là kia" thì không nên nói nhất định có hạng từ bất định tụ thể nhập chánh tính định tụ; nếu nói nhất định có hạng "từ bất định tụ thể nhập chánh tính định tụ" thì không hợp đạo lý. Nếu nói "kia chính là kia" thì nên hỏi vị ấy "ông có thừa nhận những ai trụ bất định tụ chính là trụ chánh tính định tụ"?

Đáp: Không đúng.

Luận: Ông thừa nhận đuối lý. Nếu "kia chính là kia" thì nên nói những ai trụ bất định tụ chính là trụ chánh tính định tụ. Ông nói như thế không hợp đạo lý. Nếu ông không nói những ai trụ bất định tụ chính là trụ chánh tính định tụ thì không nên nói "kia chính là kia"; nếu nói "kia chính là kia" thì không hợp đạo lý.

4.3. Lại nữa, nếu nói "kia chính là kia" thì nên hỏi vị ấy "ông có thừa nhận rằng, những ai trụ bất định tụ là phước điền có hạn lượng, trụ chánh tính định tụ là phước điền vô lượng"?

Đáp: Đúng thế.

Lại hỏi: Ông có thừa nhận, những ai là phước điền có hạn lượng cũng chính là phước điền vô lượng?

Đáp: Không đúng.

Luận: Ông thừa nhận đuối lý. Nếu "kia chính là kia" thì nên nói những ai là phước điền có hạn lượng cũng chính là phước điền vô lượng. Ông nói như vậy không hợp đạo lý. Nếu ông không nói những ai là phước điền có hạn lượng cũng chính là phước điền vô lượng, thì không nên nói "kia chính là kia"; nếu nói "kia chính là kia" thì không hợp đạo lý. Nếu nói "kia khác với kia" thì nên hỏi vị ấy "ông có thừa nhận những ai dứt trụ bất định tụ, phát sinh tụ khác là trụ chánh tính định tụ?"

Đáp: Không đúng.

Luận: Ông thừa nhận đuối lý. Nếu "kia khác với kia", thì nên nói những ai dứt trụ bất định tụ, phát sinh tụ khác là trụ chánh tính định tụ. Ông nói thế không hợp đạo lý. Nếu ông không nói những ai dứt trụ bất định tụ, phát sinh tụ khác là trụ, thì không nên nói "kia khác với kia"; nếu nói "kia khác với kia" thì không hợp lý. Nếu nói "không thể nói 'kia hoặc là kia hoặc là khác'" thì nên hỏi vị ấy, "ông có thừa nhận có hạng từ bất định tụ thể nhập chánh tính định tụ?" Nói thế cũng không thể nói "kia hoặc là kia hoặc là khác".

Đáp: Không đúng.

Luận: Ông thừa nhận đuối lý. Nếu không thể nói "kia hoặc là kia hoặc là khác", thì nên nói có hạng từ bất định tụ thể nhập chánh tính định tụ; nói như vậy cũng không thể nói "kia hoặc là kia hoặc là khác". Ông nói thế không hợp lý. Nếu ông không nói có hạng từ bất định tụ thể nhập chánh tính định tụ, nói như thế cũng không thể nói "kia hoặc là kia hoặc là khác"; thì [542a01] không nên nói "không thể nói 'kia hoặc là kia hoặc là khác'"; nếu nói "không thể nói 'kia hoặc là kia hoặc là khác',” thì không hợp đạo lý.[137]

1.4. Ba bổ-đặc-già-la

Luận sư Bổ-đặc-già-la nói rằng, bằng đế nghĩa, thắng nghĩa, bổ-đặc-già-la có thể nắm bắt, có thể chứng nghiệm, hiện hữu, hiện khởi, vì thế nhất định có bổ-đặc-già-la.

Luận sư Tánh Không hỏi: Ông có thừa nhận là trong Khế kinh Thế Tôn đã bằng văn từ, âm vận thiện xảo, thiện thuyết, ba bổ-đặc-già-la như thế, được an lập một cách xác định, không xen tạp nhau, đó là bổ-đặc-già-la học, bổ-đặc-già-la vô học, bổ-đặc-già-la phi học phi vô học.[138]

Đáp: Đúng thế.

Luận: Pháp cũng có ba: pháp học, pháp vô học, pháp phi học phi vô học.[139]

---

[137] Hết quyển 2.

[138] Ba học: 1. Hữu học (*śaikṣa*); 2. vô học (*aśaikṣa*); phi hữu học phi vô học (*naivaśaikṣanāśaikṣa*). *Phát trí 2*, T26n1544_p0923b22: “Thế nào là hữu học? Đó là sự thủ đắc xúc chứng do đắc đoạn trừ tất cả kết của hữu học. Thế nào là vô học? Đó là sự thủ đắc xúc chứng do đắc đoạn trừ tất cả kết của vô học. Thế nào là phi học phi vô học? Đó là sự thủ đắc xúc chứng do đắc đoạn trừ tất cả kết đắc của hữu lậu. JPS. 31: *śaikṣaṃ katamat| tathā hi| śaikṣasya sarvasaṃyojanakṣayalābhe sparśānubhavapratilambhaḥ| aśaikṣaṃ katamat| tathā hi| aśaikṣasya sarvasaṃyojanakṣayalābhe sparśānubhavapratilambhaḥ| naśaikṣanāśaikṣaṃ katamat| tathā hi| sāsravasya sarvasaṃyojanakṣayalābhe sparśānubhavapratilambhaḥ| Câu-xá 24*, T29n1558_p0126c29: Bốn hướng và ba quả, bảy hạng Thánh giả này đều hàng hữu học, do vì để đoạn tận hữu lậu nên thường xuyên cầu học; học tăng thượng giới, tăng thượng tâm, tăng thượng huệ (*Pradhan* 365[19]: *āsravakṣayāya nityaṃ śikṣaṇaśīlatvācchikṣātraye adhiśīlamadhicittamadhiprajñaṃ ca*).

[139] *Câu-xá 24*, T29n1558_p0127a11: Pháp hữu học (*śaikṣadharma*) là những gì? Các pháp (hữu vi) vô lậu của hữu học (*śaikṣasyānāsravāḥ*).

Đáp: Đúng thế.

Lại hỏi: Ông có thừa nhận, trước hết là bổ-đặc-già-la phi học phi vô học, rồi thành bổ-đặc-già-la học; đã thành bổ-đặc-già-la học rồi, sau thành bổ-đặc-già-la vô học; đã thành bổ-đặc-già-la vô học rồi, lại thành bổ-đặc-già-la học?

Đáp: Đúng thế.

Lại hỏi: Ông có thừa nhận, trước hết là pháp phi học phi vô học, rồi thành pháp học; đã thành pháp học rồi, sau thành pháp vô học; đã thành pháp vô học rồi, sau lại thành pháp học?

Đáp: Không đúng.

Luận: Ông thừa nhận đuối lý. Nếu trước hết là bổ-đặc-già-la phi học phi vô học,[140] rồi thành bổ-đặc-già-la học[141]; đã thành bổ-đặc-già-la học rồi, sau thành bổ-đặc-già-la vô học;[142] đã thành bổ-đặc-già-la vô học rồi, sau lại thành bổ-đặc-già-la học,[143] thế thì nên nói trước hết là pháp phi học phi vô học, rồi thành pháp học; đã thành pháp học rồi, sau thành pháp vô học; đã thành pháp vô học rồi, sau lại thành pháp học. Ông nói như vậy không hợp đạo lý. Nếu ông không nói trước hết là pháp phi học phi vô học, rồi thành pháp học, đã thành pháp học rồi, sau thành pháp vô học, đã thành pháp vô học rồi, sau lại **[542b01]** thành pháp học, thì không nên nói trước hết là bổ-đặc-già-la phi học phi vô học, rồi thành bổ-đặc-già-la học; đã thành bổ-đặc-già-la học

---

Pháp vô học là những gì? Các pháp (hữu vi) vô lậu của vô học. Niết-bàn vì sao không thuộc hữu học? Vì vô học và dị sanh đều tương ưng pháp này (*aśaikṣapṛthagjanayor api tadyogāt*). Vì sao Niết-bàn không thuộc vô học? Vì hữu học và dị sanh đều tương ưng pháp này (*śaikṣapṛthagjanayor api tadyogāt*).

[140] Dị sanh (phàm phu) thành tựu pháp phi học phi vô học.

[141] Bảy hạng Thánh giả (4 hướng & 3 quả) thành tựu pháp hữu học.

[142] A-la-hán quả thành tựu pháp vô học.

[143] Niết-bàn không thuộc pháp vô học.

rồi, sau thành bổ-đặc-già-la vô học; đã thành bổ-đặc-già-la vô học rồi, sau lại thành bổ-đặc-già-la học; nếu nói rằng trước hết là bổ-đặc-già-la phi học phi vô học, rồi thành bổ-đặc-già-la học; đã thành bổ-đặc-già-la học rồi, sau thành bổ-đặc-già-la vô học; đã thành bổ-đặc-già-la vô học rồi, sau lại thành bổ-đặc-già-la học, thì không hợp đạo lý.

1.5. Ba thuận thọ tự-tha-tự tha tác

Luận sư Bổ-đặc-già-la nói rằng, có ngã, hữu tình, mạng, sinh giả, dưỡng dục, sĩ phu, bổ-đặc-già-la[144]; do có bổ-đặc-già-la nên tạo tác các nghiệp, hoặc thuận lạc thọ, hoặc thuận khổ thọ, hoặc thuận bất khổ bất lạc thọ; đã tạo nghiệp thuận lạc thọ thì lãnh thọ lạc thọ, đã tạo nghiệp thuận khổ thọ thì lãnh thọ khổ thọ, đã tạo nghiệp bất khổ bất lạc thọ thì lãnh thọ bất khổ bất lạc thọ.

Luận sư Tánh Không hỏi: Ông có thừa nhận rằng khổ lạc do mình tự tạo?[145]

Đáp: Không đúng.

Luận: Ông thừa nhận đuối lý. Nếu có ngã, hữu tình, mạng, sinh giả, dưỡng dục, sĩ phu, bổ-đặc-già-la; do có bổ-đặc-già-la nên tạo tác các nghiệp, hoặc thuận lạc thọ, hoặc thuận khổ thọ, hoặc thuận bất khổ bất lạc thọ; đã tạo nghiệp thuận lạc thọ thì lãnh thọ lạc thọ, đã tạo nghiệp thuận khổ thọ thì lãnh thọ khổ thọ, đã tạo nghiệp thuận bất khổ bất lạc thọ thì lãnh thọ bất khổ bất lạc thọ, thế thì nên nói khổ lạc do tự mình tạo. Lời ông nói không hợp đạo lý. Nếu ông không nói khổ lạc do tự mình tạo, thì không nên nói có ngã, hữu tình, mạng, sinh giả, dưỡng dục, sĩ phu, bổ-đặc-già-la; do có bổ-đặc-già-la nên có thể tạo các nghiệp, hoặc thuận lạc thọ, hoặc thuận khổ thọ, hoặc thuận bất khổ bất khổ lạc thọ; đã tạo nghiệp thuận lạc thọ thì lãnh thọ lạc thọ,

---

[144] Các từ chỉ tự ngã: ngã (*ātman*), hữu tình (*sattva*), mạng (*jīva*), sinh giả (*janman*), dưỡng dục (*poṣa*), sĩ phu = con người (*puruṣya*), bổ-đặc-già-la (*pudgala*). Xem *Pháp uẩn*, phẩm Học xứ, "Cận sự luật nghi" (Việt dịch, [TVI] tập 22, cht. 45, 46, 47, tr. 89).

[145] Cf. *Kathāvatthu* §212 (PTS.52): *sayaïkataṃ sukhadukkhanti?*

đã tạo nghiệp thuận khổ thọ rồi lãnh thọ khổ thọ, đã tạo nghiệp thuận bất khổ bất lạc thọ rồi lãnh thọ bất khổ bất lạc thọ.

Nếu nói có ngã, hữu tình, mạng, sinh giả, dưỡng dục, sĩ phu, bổ-đặc-già-la; do có bổ-đặc-già-la nên tạo tác các nghiệp, hoặc thuận lạc thọ, hoặc thuận khổ thọ, hoặc thuận bất khổ bất lạc thọ; đã tạo nghiệp thuận lạc thọ rồi lãnh thọ lạc thọ, đã tạo nghiệp thuận khổ thọ rồi lãnh thọ khổ thọ, đã tạo nghiệp thuận bất khổ bất lạc thọ rồi lãnh thọ bất khổ bất lạc thọ, thì không hợp đạo lý.

Nếu nói rằng khổ lạc do tự mình tạo tác thì nên [542c01] hỏi vị ấy, "Ông có thừa nhận rằng trong Khế kinh Thế Tôn đã bằng văn từ, âm vận thiện xảo, lời nói thiện xảo, nói cho xuất gia ngoại đạo Kiềm-bộ-lư[146]: "Kiềm-bộ-lư, cảm thọ và người thể nghiệm cảm thọ là một; những ai cho rằng khổ lạc mình tự tạo, Ta không hề nói như vậy"[147]?

Đáp: Đúng thế.

Luận: Ông thừa nhận đuối lý. Nếu tự mình tạo tác khổ lạc thì không nên nói trong Khế kinh Thế Tôn đã bằng văn từ, âm vận thiện xảo, lời nói thiện xảo, nói cho xuất gia ngoại đạo Kiềm-bộ-lư: "Kiềm-bộ-lư, chính cảm thọ là người thể nghiệm cảm thọ; những ai cho rằng khổ lạc do ta tự tạo, Ta không hề nói như vậy." Ông nói như vậy không hợp đạo lý.

Nay nếu ông nói trong Khế kinh Thế Tôn đã bằng văn từ, âm vận thiện xảo, lời nói thiện xảo, nói cho xuất gia ngoại đạo Kiềm-bộ-lư: "Kiềm-bộ-lư, chính cảm thọ là người thể nghiệm cảm thọ; những ai cho rằng khổ lạc do ta tự tạo, Ta không hề nói như vậy." Thế thì, không nên nói khổ lạc do ta tự tạo; nếu nói chính ta tự tạo tác khổ lạc

---

[146] 鉆部盧. *Pāli* *Timbaruka*.

[147] S.12.18 (PTS. ii.23): *sā vedanā, so vedayatī'ti kho, timbaruka, ādito sato 'sayaṃkataṃ sukhadukkhan'ti evampāhaṃ na vadāmi.* Tạp 12, kinh 303, T02n0099_p0086b24 呫牟留外道出家 Điếm-mâu-lưu ngoại đạo xuất gia.

là điều không hợp lý.

Nếu nói khổ lạc do người khác tạo ra[148] thì nên hỏi vị ấy: Ông có thừa nhận, trong Khế kinh Thế Tôn đã bằng văn từ, âm vận thiện xảo, lời nói thiện xảo, nói cho xuất gia ngoại đạo Kiềm-bộ-lư rằng, "Kiềm-bộ-lư, cảm thọ là một cái khác và người thể nghiệm thọ là một cái khác; những ai cho rằng khổ lạc do người khác tạo ra; Ta không nói như vậy."[149]

Đáp: Đúng thế.

Luận: Ông thừa nhận đuối lý. Nếu người khác tạo tác khổ lạc thì không nên nói trong Khế kinh Thế Tôn đã bằng văn từ, âm vận thiện xảo, lời nói thiện xảo, nói cho xuất gia ngoại đạo Kiềm-bộ-lư: "Kiềm-bộ-lư, cảm thọ là một cái khác và người thể nghiệm thọ là một cái khác; những ai cho rằng khổ lạc do người khác tạo ra; Ta không nói như vậy." Ông đáp như thế không hợp đạo lý.

Nay nếu ông nói trong Khế kinh Thế Tôn đã bằng văn từ, âm vận thiện xảo, lời nói thiện xảo, nói cho xuất gia ngoại đạo Kiềm-bộ-lư: "Kiềm-bộ-lư, cảm thọ là một cái khác và người thể nghiệm thọ là một cái khác; những ai cho rằng khổ lạc do người khác tạo ra; Ta không nói như vậy"; thì không nên nói khổ lạc do người khác tạo ra; nếu nói người khác tạo ra khổ lạc là không hợp đạo lý.

Luận sư Bổ-đặc-già-la nói: có ngã, hữu tình, mạng, sinh giả, dưỡng dục, sĩ phu, bổ-đặc-già-la; do có bổ-đặc-già-la nên có thể tạo các nghiệp, hoặc thuận lạc thọ, hoặc thuận khổ thọ, hoặc thuận bất khổ bất lạc thọ. Đã tạo nghiệp thuận lạc thọ thì lãnh thọ lạc thọ, đã tạo nghiệp thuận khổ thọ thì lãnh thọ khổ thọ, đã tạo nghiệp bất khổ bất

---

[148] *Kathāvatthu*, dẫn trên: *parankataṃ sukhadukkhanti?*

[149] Pāli, đã trên, '*aññā vedanā, añño vedayatī'ti kho, timbaruka, vedanābhitunnassa sato 'paraṃkataṃ sukhadukkhan'ti evampāhaṃ na vadāmi.*"

lạc thọ thì lãnh thọ bất khổ bất lạc thọ.

Luận sư Tánh Không hỏi: Ông có **[543a01]** thừa nhận rằng, "người này tạo tác, người này thọ nhận"? [150]

Đáp: Không đúng.

Luận: Ông thừa nhận đuối lý. Nếu có ngã, hữu tình, mạng, sinh giả, dưỡng dục, sĩ phu, bổ-đặc-già-la; do có bổ-đặc-già-la nên tạo tác các nghiệp, hoặc thuận lạc thọ, hoặc thuận khổ thọ, hoặc thuận bất khổ bất lạc thọ. Đã tạo nghiệp thuận lạc thọ rồi lãnh thọ lạc thọ, đã tạo nghiệp thuận khổ thọ rồi lãnh thọ khổ thọ, đã tạo nghiệp bất khổ bất lạc thọ rồi lãnh thọ bất khổ bất lạc thọ, thì nên nói "người này tạo tác, người này thọ nhận". Lời ông nói không hợp đạo lý.

Nếu ông không nói "người này tạo tác, người này thọ nhận" thì không nên nói có ngã, hữu tình, mạng, sinh giả, dưỡng dục, sĩ phu, bổ-đặc-già-la; do có bổ-đặc-già-la mà tạo tác các nghiệp, hoặc thuận lạc thọ, hoặc thuận khổ thọ, hoặc thuận bất khổ bất lạc thọ; đã tạo nghiệp thuận lạc thọ rồi lãnh thọ lạc thọ, đã tạo nghiệp thuận khổ thọ rồi lãnh thọ khổ thọ, đã tạo nghiệp bất khổ bất lạc thọ rồi lãnh thọ bất khổ bất lạc thọ; nếu nói rằng có ngã, hữu tình, mạng, sinh giả, dưỡng dục, sĩ phu, bổ-đặc-già-la; do có bổ-đặc-già-la nên tạo tác các nghiệp, hoặc thuận lạc thọ, hoặc thuận khổ thọ, hoặc thuận bất khổ bất lạc thọ; đã tạo nghiệp thuận lạc thọ rồi lãnh thọ lạc thọ, đã tạo nghiệp thuận khổ thọ rồi lãnh thọ khổ thọ, đã tạo nghiệp bất khổ bất lạc thọ rồi lãnh thọ bất khổ bất lạc thọ, thì không hợp đạo lý.

Nếu nói "người này tạo tác, người này thọ nhận" thì nên hỏi vị ấy, "Ông có thừa nhận trong Khế kinh Thế Tôn đã bằng văn từ, âm vận thiện xảo, lời nói thiện xảo, nói cho một phạm chí:[151] 'Phạm Chí! Người này tạo tác, người này thọ nhận, là rơi vào biên kiến thường?'"

---

[150] 此作此受. *Kathāvatthu* §212 (PTS. 53) §: *so karoti so paṭisaṃvedeti*.

[151] 梵志. Từ khác, chỉ bà-la-môn (*brahmaṇa*); không rõ xuất xứ Kinh.

Đáp: Đúng thế.

Luận: Ông thừa nhận đuối lý. Nếu "người này tạo tác, người này thọ nhận" thì không nên nói trong Khế kinh Thế Tôn đã bằng văn từ, âm vận thiện xảo, lời nói thiện xảo, nói cho một phạm chí: "Phạm Chí! Người này tạo tác, người này thọ nhận là rơi vào biên kiến thường." Ông nói như vậy không hợp đạo lý.

Nay nếu ông nói trong Khế kinh Thế Tôn đã bằng văn từ, âm vận thiện xảo, lời nói thiện xảo, nói cho một phạm chí: "Phạm Chí! Người này tạo tác, người này thọ nhận là rơi vào biên kiến thường", thì không nên nói "người này tạo tác, người này thọ nhận"; nếu nói "người này tạo tác, người này thọ nhận" thì không hợp đạo lý.

Nếu nói "người tạo tác khác, người thọ nhận khác"[152] thì nên hỏi vị ấy "Ông có thừa nhận trong Khế kinh Thế Tôn đã bằng văn từ, âm vận thiện xảo, lời nói thiện xảo, nói cho một phạm chí: "Phạm Chí! 'Người tạo tác khác, người thọ nhận khác là rơi vào biên kiến đoạn?'"

Đáp: Đúng thế.

Luận: Luận điểm của ông [543b01] rơi vào mâu thuẫn. Nếu "người tạo tác khác, người thọ nhận khác" thì không nên nói trong Khế kinh Thế Tôn đã bằng văn từ, âm vận thiện xảo, lời nói thiện xảo, nói cho một phạm chí: "Phạm Chí! Người tạo tác khác, người thọ nhận khác là rơi vào biên kiến đoạn." Ông nói như thế không hợp đạo lý.

Nay nếu ông nói, trong Khế kinh Thế Tôn đã bằng văn từ, âm vận thiện xảo, lời nói thiện xảo, nói cho một phạm chí: "Phạm Chí! Người tạo tác khác, người thọ nhận khác là rơi vào biên kiến đoạn"; thì không nên nói "người tạo tác khác, người thọ nhận khác"; nếu nói "người tạo tác khác, người thọ nhận khác" thì không hợp đạo lý.

---

[152] 異作異受. *Kathāvatthu*, dẫn trên: *añño karoti añño paṭisaṃvedeti.*

1.6. Kiến-văn-giác-tri

Luận sư Bổ-đặc-già-la nói rằng có ngã, hữu tình, mạng, sinh giả, dưỡng dục, sĩ phu, bổ-đặc-già-la; do có bổ-đặc-già-la nên ở trong các pháp được thấy, nghe, cảm, biết,[153] đã đắc, đã cầu, ý theo đó mà tầm cầu, tư sát.

Luận sư Tánh Không hỏi: Ông có thừa nhận rằng, trong Khế kinh Thế Tôn đã bằng văn từ, âm vận thiện xảo, lời nói thiện xảo, nói cho Bí-sô Át-lý-sắt-tra vốn là người chăn lừa[154]: "Bí-sô! Trong các pháp được thấy, nghe, cảm, biết, đã đắc, đã cầu, ý theo đó mà tầm cầu tư sát, tất cả các pháp như vậy đều không phải ta, của ta, cũng không phải tự ngã của ta,[155] hãy bằng chánh tuệ quán sát thấy như thật như vậy?"[156]

Đáp: Đúng thế.

---

[153] 見聞覺知. *Câu-xá iv,* tụng 75, AK. iv. [Pradhan] 245[12]

cakṣuḥśrotramanaścittair anubhūtaṃ tribhíś ca yat| tad dṛṣṭaśrutavijñātaṃ mataṃ coktaṃ yathākramam||75|| Những gì được cảm nghiệm bởi nhãn thức, được gọi là "cái được thấy". Được chứng nghiệm bởi nhĩ thức, gọi là "cái được nghe". Được chứng nghiệm bởi tỉ, thiệt và thân thức, được gọi là "cái được cảm". Được biết bởi ý, gọi là "cái được biết."

[154] 牧驢頻李瑟吒. *Trung 54,* kinh số 200 A-lê-tra: 阿梨吒 本伽陀婆梨 A-lê-tra bổn già-đà-bà-lê. [Pāli] M. 22. *Alagaddūpamasuttaṃ* (PTS. i. 130) ariṭṭhassa gaddhabādhipubbassa, Ariṭṭha, trước kia là người huấn luyện chim ưng.

[155] 非我我所亦非我我.

[156] *Trung,* kinh số 200 A-lê-tra T01n0026_p0765c12 (Việt dịch, [TVT] tập 6, Kinh bộ VI): "Những gì thuộc về kiến này, những cái được thấy, nghe, nhận thức, biết, được thu hoạch, được quán sát, được tư niệm bởi ý, từ đời này đến đời kia, từ đời kia đến đời này; tất cả chúng đều không là sở hữu của ta, ta không là sở hữu của chúng, và cũng không phải là thần ngã. Như vậy, do tuệ quán sát mà biết như thật về chúng."

Luận: Ông thừa nhận đuối lý. Nếu có ngã, hữu tình, mạng, sinh giả, dưỡng dục, sĩ phu, bổ-đặc-già-la, và do có bổ-đặc-già-la nên đã đắc, đã cầu, ý theo đó tầm cầu, tư sát các pháp được thấy, nghe, cảm, biết, thì không nên nói trong Khế kinh Thế Tôn đã bằng văn từ, âm vận thiện xảo, lời nói thiện xảo, nói cho Bí-sô Át-lý-sắt-tra vốn là người chăn lừa: "Bí-sô! Trong các pháp được thấy, nghe, cảm, biết, đã đắc, đã cầu, ý theo đó mà tầm cầu, tư sát, tất cả các pháp như thế đều không phải ngã, ngã sở, cũng không phải ngã ngã, hãy bằng chánh tuệ quán sát thấy như thật như vậy". Lời nói của ông không hợp đạo lý.

Nay nếu ông nói trong Khế kinh Thế Tôn đã bằng văn từ, âm vận thiện xảo, lời nói thiện xảo, nói cho Bí-sô Át-lý-sắt-tra vốn là người chăn lừa: "Bí-sô! Trong các pháp được thấy, nghe, cảm, biết, đã đắc, đã cầu, ý theo đó mà tầm cầu, tư sát, tất cả các pháp như thế đều không phải ngã, ngã sở, cũng không phải ngã ngã, hãy bằng chánh tuệ quán sát thấy như thật như vậy", thì không nên nói có ngã, hữu tình, mạng, sinh giả, dưỡng dục, sĩ phu, bổ-đặc-già-la; do có bổ-đặc-già-la nên trong các pháp được thấy, nghe, cảm, biết, đã đắc đã cầu, ý theo đó mà tầm cầu, tư sát; nếu nói có ngã, hữu tình, mạng, sinh giả, dưỡng dục, sĩ phu, bổ-đặc-già-la; do có bổ-đặc-già-la nên ở trong các pháp được thấy, nghe, cảm, biết, [543c01] đã đắc đã cầu, ý theo đó mà tầm cầu, tư sát, thì không hợp đạo lý.

TIẾT 2. NHIẾP TỤNG 2

Nói từ sở duyên gì,
Thức thân và niệm trụ,
Giác chi có thể đắc,
Hữu vi và vô vi.

2.1. Sở duyên của từ

Luận sư Tánh Không nói: Bổ-đặc-già-la, bằng đế nghĩa, thắng nghĩa, bổ-đặc-già-la không thể nắm bắt, không thể chứng nghiệm, không hiện hữu, không hiện khởi, vì thế không tồn tại bổ-đặc-già-la.

Luận sư Bổ-đặc-già-la hỏi: Cụ thọ! Từ có sở duyên gì?

Đáp: Các pháp tính hiện hữu, hiện khởi; do tưởng, liên tưởng,[157] mà giả thuyết là hữu tình. Theo nghĩa này, từ duyên đến chuỗi tương tục của các uẩn chấp thọ.[158]

Hỏi: Ông nói từ duyên đến chuỗi tương tục của các uẩn chấp thọ?

Đáp: Đúng thế.

Lại hỏi: Ông có thừa nhận rằng, trong Khế kinh Thế Tôn đã bằng văn từ, âm vận thiện xảo, thiện thuyết, "'Cầu mong các hữu tình được an lạc,'[159] tư duy như vậy thể nhập từ đẳng-chí?"[160]

Đáp: Đúng thế.

Vị ấy nói: Ông thừa nhận đuối lý. Nếu từ duyên chuỗi tương tục của các uẩn chấp thọ, thì không nên nói trong Khế kinh Thế Tôn đã bằng văn từ, âm vận thiện xảo, thiện thuyết: "'Cầu mong các hữu tình

---

[157] 等想.

[158] Các thủ uẩn (*upādānaskandha*).

[159] **Pāli** *sabbe sattā sukhī hontu.* Câu-xá viii, tụng 30a. AK. viii. **Pradhan** 453³, *sukhitā vata sattvā.*

[160] **Skt.** *maitrīsamāpatti*; **Pāli** *mettāsamāpatti.*

được an lạc', tư duy như vậy thể nhập từ đẳng chí." Ông nói như thế không hợp đạo lý. Nay nếu ông nói trong Khế kinh Thế Tôn đã bằng văn từ, âm vận thiện xảo, thiện thuyết, "Cầu mong các hữu tình được an lạc, tư duy như vậy thể nhập từ đẳng chí," thì không nên nói "từ duyên chuỗi tương tục của các uẩn chấp thọ"; nếu nói "từ duyên chuỗi tương tục của các uẩn chấp thọ" thì không hợp đạo lý.

Hỏi: Ông có thừa nhận, trong Khế kinh Thế Tôn đã bằng văn từ, âm vận thiện xảo, thiện thuyết, có sáu thức thân: nhãn thức, nhĩ, tỉ, thiệt, thân, ý thức?

Đáp: Đúng thế.

Hỏi: Cụ thọ! Từ tương ưng với những thức thân nào? Là nhãn thức, nhĩ thức, hay tỉ, thiệt, thân, ý thức?

Nếu nói tương ưng với nhãn thức thì không duyên hữu tình, vì các nhãn thức chỉ duyên sắc.

Nếu nói tương ưng với nhĩ thức thì không duyên hữu tình, vì các nhĩ thức chỉ duyên thanh.

Nếu nói tương ưng với tỉ thức thì không duyên hữu tình, vì các tỉ thức chỉ duyên mùi.

Nếu nói tương ưng với thiệt thức thì không duyên hữu tình, vì các thiệt thức chỉ duyên vị.

Nếu nói tương ưng với thân thức thì không duyên hữu tình, vì các thân thức chỉ duyên [544a01] xúc.

Nếu nói tương ưng với ý thức thì không duyên hữu tình, vì các ý thức chỉ duyên pháp. Nếu nói không tương ưng với nhãn thức, nhĩ, tỉ, thiệt, thân, ý thức thì lẽ ra nên có riêng thức thứ bảy của hữu tình để từ tương ưng. Thế Tôn không hiện đẳng giác thức này [161].

---

[161] Skt. *abhisaṃbodha*: giác ngộ trực tiếp hiện tiền, tức là hiện quán (*abhisamaya*). Xem *Câu-xá vi* (Việt dịch, TVT tập 20, cht. 19, tr. 210).

Cụ thọ! Bằng vô úy, Thế Tôn nói: "Ta hiện chánh đẳng giác các pháp[162]. Nếu có sa-môn, hoặc bà-la-môn, Trời, Ma, Phạm, v.v..., như pháp chất vấn Ta, hoặc khiến Ta nhớ lại như vậy, thì Ta đã không hiện đẳng giác pháp này. Ta chánh kiến (không quan tâm) đến duyên cớ (chất vấn) như vậy. Do Ta chánh kiến (không quan tâm) đến duyên cớ (chất vấn) ấy, nên Ta được an ổn, an trụ tự tín không khiếp sợ, tự xưng Ta ở vào tôn vị bậc Đại tiên, chuyển Đại Phạm luân, ở giữa đại chúng chân chánh cất tiếng rống sư tử."[163] Cụ thọ! Nếu thế, há không phải chất vấn Phật là vô trí chăng?

Vị ấy nói: Cụ thọ! Tôi không chất vấn Phật là vô trí; Thế Tôn tuy hiện đẳng giác việc này, nhưng không tuyên thuyết. Cụ thọ, Thế Tôn từng nói với Cụ thọ A-nan-đà: "Này A-nan-đà! Ta không ngừng tuyên thuyết các pháp: bốn niệm trụ, bốn chánh đoạn, bốn như ý túc, năm căn, năm lực, bảy chi đẳng giác, tám chi thánh đạo. Này A-nan-đà, đối với các pháp, Như Lai không có bàn tay nắm lại của người thầy,[164] tức tự che giấu sợ người khác biết Ta không hiểu biết gì."

---

[162] **Skt.** *sarva-dharmābhisambodhi-vaiśāradya*, nhất thiết pháp hiện đẳng giác vô úy, một trong bốn vô (sở) úy: Thế Tôn ở trước tất cả các đại chúng, tuyên bố một cách tự tín, không khiếp nhược: "Ta đã hiện chứng đẳng chánh giác tất cả các pháp," *Câu-xá viii*, tụng 32a. *Tăng 42*, Kinh số 4, T02n0125_p0776c22: 云何如來得四無所畏？欲言如來成等正覺，若有眾生，欲言知者，則無此處；若復有沙門、婆羅門欲來誹謗佛，不成等正覺者，則無此處；以無此處，則獲安隱. Việt dịch, **TVI** tập 12, Tăng Nhất A-hàm q. 3, chương 46, kinh số 4, **cht. 35, tr. 258**. Pāli, M. 12. *Mahāsīhanādasuttaṃ*, PTS. i. 72:

[163] Hán: 我於如是正見，無緣我正見，彼無有緣故，đề nghị chấm câu lại: 我於如是正見無緣，我正見彼無有緣故. đối chiếu Pāli, dẫn trên: *nimittametaṃ, sāriputta, na samanupassāmi etamahaṃ, sāriputta, nimittaṃ asamanupassanto khemappatto abhayappatto vesārajjappatto viharāmi*: Ta không quan tâm đến (những chất vấn ấy). Do không quan tâm, Ta an trú an ổn, tự tín, không khiếp sợ.

[164] Pāli, D. 16. *Mahāparinibbānasuttaṃ*, PTS. ii. 86: *natthānanda, tathāgatassa dhammesu ācariyamuṭṭhi.*

Hỏi: Cụ thọ! Nếu thế thì không cật vấn Phật có bàn tay nắm lại của người thầy chăng?

Vị ấy nói: Cụ thọ! Tôi không chất vấn Phật là vô trí, cũng không chất vấn Phật có bàn tay nắm lại của người thầy; Thế Tôn tuy hiện đẳng giác những pháp này nhưng không tuyên thuyết. Cụ thọ, trong kinh Thăng-nhiếp-ba lâm, Thế Tôn nói: "Này các bí-sô, Ta tự biết rõ tất cả pháp ấy bằng số lượng lá trong rừng Thăng-nhiếp-ba, cho đến đại địa; tuy hiện đẳng giác nhưng Ta không nói cho người khác."[165] Vì thế, Thế Tôn tuy hiện đẳng giác thức như vậy,[166] nhưng không tuyên thuyết.

Nên hỏi vị ấy rằng: Cụ thọ! Khế kinh đó không còn câu nào nói chi tiết hơn nữa chăng? Có nghĩa rằng Thế Tôn đã nói: "Này các Bí-sô! Thật ra, các pháp ấy không dẫn đến mục đích, không dẫn đến thiện, không dẫn đến pháp, không dẫn đến phạm hành, không chứng thần thông, không chứng đẳng giác, không chứng Niết-bàn.[167] Giả sử tồn tại bổ-đặc-già-la như vậy,[168] không dẫn đến mục đích, không dẫn đến thiện, không dẫn đến pháp, không dẫn đến phạm hành, không chứng thần thông, không chứng đẳng giác, không chứng Niết-bàn, tức không có công dụng gì. Vì thế, không tồn tại bổ-đặc-già-la.

---

[165] Rừng Thăng-nhiếp-ba, [Pāli] *Sīsapāvana*, khu rừng ở *Kosambi* (Câu-thiếm-di). [Pāli] S. 56. 31, PTS. v. 438. *Sīsapāvanasuttaṃ: evameva kho, bhikkhave, etadeva bahutaraṃ yaṃ vo mayā abhiññāya anakkhātaṃ*, "Những gì Ta đã chứng tri thì rất nhiều, nhưng Ta không tuyên bố." Hán, *Tạp 15*, kinh 404, T02n0099_p0108a29, 申恕林 Thân-thứ lâm.

[166] 如是識. "Thức như vậy" có thể chỉ bổ-đặc-già-la được nói ở đoạn tiếp theo: 設有如是補特伽羅不能引義. Watanabe gợi ý, thức ở đây có thể ngụ ý chỉ bổ-đặc-già-la mà Duy thức nói là Tàng thức, Đại chúng bộ gọi là Căn bản thức, Hóa địa bộ gọi là Cùng sinh tử uẩn...

[167] S. 56. 31, dẫn trên: *etañhi, bhikkhave, atthasaṃhitam etaṃ ādibrahmacariyakaṃ etaṃ nibbidāya virāgāya nirodhāya upasamāya abhiññāya sambodhāya nibbānāya saṃvattati; tasmā taṃ mayā akkhātaṃ*. Hán, *Tạp 15*, dẫn trên, T02n0099_p0108b05.

[168] 如是補特伽羅.

2.2. Bốn niệm trụ

Luận sư Tánh Không nói: bằng đế nghĩa, thắng nghĩa, bổ-đặc-già-la không thể nắm bắt, **[544b01]** không thể chứng nghiệm, không hiện hữu, không hiện khởi, vì thế không tồn tại bổ-đặc-già-la.

Luận sư Bổ-đặc-già-la hỏi: Cụ thọ! Từ có sở duyên gì?

Đáp: Các pháp tính hiện hữu, hiện khởi, do tưởng, đẳng tưởng nên giả nói là "hữu tình". Với ý nghĩa này, từ duyên đến chuỗi tương tục của các uẩn chấp thọ.

Vị ấy hỏi: Ông nói từ duyên chuỗi tương tục của các uẩn chấp thọ?

Đáp: Đúng thế.

Vị ấy lại hỏi: Ông có thừa nhận, trong Khế kinh Thế Tôn đã bằng văn từ, âm vận thiện xảo, thiện thuyết, "Cầu mong hữu tình được an lạc", tư duy như vậy mà thể nhập từ đẳng chí?

Đáp: Đúng thế.

Vị ấy nói: Ông thừa nhận đuối lý. Nếu từ duyên chuỗi tương tục của các uẩn chấp thọ, thì không nên nói trong Khế kinh Thế Tôn đã bằng văn từ, âm vận thiện xảo, thiện thuyết, "'Cầu mong hữu tình được an lạc,' tư duy như vậy mà thể nhập từ đẳng chí." Ông nói thế không hợp đạo lý. Nay nếu ông nói trong Khế kinh Thế Tôn đã bằng văn từ, âm vận thiện xảo, thiện thuyết, "'Cầu mong hữu tình được an lạc,' tư duy như vậy mà thể nhập từ đẳng chí," thì không nên nói "từ duyên chuỗi tương tục của các uẩn chấp thọ"; nếu nói "từ duyên chuỗi tương tục của các uẩn chấp thọ" thì không hợp đạo lý.

Nên hỏi vị ấy rằng: "Ông có thừa nhận, trong Khế kinh Thế Tôn đã bằng văn từ, âm vận thiện xảo, thiện thuyết, có bốn niệm trụ: thân niệm trụ, thọ niệm trụ, tâm niệm trụ, pháp niệm trụ?"

Vị ấy đáp: Đúng thế.

Hỏi: Cụ thọ! Từ tương ưng những niệm trụ nào? Là thân niệm trụ, hay thọ, tâm, pháp niệm trụ? Nếu nói tương ưng thân niệm trụ thì không duyên hữu tình, vì thân niệm trụ chỉ duyên thân. Nếu nói tương ưng thọ niệm trụ thì không duyên hữu tình, vì thọ niệm trụ chỉ duyên thọ. Nếu nói tương ưng tâm niệm trụ thì không duyên hữu tình, vì tâm niệm trụ chỉ duyên tâm. Nếu nói tương ưng pháp niệm trụ thì không duyên hữu tình, vì pháp niệm trụ chỉ duyên pháp. Nếu nói không tương ưng với thân niệm trụ, thọ, tâm, pháp niệm trụ, thì lẽ ra nên có riêng niệm trụ thứ năm của hữu tình để cho từ tương ưng với nó. Thế Tôn không hiện đẳng giác niệm trụ này.

Cụ thọ! Thế Tôn nói về vô úy thế này: Ta hiện chánh đẳng giác các pháp. Nếu có sa-môn, hay bà-la-môn, trời, ma, phạm, v.v..., như pháp mà cật vấn, hoặc khiến Ta nhớ lại như vậy, thì Ta đã không hiện đẳng giác pháp này. Ta chánh kiến (không quan tâm) đến duyên cớ (chất vấn) như vậy. Do Ta chánh kiến (không quan tâm) đến duyên cớ (chất vấn) ấy, nên Ta được an ổn, an trụ tự tín không khiếp sợ, tự xưng Ta ở vào tôn vị bậc Đại tiên, chuyển Đại Phạm luân, ở giữa [544c01] đại chúng chân chánh cất tiếng rống sư tử.

Cụ thọ! Nếu thế, há không cật vấn Phật là vô trí chăng?

Vị ấy nói: Cụ thọ! Tôi không cật vấn Phật là vô trí; Thế Tôn tuy hiện đẳng giác điều này nhưng không tuyên thuyết. Cụ thọ, Thế Tôn đã từng nói với Cụ thọ A-nan-đà: "Này A-nan-đà! Ta không ngừng tuyên thuyết các pháp: bốn niệm trụ, bốn chánh đoạn, bốn như ý túc, năm căn, năm lực, bảy chi đẳng giác, tám chi thánh đạo. Này A-nan-đà, đối với các pháp, Như Lai không có bàn tay nắm lại của người thầy, tức tự che giấu, sợ người khác biết ta không hiểu biết."

Hỏi: Cụ thọ! Nếu như thế thì không cật vấn Phật có bàn tay nắm lại của người thầy chăng?

Vị ấy nói: Cụ thọ! Tôi không cật vấn Phật là vô trí, cũng không cật vấn Phật có bàn tay nắm lại của người thầy; Thế Tôn tuy hiện đẳng giác điều đó, nhưng không tuyên thuyết. Cụ thọ! Thế Tôn nói trong Khế kinh Thăng-nhiếp-ba lâm rằng: "Này các Bí-sô, Ta tự biết rõ tất cả pháp này bằng số lượng lá trong rừng Thăng-nhiếp-ba, cho đến đại địa; tuy hiện đẳng giác nhưng Ta không nói cho người khác." Vì vậy, Thế Tôn tuy hiện đẳng giác niệm trụ ấy nhưng không tuyên thuyết.

Hỏi: Cụ thọ! Khế kinh ấy không còn câu nào chi tiết hơn nữa chăng? Có nghĩa rằng Thế Tôn đã nói: Này các Bí-sô! Thật ra, các pháp ấy không dẫn đến mục đích, không dẫn đến thiện, không dẫn đến pháp, không dẫn đến phạm hành, không chứng thần thông, không chứng đẳng giác, không chứng Niết-bàn. Giả sử tồn tại bổ-đặc-già-la như vậy, không dẫn đến mục đích, không dẫn đến thiện, không dẫn đến pháp, không dẫn đến phạm hành, không chứng thần thông, không chứng đẳng giác, không chứng niết-bàn, tức không có tác dụng. Vì thế, không tồn tại bổ-đặc-già-la.

2.3. Bảy giác chi

Luận sư Tánh Không nói: Bằng đế nghĩa, thắng nghĩa, bổ-đặc-già-la không thể nắm bắt, không thể chứng nghiệm, không hiện hữu, không hiện khởi, vì thế không tồn tại bổ-đặc-già-la.

Luận sư Bổ-đặc-già-la hỏi: Cụ thọ! Từ có sở duyên gì?

Đáp: Các pháp tính hiện hữu, hiện khởi, do tưởng, đẳng tưởng nên giả nói là "hữu tình". Trong ý nghĩa này, từ duyên chuỗi tương tục của các uẩn chấp thọ.

Vị ấy hỏi: Ông nói từ duyên chuỗi tương tục của các uẩn chấp thọ?

Đáp: Đúng thế.

Vị ấy lại hỏi: Ông có thừa nhận, trong Khế kinh Thế Tôn đã bằng văn từ, âm vận thiện xảo, thiện thuyết, "'Cầu mong hữu tình được an lạc', tư duy như vậy thể nhập từ đẳng chí"?

Đáp: Đúng thế.

Vị ấy nói: Ông thừa nhận đuối lý. Nếu từ duyên chuỗi tương tục của các uẩn chấp thọ, thì không nên nói trong Khế kinh Thế Tôn đã bằng văn từ, âm vận thiện xảo, thiện thuyết, "'Cầu mong hữu tình được an lạc', tư duy như vậy thể nhập từ đẳng chí". Ông nói thế không hợp đạo lý. Nay nếu ông nói trong Khế kinh Thế Tôn đã bằng văn từ, âm vận thiện xảo, thiện thuyết, "'Cầu mong hữu tình được an lạc', tư duy như vậy thể nhập từ đẳng chí", thì không nên nói "từ duyên chuỗi tương tục của các uẩn chấp thọ"; nếu nói từ duyên chuỗi tương tục của các uẩn chấp thọ thì không hợp đạo lý.

Nên hỏi vị ấy rằng: Ông có thừa nhận, trong Khế kinh Thế Tôn đã bằng văn từ, âm vận thiện xảo, thiện thuyết, có bảy chi đẳng giác: niệm đẳng giác chi, trạch pháp, tinh tấn, hỷ, khinh an, định, xả đẳng giác chi?

Đáp: Đúng thế.

Hỏi: Cụ thọ! Từ tương ưng những giác chi nào? Là niệm đẳng giác chi, hay trạch pháp, tinh tấn, hỷ, khinh an, định, xả đẳng giác chi? Nếu nói tương ưng với niệm đẳng giác chi thì không duyên hữu tình, vì niệm đẳng giác chi chỉ duyên pháp. Nếu nói tương ưng với trạch pháp, tinh tấn, hỷ, khinh an, định, xả đẳng giác chi, thì không duyên hữu tình, vì xả đẳng giác chi chỉ duyên pháp. Nếu nói không tương ưng với niệm đẳng giác chi, trạch pháp, tinh tấn, hỷ, khinh an, định, xả đẳng giác chi, thì lẽ ra nên có riêng đẳng giác chi thứ tám của hữu tình để cho từ tương ưng với nó. Đẳng giác chi này, Thế Tôn không hiện đẳng giác. Cụ thọ! Thế Tôn nói về vô úy thế này: Ta hiện chánh đẳng giác các pháp. Nếu có sa-môn, hay bà-la-môn, trời, ma, phạm, v.v..., như pháp cật vấn Ta, hoặc khiến Ta nhớ lại, thì Ta không hiện đẳng giác trong pháp này. Ta chánh kiến (không quan tâm) đến duyên cớ (chất vấn) như vậy. Do Ta chánh kiến (không quan tâm) đến duyên cớ (chất vấn) ấy, nên Ta được an ổn, an trụ tự tín không khiếp sợ, tự xưng Ta ở vào tôn vị bậc Đại tiên, chuyển Đại Phạm luân, ở giữa đại chúng chân chánh cất tiếng rống sư tử. Cụ thọ! Nếu thế, há không phải cật vấn Phật là vô trí chăng?

Vị ấy nói: Cụ thọ! Tôi không cật vấn Phật là vô trí; Thế Tôn tuy hiện đẳng giác điều này, nhưng không tuyên thuyết. Cụ thọ, Thế Tôn từng nói với Cụ thọ A-nan-đà: "Này A-nan-đà! Ta không ngừng tuyên thuyết các pháp: bốn niệm trụ, bốn chánh đoạn, bốn như ý túc, năm căn, năm lực, bảy chi đẳng giác, tám chi thánh đạo. Này A-nan-đà, đối với các pháp, Như Lai không có bàn tay nắm lại của người thầy, tức tự che giấu, sợ người khác biết được ta không hiểu biết."

Hỏi: Cụ thọ! Nếu thế, chẳng phải [545b01] là cật vấn Phật có bàn tay nắm lại của người thầy?

Vị ấy nói: Cụ thọ! Tôi không cật vấn Phật là vô trí, cũng không cật vấn Phật có bàn tay nắm lại của người thầy; về điều này, Thế Tôn tuy hiện đẳng giác nhưng không tuyên thuyết. Cụ thọ! Thế Tôn nói trong Khế kinh Thăng-nhiếp-ba Lâm rằng: "Này các Bí-sô, Ta tự biết rõ hết thảy pháp ấy bằng số lượng lá trong rừng Thăng-nhiếp-ba, cho đến cả đại địa; tuy hiện đẳng giác nhưng Ta không nói cho người khác." Vì thế, đối với các đẳng giác chi này, Thế Tôn tuy hiện đẳng giác nhưng không tuyên thuyết.

Nên hỏi vị ấy rằng: Cụ thọ! Khế kinh đó không còn câu nào chi tiết hơn nữa chăng? Có nghĩa rằng Thế Tôn đã nói: Này các Bí-sô! Thật ra, các pháp ấy không dẫn đến mục đích, không dẫn đến thiện, không dẫn đến pháp, không dẫn đến phạm hành, không chứng thần thông, không chứng đẳng giác, không chứng niết-bàn. Giả sử tồn tại bổ-đặc-già-la như vậy, không dẫn đến mục đích, không dẫn đến thiện, không dẫn đến pháp, không dẫn đến phạm hành, không chứng thần thông, không chứng đẳng giác, không chứng niết-bàn, tức không có tác dụng. Vì thế, không tồn tại bổ-đặc-già-la.

2.4. Hữu vi – Vô vi

Luận sư bổ-đặc-già-la nói: hữu vi có thể nắm bắt, vô vi có thể nắm bắt, bổ-đặc-già-la cũng có thể nắm bắt.

Luận sư Tánh Không hỏi: Cụ thọ! Nên nói bổ-đặc-già-la là hữu vi hay vô vi? Nếu nói hữu vi thì nên đồng như hữu vi, có thể thi thiết, có sinh, diệt, trụ, dị. Nếu nói ô vi thì nên đồng như vô vi, có thể thi thiết, không sinh, diệt, trụ, dị. Cụ thọ! Thế Tôn giảng cho các bí-sô, có hai vật: hữu vi và vô vi. Ngoài hữu vi, vô vi ra không còn vật gì khác; vì thế không tồn tại bổ-đặc-già-la.

TIẾT 3. NHIẾP TỤNG 3

Bổ-đặc-già-la vô hữu, không,
Các pháp hòa hợp, được tác thành tự sở tác,
Nhận biết do mấy, câu sinh, hai,
Tâm tính vô thường, minh, ái, duyên.

3.1. Ba hòa hiệp xúc

Có sáu thức thân: nhãn thức, nhĩ thức, tỉ thức, thiệt thức, thân thức, ý thức. Mắt và sắc làm duyên, phát sinh nhãn thức. Như vậy, nhãn thức chỉ có thể nhận biết các sắc, chứ không nhận biết bổ-đặc-già-la. Bổ-đặc-già-la này không được nhận biết bởi nhãn thức, chỉ có các sắc được nhận biết bởi nhãn thức. Vì thế, nhãn thức này không nhận biết bổ-đặc-già-la.

Lại nữa, mắt và các sắc làm duyên, phát sinh nhãn thức. Do sự hòa hợp của bộ ba này nên có xúc[169]. Như vậy, nhãn xúc chỉ có thể tiếp xúc các sắc, chứ không tiếp xúc bổ-đặc-già-la. Bổ-đặc-già-la này không được tiếp xúc bởi nhãn xúc, **[545c01]** chỉ có các sắc được tiếp xúc bởi nhãn xúc. Vì thế, nhãn xúc này không xúc bổ-đặc-già-la.

Lại nữa, mắt và các sắc làm duyên, phát sinh nhãn thức. Do sự hòa hợp của bộ ba này nên có xúc; xúc làm duyên nên phát sinh thọ; như vậy, thọ được phát sinh bởi nhãn xúc như vậy chỉ có thể cảm thọ các sắc, chứ không cảm thọ bổ-đặc-già-la. Bổ-đặc-già-la này không được cảm thọ bởi thọ phát sinh do nhãn xúc; chỉ có các sắc mới được cảm thọ bởi thọ phát sinh do nhãn xúc. Vì thế, thọ được phát sinh do nhãn xúc này không phải là thọ được phát sinh do xúc bổ-đặc-già-la.

Lại nữa, mắt và các sắc làm duyên, phát sinh nhãn thức. Do sự hòa hợp của bộ ba này nên có xúc. Vì xúc làm duyên, phát sinh tưởng. Như vậy, tưởng được phát sinh bởi nhãn xúc chỉ có thể tưởng các sắc, chứ

---

[169] *Câu-xá iii*, tụng 32b. AK. iii. Pradhan 146¹²: *cakṣuḥ pratītya rūpāṇi cotpadyate cakṣurvijñānaṃ trayāṇāṃ sannipātaḥ sparśaḥ*: Mắt và các sắc đi đến nhau, thức con mắt phát sinh, sự hòa hợp của bộ ba này được gọi là xúc.

không tưởng bổ-đặc-già-la. Bổ-đặc-già-la này không được tưởng bởi tưởng phát sinh do nhãn xúc, chỉ có các sắc mới được nhận biết bởi tưởng phát sinh do nhãn xúc. Vì thế, tưởng được phát sinh do nhãn xúc này không phải là tưởng được phát sinh do xúc bổ-đặc-già-la.

Lại nữa, mắt và các sắc làm duyên, phát sinh nhãn thức. Do sự hòa hợp của bộ ba này nên có xúc. Xúc làm duyên phát sinh tư. Như vậy, tư được phát sinh bởi nhãn xúc chỉ có thể tư các sắc, chứ không phải bổ-đặc-già-la. Bổ-đặc-già-la này không được tư bởi tư phát sinh do nhãn xúc; chỉ có các sắc mới được tư bởi tư phát sinh do nhãn xúc. Vì thế, tư được phát sinh do nhãn xúc này không phải là tư được phát sinh do xúc bổ-đặc-già-la.

Do các pháp này xúc là thứ năm,[170] bổ-đặc-già-la không được nhận biết, không được chứng nghiệm, không hiện hữu, không hiện khởi; vì thế không tồn tại bổ-đặc-già-la.

Cũng như nhãn thức, nhĩ thức, tỉ, thiệt, thân, ý thức cũng vậy.

3.2. Phi sáu thức thân

Có sáu thức thân là nhãn thức, nhĩ thức, tỉ thức, thiệt thức, thân thức, ý thức.

Mắt và các sắc làm duyên, nhãn thức phát sinh. Trong đây, hoặc mắt, hoặc sắc, hoặc nhãn thức đều không phải bổ-đặc-già-la; chỉ có mắt và các sắc làm duyên phát sinh nhãn thức.

Lại nữa, mắt và các sắc làm duyên phát sinh nhãn thức; sự hòa hợp của bộ ba này nên có xúc. Trong đó, hoặc mắt, hoặc sắc, hoặc nhãn

---

[170] Thc. *Visuddhimagga* XVIII PTS 595: *na cakkhuto jāyare phassapañcamā, na rūpato no ca ubhinnamantarā; hetuṃ paṭiccappabhavanti saṅkhatā, yathāpi saddo pahaṭāya bheriyā*, xúc thứ năm (thức, thọ, tưởng, tư) không phát sinh từ mắt (tai, mũi, lưỡi, thân), cũng từ sắc hay từ giữa cả hai. Y nhân và duyên các pháp hữu vi phát sinh; như y trống được đánh mà thanh phát sinh. (Latin script: Pali Text Society's edition, London. Harvard University Press edition, Harvard Oriental Series, Vol. 41, Cambridge, Mass., 1950). *The Path of Purification*, transl. by Bhikkhu Ñāṇamoli (2010), **p. 619**.

thức, hoặc nhãn xúc đều không phải bổ-đặc-già-la; chỉ có mắt và các sắc làm duyên phát sinh nhãn thức; sự hòa hợp của bộ ba này nên có xúc.

Lại nữa, mắt và các sắc làm duyên phát sinh nhãn thức; sự hòa hợp của bộ ba này nên có xúc; xúc làm duyên phát sinh thọ. Trong đây, hoặc mắt, hoặc sắc, hoặc nhãn thức, hoặc nhãn xúc, hoặc thọ phát sinh do nhãn xúc, đều không phải bổ-đặc-già-la; chỉ có mắt và các sắc làm duyên phát sinh nhãn thức; do sự hòa hợp của bộ ba này nên có xúc; xúc làm duyên phát sinh thọ.

Lại nữa, mắt và các sắc làm duyên phát sinh nhãn thức; do sự hòa hợp của bộ ba này nên có xúc; xúc làm duyên phát sinh tưởng. Trong đây, hoặc mắt, hoặc sắc, [546a01] hoặc nhãn thức, hoặc nhãn xúc, hoặc tưởng phát sinh do nhãn xúc, đều không phải bổ-đặc-già-la; chỉ có mắt và các sắc làm duyên phát sinh nhãn thức; do sự hòa hợp của bộ ba này nên có xúc; xúc làm duyên phát sinh tưởng.

Lại nữa, mắt và các sắc làm duyên phát sinh nhãn thức; do sự hòa hợp của bộ ba này nên có xúc; xúc làm duyên phát sinh tư. Trong đó, hoặc mắt, hoặc sắc, hoặc nhãn thức, hoặc nhãn xúc, hoặc tư phát sinh do nhãn xúc, đều không phải bổ-đặc-già-la; chỉ có mắt và các sắc làm duyên phát sinh thức của mắt; do sự hòa hợp của bộ ba này nên có xúc; xúc làm duyên phát sinh tư.

Do các pháp này xúc là thứ năm, bổ-đặc-già-la không được nhận biết, không được chứng nghiệm, không hiện hữu, không hiện khởi; vì thế không tồn tại bổ-đặc-già-la.

Cũng như nhãn thức, nhĩ thức, tỉ, thiệt, thân, ý thức cũng vậy.

3.3. Đồng sanh đồng diệt

Có sáu thức thân: nhãn thức, nhĩ thức, tỉ thức, thiệt thức, thân thức, ý thức.

Mắt và sắc làm duyên, nhãn thức phát sinh; trong đó, mắt sinh, sắc sinh, nhãn thức không sinh; điều này không thể có; mắt sinh, sắc sinh, nhãn thức cũng sinh; điều này có thể có. Trong đó, mắt diệt, sắc diệt, nhãn thức không diệt; điều này không thể có; mắt diệt, sắc diệt, nhãn thức cũng diệt; điều này có thể có.

Lại nữa, mắt và sắc làm duyên phát sinh nhãn thức; sự hòa hợp của bộ ba này nên có xúc. Trong đó, mắt sinh, sắc sinh, nhãn thức sinh, nhãn xúc không sinh; điều này không thể có; mắt sinh, sắc sinh, nhãn thức sinh, nhãn xúc cũng sinh; điều này có thể có. Trong đó, mắt diệt, sắc diệt, nhãn thức diệt, nhãn xúc không diệt; điều này không thể có; mắt diệt, sắc diệt, nhãn thức diệt, nhãn xúc cũng diệt; điều này có thể có.

Lại nữa, mắt và sắc làm duyên phát sinh nhãn thức; do sự hòa hợp của bộ ba này nên có xúc; xúc làm duyên phát sinh thọ. Trong đó, mắt sinh, sắc sinh, nhãn thức sinh, nhãn xúc sinh, thọ phát sinh do nhãn xúc không sinh; điều này không thể có; mắt sinh, sắc sinh, nhãn thức sinh, nhãn xúc sinh, thọ phát sinh do nhãn xúc cũng sinh; điều này có thể có. Trong đây, mắt diệt, sắc diệt, nhãn thức diệt, nhãn xúc diệt, thọ phát sinh do nhãn xúc không diệt; điều này không thể có; mắt diệt, sắc diệt, nhãn thức diệt, nhãn xúc diệt, thọ phát sinh do nhãn xúc cũng diệt; điều này có thể có.

Lại nữa, mắt và sắc làm duyên, phát sinh nhãn thức; do sự hòa hợp của bộ ba này nên có xúc; xúc làm duyên phát sinh tưởng. Trong đó, mắt sinh, sắc sinh, nhãn thức sinh, nhãn xúc sinh, tưởng phát sinh do nhãn xúc không sinh; điều này không thể có; mắt sinh, sắc sinh, nhãn thức sinh, nhãn xúc sinh, tưởng phát sinh do nhãn xúc cũng sinh; điều này có thể có. Trong đây, mắt diệt, [546b01] sắc diệt, nhãn thức diệt, nhãn xúc diệt, tưởng phát sinh do nhãn xúc không diệt; điều này không thể có; mắt diệt, sắc diệt, nhãn thức diệt, nhãn xúc diệt, tưởng phát sinh do nhãn xúc cũng diệt; điều này có thể có.

Lại nữa, mắt và sắc làm duyên, phát sinh nhãn thức; do sự hòa hợp của bộ ba này nên có xúc; xúc làm duyên phát sinh tư. Trong đó, mắt sinh, sắc sinh, nhãn thức sinh, nhãn xúc sinh, tư phát sinh do nhãn xúc không sinh; điều này không thể có; mắt sinh, sắc sinh, nhãn thức sinh, nhãn xúc sinh, tư phát sinh do nhãn xúc cũng sinh; điều này có thể có. Trong đây, mắt diệt, sắc diệt, nhãn thức diệt, nhãn xúc diệt, tư phát sinh do nhãn xúc không diệt; điều này không thể có; mắt diệt, sắc diệt, nhãn thức diệt, nhãn xúc diệt, tư phát sinh do nhãn xúc cũng diệt; điều này có thể có.

Do các pháp này xúc là thứ năm, cùng sinh, cùng trụ, cùng diệt, khi một pháp sinh thì tất cả pháp sinh, khi một pháp diệt thì tất cả pháp diệt.

Do các pháp này xúc là thứ năm, bổ-đặc-già-la không được nhận biết, không được chứng nghiệm, không hiện hữu, không hiện khởi; vì thế không tồn tại bổ-đặc-già-la.

Cũng như nhãn thức, nhĩ thức, tỉ thức, thiệt thức, thân thức, ý thức cũng vậy.

3.4. Thức tự-tha tác

Có sáu thức thân: nhãn thức, nhĩ thức, tỉ thức, thiệt thức, thân thức, ý thức.

Mắt và sắc làm duyên, phát sinh nhãn thức. Nhãn thức như vậy nhận thức các sắc, chứ không phải xúc, không phải thọ, không phải tưởng, không phải tư; vì hành tướng nhận thức chính là nhãn thức.

Lại nữa, mắt và sắc làm duyên, phát sinh nhãn thức; do sự hòa hợp của bộ ba này nên có xúc. Nhãn xúc như vậy xúc các sắc, chứ không phải thọ, không phải tưởng, không phải tư, không phải thức; vì hành tướng xúc chính là nhãn xúc.

Lại nữa, mắt và sắc làm duyên, nhãn thức phát sinh; do sự hòa hợp của bộ ba này nên có xúc; xúc làm duyên phát sinh thọ. Thọ phát sinh do nhãn xúc như vậy cảm thọ các sắc, không phải tưởng, không phải tư, không phải thức, không phải xúc, vì hành tướng cảm thọ chính là thọ phát sinh do nhãn xúc.

Lại nữa, mắt và sắc làm duyên, nhãn thức phát sinh; do sự hòa hợp của bộ ba này nên có xúc; xúc làm duyên phát sinh tưởng. Tưởng phát sinh do nhãn xúc như vậy tưởng các sắc, chứ không phải tư, không phải thức, không phải xúc, không phải thọ, vì hành tướng tưởng chính là tưởng được phát sinh do nhãn xúc.

Lại nữa, mắt và sắc làm duyên, nhãn thức phát sinh; do sự hòa hợp của bộ ba này nên có xúc; xúc làm duyên phát sinh tư. Tư phát sinh do nhãn xúc như vậy tư các sắc, chứ không phải thức, không phải xúc, không phải thọ, không phải tưởng, vì hành tướng tư chính là tư được phát sinh do nhãn xúc.

Các pháp như vậy xúc là thứ năm, cùng sinh, cùng trụ, cùng diệt, khi một pháp sinh **[546c01]** thì tất cả pháp sinh, khi một pháp diệt thì tất cả pháp diệt; khi đã sinh khởi rồi, mỗi một pháp đều có tác dụng riêng, làm việc cần làm của nó, không làm việc cần làm nào khác.

Do các pháp này xúc là thứ năm, bổ-đặc-già-la không được nhận biết, không được chứng nghiệm, không hiện hữu, không hiện khởi; vì thế không tồn tại bổ-đặc-già-la.

Cũng như nhãn thức, nhĩ thức, tỉ, thiệt, thân, ý thức cũng vậy.

3.5. Thức liễu biệt

Có sáu thức thân: nhãn thức, nhĩ thức, tỉ thức, thiệt thức, thân thức, ý thức.

Hỏi: Nhãn thức nhận biết cái gì?

Đáp: Nhãn thức nhận biết các sắc.

Hỏi: Cái gì không được nhận biết?

Đáp: Mười một xứ còn lại.

Hỏi: Nhĩ thức nhận biết cái gì?

Đáp: Nhĩ thức nhận biết các tiếng.

Hỏi: Cái gì không được nhận biết?

Đáp: Mười một xứ còn lại.

Hỏi: Tỉ thức nhận biết cái gì?

Đáp: Tỉ thức nhận biết các mùi.

Hỏi: Cái gì không được nhận biết?

Đáp: Mười một xứ còn lại.

Hỏi: Thiệt thức nhận biết cái gì?

Đáp: Thiệt thức nhận biết các vị.

Hỏi: Cái gì không được nhận biết?

Đáp: Mười một xứ còn lại.

Hỏi: Thân thức nhận biết cái gì?

Đáp: Thân thức nhận biết các xúc.

Hỏi: Cái gì không được nhận biết?

Đáp: Mười một xứ còn lại.

Hỏi: Ý thức nhận biết cái gì?

Đáp: Ý thức nhận biết mắt, sắc và nhãn thức; tai, tiếng và nhĩ thức; mũi, mùi và tỉ thức; lưỡi, vị và thiệt thức; thân, xúc và thân thức; ý, pháp và ý thức.

Như vậy, sáu thức thân đều có khả năng nhận biết cá biệt, có tính nhận biết cá biệt, không phải không có tính nhận biết cá biệt. Bổ-đặc-già-la không có tính như vậy, vì thế không tồn tại bổ-đặc-già-la.

3.6. Mười hai xứ

Có mười hai xứ: nhãn xứ, sắc xứ, nhĩ xứ, thanh xứ, tỉ xứ, hương xứ, thiệt xứ, vị xứ, thân xứ, xúc xứ, ý xứ, pháp xứ.

Hỏi: Nhãn xứ được nhận thức bởi bao nhiêu thức..., *cho đến* pháp xứ được nhận thức bởi bao nhiêu thức?

Đáp: Sắc xứ được nhận thức bởi hai thức: nhãn thức và ý thức. Thanh xứ được nhận thức bởi hai thức: nhĩ thức và ý thức. Hương xứ được nhận thức bởi hai thức: tỉ thức và ý thức. Vị xứ được nhận thức bởi hai thức: thiệt thức và ý thức. Xúc xứ được nhận thức bởi hai thức: thân thức và ý thức. Bảy xứ còn lại duy chỉ được nhận thức bởi ý thức.

Mười hai xứ như vậy là những sở thức,[171] có tính sở thức,[172] không phải không có tính sở thức. Bổ-đặc-già-la không có tính như vậy, do

---

[171] 所識. Skt. *vijñeya*, cái được biết; đối tượng của thức.
[172] 所識性. Skt. *vijñeyatva*.

đó không tồn tại bổ-đặc-già-la.

3.7. Thức câu sanh

Có sáu thức thân: nhãn thức, nhĩ thức, tỉ thức, thiệt thức, thân thức, ý thức. Mắt và sắc làm duyên, nhãn thức phát sinh. Do sự hòa hiệp của bộ ba này nên có xúc. Cùng sanh với xúc có thọ, tưởng, tư.

Do các pháp này xúc là thứ năm, bổ-đặc-già-la **[547a01]** không được nhận biết, không được chứng nghiệm, không hiện hữu, không hiện khởi; vì thế không tồn tại bổ-đặc-già-la.

Như nhãn thức, nhĩ thức, tỉ, thiệt, thân, ý thức cũng vậy.

3.8. Sát-na duyên khởi[173]

Đối với những sự vật khả ái, do vô trí mà phát sanh đẳng tham[174]. Trong đây, vô trí[175] chính là *vô minh*. Đẳng tham chính là *hành*. Nhận biết cá biệt các sự tướng chính là *thức*. Thức câu hữu với bốn uẩn

---

[173] Skt. *kṣanika-pratīryasamutpāda*. Trong 1 sát-na đủ cả 12 chi. *Tì-bà-sa 23*, T27n1545_p0118c07, đây là thuyết của Tôn giả Thiết-ma-đạt-đa (*Kṣemadatta*). *Câu-xá iii*, T29n1558_p0048c16: phẩm loại duyên khởi có 4: sát-na (*kṣanika*), liên phược (*sāmbandhika*), phần vị (*āvasthika*), viễn tục (*prākarṣika*). Bản dịch Nhật, Watanabe xếp mục này, cho đến mục § bốn duyên thuộc Uẩn III Nhân duyên; do bởi mục này nói về pháp duyên khởi, chủ yếu duyên khởi 12 chi và bốn duyên. Ở đây, theo nhiếp tụng 3, bản Đại chánh.

[174] *Tì-bà-sa 23* T27n1545_p0118c17. Đẳng tham 等貪, Pāḷi (PTS): *sārāga* = *saṃrāga*, tham luyến. Cf. *Dhammasaṅgaṇi* 389: *katamo tasmiṃ samaye lobho hoti? yo tasmiṃ samaye lobho lubbhanā lubbhitattaṃ sārāgo sārajjanā sārajjitattaṃ abhijjhā lobho akusalamūlaṃ*; lúc bấy giờ tham là gì? Lúc bấy giờ, những gì tham lam, tham muốn, tính tham muốn, tham nhiễm, tham luyến, tính tham luyến, xan tham. *Tập dị môn*, Ch. III, phẩm Hai pháp, 2. Vô minh - Hữu ái (Việt dịch, TVT tập 21, cht. 73, tr. 68).

[175] 無智. *Tạp 12*, tr. 85a17: Vô minh là gì? Không biết tiền tế, không biết hậu tế, không biết tiền hậu tế... Pāḷi tương đương, S.ii.4 (*Vibhaṅga*): *katamā ca... avijjā? yam kho.. dukkhe ... dukkhasamudaye ...*

chính là *danh sắc*. Danh sắc y chỉ căn chính là *sáu xứ*. Tổ hòa hiệp sáu xứ chính là *xúc*. Trong đó, cảm nghiệm chính là *thọ*. Thọ phát sinh hân hoan chính là *ái*. Ái này tăng trưởng được gọi là *thủ*. Dẫn sanh nghiệp hậu hữu[176] gọi là *hữu*. Sự hiện khởi của các uẩn gọi là *sanh*. Sự chín muồi của các uẩn gọi là *già*. Sự xả bỏ các uẩn gọi là *chết*. Buồn rầu bên trong gọi là *sầu*; nói lời oán trách gọi là *than*. Loại thọ không bình an, tương ưng với năm thức, gọi là *khổ*; loại thọ không bình an, tương ưng với ý thức, gọi là *ưu*; tâm nóng nảy, bực bội, buồn phiền thì gọi là *nhiễu não*.[177] *Đẳng khởi*[178] gọi là *sinh*. Nói *như vậy*[179], đó là từ đồng nghĩa[180] chỉ sự nêu rõ, chỉ rõ, tỏ bày. Nó sinh khởi, nên được gọi là *tích tập*[181]; *thuần*[182] có nghĩa là chí cực, cứu cánh viên mãn; *đại khổ uẩn*[183] là tai lớn, hoành lớn, ương lớn, não hại lớn, dẫn đến thế phần

---

dukkhanirodhe ... dukkhanirodhagāminiyā paṭipadāya aññāṇaṃ; vô minh là gì? Là không biết rõ khổ, tập, diệt, đạo.

[176] Skt. *punarbhava*, hữu đương lai.

[177] Định nghĩa các trạng thái khổ: ưu-bi-khổ-não, Pāli *soka-parideva-dukkha-domanassupāyāsā*.

[178] 等起, Skt. *samuttiṣṭhati* Pāli *samuṭṭhahati* = *sambhavati*, giải thích từ sinh/phát sinh, trong câu 愁歎憂苦擾惱生起 sầu thán ưu khổ não sinh khởi (Duyên khởi Thánh đạo kinh, T16n0714_p0828a08); Pāli *soka-parideva-dukkha-domanassu-pāyāsā sambhavanti*.

[179] Thích từ 如是, trong câu 如是積集純大苦聚 như thị tích tập thuần đại khổ tụ (Duyên khởi Thánh đạo kinh, T16n0714_p0828a09); xem thêm, 如此具足純生大苦陰 (Trung 24 kinh 97, Đại duyên phương tiện, T01n0026_p0578c05), & trong nhiều Kinh; Pāli *evametassa kevalassa dukkhakkhandhassa samudayo hoti* (DN 15 *Mahānidānasuttaṃ* PTS. ii.33).

[180] 增語, Skt. *adhivacana*: danh từ, danh xưng, danh mục, biệt danh, dị danh; từ đồng nghĩa với các từ khác để chỉ cùng một sự vật. Hoặc một từ đồng thời chỉ cho nhiều sự vật khác nhau.

[181] Skt. *samudaya*.

[182] Skt. *kevala*.

[183] Skt. *dukkhakkhandha*.

lớn[184], khối lớn các pháp khổ.

3.9. Phần vị duyên khởi[185]

Ngoài ra, *vô minh* chưa đoạn trừ, chưa biến tri, làm nhân, làm duyên cho các *hành* sinh khởi. Đó là tùy phước hành, tùy phi phước hành, tùy bất động hành[186]. Các hành như vậy chưa đoạn trừ, chưa biến tri, làm nhân, làm duyên sinh khởi các *thức*, hoặc đi đến cõi lành, hoặc đi đến cõi ác. Các thức như vậy chưa đoạn trừ, chưa biến tri, làm nhân, làm duyên sinh khởi *danh sắc*, hoặc ở đời này hoặc đời sau. Danh sắc như vậy chưa đoạn trừ, chưa biến tri, làm nhân, làm duyên sinh khởi *sáu xứ*, hoặc viên mãn hoặc không viên mãn. Sáu xứ hòa hợp nên có *xúc*. Tùy xúc lãnh nạp mà có *thọ*. Thọ sinh vui sướng nên có *ái*. Ái này tăng trưởng gọi là *thủ*, chiêu cảm nghiệp hiện hữu ở đời sau nên gọi là *hữu*. Các uẩn hiện khởi nên gọi là *sinh*; các uẩn thành thục gọi là *lão*; các uẩn lìa bỏ gọi là *tử*. Buồn bực bên trong gọi là *sầu*; nói lời oán trách gọi là *than*. Loại thọ không bình an, tương ưng với năm thức, gọi là *khổ*; loại thọ không bình an, tương ưng với ý thức, gọi là *ưu*; tâm nóng nảy, bực bội, buồn phiền thì gọi là nhiễu

---

[184] 大世分 chỉ các phần vị thời gian, vị lai, v.v...; *Du-già luận ký 13*, T42n1828_p0607b26.

[185] Skt *āvasthika-pratītyasamutpāda*, trong 4 phẩm loại duyên khởi, Thế Thân có vẻ chỉ thừa nhận phần vị duyên khởi. *Câu-xá iii*, tụng 25ab (*āvasthikaḥ kileṣṭo'yaṃ prādhānyāt tv aṅgakīrtanam*).

[186] Pāli, D 33 *Saṅgītisuttaṃ* (iii.217): *tayo saṅkhārā – puññābhisaṅkhāro, apuññābhisaṅkhāro, āneñjābhisaṅkhāro*. Có ba hành: hành tạo tác dẫn đến phước, phi phước và bất động. *Câu-xá iv*, phân biệt Nghiệp, tụng 4ab: *kāmadhātau śubhaṃ karma puṇyamāniñjyam ūrdhvajam*, Luận: "Có ba loại nghiệp: phước, phi phước, bất động... Trong đó, nghiệp thiện ở Dục giới gọi là phước. Nghiệp thiện Sắc giới và Vô sắc giới gọi là bất động... Nghiệp sắc giới và vô sắc giới, thuộc một địa nào đó, không bao giờ có khả năng thành dị thục trong địa khác. Do tính chất cố định của dị thục mà nó được gọi là bất động." *Vibhaṅga* (135): *katamo āneñjābhisaṅkhāro? kusalā cetanā arūpāvacarā*. Bất động hành là gì? Tư thiện vô sắc giới. Xem *Pháp uẩn túc luận*, phẩm XXI Duyên khởi (Việt dịch, [T.V] tập 22, cht. 862, tr. 406 & 407).

não; đẳng khởi gọi là sinh; nói *như vậy*, đó là từ đồng nghĩa chỉ sự nêu rõ, chỉ rõ, tỏ bày; nó sinh khởi nên gọi là **[547b01]** *tích tập*; *thuần* có nghĩa là chí cực, cứu cánh viên mãn; *đại khổ uẩn* là tai lớn, hoành lớn, ương lớn, não lớn, dẫn đến thế phần lớn, khối lớn các pháp khổ.

3.10. Tâm tánh vô thường

Do mười bốn nhân nên biết tâm tính nhất định vô thường, tức do gia hành, do tương ưng, do oai nghi lộ, do công xảo xứ, do thân nghiệp, do ngữ nghiệp, do ý nghiệp, do nhân, do đẳng vô gián, do sở duyên, do tăng thượng[187], do nhiễm không nhiễm, do thọ sai biệt, và việc cần làm lần lượt biến dị.

Nếu tâm đã sinh được nhận biết rõ ràng; những gì được ghi nhớ ở thời điểm này hoặc thời điểm khác cũng được biết rõ; tâm tính như vậy không lìa tâm trước. Lại nữa, tâm tính này không lìa tâm trước; do đạo lý này mà các tâm lần lượt chuyển biến, không từ tiền tế đến, các tâm thứ tự. Như vậy gọi là Thánh đế về sự tập khởi của khổ.[188] Nên quán Thánh đế về sự tập khởi của khổ như vậy. Quán như vậy gọi là chánh quán; nếu quán khác đi gọi là tà trí.

Nếu có các ái chưa đoạn trừ, chưa biến tri, chúng làm nhân, làm duyên sinh khởi khổ về sau. Nếu có các ái đã đoạn trừ, đã biến tri, nó không làm nhân, không làm duyên khiến khổ về sau sinh khởi trở lại. Giả sử các ái đã đoạn trừ, đã biến tri, làm nhân, làm duyên sinh khởi khổ về sau, do đây Cụ thọ nên thấy nên nghe; như vậy Cụ thọ đã lìa các ái sinh khởi ở thế gian, nhưng nay các ái đã được đoạn trừ, đã biến tri, không làm nhân, không làm duyên khiến cho khổ đời sau sinh khởi trở lại, vì thế Cụ thọ không thấy không nghe; như vậy Cụ thọ đã lìa các ái sinh khởi ở thế gian; như vậy gọi là Thánh đế về sự

---

[187] 14 nguyên nhân, Skt. theo thứ tự Hán: *prayoga, samprayukta, iryapatha, śilapasthāna, kāyakarma, vākkarman, manaskarman, hetu(pratyaya), samanta(pratyaya), ālambana(pratyaya), adhipati(pratyaya).*

[188] 苦集聖諦, 集聖諦, 集-諦. Skt. *duḥkhasamudaya āryasatyaṃ/ samudaya āryasatyaṃ/ samudaya-satyasya.*

diệt tận của khổ.[189] Nên quán Thánh đế về sự diệt tận của khổ như vậy. Quán như vậy gọi là chánh quán; nếu quán khác đi gọi là tà trí.

3.11. Bốn duyên

Có sáu thức thân: nhãn thức, nhĩ thức, tỉ thức, thiệt thức, thân thức, ý thức.

Nhãn thức có bốn duyên: nhân duyên, đẳng vô gián duyên, sở duyên duyên, tăng thượng duyên.[190]

Nhân duyên là gì? − Các pháp câu hữu và tương ưng với nó. Đẳng vô gián duyên là gì? − Là từ các tâm, tâm sở pháp kia mà nhãn thức đã sinh, đang sinh, một cách bình đẳng, không gián cách. Sở duyên duyên là gì? − Là tất cả các sắc. Tăng thượng duyên là gì? − Tất cả các pháp, ngoại trừ tự tính. Đó gọi là nhãn thức sở hữu bốn duyên: nhân duyên, đẳng vô gián duyên, sở duyên duyên, tăng thượng duyên.

Nhãn thức như vậy, cái gì là nhân duyên? − Các pháp câu hữu và tương ưng với nó. Cái gì là [547c01] đẳng vô gián duyên? − Là từ nhãn thức, các tâm, tâm sở pháp đã sinh, đang sinh một cách bình đẳng, không gián cách. Cái gì là sở duyên duyên? − Là cái mà các tâm tâm sở có thể duyên. Cái gì là tăng thượng duyên? − Là tất cả các pháp, ngoại trừ tự tính.

Cũng như nhãn thức, nhĩ thức, tỉ, thiệt, thân, ý thức cũng vậy.[191]

---

[189] 苦滅聖諦, 滅聖諦, 滅諦; Skt. *duḥkhanirodha āryasatyaṃ/ nirodha āryasatyaṃ/ nirodhasatyaṃ.*

[190] *Câu-xá ii*, tụng 61-62. AK ii k. 61-62: *catvāraḥ pratyayā uktāḥ hetvākhyaḥ pañca hetavaḥ||61|| cittacaittā acaramā utpannāḥ samanantaraḥ| ālambanaṃ sarvadharmāḥ kāraṇākhyo 'dhipaḥ smṛtaḥ||62||*

[191] Hết quyển 3.

CHƯƠNG III: UẨN NHÂN DUYÊN[192]

NHIẾP TỤNG[193]

Các nhân quá khứ, và tâm thiện,
Tùy tăng, bao nhiêu nhân, bao nhiêu duyên, các thứ,
Mười, mười lăm tâm không phải nhân,
Tương ưng kết, phược, tùy miên, triền.

TIẾT 1. NHÂN BA THỜI SÁU THỨC

Có sáu thức thân: nhãn thức, nhĩ thức, tỉ thức, thiệt thức, thân thức, ý thức. Sáu thức thân như vậy, hoặc thuộc quá khứ, hoặc thuộc vị lai, hoặc thuộc hiện tại.

(1) Nhãn thức quá khứ có thể có quá khứ là nhân, chứ không phải vị lai, hay hiện tại là nhân chăng? (2) Có thể có vị lai là nhân, chứ không phải quá khứ, hay hiện tại là nhân chăng? (3) Có thể có hiện tại là nhân, chứ không phải quá khứ, hay vị lai là nhân chăng? (4) Có thể có quá khứ và hiện tại là nhân, chứ không phải vị lai là nhân chăng? (5) Có thể có vị lai và hiện tại là nhân, chứ không phải quá khứ là nhân chăng? (6) Có thể có quá khứ và vị lai là nhân, chứ không phải hiện tại là nhân chăng? (7) Có thể có quá khứ, vị lai, và hiện tại là nhân chăng?

---

192 Skt. *hetupratyaya-skandha.*

193 Theo bản Hán, Đại chánh, chương này chỉ có một nhiếp tụng, bắt đầu từ đây. Bản dịch Nhất, như đã thấy, Uẩn này cùng gồm trong một nhiếp tụng, nhưng phân làm hai phần. Phần thứ nhất, từ pháp duyên khởi cho đến bốn duyên. Phần hai, bắt đầu từ nhiếp tụng này.

Cũng như nhãn thức quá khứ, nhãn thức vị lai và hiện tại cũng vậy.

Cũng như nhãn thức, nhĩ thức, tỉ, thiệt, thân, ý thức cũng vậy.

1.1. Nhãn thức

Tất cả nhãn thức quá khứ đều lấy quá khứ làm nhân[194]; các vấn đề còn lại[195] đều không thể được.

Nhãn thức vị lai hoặc dùng quá khứ, vị lai làm nhân, chứ không phải hiện tại.

Nhân vị lai là gì? Các pháp câu hữu và tương ưng với thức này.

Nhân quá khứ là gì? Là pháp quá khứ hoặc làm đồng loại, hoặc làm dị thục[196], v.v... cho nhãn thức này, chứ không phải pháp hiện tại hoặc làm đồng loại, hoặc làm **[548a01]** dị thục, v.v... cho nhãn thức này; hoặc có quá khứ, vị lai, hiện tại làm nhân. Nhân vị lai là gì? Các pháp câu hữu và tương ưng với thức này. Nhân quá khứ và hiện tại là gì? Là pháp quá khứ, hiện tại hoặc làm đồng loại, hoặc làm dị thục, v.v... cho nhãn thức này.

Tất cả nhãn thức hiện tại đều dùng quá khứ, hiện tại làm nhân; các vấn đề còn lại còn lại đều không được nhận biết.

Nhân hiện tại là gì? Là các pháp câu hữu và tương ưng với nhãn thức.

---

[194] Đây chỉ nhân đồng loại (sabhāgahetu) Câu-xá ii, tụng 56, Việt dịch: Nhân đồng loại là các pháp tương tợ này làm nhân cho pháp tương tợ kia (sabhāgahetuḥ sadṛśāḥ). Những pháp đã sanh trước làm nhân đồng loại cho pháp tương tợ về sau sẽ sanh. Quá khứ và hiện tại cũng làm nhân đồng loại cho vị lai. Vị lai không làm đồng loại nhân cho vị lai.

[195] 所餘諸句, các vấn đề còn lại, từ (2) – (7).

[196] Đây chỉ dị thục nhân (vipākahetu). Câu-xá ii, tụng 54; AK.ii Pradhan 89[19]: akuśalāḥ kuśalasāsravāś ca dharmā vipākahetuḥ | vipākadharmatvāt | dị thục nhân là các pháp bất thiện và thiện hữu lậu vì nó là pháp chín muồi; là nhân của quả dị thục (vipākaphala), quả của nghiệp đã đến lúc chín muồi.

Nhân quá khứ là gì? Là pháp quá khứ làm đồng loại hoặc làm dị thục, v.v... cho nhãn thức này.

Cũng như nhãn thức, nhĩ thức, tỉ, thiệt, thân, ý thức cũng vậy.

1.1. Ý thức

Tất cả ý thức quá khứ đều dùng quá khứ làm nhân; các vấn đề còn lại đều không được nhận biết.

Ý thức vị lai hoặc có vị lai làm nhân, chứ không phải quá khứ, hay hiện tại làm nhân. Đó là, ý thức vô lậu ở vị lai tối sơ của bổ-đặc-già-la chưa chứng nhập chánh tính ly sinh.[197]

Nhân vị lai là gì? Là các pháp câu hữu và tương ưng với thức này, hoặc có vị lai, hiện tại làm nhân, chứ không phải quá khứ làm nhân. Đó là, ý thức vô lậu vị lai có được trước khi khổ pháp trí nhẫn hiện tiền.

Nhân vị lai là gì? Là các pháp câu hữu và tương ưng với thức này.

Nhân hiện tại là gì? Là khổ pháp trí nhẫn và pháp tương ưng câu hữu với nó.

Hoặc có quá khứ, vị lai làm nhân, chứ không phải hiện tại.

Nhân vị lai là gì? Là pháp tương ưng và câu hữu với thức này.

Nhân quá khứ là gì? Là pháp quá khứ làm đồng loại, hoặc dị thục, v.v... cho ý thức này, không phải pháp hiện tại làm đồng loại, hoặc dị thục, v.v... cho ý thức này.

Hoặc có quá khứ, vị lai, hiện tại làm nhân.

Nhân vị lai là gì? Là các pháp tương ưng và câu hữu với thức này.

---

[197] Một sát na trước sát-na duyên Dục dục khổ, gọi là sát-na khổ pháp trí nhẫn (duḥkhe dharmajñāna-kṣānti). Đây là sát-na tối sơ vô lậu phát sinh, cũng được nói là sát-na nhập chánh tính quyết định hay chánh tính ly sanh (samyaktvaniyāmāvakramaṇa), vì là quyết định chứng đắc Niết-bàn.

Nhân quá khứ, hiện tại là gì? Là pháp quá khứ, hiện tại làm đồng loại, hoặc dị thục, v.v... cho ý thức này.

Ý thức hiện tại có hiện tại làm nhân, không phải quá khứ hay vị lai làm nhân. Đó là, ý thức câu hữu và tương ưng với nó trước khi khổ pháp trí nhẫn hiện tiền.

Nhân hiện tại là gì? Là pháp tương ưng và câu hữu với thức này, hoặc có quá khứ, hiện tại làm nhân, chứ không phải vị lai.

Nhân hiện tại là gì? Là pháp tương ưng và câu hữu với thức này. Nhân quá khứ là gì? Là pháp quá khứ làm đồng loại, hoặc dị thục, v.v... cho ý thức này.

TIẾT 2. NHÂN BA TÁNH SÁU THỨC

Có sáu thức thân: nhãn thức, nhĩ thức, tỉ thức, thiệt thức, thân thức, ý thức. Sáu thức **[548b01]** thân như vậy hoặc thiện, hoặc bất thiện, hoặc vô ký.[198]

2.1. Vấn đề

(1) Nhãn thức thiện, có thể có thiện làm nhân, không phải bất thiện làm nhân, không phải vô ký làm nhân chăng?

(2) Có thể có bất thiện làm nhân, không phải thiện làm nhân, không phải vô ký làm nhân chăng?

(3) Có thể có vô ký làm nhân, không phải thiện làm nhân, không phải bất thiện làm nhân chăng?

(4) Có thể có thiện, vô ký làm nhân, không phải bất thiện làm nhân chăng?

(5) Có thể có bất thiện, vô ký làm nhân, không phải thiện làm nhân chăng?

---

[198] 善 不善 或無記, Skt. *kuśala, akuśala, avyākṛta.*

(6) Có thể có thiện, bất thiện làm nhân, không phải vô ký làm nhân chăng?

(7) Có thể có thiện, bất thiện, vô ký làm nhân chăng?

Như nhãn thức thiện, nhãn thức bất thiện, vô ký cũng vậy. Như nhãn thức, nhĩ thức, tỉ, thiệt, thân, ý thức cũng vậy.

2.2. Nhãn thức

Tất cả nhãn thức thiện đều dùng thiện làm nhân; các vấn đề còn lại[199] đều không được biết.

Tất cả nhãn thức bất thiện đều dùng bất thiện, vô ký làm nhân[200]; các vấn đề còn lại còn lại đều không được nhận biết.

Nhãn thức vô ký hoặc có vô ký làm nhân, không phải thiện làm nhân, không phải bất thiện làm nhân. Đó là, nhãn thức thuộc oai nghi lộ, công xảo xứ,[201] và nhãn thức nhiễm ô hệ thuộc Phạm thế[202].

Hoặc có thiện, vô ký làm nhân, không phải bất thiện làm nhân. Đó là, nhãn thức thuộc dị thục sinh được chiêu cảm bởi thiện.

Nhân vô ký là gì? Là các pháp câu hữu và tương ưng với thức này.

Nhân thiện là gì? Là pháp thiện kia có khả năng chiêu cảm dị thục của nhãn thức này.

Hoặc có bất thiện, vô ký làm nhân, không phải thiện làm nhân. Đó là, nhãn thức thuộc dị thục sinh được chiêu cảm bởi bất thiện.

Nhân vô ký là gì? Là các pháp câu hữu và tương ưng với thức này.

Nhân bất thiện là gì? Là pháp bất thiện kia có khả năng chiêu cảm dị thục nhãn thức này.

---

[199] Các vấn đề từ (2)-(7).

[200] Được dẫn bởi *Tì-bà-sa 19,* T27n1545_p0094c20.

[201] Có bốn vô ký tâm (*avyākṛtacitta*): dị thục sinh (*vipākaja*), oai nghi lộ (*airyāpathika*), công xảo xứ (*śailpasthānika*), biến hóa tâm (*nairmāṇikacitta*).

[202] Skt. *Brahmaloka,* chỉ sơ tĩnh lự địa. Cũng có khi chỉ toàn bộ Sắc giới.

Như nhãn thức, nhĩ thức, tỉ, thiệt, thân, ý thức cũng vậy. Trong đây có điểm khác biệt là tỉ thức, thiệt thức không nên nói là hệ thuộc Phạm thế.[203]

2.3. Ý thức

Tất cả ý thức thiện đều dùng thiện làm nhân; các vấn đề còn lại đều không được nhận biết.

Tất cả ý thức bất thiện đều dùng bất thiện, vô ký làm nhân; các vấn đề còn lại còn lại đều không được nhận biết.

Ý thức vô ký hoặc có vô ký làm nhân, không phải thiện làm nhân, không phải bất thiện làm nhân. Đó là, ý thức thuộc oai nghi lộ, công xảo xứ, và ý thức nhiễm ô hệ thuộc Sắc và Vô sắc giới.

Hoặc có thiện, vô ký làm nhân, không phải bất thiện làm nhân. Đó là, ý thức thuộc dị thục sinh được chiêu cảm bởi thiện.

Nhân vô ký là gì? Là các pháp câu hữu và tương ưng với thức này.

Nhân thiện là gì? Là pháp thiện kia có khả năng chiêu cảm dị thục với ý thức này.

Hoặc có bất thiện, vô ký làm nhân, không phải thiện làm nhân. Đó là, ý thức tương ưng với hữu thân kiến và biên chấp kiến hệ thuộc Dục giới.

Nhân vô ký là gì? **[548c01]** Là các pháp câu hữu và tương ưng với thức này.

Nhân bất thiện là gì? Là tám tùy miên thuộc kiến khổ sở đoạn, và các biến hành tùy miên[204] thuộc kiến tập sở đoạn hệ thuộc Dục giới.[205]

---

[203] *Câu-xá I*, tụng 30: Sắc giới hệ chỉ tồn tại 14 thức (*rūpe caturdaśa*), tức trừ hai thức mũi và lưỡi.

[204] Biến hành tùy miên. **Skt.** *sarvatragānuśaya*, các tùy miên làm nhân cho các tùy miên khác. Có 11 biến hành tùy miên: (a) 7 kiến, trong đó 5 kiến thuộc kiến khổ đoạn; 2 kiến (tà kiến, kiến thủ kiến) thuộc kiến tập đoạn. (b) 2 nghi thuộc kiến khổ và kiến tập đoạn. (c) 2 vô minh tương ưng và bất cộng. Xem *Câu-xá v*, tụng 12.

[205] *Câu-xá v*, tụng 4. Việt dịch: kiến khổ đoạn (*duḥkhadarśanaheya*) trong Dục giới có đủ cả mười. Kiến tập đoạn (*samudayadarśanapraheya*)

TIẾT 3. BA TÁNH TÙY MIÊN TÙY TĂNG

Có sáu thức thân: nhãn thức, nhĩ thức, tỉ thức, thiệt thức, thân thức, ý thức. Sáu thức thân này, hoặc thiện, hoặc bất thiện, hoặc hữu phú vô ký, hoặc vô phú vô ký[206]. Trong nhãn thức thiện, có bao nhiêu tùy miên tiềm phục (tùy tăng)?[207] Trong nhãn thức bất thiện, hữu phú vô ký, vô phú vô ký, có bao nhiêu tùy miên tiềm phục (tùy tăng)? Như nhãn thức, nhĩ thức, tỉ thức, thiệt thức, thân thức, ý thức cũng vậy.

3.1. Nhãn thức

Trong nhãn thức thiện, có biến hành tùy miên và tùy miên tu sở đoạn[208] thuộc Dục giới[209], Sắc giới[210] tiềm phục (tùy tăng).

Trong nhãn thức bất thiện, có biến hành tùy miên và tùy miên tu sở đoạn thuộc Dục giới tiềm phục.

---

chỉ có bảy; kiến diệt đoạn (*nirodhadarśanaheya*) cũng có bảy, do giảm trừ thân kiến, biên chấp kiến và giới cấm thủ. Kiến đạo đoạn (*mārgadarśanaheya*) có tám, do giảm trừ thân kiến và biên chấp kiến.

[206] Vô ký có hai: hữu phú vô ký và vô phú vô ký. *Câu-xá v*, q.5, T29n1558, tr. 0020b03. Pradhan 57[11], *avyākṛtaṃ dvividhaṃ nivṛtāvyākṛtam anivṛtāvyākṛtaṃ ca*. Vô ký nhiễm ô được gọi là hữu phú vô ký (*nivṛtāvyākṛtam*), vì nó che lấp Thánh đạo, nhưng không dẫn đến quả dị thục nên nói là vô ký. Trái lại là vô phú vô ký.

[207] Tùy miên tùy tăng, Skt. *anuśayāḥ sakalām anuśerate*: các tùy miên tiềm phục. Do bản chất của các tùy miên (*anuśaya*) có xu hướng tăng trưởng trong khi chúng tiềm phục (*anuśerate*) trong các sở duyên (đối tượng), do đó tiềm phục (*anuśayita*) cũng được hiểu theo nghĩa *tùy tăng*. Xem *Câu-xá v*, tụng 17 (Việt dịch, TVI tập 20, **cht. 52 & 53, tr. 95**).

[208] Bốn tùy miên thuộc tu sở đoạn (*bhāvanāheya/bhāvanāprahātavya*) thuộc Dục giới: thâm, sân, mạn, vô minh. Sắc và Sắc trừ sân. Sau khi kiến đế, tiếp tục chuyên tam tu đạo, các tùy miên này bị đoạn trừ.

[209] 欲纏 dục triền, Skt. *kāmāvacara*, từ khác chỉ Dục giới (*kāmadhātu*).

[210] 色纏 sắc triền, Skt. *rūpāvacara*.

Trong nhãn thức hữu phú vô ký, có biến hành tùy miên, và tùy miên tu sở đoạn thuộc Sắc giới tiềm phục.

Trong nhãn thức vô phú vô ký, có biến hành tùy miên, và tùy miên tu sở đoạn thuộc Dục giới, Sắc giới tiềm phục.

Như nhãn thức, nhĩ, tỉ, thiệt, thân thức cũng vậy. Trong đây có điểm khác biệt là tỉ thức, thiệt thức không nên nói có tính hữu phú vô ký.

3.2. Ý thức

Trong ý thức thiện, có biến hành tùy miên, và tùy miên tu sở đoạn thuộc ba giới tiềm phục.

Trong ý thức bất thiện, có tất cả tùy miên thuộc Dục giới tiềm phục.

Trong ý thức hữu phú vô ký, có tất cả tùy miên thuộc Sắc, Vô sắc giới, và tất cả tùy miên kiến khổ sở đoạn, biến hành tùy miên kiến tập sở đoạn thuộc Dục giới tiềm phục.

Trong ý thức vô phú vô ký, có biến hành tùy miên, và tùy miên tu sở đoạn thuộc ba giới tiềm phục.

TIẾT 4. TÙY MIÊN NHÂN - DUYÊN

Có sáu thức thân: nhãn thức, nhĩ thức, tỉ thức, thiệt thức, thân thức, ý thức. Sáu thức thân này, hoặc thiện, hoặc bất thiện, hoặc hữu phú vô ký, hoặc vô phú vô ký.

Trong nhãn thức thiện, nên nói có bao nhiêu tùy miên làm nhân, bao nhiêu tùy miên làm duyên? Có bao nhiêu tùy miên làm duyên, không làm nhân?

Trong nhãn thức bất thiện, hữu phú vô ký, vô phú vô ký, nên nói có bao nhiêu tùy miên làm nhân, bao nhiêu tùy miên làm duyên? Có bao nhiêu tùy miên làm duyên, không làm nhân?

Như nhãn thức, nhĩ thức, tỉ thức, thiệt thức, thân thức, ý thức cũng vậy.

4.1. Nhãn thức

Trong nhãn thức thiện, nên nói tất cả tùy miên đều làm duyên, không làm nhân.

Trong [549a01] nhãn thức bất thiện, nên nói có mười lăm tùy miên làm nhân và làm duyên; các tùy miên còn lại, nên nói làm duyên, không làm nhân.

Trong nhãn thức hữu phú vô ký, nên nói có mười bốn tùy miên làm nhân và làm duyên; các tùy miên còn lại, nên nói làm duyên, không làm nhân.

Trong số nhãn thức vô phú vô ký, trừ nhãn thức dị thục được chiêu cảm bởi tùy miên[211], các nhãn thức vô phú vô ký còn lại, nên nói có tất cả tùy miên làm duyên, không làm nhân.

Trong nhãn thức dị thục được chiêu cảm bởi tùy miên, nên nói có ba mươi bốn tùy miên làm nhân, làm duyên; các tùy miên còn lại, nên nói làm duyên, không làm nhân.

Hỏi: Là một tâm chăng? Đáp: Không phải.

Trong nhãn thức dị thục được chiêu cảm bởi tùy miên tà kiến thuộc kiến khổ sở đoạn,[212] nên nói có hai tùy miên làm nhân, làm duyên; các tùy miên còn lại, nên nói làm duyên, không làm nhân.

Cũng như tà kiến thuộc kiến khổ sở đoạn; kiến thủ, giới cấm thủ, nghi, tham, khuể, mạn cũng vậy.

Trong nhãn thức dị thục được chiêu cảm bởi tùy miên bất cộng vô minh[213] thuộc kiến khổ sở đoạn, nên nói có một tùy miên làm nhân,

---

[211] 漢 隨眠異熟眼識: Nhãn thức dị thục được chiêu cảm bởi tùy miên.

[212] 漢 於見苦所斷邪見隨眠異熟眼識: Trong nhãn thức dị thục được chiêu cảm bởi tùy miên tà kiến thuộc kiến khổ sở đoạn.

[213] Bất cộng vô minh, vô minh độc lập, không tương ưng, không cùng khởi và cùng hoạt động với các tùy miên khác.

làm duyên; các tùy miên còn lại, nên nói làm duyên, không làm nhân.[214]

Trong nhãn thức dị thục được chiêu cảm bởi tùy miên tà kiến thuộc kiến tập sở đoạn, nên nói có hai tùy miên làm nhân, làm duyên; các tùy miên còn lại, nên nói làm duyên, không làm nhân.

Như tà kiến thuộc kiến tập sở đoạn, kiến thủ, nghi, tham, khuể, mạn cũng vậy.

Trong nhãn thức dị thục được chiêu cảm bởi tùy miên bất cộng vô minh thuộc kiến tập sở đoạn, nên nói có một tùy miên làm nhân, và làm duyên; các tùy miên còn lại, nên nói làm duyên, không làm nhân.

Trong nhãn thức dị thục được chiêu cảm bởi tùy miên tà kiến thuộc kiến diệt sở đoạn, nên nói có hai tùy miên làm nhân và làm duyên; các tùy miên còn lại, nên nói làm duyên, không làm nhân.

Như tà kiến thuộc kiến diệt sở đoạn, kiến thủ, nghi, tham, khuể, mạn cũng vậy.

Trong nhãn thức dị thục được chiêu cảm bởi tùy miên bất cộng vô minh thuộc kiến diệt sở đoạn, nên nói có một tùy miên làm nhân và làm duyên; các tùy miên còn lại, nên nói làm duyên, không làm nhân.

Trong nhãn thức dị thục được chiêu cảm bởi tùy miên tà kiến thuộc kiến đạo sở đoạn, nên nói có hai tùy miên làm nhân và làm duyên; các tùy miên còn lại, nên nói làm duyên, không làm nhân.

Như tà kiến thuộc kiến đạo sở đoạn, kiến thủ, giới cấm thủ, nghi, tham, khuể, mạn cũng vậy.

Trong nhãn thức dị thục được chiêu cảm bởi tùy miên bất cộng vô minh thuộc kiến đạo sở đoạn, nên nói có một tùy miên **[549b01]** làm nhân và làm duyên; các tùy miên còn lại, nên nói làm duyên, không làm nhân.

Trong nhãn thức dị thục được chiêu cảm bởi tùy miên tham thuộc tu sở đoạn, nên nói có hai tùy miên làm nhân và làm duyên; các tùy miên còn lại, nên nói làm duyên, không làm nhân.

---

[214] *Tì-bà-sa 38*, T27n1545_p0197a15.

Như tham thuộc tu sở đoạn, khuể, mạn cũng vậy.

Trong nhãn thức dị thục được chiêu cảm bởi tùy miên bất cộng vô minh thuộc tu sở đoạn, nên nói có một tùy miên làm nhân và làm duyên; các tùy miên còn lại, nên nói làm duyên, không làm nhân.

Như nhãn thức, nhĩ, tỉ, thiệt, thân thức cũng vậy. Trong đây có điểm khác biệt là tỉ thức và thiệt thức không nên nói có tính hữu phú vô ký.

4.2. Ý thức

Trong ý thức thiện, nên nói tất cả tùy miên làm duyên, không làm nhân.

Trong ý thức bất thiện, nên nói có ba mươi sáu tùy miên làm nhân và làm duyên; các tùy miên còn lại, nên nói làm duyên, không làm nhân.

Hỏi: Là một tâm chăng? Đáp: Không phải.

Trong ý thức bất thiện thuộc kiến khổ sở đoạn, nên nói có mười bốn tùy miên làm nhân và làm duyên; các tùy miên còn lại, nên nói làm duyên, không làm nhân.

Trong ý thức bất thiện thuộc kiến tập sở đoạn, nên nói có mười bốn tùy miên làm nhân và làm duyên; các tùy miên còn lại, nên nói làm duyên, không làm nhân.

Trong ý thức bất thiện thuộc kiến diệt sở đoạn, nên nói có mười tám tùy miên làm nhân và duyên; các tùy miên còn lại, nên nói làm duyên, không làm nhân.

Trong ý thức bất thiện thuộc kiến đạo sở đoạn, nên nói có mười chín tùy miên làm nhân và duyên; các tùy miên còn lại, nên nói làm duyên, không làm nhân.

Trong ý thức bất thiện thuộc tu sở đoạn, nên nói có mười lăm tùy miên làm nhân và duyên; các tùy miên còn lại, nên nói làm duyên, không làm nhân.

Trong ý thức hữu phú vô ký, nên nói có bảy mươi sáu tùy miên làm nhân và làm duyên; các tùy miên còn lại, nên nói làm duyên, không làm nhân.

Hỏi: Là một tâm chăng? Đáp: Không phải.

Trong ý thức hữu phú vô ký hệ thuộc Dục giới, nên nói có mười bốn tùy miên làm nhân, làm duyên; các tùy miên còn lại, nên nói làm duyên, không làm nhân.

Trong ý thức hữu phú vô ký thuộc kiến khổ sở đoạn hệ thuộc Sắc giới, nên nói có mười ba tùy miên làm nhân, làm duyên; các tùy miên còn lại, nên nói làm duyên, không làm nhân.

Trong ý thức hữu phú vô ký thuộc kiến tập sở đoạn hệ thuộc Sắc giới, nên nói có mười ba tùy miên làm nhân, [549c01] làm duyên; các tùy miên còn lại, nên nói làm duyên, không làm nhân.

Trong ý thức hữu phú vô ký thuộc kiến diệt sở đoạn hệ thuộc Sắc giới, nên nói có mười bảy tùy miên làm nhân, làm duyên; các tùy miên còn lại, nên nói làm duyên, không làm nhân.

Trong ý thức hữu phú vô ký thuộc kiến đạo sở đoạn hệ thuộc Sắc giới, nên nói có mười tám tùy miên làm nhân, làm duyên; các tùy miên còn lại, nên nói làm duyên, không làm nhân.

Trong ý thức hữu phú vô ký thuộc tu sở đoạn hệ thuộc Sắc giới, có mười bốn tùy miên làm nhân, làm duyên; các tùy miên nên nói làm duyên, không làm nhân. Như hệ thuộc Sắc giới, hệ thuộc Vô sắc giới cũng vậy.

Trong ý thức vô phú vô ký, nên nói tất cả tùy miên làm duyên, không làm nhân.

TIẾT 5. NHÂN TÙY TĂNG

Có sáu thức thân: nhãn thức, nhĩ thức, tỉ thức, thiệt thức, thân thức, ý thức. Sáu thức thân này, hoặc quá khứ, hoặc vị lai, hoặc hiện tại, hoặc thiện hoặc bất thiện, hoặc hữu phú vô ký, hoặc vô phú vô ký.

Trong nhãn thức thiện quá khứ, tùy miên nếu tiềm phục[215] (tùy tăng) trong tâm này, cũng có thể làm nhân chăng? Nếu làm nhân trong tâm này, cũng có thể tiềm phục chăng?

Như nhãn thức thiện quá khứ, nhãn thức thiện vị lai, hiện tại cũng vậy.

Như nhãn thức thiện, nhãn thức bất thiện, hữu phú vô ký, vô phú vô ký cũng vậy.

Như nhãn thức, nhĩ, tỉ, thiệt, thân, ý thức cũng vậy.

5.1. Nhãn thức quá khứ

Trong nhãn thức thiện quá khứ, tùy miên nếu tiềm phục (tùy tăng) trong tâm này, thì không làm nhân; nếu làm nhân trong tâm này, thì không phải tùy miên, cũng không tiềm phục.

Như nhãn thức thiện quá khứ, nhãn thức thiện vị lai, hiện tại cũng vậy.

Trong nhãn thức bất thiện quá khứ, tùy miên nếu có thể làm nhân trong tâm này thì không tiềm phục; nếu tiềm phục thì không làm nhân; hoặc làm nhân, cũng tiềm phục; hoặc không làm nhân, cũng không tiềm phục.

Có thể làm nhân mà không tiềm phục, đó là các tùy miên với tư cách là đồng loại nhân hay biến hành nhân sinh trước trong tâm này, tức các tùy miên kia hoặc không duyên tâm này, hoặc duyên rồi đã đoạn và tùy miên tương ưng với tâm này đã đoạn.

Tiềm phục nhưng không làm nhân, đó là các tùy miên với tư cách là đồng loại nhân hay biến hành nhân ở trong tâm này sau đó, tức các tùy miên kia duyên đến tâm này chưa đoạn.

Có thể làm nhân và cũng tiềm phục, đó là **[550a01]** các tùy miên với tư cách là đồng loại nhân hay biến hành nhân ở trong (của tâm trước) tâm này trước đó, tức các tùy miên kia duyên tâm này chưa

---

[215] *Tùy tăng*, nên hiểu là tiềm phục (*anuśete*). *Câu-xá v*, tụng 17: các tùy miên biến hành tiềm phục theo sở duyên (đối tượng) trong tất cả năm bộ tùy miên thuộc tự địa (địa giới của chúng).

đoạn, và các tùy miên tương ưng tâm này chưa đoạn.

Không thể làm nhân cũng không tiềm phục, đó là các tùy miên với tư cách là đồng loại nhân hay biến hành nhân ở trong tâm này sau đó, tức các tùy miên kia, hoặc không duyên tâm này, hoặc duyên rồi đã đoạn, hoặc duyên các pháp khác, hoặc là tùy miên khác, hoặc các tùy miên biến hành không cùng giới[216]. Như nhãn thức bất thiện quá khứ, nhãn thức bất thiện vị lai cũng vậy.

5.2. Nhãn thức hiện tại

Trong nhãn thức bất thiện hiện tại, các tùy miên ở trong tâm này hoặc làm nhân nhưng không tiềm phục, hoặc tiềm phục nhưng không làm nhân, hoặc có thể làm nhân và cũng tiềm phục, hoặc không thể làm nhân cũng không tiềm phục.

Có thể làm nhân mà không tiềm phục, đó là các tùy miên với tư cách là đồng loại nhân hay biến hành nhân sinh trước trong tâm này, tức các tùy miên kia hoặc không duyên tâm này, nếu duyên thì đã đoạn.

Tiềm phục nhưng không thể làm nhân, đó là các tùy miên với tư cách là đồng loại nhân hay biến hành nhân ở trong tâm này sau đó, tức tùy miên kia duyên tâm này chưa đoạn.

Có thể làm nhân và cũng tiềm phục, đó là các tùy miên với tư cách là đồng loại nhân hay biến hành nhân sinh trước trong tâm này, tức tùy miên kia duyên tâm này chưa đoạn, và tùy miên tương ưng với tâm này.

Không thể làm nhân cũng không tiềm phục, đó là các tùy miên với tư cách là đồng loại nhân hay biến hành nhân ở trong tâm này sau đó, tức tùy miên kia hoặc không duyên tâm này, nếu duyên thì đã đoạn, hoặc duyên các pháp khác, hoặc là tùy miên khác, hoặc là biến hành tùy miên không đồng giới. Như nhãn thức bất thiện, nhãn thức hữu phú vô ký cũng vậy.

---

[216] Không cùng một giới địa.

5.3. Nhãn thức dị thục

Trong nhãn thức vô phú vô ký quá khứ, các tùy miên tiềm phục trong tâm này cũng làm nhân chăng? Trừ nhãn thức dị thục được chiêu cảm bởi các tùy miên, trong các nhãn thức vô phú vô ký quá khứ còn lại, tất cả tùy miên trong tâm này hoặc tiềm phục nhưng không làm nhân, hoặc ở trong tâm này có thể làm nhân, tức không phải tùy miên cũng không tiềm phục. Nếu nhãn thức dị thục được chiêu cảm bởi các tùy miên, tất cả tùy miên ở trong tâm này hoặc làm nhân nhưng không tiềm phục, hoặc tiềm phục nhưng không làm nhân, hoặc có thể làm nhân và cũng tiềm phục, hoặc không làm nhân cũng không tiềm phục.

Có thể làm nhân nhưng không tiềm phục, đó là các tùy miên làm nhân, có thể chiêu cảm dị thục của tâm này, tức tùy miên kia hoặc không duyên tâm này, nếu duyên thì đã đoạn.

Tiềm phục nhưng không làm nhân, đó là các tùy miên không làm nhân, chiêu cảm dị thục của tâm này, tức tùy miên kia duyên tâm này chưa **[550b01]** đoạn.

Có thể làm nhân và cũng tiềm phục, đó là các tùy miên làm nhân, có thể chiêu cảm dị thục của tâm này, tức tùy miên kia duyên tâm này chưa đoạn.

Không thể làm nhân cũng không tiềm phục, đó là các tùy miên không làm nhân, chiêu cảm dị thục của tâm này, tức tùy miên kia không duyên tâm này, nếu duyên thì đã đoạn, hoặc duyên các pháp khác, hoặc là tùy miên khác, hoặc là biến hành tùy miên không đồng giới. Như nhãn thức vô phú vô ký quá khứ, nhãn thức vô phú vô ký vị lai, hiện tại cũng vậy. Như nhãn thức, nhĩ thức, tỉ, thiệt, thân, ý thức cũng vậy. Trong đó có điểm khác biệt là tỉ thức và thiệt thức không nên nói có tính hữu phú vô ký, không nên nói ý thức dị thục được chiêu cảm bởi tùy miên.

5.4. Nhãn thức thiện

Có sáu thức thân: nhãn thức, nhĩ thức, tỉ thức, thiệt thức, thân thức, ý thức. Sáu thức thân này, hoặc quá khứ, hoặc vị lai, hoặc hiện tại, hoặc thiện, hoặc bất thiện, hoặc hữu phú vô ký, hoặc vô phú vô ký. Trong nhãn thức thiện quá khứ, các tùy miên ở trong tâm này nếu không tiềm phục, cũng không làm nhân chăng? Nếu ở trong tâm này không làm nhân, cũng không tiềm phục chăng? Như nhãn thức thiện quá khứ, nhãn thức thiện vị lai, hiện tại cũng vậy. Như nhãn thức thiện, nhãn thức bất thiện, hữu phú vô ký, vô phú vô ký cũng vậy. Như nhãn thức, nhĩ thức, tỉ, thiệt, thân, ý thức cũng vậy.

Trong nhãn thức thiện quá khứ, các tùy miên ở trong tâm này, nếu không tiềm phục, cũng không làm nhân, hoặc không làm nhân nhưng không phải không tiềm phục. Đó là các tùy miên duyên tâm này chưa đoạn. Như nhãn thức thiện quá khứ, nhãn thức thiện vị lai hiện tại cũng vậy.

5.5. Nhãn thức bất thiện

Trong nhãn thức bất thiện quá khứ, các tùy miên ở trong tâm này, hoặc không làm nhân nhưng không phải không tiềm phục, hoặc không tiềm phục nhưng không phải không làm nhân, hoặc không làm nhân cũng không tiềm phục, hoặc không phải không làm nhân cũng không phải không tiềm phục.

Không làm nhân nhưng không phải không tiềm phục, đó là các tùy miên là nhân đồng loại biến hành ở trong tâm này sau đó, tức tùy miên kia duyên tâm này chưa đoạn.

Không tiềm phục nhưng không phải không làm nhân, đó là tùy miên kia là nhân đồng loại biến hành sinh trước trong tâm này, tức tùy miên kia hoặc không duyên tâm này, nếu duyên thì đã đoạn, và tùy miên tương ưng tâm này đã đoạn.

Không thể làm nhân cũng không tiềm phục, đó là các tùy miên là nhân đồng loại biến hành ở trong tâm này sau đó, tức tùy miên kia hoặc không duyên tâm này, nếu duyên thì [550c01] đã đoạn, hoặc duyên các pháp khác, hoặc là tùy miên khác, hoặc là biến hành tùy miên không đồng giới.

Không phải không làm nhân cũng không phải không tiềm phục, đó là các tùy miên là nhân đồng loại biến hành sinh trước trong tâm này, tức tùy miên kia duyên tâm này chưa đoạn, và tùy miên tương ưng tâm này chưa đoạn.

Như nhãn thức bất thiện quá khứ, nhãn thức bất thiện vị lai cũng vậy.

Trong nhãn thức bất thiện hiện tại, các tùy miên ở trong tâm này hoặc không làm nhân nhưng không phải không tiềm phục, hoặc không tiềm phục nhưng không phải không làm nhân, hoặc không làm nhân cũng không tiềm phục, hoặc không phải không làm nhân cũng không phải không tiềm phục.

Không làm nhân nhưng không phải không tiềm phục, đó là các tùy miên là nhân đồng loại biến hành ở trong tâm này sau đó, tức tùy miên kia duyên tâm này chưa đoạn.

Không tiềm phục nhưng không phải không làm nhân, đó là các tùy miên là nhân đồng loại biến hành sinh trước trong tâm này, tức tùy miên kia hoặc không duyên tâm này, nếu duyên thì đã đoạn.

Không làm nhân cũng không tiềm phục, đó là các tùy miên là nhân đồng loại biến hành ở trong tâm này sau đó, tức tùy miên kia hoặc không duyên tâm này, nếu duyên thì đã đoạn, hoặc duyên các pháp khác, hoặc là tùy miên khác, hoặc là biến hành tùy miên không đồng giới.

Không phải không làm nhân cũng không phải không tiềm phục, đó là các tùy miên là nhân đồng loại biến hành sinh trước trong tâm này, tức tùy miên kia duyên tâm này chưa đoạn, và có tùy miên tương ưng với tâm này. Như nhãn thức thiện, nhãn thức hữu phú vô ký cũng vậy.

5.6. Nhãn thức vô phú vô ký

Trong nhãn thức vô phú vô ký quá khứ, các tùy miên ở trong tâm này, hoặc không tiềm phục, cũng không làm nhân chăng? Trừ nhãn thức dị thục được chiêu cảm bởi các tùy miên. Các nhãn thức vô phú vô ký còn lại, tất cả tùy miên ở trong tâm này, hoặc không tiềm phục, cũng không làm nhân, hoặc không làm nhân nhưng không phải không tiềm phục, đó là các tùy miên duyên tâm này chưa đoạn, hoặc nhãn thức dị thục được chiêu cảm bởi các tùy miên, tất cả tùy miên ở trong tâm này, hoặc không làm nhân nhưng không phải không tiềm phục, hoặc không tiềm phục nhưng không phải không làm nhân, hoặc không làm nhân cũng không tiềm phục, hoặc không phải không làm nhân cũng không phải không tiềm phục.

Không làm nhân nhưng không phải không tiềm phục, đó là các tùy miên không làm nhân, chiêu cảm dị thục của tâm này, tức tùy miên kia duyên tâm này chưa đoạn.

Không tiềm phục nhưng không phải không làm nhân, đó là các tùy miên làm nhân, có thể chiêu cảm dị thục của tâm này, tức tùy miên kia hoặc không duyên tâm này, nếu duyên thì đã đoạn.

Không thể làm nhân, cũng không tiềm phục, đó là các tùy miên không làm nhân, chiêu cảm dị thục của tâm này, tức tùy miên kia [551a01] hoặc không duyên tâm này, nếu duyên thì đã đoạn, hoặc duyên các pháp khác, hoặc là tùy miên khác, hoặc là biến hành tùy miên không đồng giới.

Không phải không làm nhân cũng không phải không tiềm phục, đó là các tùy miên làm nhân, có thể chiêu cảm dị thục của tâm này, tức tùy miên kia duyên tâm này chưa đoạn.

Như nhãn thức vô phú vô ký quá khứ, nhãn thức vô phú vô ký vị lai, hiện tại cũng vậy.

Như nhãn thức, nhĩ thức, tỉ, thiệt, thân, ý thức cũng vậy. Trong đó có điểm khác biệt là tỉ thức, thiệt thức không nên nói có tính hữu phú vô ký, cũng không nên nói có ý thức dị thục được chiêu cảm bởi tùy miên.

TIẾT 6. NHÂN CHƯA ĐOẠN

Có mười tâm: các tâm thiện, bất thiện, hữu phú vô ký, vô phú vô ký hệ thuộc Dục giới; các tâm thiện, hữu phú vô ký, vô phú vô ký thuộc Sắc giới; các tâm thiện, hữu phú vô ký, vô phú vô ký hệ thuộc Vô sắc giới.

Tâm thiện hệ thuộc Dục giới, nếu thể chưa đoạn, nó làm nhân cho thể chưa được đoạn chăng? Giả sử nó làm nhân cho cái chưa đoạn, thể nó chưa đoạn chăng? Cho đến tâm vô phú vô ký hệ thuộc Vô sắc giới, nếu thể chưa đoạn, nó có làm nhân cho thể chưa được đoạn chăng? nếu làm nhân cho cái chưa đoạn, thể chưa đoạn chăng? Giả sử nó làm nhân cho cái chưa đoạn, thể nó chưa đoạn chăng?

6.1. Tâm Dục Giới

a. Thiện

Tâm thiện hệ thuộc Dục giới, nếu thể chưa đoạn, làm nhân cho cái chưa đoạn chăng?

Đáp: Đúng thế.

Giả sử nó làm nhân cho cái chưa đoạn, thể của nó chưa đoạn chăng?

Đáp: Đúng thế.

b. Bất thiện

Các tâm bất thiện, nếu thể chưa đoạn, nó làm nhân cho cái chưa đoạn chăng? (1) Hoặc thể chưa đoạn, làm nhân cho cái chưa đoạn; (2) hoặc thể chưa đoạn, làm nhân cho cái đã đoạn và chưa đoạn.

(1) *Thể chưa đoạn,*[217] *làm nhân cho cái chưa đoạn*: đó là các tâm bất thiện của các bổ-đặc-già-la cụ phược[218], tự thể chưa đoạn,[219] làm nhân cho cái chưa đoạn.[220]

(2) *Thể chưa đoạn, làm nhân cho cái đã đoạn và chưa đoạn*: đó là các tâm bất thiện thuộc kiến tập, kiến diệt, kiến đạo và tu sở đoạn[221],

---

[217] Nhân (phiền não, bất thiện v.v...) chưa bị hủy bởi đối trị phần, gọi là nhân chưa đoạn. *Tì-bà-sa 19*, T27n1545_p0094c26.

[218] Thánh giả cụ phược (*sakalabandha*), các tùy miên, kết phược, còn nguyên vẹn; chưa đoạn được một phần phiền não thuộc tu đoạn, được gọi là Dự lưu hướng.

[219] Tâm bất thiện Dục giới.

[220] Tâm bất thiện Sắc, Vô sắc giới.

[221] Trong 15 sát-na thuộc kiến đạo (*darśanamārga*), từ khổ trí cho đến đạo loại nhẫn (*mārgānvayakṣānti*) 1 sát-na cuối cùng, đạo loại

chưa ly tham Dục giới,[222] khổ trí đã sinh,[223] tập trí chưa sinh.[224]

(3) Nhân của cái chưa đoạn là những gì? Các pháp câu hữu và tương ưng với tâm này. Nhân của cái đã đoạn là những gì? (a) Các biến hành tùy miên thuộc kiến khổ sở đoạn hệ thuộc Dục giới và các pháp tương ưng với nó; (b) các tâm bất thiện thuộc kiến diệt, kiến đạo, và tu sở đoạn, tập trí đã sinh, diệt trí chưa sinh.

(4) Nhân của cái chưa đoạn là những gì? Các pháp câu hữu và tương ưng với tâm này. Nhân của cái đã đoạn là những gì? (a) Các biến hành tùy miên hệ thuộc Dục giới và các pháp tương ưng với nó; (b) các tâm bất thiện thuộc kiến đạo, và tu sở đoạn, diệt trí đã sinh, đạo trí chưa sinh.

(5)[225] Nhân của cái chưa đoạn là những gì? Các pháp câu hữu và tương ưng với tâm này [551b01]. Nhân của cái đã đoạn là những gì? (a) Các biến hành tùy miên hệ thuộc Dục giới và các pháp tương ưng với nó; (b) các tâm bất thiện thuộc tu sở đoạn[226] của đệ tử Thế Tôn đã viên mãn kiến, nhưng chưa ly tham Dục giới.

(6) Nhân của cái chưa đoạn là những gì? Các pháp câu hữu và tương ưng với tâm này. Nhân của cái đã đoạn là những gì? Các biến hành tùy miên hệ thuộc Dục giới và các pháp tương ưng với nó. Đây

---

trí (*mārgānvayajñāna*), thuộc tu đạo (*bhavamārga*). *Câu-xá vi*, tụng 69.

[222] Skt. *kāmavītarāga*, ly tham Dục giới, Thánh giả Dự lưu và Nhất Lai chưa đoạn trừ 5 hạ phần kết.

[223] Khổ trí, bao gồm khổ pháp trí (*duḥkhe dharmajñāna*) và khổ loại trí (*duḥkhe anvayajñāna*). *Khổ trí đã sinh*, sát-na thứ tư hiện quán Thánh đế, các tùy miên thuộc kiến khổ đoạn đã bị đoạn trừ: nhân đã đoạn. *Tập trí chưa sinh*: các tùy miên thuộc kiến tập đoạn cho đến tu sở đoạn chưa bị đoạn: nhân chưa bị đoạn.

[224] Các tùy miên thuộc kiến tập đoạn chưa bị đoạn.

[225] Theo thứ tự (2-5): khổ pháp trí cho đến đến đạo loại trí

[226] Các tâm này này đoạn khi phát sinh đạo loại trí (*mārge 'nvayajñāna*), sát-na thứ 16 hiện quán Thánh đế, trong trường hợp nói đây, Thánh giả đắc quả Dự lưu hoặc Nhất lai.

gọi là thể chưa đoạn, làm nhân cho đã đoạn và chưa đoạn.[227]

Nếu làm nhân cho cái chưa đoạn, thể chưa đoạn chăng? (1) Hoặc làm nhân cho cái chưa đoạn, thể chưa đoạn; (2) hoặc làm nhân cho cái chưa đoạn và đã đoạn, nhưng thể chưa đoạn; (3) hoặc làm nhân cho cái chưa đoạn và đã đoạn, nhưng thể của nó đã đoạn.

(1) *làm nhân cho cái chưa đoạn, thể chưa đoạn*: đó là các tâm bất thiện của các bổ-đặc-già-la cụ phược. Đây gọi là làm nhân cho cái chưa đoạn, thể cũng chưa đoạn.

(2) *làm nhân cho cái chưa đoạn và đã đoạn, thể chưa đoạn*: đó là các tâm bất thiện thuộc kiến tập, kiến diệt, kiến đạo và tu sở đoạn, chưa ly tham Dục giới, khổ trí đã sinh, tập trí chưa sinh.

(2.1) Nhân của cái chưa đoạn là những gì? Các pháp câu hữu và tương ưng với tâm này. Nhân của cái đã đoạn là những gì? (a) Các biến hành tùy miên hệ thuộc Dục giới và các pháp tương ưng với nó; (b) các tâm bất thiện thuộc kiến đạo, và tu sở đoạn, diệt trí đã sinh, đạo trí chưa sinh.[228]

(2.2) Nhân của cái chưa đoạn là những gì? Các pháp câu hữu và tương ưng với tâm này. Nhân của cái đã đoạn là những gì? (a) Các biến hành tùy miên hệ thuộc Dục giới và các pháp tương ưng với nó; (b) các tâm bất thiện thuộc tu sở đoạn của đệ tử Thế Tôn đã viên mãn kiến, nhưng chưa ly tham Dục giới.[229]

(2.3) Nhân của chưa đoạn là những gì? Các pháp câu hữu và tương ưng với tâm này. Nhân của đã đoạn là những gì? Các biến hành tùy miên hệ thuộc Dục giới và các pháp tương ưng với nó. Đây gọi là làm nhân cho cái chưa đoạn và đã đoạn, mà thể chưa đoạn.[230]

---

[227] Đây chỉ trường hợp Thánh giả đắc quả Bất hoàn (*anāgāmin*).
[228] Đây chỉ đạo loại trí chưa sinh, 15 sát-na đầu hiện quán Thánh đế thuộc kiến đạo (*darśanamārga*), giai đoạn hướng quả.
[229] Thánh giả đắc quả Dự lưu hoặc Nhất lai.
[230] Thánh giả đắc quả Bất hoàn.

(3) *làm nhân cho cái chưa đoạn và đã đoạn mà thể đã đoạn*: đó là các tâm bất thiện thuộc kiến khổ sở đoạn, chưa ly tham Dục giới, khổ trí đã sinh, tập trí chưa sinh.

Nhân đã đoạn là những gì? Các pháp câu hữu và tương ưng với tâm này. Nhân chưa đoạn là những gì? Các biến hành tùy miên thuộc kiến tập sở đoạn[231] hệ thuộc Dục giới và các pháp tương ưng với nó. Đây gọi là làm nhân cho cái chưa đoạn và đã đoạn, mà thể của nó đã đoạn.

c. Hữu phú vô ký

[551c01] Các tâm hữu phú vô ký hệ thuộc Dục giới, nếu thể chưa đoạn mà làm nhân cho cái chưa đoạn chăng?

Đáp: Đúng thế.

Nếu làm nhân cho cái chưa đoạn mà thể chưa đoạn chăng? (1) Hoặc làm nhân cho cái chưa đoạn, thể của nó chưa đoạn; (2) hoặc làm nhân cho cái chưa đoạn và đã đoạn, thể của nó đã đoạn.

(1) *làm nhân cho cái chưa đoạn, thể chưa đoạn*, đó là các tâm hữu phú vô ký hệ thuộc Dục giới của các bổ-đặc-già-la cụ phược. Đây gọi là làm nhân cho cái chưa đoạn, thể của nó chưa đoạn.

(2) *làm nhân cho cái chưa đoạn và đã đoạn, thể đã đoạn*: đó là các tâm hữu phú vô ký thuộc kiến khổ sở đoạn hệ thuộc Dục giới, chưa ly tham Dục giới, khổ trí đã sinh, tập trí chưa sinh.

Nhân đã đoạn là những gì? Các pháp câu hữu và tương ưng với tâm này. Nhân chưa đoạn là những gì? Các biến hành tùy miên thuộc kiến tập sở đoạn hệ thuộc Dục giới và các pháp tương ưng với nó. Đây gọi là *làm nhân cho cái chưa đoạn và đã đoạn, thể của nó đã đoạn.*

d. Vô phú vô ký

Các tâm vô phú vô ký hệ thuộc Dục giới, nếu thể chưa đoạn, làm nhân cho cái chưa đoạn chăng? Trừ dị thục được chiêu cảm bởi các

---

[231] Kiến tập đoạn biến hành tùy miên: 2 kiến (tà kiến & kiến thủ kiến), 1 nghi, 1 vô minh.

tùy miên, các tâm vô phú vô ký hệ thuộc Dục giới còn lại, nếu thể chưa đoạn, làm nhân cho cái chưa đoạn chăng?

Đáp: Đúng thế.

Nếu làm nhân cho cái chưa đoạn, thể chưa đoạn chăng?

Đáp: Đúng thế.

Nếu dị thục được chiêu cảm bởi các tùy miên, (1) hoặc thể chưa đoạn, làm nhân cho cái chưa đoạn; (2) hoặc thể chưa đoạn, làm nhân cho cái đã đoạn và chưa đoạn.

(1) *Thể chưa đoạn, làm nhân cho cái chưa đoạn*, đó là (a) các tâm dị thục được chiêu cảm bởi tùy miên của các bổ-đặc-già-la cụ phược; (b) các tâm dị thục được chiêu cảm bởi tùy miên thuộc kiến tập-diệt-đạo và tu sở đoạn, chưa ly tham Dục giới, khổ trí đã sinh, tập trí chưa sinh; (c) các tâm dị thục được chiêu cảm bởi tùy miên thuộc kiến diệt-đạo và tu sở đoạn, tập trí đã sinh, diệt trí chưa sinh; (d) các tâm dị thục được chiêu cảm bởi tùy miên thuộc kiến đạo và tu sở đoạn, diệt trí đã sinh, đạo trí chưa sinh; (e) các tâm dị thục được chiêu cảm bởi tùy miên thuộc tu sở đoạn của đệ tử Thế Tôn đã viên mãn kiến, chưa ly tham Dục giới. Đây gọi là thể chưa đoạn, làm nhân cho cái chưa đoạn.

(2) *Thể chưa đoạn, làm nhân cho cái đã đoạn và chưa đoạn*, đó là các tâm dị thục được chiêu cảm bởi tùy miên thuộc kiến khổ sở đoạn, chưa ly tham Dục giới, khổ trí đã sinh, tập trí chưa sinh.

Nhân chưa đoạn là những gì? Các pháp câu hữu và tương ưng với tâm này. Nhân đã đoạn là những gì? Các tùy miên thuộc kiến khổ sở đoạn có khả năng chiêu cảm các tâm dị thục như vậy. Các tâm dị thục được chiêu cảm bởi tùy miên **[552a01]** thuộc kiến khổ, kiến tập sở đoạn, tập trí đã sinh, diệt trí chưa sinh.

Nhân chưa đoạn là những gì? Các pháp câu hữu và tương ưng với tâm này. Nhân đã đoạn là những gì? (a) Các tùy miên thuộc kiến khổ, kiến tập sở đoạn có khả năng chiêu cảm các tâm dị thục như vậy. (b) Các tâm dị thục được chiêu cảm bởi tùy miên thuộc kiến khổ, kiến tập, kiến diệt sở đoạn, diệt trí đã sinh, đạo trí chưa sinh.

Nhân chưa đoạn là những gì? Các pháp câu hữu và tương ưng với tâm này. Nhân đã đoạn là những gì? (a) Các tùy miên thuộc kiến khổ, kiến tập, kiến diệt sở đoạn có khả năng chiêu cảm các tâm dị thục như vậy. (b) Các tâm dị thục được chiêu cảm bởi tùy miên thuộc kiến sở đoạn của đệ tử Thế Tôn đã viên mãn kiến, chưa ly tham Dục giới.

Nhân chưa đoạn là những gì? Các pháp câu hữu và tương ưng tâm này. Nhân đã đoạn là những gì? Các tùy miên thuộc kiến sở đoạn có khả năng chiêu cảm các tâm dị thục như vậy. Đây gọi là thể chưa đoạn, làm nhân cho cái đã đoạn và chưa đoạn.

Nếu làm nhân cho cái chưa đoạn, thể chưa đoạn chăng?

Đáp: Đúng thế.

6.2. Tâm Sắc Giới

a. Thiện

Các tâm thiện hệ thuộc Sắc giới, nếu thể chưa đoạn, làm nhân cho cái chưa đoạn chăng?

Đáp: Đúng thế.

Nếu làm nhân cho cái chưa đoạn, thể chưa đoạn chăng?

Đáp: Đúng thế.

b. Hữu phú vô ký

Các tâm hữu phú vô ký hệ thuộc Sắc giới, nếu thể chưa đoạn, làm nhân cho cái chưa đoạn chăng? (1) Hoặc thể chưa đoạn, làm nhân cho cái chưa đoạn; (2) hoặc thể chưa đoạn, làm nhân cho cái đã đoạn và chưa đoạn.

(1) *Thể chưa đoạn, làm nhân cho cái chưa đoạn,* đó là (a) các tâm hữu phú vô ký hệ thuộc Sắc giới của các bổ-đặc-già-la cụ phược; (b) các tâm hữu phú vô ký hệ thuộc Sắc giới, đã ly tham Dục giới, chưa ly tham Sắc giới, khổ loại trí chưa sinh. [232] Đây gọi là thể chưa đoạn, làm nhân cho cái chưa đoạn.

---

[232] Đây chỉ khổ loại trí nhẫn (*duḥkhe 'nvayajñānakṣānti*) đã sinh, do đã ly tham Dục giới, nhưng khổ loại trí chưa sinh. Các loại

(2) *Thể chưa đoạn, làm nhân cho cái đã đoạn và chưa đoạn*, đó là các tâm hữu phú vô ký thuộc kiến tập, kiến diệt, kiến đạo và tu sở đoạn hệ thuộc Sắc giới, chưa ly tham Sắc giới, khổ loại trí đã sanh, tập loại trí chưa sanh.

Nhân chưa đoạn là những gì? Các pháp câu hữu và tương ưng với tâm này. Nhân đã đoạn là những gì? (a) Các biến hành tùy miên thuộc kiến khổ sở đoạn hệ thuộc Sắc giới và các pháp tương ưng với nó; (b) các tâm hữu phú vô ký thuộc kiến diệt, kiến đạo và tu sở đoạn hệ thuộc Sắc giới, tập loại trí đã sinh, diệt loại trí chưa sinh.

Nhân chưa đoạn là những gì? Các pháp câu hữu và tương ưng với tâm này. Nhân đã đoạn là những gì? (a) Các biến hành tùy miên hệ thuộc Sắc giới và các pháp tương ưng với nó; (b) các tâm hữu phú vô ký thuộc kiến đạo và tu sở đoạn hệ thuộc Sắc giới, diệt loại trí đã sinh, đạo loại trí chưa sinh.

[552b01] Nhân chưa đoạn là những gì? Các pháp câu hữu và tương ưng với tâm này. Nhân đã đoạn là những gì? (a) Các biến hành tùy miên hệ thuộc Sắc giới và các pháp tương ưng với nó; (b) các tâm hữu phú vô ký hệ thuộc Sắc giới của đệ tử Thế Tôn đã viên mãn kiến, chưa ly tham Sắc giới.

Nhân chưa đoạn là những gì? Các pháp câu hữu và tương ưng với tâm này. Nhân đã đoạn là những gì? Các biến hành tùy miên hệ thuộc Sắc giới và các pháp tương ưng với nó. Đây gọi là thể chưa đoạn, làm nhân cho cái đã đoạn và chưa đoạn.

Nếu làm nhân cho cái chưa đoạn, thể của nó chưa đoạn chăng? (1) Hoặc làm nhân cho cái chưa đoạn, thể của nó chưa đoạn; (2) hoặc làm nhân cho cái chưa đoạn và đã đoạn, thể của nó chưa đoạn; (3) hoặc làm nhân cho cái chưa đoạn và đã đoạn, thể của nó đã đoạn.

(1) *làm nhân cho cái chưa đoạn, thể của nó chưa đoạn*, đó là (a) các tâm hữu phú vô ký hệ thuộc Sắc giới của các bổ-đặc-già-la cụ phược;

---

trí (*anvayajñāna*), các trí hiện quán Thánh đế thuộc Sắc và Vô sắc giới.

(b) các tâm hữu phú vô ký hệ thuộc Sắc giới, đã ly tham Dục giới, chưa ly tham Sắc giới, khổ loại trí chưa sinh. Đây gọi là làm nhân cho cái chưa đoạn, thể của nó chưa đoạn.

(2) *làm nhân cho cái chưa đoạn và đã đoạn, thể của nó chưa đoạn*, đó là các tâm hữu phú vô ký thuộc kiến tập, kiến diệt, kiến đạo và tu sở đoạn hệ thuộc Sắc giới, chưa ly tham Sắc giới, khổ loại trí đã sinh, tập loại trí chưa sinh.

Nhân chưa đoạn là những gì? Các pháp câu hữu và tương ưng với tâm này. Nhân đã đoạn là những gì? Các biến hành tùy miên thuộc kiến khổ sở đoạn hệ thuộc Sắc giới và các pháp tương ưng với nó; các tâm hữu phú vô ký thuộc kiến diệt, kiến đạo và tu sở đoạn hệ thuộc Sắc giới, tập loại trí đã sinh, diệt loại trí chưa sinh.

Nhân chưa đoạn là những gì? Các pháp câu hữu và tương ưng với tâm này. Nhân đã đoạn là những gì? Các biến hành tùy miên hệ thuộc Sắc giới và các pháp tương ưng với nó; các tâm hữu phú vô ký thuộc kiến đạo và tu sở đoạn hệ thuộc Sắc giới, diệt loại trí đã sinh, đạo loại trí chưa sinh.

Nhân chưa đoạn là những gì? Các pháp câu hữu và tương ưng với tâm này. Nhân đã đoạn là những gì? Các biến hành tùy miên hệ thuộc Sắc giới và các pháp tương ưng với nó; các tâm hữu phú vô ký thuộc tu sở đoạn hệ thuộc Sắc giới của đệ tử Thế Tôn đã viên mãn kiến, chưa ly tham Sắc giới.

Nhân chưa đoạn là những gì? Các pháp câu hữu và tương ưng với tâm này. Nhân đã đoạn là những gì? Các biến hành tùy miên hệ thuộc Sắc giới và các pháp tương ưng với nó. Đây gọi là làm nhân cho cái chưa đoạn và đã đoạn, thể của nó chưa đoạn.

(3) *làm nhân cho cái chưa đoạn và đã đoạn,* [552c01] *thể của nó đã đoạn*, đó là các tâm hữu phú vô ký thuộc kiến khổ sở đoạn hệ thuộc Sắc giới, chưa ly tham Sắc giới, khổ loại trí đã sinh, tập loại trí chưa sinh.

Nhân đã đoạn là những gì? Các pháp câu hữu và tương ưng với tâm này. Nhân chưa đoạn là những gì? Các biến hành tùy miên thuộc kiến tập sở đoạn hệ thuộc Sắc giới và các pháp tương ưng với nó. Đây gọi là làm nhân cho cái chưa đoạn và đã đoạn, thể của nó đã đoạn.

c. Vô phú vô ký

Các tâm vô phú vô ký hệ thuộc Sắc giới, nếu thể chưa đoạn, làm nhân cho cái chưa đoạn chăng?

Đáp: Đúng vậy.

Nếu làm nhân cho cái chưa đoạn, thể của nó chưa đoạn chăng?

Đáp: Đúng vậy.

6.3. Tâm Vô sắc giới

a. Thiện

Các tâm thiện hệ thuộc Vô sắc giới, nếu thể chưa đoạn, làm nhân cho cái chưa đoạn chăng?

Đáp: Đúng vậy.

Nếu làm nhân cho cái chưa đoạn, thể của nó chưa đoạn chăng?

Đáp: Đúng vậy.

b. Hữu phú vô ký

Các tâm hữu phú vô ký hệ thuộc Vô sắc giới, nếu thể chưa đoạn, làm nhân cho cái chưa đoạn chăng? (1) Hoặc thể chưa đoạn, làm nhân cho cái chưa đoạn; (2) hoặc thể chưa đoạn, làm nhân cho cái đã đoạn và chưa đoạn.

(1) *Thể chưa đoạn, làm nhân cho cái chưa đoạn*, đó là (a) các tâm hữu phú vô ký hệ thuộc Vô sắc giới của các bổ-đặc-già-la cụ phược; (b) các tâm hữu phú vô ký hệ thuộc Vô sắc giới, đã ly tham Dục giới, chưa ly tham Sắc giới, khổ loại trí chưa sinh; (c) các tâm hữu phú vô ký hệ thuộc Vô sắc giới, đã ly tham Sắc giới, khổ loại trí chưa sinh. Đây gọi là thể chưa đoạn, làm nhân cho cái chưa đoạn.

(2) *Thể chưa đoạn, làm nhân cho cái đã đoạn và chưa đoạn*, đó là các tâm hữu phú vô ký thuộc kiến tập, kiến diệt, kiến đạo và tu sở đoạn hệ thuộc Vô sắc giới, khổ loại trí đã sinh, tập loại trí chưa sinh.

Nhân chưa đoạn là những gì? Các pháp câu hữu và tương ưng với tâm này. Nhân đã đoạn là những gì? Các biến hành tùy miên thuộc kiến khổ sở đoạn hệ thuộc Vô sắc giới và các pháp tương ưng với nó; các tâm hữu phú vô ký thuộc kiến diệt, kiến đạo và tu sở đoạn hệ thuộc Vô sắc giới, tập loại trí đã sinh, diệt loại trí chưa sinh.

Nhân chưa đoạn là những gì? Các pháp câu hữu và tương ưng với tâm này. Nhân đã đoạn là những gì? Các biến hành tùy miên hệ thuộc Vô sắc giới và các pháp tương ưng với nó; các tâm hữu phú vô ký thuộc kiến đạo và tu sở đoạn hệ thuộc Vô sắc giới, diệt loại trí đã sinh, đạo loại trí chưa sinh.

Nhân chưa đoạn là những gì? Các pháp câu hữu và tương ưng với tâm này. Nhân đã đoạn là những gì? Các biến hành tùy miên hệ thuộc Vô sắc giới và các pháp tương ưng với nó; [553a01] các tâm hữu phú vô ký hệ thuộc Vô sắc giới của đệ tử Thế Tôn đã viên mãn kiến, chưa ly tham Vô sắc giới.

Nhân chưa đoạn là những gì? Các pháp câu hữu và tương ưng với tâm này. Nhân đã đoạn là những gì? Các biến hành tùy miên hệ thuộc Vô sắc giới và các pháp tương ưng với nó. Đây gọi là thể chưa đoạn, làm nhân cho cái đã đoạn và chưa đoạn.

Nếu làm nhân cho cái chưa đoạn, thể của nó chưa đoạn chăng? (1) Hoặc làm nhân cho cái chưa đoạn, thể của nó chưa đoạn; (2) hoặc làm nhân cho cái chưa đoạn và đã đoạn, thể của nó chưa đoạn; (3) hoặc làm nhân cho cái chưa đoạn và đã đoạn, thể của nó đã đoạn.

(1) *làm nhân cho cái chưa đoạn, thể của nó chưa đoạn*, đó là (a) các tâm hữu phú vô ký hệ thuộc Vô sắc giới của các bổ-đặc-già-la cụ phược; (b) các tâm hữu phú vô ký hệ thuộc Vô sắc giới, đã ly tham Dục giới, chưa ly tham Sắc giới, khổ loại trí chưa sinh; (c) các tâm hữu phú vô ký hệ thuộc Vô sắc giới, đã ly tham Sắc giới, khổ loại trí chưa sinh. Đây gọi là làm nhân cho cái chưa đoạn, thể của nó chưa đoạn.

(2) làm nhân cho cái chưa đoạn và đã đoạn, thể của nó chưa đoạn, đó là các tâm hữu phú vô ký thuộc kiến tập, kiến diệt, kiến đạo và tu sở đoạn hệ thuộc Vô sắc giới, khổ loại trí đã sinh, tập loại trí chưa sinh.

Nhân chưa đoạn là những gì? Các pháp câu hữu và tương ưng với tâm này. Nhân đã đoạn là những gì? Các biến hành tùy miên thuộc kiến khổ sở đoạn hệ thuộc Vô sắc giới và các pháp tương ưng với nó; các tâm hữu phú vô ký thuộc kiến diệt, kiến đạo và tu sở đoạn hệ thuộc Vô sắc giới, tập loại trí đã sinh, diệt loại trí chưa sinh.

Nhân chưa đoạn là những gì? Các pháp câu hữu và tương ưng với tâm này. Nhân đã đoạn là những gì? Các biến hành tùy miên hệ thuộc Vô sắc giới và các pháp tương ưng với nó; các tâm hữu phú vô ký thuộc kiến đạo và tu sở đoạn hệ thuộc Vô sắc giới, diệt loại trí đã sinh, đạo loại trí chưa sinh.

Nhân chưa đoạn là những gì? Các pháp câu hữu và tương ưng với tâm này. Nhân đã đoạn là những gì? Các biến hành tùy miên hệ thuộc Vô sắc giới và các pháp tương ưng với nó; các tâm hữu phú vô ký thuộc tu sở đoạn hệ thuộc Vô sắc giới của đệ tử Thế Tôn đã viên mãn kiến, chưa ly tham Vô sắc giới.

Nhân chưa đoạn là những gì? Các pháp câu hữu và tương ưng với tâm này. Nhân đã đoạn là những gì? Các biến hành tùy miên hệ thuộc Vô sắc giới và các pháp tương ưng với nó. Đây gọi là làm nhân cho cái chưa đoạn và đã đoạn, thể của nó chưa đoạn.

(3) làm nhân cho cái chưa đoạn và đã đoạn, thể của nó đã đoạn, đó là các tâm hữu **[553b01]** phú vô ký thuộc kiến khổ sở đoạn hệ thuộc Vô sắc giới, khổ loại trí đã sinh, tập loại trí chưa sinh.

Nhân đã đoạn là những gì? Các pháp câu hữu và tương ưng với tâm này. Nhân chưa đoạn là những gì? Các biến hành tùy miên thuộc kiến tập sở đoạn hệ thuộc Vô sắc giới và các pháp tương ưng với nó.

c. Vô phú vô ký

Các tâm vô phú vô ký hệ thuộc Vô sắc giới, nếu thể chưa đoạn, làm nhân cho cái chưa đoạn chăng?

Đáp: Đúng vậy.

Nếu làm nhân cho cái chưa đoạn, thể của nó chưa đoạn chăng?

Đáp: Đúng vậy.[233]

TIẾT 7. NHÂN ĐÃ ĐOẠN

Có mười tâm: Dục giới có các tâm thiện, bất thiện, hữu phú vô ký, vô phú vô ký; Sắc giới có các tâm thiện, hữu phú vô ký, vô phú vô ký; Vô sắc giới có các tâm thiện, hữu phú vô ký, vô phú vô ký.

Các tâm thiện hệ thuộc Dục giới, nếu thể đã đoạn, làm nhân cho cái đã đoạn chăng? Nếu làm nhân cho cái đã đoạn, thể đã đoạn chăng? Cho đến tâm vô phú vô ký hệ thuộc Vô sắc giới, nếu thể đã đoạn, làm nhân cho cái đã đoạn chăng? Nếu làm nhân cho cái đã đoạn, thể đã đoạn chăng?

7.1. Tâm Dục giới

a. Thiện

Các tâm thiện hệ thuộc Dục giới, nếu thể đã đoạn, nó có làm nhân cho cái đã đoạn chăng?

Đáp: Đúng vậy.

Nếu làm nhân cho cái đã đoạn, thể của nó đã đoạn chăng?

Đáp: Đúng vậy.

b. Bất thiện

Các tâm bất thiện, nếu thể đã đoạn, nó có làm nhân đã đoạn chăng? (a) Hoặc thể đã đoạn, làm nhân đã đoạn; (b) hoặc thể đã đoạn, làm nhân đã đoạn và chưa đoạn.

---

[233] Hết quyển 4.

(a) Thể đã đoạn, làm nhân đã đoạn, đó là (1) các tâm bất thiện thuộc kiến khổ, kiến tập sở đoạn, chưa ly tham Dục giới, tập trí đã sinh, diệt trí chưa sinh; (2) các tâm bất thiện thuộc kiến khổ, kiến tập, kiến diệt sở đoạn, diệt trí đã sinh, đạo trí chưa sinh; (3) các tâm bất thiện thuộc kiến sở đoạn của đệ tử Thế Tôn đã viên mãn kiến, chưa ly tham Dục giới; (4) các tâm bất thiện, đã ly tham Dục giới, chưa y tham nhiễm Sắc giới; (5) các tâm bất thiện đã ly tham Sắc giới, chưa ly tham Vô sắc giới; (6) các tâm bất thiện **[553c01]** đã ly tham Vô sắc giới. Đây gọi là thể đã đoạn, làm nhân cho cái đã đoạn.

(b) Thể đã đoạn, làm nhân cho cái đã đoạn và chưa đoạn, đó là các tâm bất thiện thuộc kiến khổ sở đoạn, chưa ly tham Dục giới, khổ trí đã sinh, tập trí chưa sinh.

Nhân đã đoạn là những gì? Các pháp câu hữu và tương ưng với tâm này.

Nhân chưa đoạn là những gì? Các biến hành tùy miên thuộc kiến tập sở đoạn hệ thuộc Dục giới và các pháp tương ưng với nó. Đây gọi là thể đã đoạn, làm nhân cho cái đã đoạn và chưa đoạn.

Nếu làm nhân cho cái đã đoạn, thể của nó đã đoạn chăng? (a) Hoặc làm nhân cho cái đã đoạn, thể đã đoạn; (b) hoặc làm nhân cho cái đã đoạn và chưa đoạn, thể của nó đã đoạn; (c) hoặc làm nhân cho cái đã đoạn và chưa đoạn, thể của nó chưa đoạn.

(a) làm nhân cho cái đã đoạn, thể của nó đã đoạn, đó là (1) các tâm bất thiện thuộc kiến khổ, kiến tập sở đoạn, chưa ly tham Dục giới, tập trí đã sinh, diệt trí chưa sinh; (2) các tâm bất thiện thuộc kiến khổ, kiến tập, kiến diệt sở đoạn, diệt trí đã sinh, đạo trí chưa sinh; (3) các tâm bất thiện thuộc kiến sở đoạn của đệ tử Thế Tôn đã viên mãn kiến, chưa ly tham Dục giới; (4) các tâm bất thiện đã ly tham Dục giới, chưa ly tham Sắc giới; (5) các tâm bất thiện đã ly tham Sắc giới, chưa ly tham Vô sắc giới; (6) các tâm bất thiện đã ly tham Vô sắc giới. Đây gọi là làm nhân cho cái đã đoạn, thể của nó đã đoạn.

(b) làm nhân cho cái đã đoạn và chưa đoạn, thể của nó đã đoạn, đó là các tâm bất thiện thuộc kiến khổ sở đoạn, chưa ly tham Dục giới, khổ trí đã sinh, tập trí chưa sinh.

Nhân đã đoạn là những gì? Các pháp câu hữu và tương ưng với tâm này.

Nhân chưa đoạn là những gì? Các biến hành tùy miên thuộc kiến tập sở đoạn hệ thuộc Dục giới và các pháp tương ưng với nó. Đây gọi là làm nhân cho cái đã đoạn và chưa đoạn, thể của nó đã đoạn.

(c) làm nhân cho cái đã đoạn và chưa đoạn, thể của nó chưa đoạn, đó là các tâm bất thiện thuộc kiến tập, kiến diệt, kiến đạo và tu sở đoạn, chưa ly tham Dục giới, khổ trí đã sinh, tập trí chưa sinh.

Nhân chưa đoạn là những gì? Các pháp câu hữu và tương ưng với tâm này.

Nhân đã đoạn là những gì? Các biến hành tùy miên thuộc kiến khổ sở đoạn hệ thuộc Dục giới và các pháp tương ưng với nó; các tâm bất thiện thuộc kiến diệt, kiến đạo và tu sở đoạn, tập trí đã sinh, diệt trí chưa sinh.

Nhân chưa đoạn là những gì? Các pháp câu hữu và tương ưng với tâm này.

Nhân đã đoạn là những gì? Các biến hành tùy miên hệ thuộc Dục giới và các pháp tương ưng với nó; các tâm bất thiện thuộc kiến [554a01] đạo và tu sở đoạn, diệt trí đã sinh, đạo trí chưa sinh.

Nhân chưa đoạn là những gì? Các pháp câu hữu và tương ưng với tâm này.

Nhân đã đoạn là những gì? Các biến hành tùy miên hệ thuộc Dục giới và các pháp tương ưng với nó; các tâm bất thiện thuộc tu sở đoạn của đệ tử Thế Tôn đã viên mãn kiến, chưa ly tham Dục giới, diệt trí đã sinh, đạo trí chưa sinh.

Nhân chưa đoạn là những gì? Các pháp câu hữu và tương ưng với tâm này.

Nhân đã đoạn là những gì? Các biến hành tùy miên hệ thuộc Dục giới và các pháp tương ưng với nó. Đây gọi là làm nhân cho cái đã đoạn và chưa đoạn, thể của nó chưa đoạn.

c. Hữu phú vô ký

Các tâm hữu phú vô ký hệ thuộc Dục giới, nếu thể đã đoạn, làm nhân cho cái đã đoạn chăng? (a) hoặc thể đã đoạn, làm nhân cho cái đã đoạn; (b) hoặc thể đã đoạn, làm nhân cho cái đã đoạn và chưa đoạn.

(a) Thể đã đoạn, làm nhân cho cái đã đoạn, đó là (1) các tâm hữu phú vô ký hệ thuộc Dục giới, chưa ly tham Dục giới, tập trí đã sinh, diệt trí chưa sinh; (2) các tâm hữu phú vô ký hệ thuộc Dục giới, diệt trí đã sinh, đạo trí chưa sinh; (3) các tâm hữu phú vô ký hệ thuộc Dục giới của đệ tử Thế Tôn đã viên mãn kiến, chưa ly tham Dục giới; (4) các tâm hữu phú vô ký hệ thuộc Dục giới, đã ly tham Dục giới, chưa ly tham Sắc giới; (5) các tâm hữu phú vô ký hệ thuộc Dục giới, đã ly tham Sắc giới, chưa ly tham Vô sắc giới; (6) các tâm hữu phú vô ký thuộc Dục giới, đã ly tham Vô sắc giới. Đây gọi là thể đã đoạn, làm nhân cho cái đã đoạn.

(b) Thể đã đoạn, làm nhân cho cái đã đoạn và chưa đoạn, đó là các tâm hữu phú vô ký thuộc kiến khổ sở đoạn hệ thuộc Dục giới, chưa ly tham Dục giới, khổ trí đã sinh, tập trí chưa sinh.

Nhân đã đoạn là những gì? Các pháp câu hữu và tương ưng với tâm này.

Nhân chưa đoạn là những gì? Các biến hành tùy miên thuộc kiến tập sở đoạn hệ thuộc Dục giới và các pháp tương ưng với nó. Đây gọi là thể đã đoạn, làm nhân cho cái đã đoạn và chưa đoạn.

Nếu làm nhân cho cái đã đoạn, thể của nó đã đoạn chăng?

Đáp: Đúng vậy.

d. Vô phú vô ký

Các tâm vô phú vô ký hệ thuộc Dục giới, nếu thể đã đoạn, làm nhân cho cái đã đoạn chăng?

Đáp: Đúng vậy.

Nếu làm nhân cho cái đã đoạn, thể của nó đã đoạn chăng? Trừ dị thục được chiêu cảm bởi tùy miên. Các tâm vô phú vô ký hệ thuộc Dục giới còn lại, làm nhân cho cái đã đoạn, thể của nó đã đoạn chăng?

Đáp: Đúng vậy.

Các tâm dị thục được chiêu cảm bởi tùy miên, (1) hoặc làm nhân cho cái đã đoạn, thể của nó đã đoạn, (2) hoặc làm nhân cho cái đã đoạn và chưa đoạn, thể của nó chưa đoạn.

(1) làm nhân cho cái đã đoạn, thể của nó đã đoạn, đó là (a) **[554b01]** các tâm dị thục được chiêu cảm bởi tùy miên, đã ly tham Dục giới, chưa ly tham Sắc giới; (b) các tâm dị thục được chiêu cảm bởi tùy miên, đã ly tham Sắc giới, chưa ly tham Vô sắc giới; (c) các tâm dị thục được chiêu cảm bởi tùy miên, đã ly tham Vô sắc giới. Đây gọi là làm nhân cho cái đã đoạn, thể của nó đã đoạn.

(2) làm nhân cho cái đã đoạn và chưa đoạn, thể của nó chưa đoạn, đó là các tâm dị thục được chiêu cảm bởi tùy miên thuộc kiến khổ sở đoạn, chưa ly tham Dục giới, khổ trí đã sinh, tập trí chưa sinh.

Nhân chưa đoạn là những gì? Các pháp câu hữu và tương ưng với tâm này. Nhân đã đoạn là những gì? (a) Các tùy miên thuộc kiến khổ sở đoạn, có khả năng chiêu cảm các tâm dị thục như vậy; (b) các tâm dị thục được chiêu cảm bởi tùy miên thuộc kiến khổ, kiến tập sở đoạn, tập trí đã sinh, diệt trí chưa sinh.

Nhân chưa đoạn là những gì? Các pháp câu hữu và tương ưng với tâm này. Nhân đã đoạn là những gì? (a) Các tùy miên thuộc kiến khổ, kiến tập sở đoạn, có khả năng chiêu cảm các tâm dị thục như vậy; (b) các tâm dị thục được chiêu cảm bởi tùy miên thuộc kiến khổ, kiến tập, kiến diệt sở đoạn, diệt trí đã sinh, đạo trí chưa sinh.

Nhân chưa đoạn là những gì? Các pháp câu hữu và tương ưng với tâm này. Nhân đã đoạn là những gì? (a) Các tùy miên thuộc kiến khổ, kiến tập, kiến diệt sở đoạn, có khả năng chiêu cảm các tâm dị thục như vậy; (b) các tâm dị thục được chiêu cảm bởi tùy miên thuộc kiến sở đoạn của đệ tử Thế Tôn đã viên mãn kiến, chưa ly tham Dục giới.

Nhân chưa đoạn là những gì? Các pháp câu hữu và tương ưng với tâm này. Nhân đã đoạn là những gì? Các tùy miên thuộc kiến sở đoạn, có khả năng chiêu cảm các tâm dị thục như vậy. Đây gọi là làm nhân cho cái đã đoạn và chưa đoạn, thể của nó chưa đoạn.

7.2. Tâm Sắc giới

a. Thiện

Các tâm thiện hệ thuộc Sắc giới, nếu thể đã đoạn, làm nhân cho cái đã đoạn chăng?

Đáp: Đúng vậy.

Nếu làm nhân cho cái đã đoạn, thể của nó đã đoạn chăng?

Đáp: Đúng vậy.

b. Hữu phú vô ký

Các tâm hữu phú vô ký hệ thuộc Sắc giới, nếu thể đã đoạn, làm nhân cho cái đã đoạn chăng? (1) Hoặc thể đã đoạn, làm nhân cho cái đã đoạn; (2) hoặc thể đã đoạn, làm nhân cho cái đã đoạn và chưa đoạn.

(1) Thể đã đoạn, làm nhân cho cái đã đoạn, đó là (a) các tâm hữu phú vô ký thuộc kiến khổ, kiến tập sở đoạn hệ thuộc Sắc giới, chưa ly tham Sắc giới, tập loại trí đã sinh, diệt loại trí chưa sinh; (b) các tâm hữu phú vô ký thuộc kiến khổ, kiến tập, kiến diệt sở đoạn hệ thuộc Sắc giới, diệt loại trí đã sinh, đạo loại trí chưa sinh; (c) các tâm hữu phú vô ký thuộc kiến sở đoạn hệ thuộc Sắc giới của đệ tử Thế Tôn đã viên mãn kiến, chưa ly tham Sắc giới; (d) các tâm hữu phú vô ký hệ thuộc Sắc giới, đã ly tham Sắc giới, chưa ly **[554c01]** tham Vô sắc giới; (e) các tâm hữu phú vô ký hệ thuộc Sắc giới, đã ly tham Vô sắc giới. Đây gọi là thể đã đoạn, làm nhân cho cái đã đoạn.

(2) Thể đã đoạn, làm nhân cho cái đã đoạn và chưa đoạn, đó là các tâm hữu phú vô ký thuộc kiến khổ sở đoạn hệ thuộc Sắc giới, chưa ly tham Sắc giới, khổ loại trí đã sinh, tập loại trí chưa sinh.

Nhân đã đoạn là những gì? Các pháp câu hữu và tương ưng với tâm này. Nhân chưa đoạn là những gì? Các biến hành tùy miên thuộc kiến tập sở đoạn hệ thuộc Sắc giới và các pháp tương ưng với nó. Đây gọi là thể đã đoạn, làm nhân cho cái đã đoạn và chưa đoạn.

Nếu làm nhân cho cái đã đoạn, thể của nó đã được đoạn chăng? (1) Hoặc làm nhân cho cái đã đoạn, thể của nó đã đoạn; (2) hoặc làm nhân cho cái đã đoạn và chưa đoạn, thể của nó đã đoạn; (3) hoặc làm nhân cho cái đã đoạn và chưa đoạn, thể của nó chưa đoạn.

(1) làm nhân cho cái đã đoạn, thể của nó đã đoạn, đó là (a) các tâm hữu phú vô ký thuộc kiến khổ, kiến tập sở đoạn hệ thuộc Sắc giới, chưa ly tham Sắc giới, tập loại trí đã sinh, diệt loại trí chưa sinh; (b) các tâm hữu phú vô ký thuộc kiến khổ-tập-diệt sở đoạn hệ thuộc Sắc giới, diệt loại trí đã sinh, đạo loại trí chưa sinh; (c) các tâm hữu phú vô ký thuộc kiến sở đoạn hệ thuộc Sắc giới của đệ tử Thế Tôn đã viên mãn kiến, chưa ly tham Sắc giới; (d) các tâm hữu phú vô ký hệ thuộc Sắc giới, đã ly tham Sắc giới, chưa ly tham Vô sắc giới; (e) các tâm hữu phú vô ký hệ thuộc Sắc giới, đã ly tham Vô sắc giới. Đây gọi là làm nhân cho cái đã đoạn, thể của nó đã đoạn.

(2) làm nhân cho cái đã đoạn và chưa đoạn, thể của nó đã đoạn, đó là các tâm hữu phú vô ký thuộc kiến khổ sở đoạn hệ thuộc Sắc giới, chưa ly tham Sắc giới, khổ loại trí đã sinh, tập loại trí chưa sinh.

Nhân đã đoạn là những gì? Các pháp câu hữu và tương ưng với tâm này. Nhân chưa đoạn là những gì? Các biến hành tùy miên thuộc kiến tập sở đoạn hệ thuộc Sắc giới và các pháp tương ưng với nó. Đây gọi là làm nhân cho cái đã đoạn và chưa đoạn, thể của nó đã đoạn.

(3) làm nhân cho cái đã đoạn và chưa đoạn, thể của nó chưa đoạn, đó là các tâm hữu phú vô ký thuộc kiến tập-diệt-đạo và tu sở đoạn hệ thuộc Sắc giới, chưa ly tham Sắc giới, khổ loại trí đã sinh, tập loại trí chưa sinh.

Nhân chưa đoạn là những gì? Các pháp câu hữu và tương ưng với tâm này. Nhân đã đoạn là những gì? (a) Các biến hành tùy miên thuộc kiến khổ sở đoạn hệ thuộc Sắc giới và các pháp tương ưng với nó; (b) các tâm hữu phú vô ký thuộc kiến diệt-đạo và tu sở đoạn hệ thuộc Sắc giới, [555a01] tập loại trí đã sinh, diệt loại trí chưa sinh.

Nhân chưa đoạn là những gì? Các pháp câu hữu và tương ưng với tâm này. Nhân đã đoạn là những gì? (a) Các biến hành tùy miên hệ thuộc Sắc giới và các pháp tương ưng với nó; (b) các tâm hữu phú vô ký thuộc kiến đạo và tu sở đoạn hệ thuộc Sắc giới, diệt loại trí đã sinh, đạo loại trí chưa sinh.

Nhân chưa đoạn là những gì? Các pháp câu hữu và tương ưng với tâm này. Nhân đã đoạn là những gì? (a) Các biến hành tùy miên hệ thuộc Sắc giới và các pháp tương ưng với nó; (b) các tâm hữu phú vô ký thuộc tu sở đoạn hệ thuộc Sắc giới của đệ tử Thế Tôn đã viên mãn kiến, chưa ly tham Sắc giới.

Nhân chưa đoạn là những gì? Các pháp câu hữu và tương ưng với tâm này. Nhân đã đoạn là những gì? Các biến hành tùy miên hệ thuộc Sắc giới và các pháp tương ưng với nó. Đây gọi là làm nhân cho cái đã đoạn và chưa đoạn, thể của nó chưa đoạn.

c. Vô phú vô ký

Các tâm vô phú vô ký hệ thuộc Sắc giới, nếu thể đã đoạn, làm nhân cho cái đã đoạn chăng?

Đáp: Đúng vậy.

Nếu làm nhân cho cái đã đoạn, thể của nó đã đoạn chăng?

Đáp: Đúng vậy.

7.3. Tâm Vô sắc giới

a. Thiện

Các tâm thiện hệ thuộc Vô sắc giới, nếu thể đã đoạn, làm nhân cho cái đã đoạn chăng?

Đáp: Đúng vậy.

Nếu làm nhân cho cái đã đoạn, thể của nó đã đoạn chăng?

Đáp: Đúng vậy.

b. Hữu phú vô ký

Các tâm hữu phú vô ký hệ thuộc Vô sắc giới, nếu thể đã đoạn, làm nhân cho cái đã đoạn chăng? (1) Hoặc thể đã đoạn, làm nhân cho cái đã đoạn; (2) hoặc thể đã đoạn, làm nhân cho cái đã đoạn và chưa đoạn.

(1) Thể đã đoạn, làm nhân cho cái đã đoạn, đó là (a) các tâm hữu phú vô ký thuộc kiến khổ-tập sở đoạn hệ thuộc Vô sắc giới, tập loại trí đã sinh, diệt loại trí chưa sinh; (b) các tâm hữu phú vô ký thuộc kiến khổ-tập-diệt sở đoạn hệ thuộc Vô sắc giới, diệt loại trí đã sinh, đạo loại trí chưa sinh; (c) các tâm hữu phú vô ký thuộc kiến sở đoạn hệ thuộc Vô sắc giới của đệ tử Thế Tôn đã viên mãn kiến, chưa ly tham Vô sắc giới; (d) các tâm hữu phú vô ký hệ thuộc Vô sắc giới, đã ly tham Vô sắc giới. Đây gọi là thể đã đoạn, làm nhân cho cái đã đoạn.

(2) Thể đã đoạn, làm nhân cho cái đã đoạn và chưa đoạn, đó là các tâm hữu phú vô ký thuộc kiến khổ sở đoạn hệ thuộc Vô sắc giới, khổ loại trí đã sinh, tập loại trí chưa sinh.

Nhân đã đoạn là những gì? Các pháp câu hữu và tương ưng với tâm này. Nhân chưa đoạn là những gì? Các biến hành tùy miên thuộc kiến tập sở đoạn hệ thuộc Vô sắc giới và các pháp tương ưng với nó. Đây gọi là thể đã đoạn, làm nhân cho cái [555b01] đã đoạn và chưa đoạn.

Nếu làm nhân cho cái đã đoạn, thể đã đoạn chăng? (1) Hoặc làm nhân cho cái đã đoạn, thể đã đoạn; (2) hoặc làm nhân cho cái đã đoạn và chưa đoạn, thể đã đoạn; (3) hoặc làm nhân cho cái đã đoạn và chưa đoạn, thể chưa đoạn.

(1) Làm nhân cho cái đã đoạn, thể đã đoạn, đó là (a) các tâm hữu phú vô ký thuộc kiến khổ-tập sở đoạn hệ thuộc Vô sắc giới, tập loại trí đã sinh, diệt loại trí chưa sinh; (b) các tâm hữu phú vô ký thuộc kiến khổ-tập-diệt sở đoạn hệ thuộc Vô sắc giới, diệt loại trí đã sinh,

đạo loại trí chưa sinh; (c) các tâm hữu phú vô ký thuộc kiến sở đoạn hệ thuộc Vô sắc giới của đệ tử Thế Tôn đã viên mãn kiến, chưa ly tham Vô sắc giới; (d) các tâm hữu phú vô ký hệ thuộc Vô sắc giới, đã ly tham Vô sắc giới. Đây gọi là làm nhân cho cái đã đoạn, thể đã đoạn.

(2) Làm nhân cho cái đã đoạn và chưa đoạn, thể đã đoạn, đó là các tâm hữu phú vô ký thuộc kiến khổ sở đoạn hệ thuộc Vô sắc giới, khổ loại trí đã sinh, tập loại trí chưa sinh.

Nhân đã đoạn là những gì? Các pháp câu hữu và tương ưng với tâm này. Nhân chưa đoạn là những gì? Các biến hành tùy miên thuộc kiến tập sở đoạn hệ thuộc Vô sắc giới và các pháp tương ưng với nó. Đây gọi là làm nhân cho cái đã đoạn và chưa đoạn, thể đã đoạn.

(3) Làm nhân cho cái đã đoạn và chưa đoạn, thể chưa đoạn, đó là các tâm hữu phú vô ký thuộc kiến tập-diệt-đạo và tu sở đoạn hệ thuộc Vô sắc giới, khổ loại trí đã sinh, tập loại trí chưa sinh.

Nhân chưa đoạn là những gì? Các pháp câu hữu và tương ưng với tâm này. Nhân đã đoạn là những gì? (a) Các biến hành tùy miên thuộc kiến khổ sở đoạn hệ thuộc Vô sắc giới và các pháp tương ưng với nó; (b) các tâm hữu phú vô ký thuộc kiến diệt-đạo và tu sở đoạn hệ thuộc Vô sắc giới, tập loại trí đã sinh, diệt loại trí chưa sinh.

Nhân chưa đoạn là những gì? Các pháp câu hữu và tương ưng với tâm này. Nhân đã đoạn là những gì? (a) Các biến hành tùy miên hệ thuộc Vô sắc giới và các pháp tương ưng với nó; (b) các tâm hữu phú vô ký thuộc kiến đạo và tu sở đoạn hệ thuộc Vô sắc giới, diệt loại trí đã sinh, đạo loại trí chưa sinh.

Nhân chưa đoạn là những gì? Các pháp câu hữu và tương ưng với tâm này. Nhân đã đoạn là những gì? (a) Các biến hành tùy miên hệ thuộc Vô sắc giới và các pháp tương ưng với nó; (b) các tâm hữu phú vô ký thuộc tu sở đoạn hệ thuộc Vô sắc giới của đệ tử Thế Tôn đã viên mãn kiến, chưa ly tham Vô sắc giới.

Nhân chưa đoạn là những gì? [555c01] Các pháp câu hữu và tương ưng với tâm này. Nhân đã đoạn là những gì? Các biến hành tùy miên hệ thuộc Vô sắc giới và các pháp tương ưng với nó. Đây gọi là làm nhân cho cái đã đoạn và chưa đoạn, thể chưa đoạn.

c. Vô phú vô ký

Các tâm vô phú vô ký hệ thuộc Vô sắc giới, nếu thể đã đoạn, làm nhân cho cái đã đoạn chăng?

Đáp: Đúng vậy.

Nếu làm nhân cho cái đã đoạn, thể đã đoạn chăng?

Đáp: Đúng vậy.

TIẾT 8. NHÂN TÙY MIÊN TÙY TĂNG

Có mười lăm tâm: năm tâm hệ thuộc Dục giới; năm tâm hệ thuộc Sắc giới; năm tâm hệ thuộc Vô sắc giới. Mười lăm tâm này, hoặc quá khứ, hoặc vị lai, hoặc hiện tại.

Năm tâm hệ thuộc Dục giới là gì? Tâm thuộc kiến khổ sở đoạn, tâm thuộc kiến tập-diệt-đạo và tu sở đoạn hệ thuộc Dục giới.[234]

Như tâm hệ thuộc Dục giới, tâm hệ thuộc Sắc giới, Vô sắc giới cũng vậy.

Các tùy miên trong tâm thuộc kiến khổ sở đoạn quá khứ hệ thuộc Dục giới, nếu chúng tiềm phục (tùy tăng) trong đó và cũng làm nhân chăng? Nếu làm nhân cũng tiềm phục chăng? *Cho đến* các tùy miên trong tâm thuộc tu sở đoạn quá khứ hệ thuộc Vô sắc giới, nếu chúng tiềm phục trong đó và cũng làm nhân chăng? Nếu làm nhân cũng tiềm phục chăng?

a. Kiến khổ sở đoạn quá khứ

Các tùy miên trong tâm thuộc kiến khổ sở đoạn quá khứ hệ thuộc Dục giới, chúng tiềm phục trong đó và cũng làm nhân chăng? (1) Hoặc làm nhân mà không tiềm phục; (2) hoặc tiềm phục nhưng không làm nhân; (3) hoặc làm nhân, cũng tiềm phục; (4) hoặc không làm nhân,

---

[234] Năm bộ tùy miên.

cũng không tiềm phục.[235]

(1) *Làm nhân mà không tiềm phục*: Các tùy miên là nhân đồng loại biến hành nhân sanh trước[236] trong tâm này, tức tùy miên này hoặc không duyên tâm này, nếu duyên thì đã đoạn, và các tùy miên tương ưng với tâm này đã đoạn.

(2) *Tiềm phục nhưng không làm nhân*: Các tùy miên là nhân đồng loại biến hành phát sinh sau trong tâm này, tức tùy miên ấy duyên tâm này và chưa đoạn.

(3) *Làm nhân và cũng tiềm phục*: Các tùy miên là nhân đồng loại biến hành nhân phát sinh trước trong tâm này; tức tùy miên ấy duyên tâm này và chưa đoạn, và các tùy miên tương ưng với tâm này chưa đoạn.

(4) *Không làm nhân, cũng không tiềm phục*: Các tùy miên là nhân đồng loại biến hành nhân ở trong tâm này sau đó; tức tùy miên ấy hoặc không duyên tâm này, nếu duyên thì đã đoạn, hoặc duyên các pháp khác, hoặc là các tùy miên khác, hoặc là các biến hành tùy miên không cùng giới địa.

Như tâm thuộc kiến khổ sở đoạn quá khứ hệ thuộc Dục giới, tâm thuộc kiến khổ sở đoạn vị lai hệ thuộc Dục giới cũng vậy.

b. Kiến khổ sở đoạn hiện tại

[556a01] Các tùy miên trong tâm thuộc kiến khổ sở đoạn hiện tại hệ thuộc Dục giới, tâm này, nếu tiềm phục cũng làm nhân chăng? (1) Hoặc làm nhân nhưng không tiềm phục; (2) hoặc tiềm phục nhưng không làm nhân; (3) hoặc làm nhân, cũng tiềm phục; (4) hoặc không

---

[235] Dẫn bởi *Tì-bà-sa 17*, T27n1545_p0086b21. *Thuận chính lý 16*, T29n1562, tr. 0423b07.

[236] *Câu-xá ii*, tụng 54ab. Các tùy miên phát sinh trước làm nhân cho các pháp ô nhiễm sinh sau thuộc cùng địa giới (*sarvatragākhyaḥ kliṣṭānāṃ svabhūmau pūrvasarvagāḥ*). Nhân đồng loại (*sarvagatra*) và biến hành (*sabhāga*) chỉ tồn tại trong quá khứ và hiện tại, đồng cho quả đẳng lưu (*niṣyanda*), nhưng nhân biến hành chỉ làm nhân cho các pháp ô nhiễm.

làm nhân, cũng không tiềm phục.

(1) *Hoặc làm nhân nhưng không tiềm phục*: Các tùy miên là nhân đồng loại biến hành sinh trước trong tâm này, tức tùy miên ấy hoặc không duyên tâm này, nếu duyên thì đã đoạn.

(2) *Hoặc tiềm phục nhưng không làm nhân*: Các tùy miên là nhân đồng loại biến hành sinh sau trong tâm này, tức tùy miên ấy duyên tâm này mà chưa đoạn.

(3) *Hoặc làm nhân, cũng tiềm phục*: Các tùy miên là nhân đồng loại biến hành sinh trước trong tâm này, tức tùy miên ấy duyên tâm này chưa đoạn, và các tùy miên tương ưng với tâm này.

(4) *Hoặc không làm nhân, cũng không tiềm phục*: Các tùy miên là nhân đồng loại biến hành sinh sau trong tâm này, tức tùy miên ấy hoặc không duyên tâm này, nếu duyên thì đã đoạn, hoặc duyên các pháp khác, hoặc là các tùy miên khác, hoặc các biến hành tùy miên không cùng giới địa.

Như tâm thuộc kiến khổ sở đoạn, các tâm nhiễm ô thuộc kiến tập, kiến diệt, kiến đạo và tu sở đoạn cũng vậy.

c. Tu sở đoạn quá khứ không nhiễm ô

Tâm tu sở đoạn không nhiễm ô thuộc quá khứ hệ thuộc Dục giới, các tùy miên trong tâm này, nếu tiềm phục, cũng làm nhân chăng? Trừ dị thục được chiêu cảm bởi tùy miên, các tùy miên trong tâm tu sở đoạn không nhiễm ô thuộc quá khứ hệ thuộc Dục giới còn lại này, nếu tiềm phục tức không làm nhân; nếu ở trong tâm này mà làm nhân, tức không phải tùy miên, cũng không tiềm phục.

d. Tâm dị thục

Trong tâm dị thục được chiêu cảm bởi tùy miên, (1) hoặc làm nhân mà không tiềm phục, (2) hoặc tiềm phục nhưng không làm nhân, (3) hoặc làm nhân, cũng tiềm phục, (4) hoặc không làm nhân, cũng không tiềm phục.

(1) *Hoặc làm nhân mà không tiềm phục*: Các tùy miên làm nhân chiêu cảm dị thục của tâm này, tức tùy miên ấy hoặc không duyên tâm này, nếu duyên thì đã đoạn.

(2) Hoặc tiềm phục nhưng không làm nhân: Các tùy miên không làm nhân chiêu cảm dị thục của tâm này, tức tùy miên kia duyên tâm này nhưng chưa đoạn.

(3) Hoặc làm nhân, cũng tiềm phục: Các tùy miên làm nhân chiêu cảm dị thục của tâm này, tức tùy miên ấy duyên tâm này chưa đoạn.

(4) Hoặc không làm nhân, cũng không tiềm phục: Các tùy miên không làm nhân chiêu cảm dị thục của tâm này, tức tùy miên kia hoặc không duyên tâm này, nếu duyên thì đã đoạn, hoặc duyên các pháp khác, hoặc các tùy miên khác, hoặc các biến hành tùy miên không cùng giới địa.

Như quá khứ, vị lai và hiện tại cũng vậy.

Như **[556b01]** Dục giới, Sắc giới và Vô sắc giới cũng vậy. Trong đây có điểm sai biệt là tâm hệ thuộc Sắc giới, tâm hệ thuộc Vô sắc giới không nên nói có dị thục được chiêu cảm bởi tùy miên.

TIẾT 9. TÙY MIÊN KHÔNG TÙY TĂNG PHI NHÂN

Có mười lăm tâm: năm tâm hệ thuộc Dục giới; năm tâm hệ thuộc Sắc giới; năm tâm hệ thuộc Vô sắc giới. Mười lăm tâm này, hoặc quá khứ, hoặc vị lai, hoặc hiện tại.

Năm tâm hệ thuộc Dục giới là gì? Tâm thuộc kiến khổ sở đoạn, tâm thuộc kiến tập-diệt-đạo và tu sở đoạn hệ thuộc Dục giới.

Như Dục giới, Sắc giới và Vô sắc giới cũng vậy.

Tâm thuộc kiến khổ sở đoạn quá khứ hệ thuộc Dục giới, các tùy miên ở trong tâm này hoặc không tiềm phục, cũng không làm nhân chăng? Nếu không làm nhân, cũng không tiềm phục chăng? *Cho đến* tâm tu sở đoạn hiện tại hệ thuộc Vô sắc giới, các tùy miên ở trong tâm này, nếu không tiềm phục, cũng không làm nhân chăng? Nếu không làm nhân, cũng không tiềm phục chăng?

a. Kiến khổ sở đoạn quá khứ

Tâm thuộc kiến khổ sở đoạn quá khứ hệ thuộc Dục giới, các tùy miên ở trong tâm này hoặc không tiềm phục, cũng không làm nhân chăng? (1) Hoặc không làm nhân, cũng không phải không tiềm phục; (2) hoặc không tiềm phục, cũng không phải không làm nhân; (3) hoặc không làm nhân, cũng không tiềm phục; (4) hoặc không phải không làm nhân, cũng không phải không tiềm phục.

(1) *Không làm nhân nhưng không phải không tiềm phục*: Các tùy miên là nhân đồng loại biến hành ở trong tâm này sau đó, tức tùy miên ấy duyên tâm này chưa đoạn.

(2) *Không tiềm phục nhưng không phải không làm nhân*: Các tùy miên là nhân đồng loại biến hành sinh trước trong tâm này, tức tùy miên ấy hoặc không duyên tâm này, nếu duyên thì đã đoạn, và các tùy miên tương ưng với tâm này đã đoạn.

(3) *Không làm nhân cũng không tiềm phục*: Các tùy miên là nhân đồng loại biến hành ở trong tâm này sau đó, tức tùy miên ấy hoặc không duyên tâm này, nếu duyên thì đã đoạn, hoặc duyên các pháp khác, hoặc các tùy miên khác, hoặc các biến hành tùy miên không cùng giới địa.

(4) *Không phải không làm nhân, cũng không phải không tiềm phục*: Các tùy miên là nhân đồng loại biến hành sinh trước trong tâm này, tức tùy miên ấy duyên tâm này chưa đoạn, và các tùy miên tương ưng tâm này chưa đoạn.

Như tâm thuộc kiến khổ sở đoạn quá khứ hệ thuộc Dục giới, tâm vị lai cũng vậy.

b. Kiến khổ sở đoạn hiện tại

Tâm thuộc kiến khổ sở đoạn hiện tại hệ thuộc Dục giới, các tùy miên ở trong tâm này, nếu không tiềm phục, cũng không làm nhân chăng? (1) Hoặc không làm nhân nhưng không phải không tiềm phục; (2) hoặc không tiềm phục nhưng không phải không làm nhân; (3) hoặc không làm nhân, cũng không tiềm phục; (4) hoặc không phải không làm nhân, cũng không phải không tiềm phục.

(1) *Không làm nhân nhưng không phải không tiềm phục:* **[0556c01]** Các tùy miên là nhân đồng loại biến hành ở trong tâm này sau đó, tức tùy miên ấy duyên tâm này chưa đoạn.

(2) *Không tiềm phục nhưng không phải không làm nhân:* Các tùy miên là nhân đồng loại biến hành sinh trước trong tâm này, tức tùy miên ấy hoặc không duyên tâm này, nếu duyên thì đã đoạn.

(3) *Không làm nhân cũng không tiềm phục:* Các tùy miên là nhân đồng loại biến hành ở trong tâm này sau đó, tức tùy miên ấy hoặc không duyên tâm này, nếu duyên thì đã đoạn, hoặc duyên các pháp khác, hoặc các tùy miên khác, hoặc các biến hành tùy miên không cùng giới địa.

(4) *Không phải không làm nhân cũng không phải không tiềm phục:* Các tùy miên là nhân đồng loại biến hành sinh trước trong tâm này, tức tùy miên ấy duyên tâm này chưa đoạn, và các tùy miên tương ưng tâm này.

Như tâm thuộc kiến khổ sở đoạn, các tâm thuộc kiến tập-diệt-đạo và tu sở đoạn nhiễm ô cũng vậy.

c. Tu sở đoạn không nhiễm ô quá khứ

Tâm tu sở đoạn không nhiễm ô quá khứ hệ thuộc Dục giới, các tùy miên ở trong tâm này nếu không tiềm phục, cũng không làm nhân chăng? Trừ dị thục được chiêu cảm bởi tùy miên, các tùy miên ở trong tâm tu sở đoạn không nhiễm ô hệ thuộc Dục giới còn lại này, hoặc không tiềm phục, cũng không làm nhân; hoặc không làm nhân nhưng không phải không tiềm phục. Đó là các tùy miên duyên tâm này chưa đoạn; nếu dị thục được chiêu cảm bởi các tùy miên, (1) hoặc không làm nhân nhưng không phải không tiềm phục; (2) hoặc không tiềm phục nhưng không phải không làm nhân; (3) hoặc không làm nhân, cũng không tiềm phục, (4) hoặc không phải không làm nhân, cũng không phải không tiềm phục.

(1) *Không làm nhân nhưng không phải không tiềm phục:* Các tùy miên không làm nhân chiêu cảm dị thục của tâm này, tức tùy miên ấy duyên tâm này chưa đoạn.

(2) *Không tiềm phục nhưng không phải không làm nhân*: Các tùy miên làm nhân chiêu cảm dị thục của tâm này, tức tùy miên ấy hoặc không duyên tâm này, nếu duyên thì đã đoạn.

(3) *Không làm nhân cũng không tiềm phục*: Các tùy miên không làm nhân chiêu cảm dị thục của tâm này, tức tùy miên ấy hoặc không duyên tâm này, nếu duyên thì đã đoạn, hoặc duyên các pháp khác, hoặc các tùy miên khác, hoặc biến hành tùy miên không cùng giới địa.

(4) *Không phải không làm nhân, cũng không phải không tiềm phục*: Các tùy miên làm nhân chiêu cảm dị thục tâm này, tức tùy miên ấy duyên tâm này chưa đoạn.

Như tâm tu sở đoạn không nhiễm ô quá khứ thuộc Dục giới, các tâm vị lai và hiện tại cũng vậy.

Như tâm tu sở đoạn không nhiễm ô quá khứ hệ thuộc Dục giới, tâm vị lai, hiện tại cũng vậy.

Như tâm hệ thuộc Dục giới, tâm hệ thuộc Sắc giới, tâm hệ thuộc Vô sắc giới cũng vậy. Trong đây có điểm sai biệt là tâm hệ thuộc Sắc giới, tâm hệ thuộc Vô sắc giới không nên nói có dị thục được chiêu cảm bởi tùy miên.

TIẾT 10. NHÂN – DUYÊN PHIỀN NÃO

[557a01] Có sáu thức thân: nhãn thức, nhĩ thức, tỉ thức, thiệt thức, thân thức, ý thức. Sáu thức thân này, hoặc thiện, hoặc bất thiện, hoặc hữu phú vô ký, hoặc vô phú vô ký.

Trong nhãn thức thiện có các kết, phược, tùy miên, tùy phiền não triền, nên nói bao nhiêu cái làm nhân, bao nhiêu cái làm duyên, bao nhiêu cái làm duyên mà không làm nhân?

Trong nhãn thức bất thiện, hữu phú vô ký, vô phú vô ký, có các kết, phược, tùy miên, tùy phiền não triền, nên nói bao nhiêu cái làm nhân, bao nhiêu cái làm duyên, bao nhiêu cái làm duyên mà không làm nhân?

Như nhãn thức, nhĩ, tỉ, thiệt, thân, ý thức cũng vậy.

10.1. Nhãn thức – ba tánh

Trong nhãn thức thiện, tất cả kết, phược, tùy miên, tùy phiền não triền, nên nói đều làm duyên, không làm nhân.

Trong nhãn thức bất thiện, có bảy kết, bảy phược, mười lăm tùy miên, hai mươi tùy phiền não triền, nên nói làm nhân và làm duyên; tất cả số còn lại nên nói làm duyên, không làm nhân.

Trong nhãn thức hữu phú vô ký, có sáu kết, sáu phược, mười bốn tùy miên, mười sáu tùy phiền não triền, nên nói làm nhân và làm duyên; tất cả số còn lại nên nói làm duyên, không làm nhân.

Trong nhãn thức vô phú vô ký, trừ nhãn thức dị thục được chiêu cảm bởi tùy miên, các nhãn thức vô phú vô ký còn lại, tất cả kết, phược, tùy miên, tùy phiền não triền, nên nói đều làm duyên, không làm nhân.

10.2. Nhãn thức dị thục

Trong nhãn thức dị thục được chiêu cảm bởi tùy miên, có bảy kết, bảy phược, ba mươi bốn tùy miên, ba mươi chín tùy phiền não triền, nên nói làm nhân và làm duyên; tất cả số còn lại nên nói làm duyên, không làm nhân.

Một tâm chăng?

Đáp: Không phải.

Trong nhãn thức dị thục được chiêu cảm bởi tùy miên tà kiến thuộc kiến khổ sở đoạn, có hai kết, hai phược, hai tùy miên, bảy tùy phiền não triền, nên nói làm nhân và làm duyên; tất cả số còn lại nên nói làm duyên, không làm nhân.

Như nhãn thức dị thục được chiêu cảm bởi tùy miên tà kiến thuộc kiến khổ sở đoạn, nhãn thức dị thục được chiêu cảm bởi tùy miên kiến thủ, giới cấm thủ, nghi, tham, khuể, mạn cũng vậy.

Trong nhãn thức dị thục được chiêu cảm bởi tùy miên bất cộng vô minh thuộc kiến khổ sở đoạn, có một kết, một phược, một tùy miên, sáu tùy phiền não triền, nên nói làm nhân và làm duyên; tất cả số còn lại nên nói làm duyên, không làm nhân.

Trong nhãn thức dị thục được chiêu cảm bởi tùy miên tà kiến thuộc kiến tập sở đoạn, có hai kết, hai phược, hai tùy miên, bảy tùy phiền não triền, nên nói làm nhân và làm duyên; tất cả số còn lại nên nói làm duyên, không làm nhân.

Như [557b01] nhãn thức dị thục được chiêu cảm bởi tùy miên tà kiến thuộc kiến tập sở đoạn, nhãn thức dị thục được chiêu cảm bởi tùy miên kiến thủ, nghi, tham, khuể, mạn cũng vậy.

Trong nhãn thức dị thục được chiêu cảm bởi tùy miên bất cộng vô minh thuộc kiến tập sở đoạn, có một kết, một phược, một tùy miên, sáu tùy phiền não triền, nên nói làm nhân và làm duyên; tất cả số còn lại làm duyên, không làm nhân.

Trong nhãn thức dị thục được chiêu cảm bởi tùy miên tà kiến thuộc kiến diệt sở đoạn, có hai kết, hai phược, hai tùy miên, bảy tùy phiền não triền, nên nói làm nhân và làm duyên; tất cả số còn lại làm duyên, không làm nhân.

Như nhãn thức dị thục được chiêu cảm bởi tùy miên tà kiến thuộc kiến diệt sở đoạn, nhãn thức dị thục được chiêu cảm bởi tùy miên kiến thủ, nghi, tham, khuể, mạn cũng vậy.

Trong nhãn thức dị thục được chiêu cảm bởi tùy miên bất cộng vô minh thuộc kiến diệt sở đoạn, có một kết, một phược, một tùy miên, sáu tùy phiền não triền, nên nói làm nhân và làm duyên; tất cả số còn lại nên nói làm duyên, không làm nhân.

Trong nhãn thức dị thục được chiêu cảm bởi tùy miên tà kiến thuộc kiến đạo sở đoạn, có hai kết, hai phược, hai tùy miên, bảy tùy phiền não triền, nên nói làm nhân và làm duyên; tất cả số còn lại nên nói làm duyên, không làm nhân.

Như nhãn thức dị thục được chiêu cảm bởi tùy miên tà kiến thuộc kiến đạo sở đoạn, nhãn thức dị thục được chiêu cảm bởi tùy miên kiến thủ, giới cấm thủ, nghi, tham, khuể, mạn cũng vậy.

Trong nhãn thức dị thục được chiêu cảm bởi tùy miên bất cộng vô minh thuộc kiến đạo sở đoạn, có một kết, một phược, một tùy miên, sáu tùy phiền não triền, nên nói làm nhân và làm duyên; tất cả số còn lại nên nói làm duyên, không làm nhân.

Trong nhãn thức dị thục được chiêu cảm bởi tùy miên tham thuộc tu sở đoạn, có hai kết, hai phược, hai tùy miên, bảy tùy phiền não triền, nên nói làm nhân và làm duyên; tất cả số còn lại nên nói làm duyên, không làm nhân.

Như nhãn thức dị thục được chiêu cảm bởi tùy miên tham thuộc tu sở đoạn, nhãn thức dị thục được chiêu cảm bởi tùy miên khuể, mạn cũng vậy.

Trong nhãn thức dị thục được chiêu cảm bởi tùy miên bất cộng vô minh thuộc tu sở đoạn, có một kết, một phược, một tùy miên, sáu tùy phiền não triền, nên nói làm nhân và làm duyên; tất cả số còn lại nên nói làm duyên, không làm nhân.

Như nhãn thức, nhĩ thức, tỉ, thiệt, thân, ý thức cũng vậy. Trong đó có điểm sai biệt là tỉ thức và thiệt thức không nên nói có hữu phú vô ký.

10.3. Ý thức

a. Thiện- Bất thiện

Trong ý thức thiện, tất cả kết, phược, tùy miên, tùy phiền não, triền, nên nói đều làm duyên, không làm nhân.

Trong ý thức bất thiện, [557c01] có bảy kết, bảy phược, ba mươi sáu tùy miên, bốn mươi mốt tùy phiền não triền, nên nói đều làm nhân và làm duyên; tất cả số còn lại nên nói làm duyên, không làm nhân.

Một tâm chăng?

Đáp: Không phải.

Trong ý thức bất thiện thuộc kiến khổ sở đoạn, có bảy kết, bảy phược, mười bốn tùy miên, mười chín tùy phiền não triền, nên nói đều làm nhân và làm duyên; tất cả số còn lại nên nói làm duyên, không làm nhân.

Trong ý thức bất thiện thuộc kiến tập sở đoạn, có bảy kết, bảy phược, mười bốn tùy miên, mười chín tùy phiền não triền, nên nói làm nhân và làm duyên; tất cả số còn lại nên nói làm duyên, không làm nhân.

Trong ý thức bất thiện thuộc kiến diệt sở đoạn, có bảy kết, bảy phược, mười tám tùy miên, hai mươi ba tùy phiền não triền, nên nói làm nhân và làm duyên; tất cả số còn lại, nên nói làm duyên, không làm nhân.

Trong ý thức bất thiện thuộc kiến đạo sở đoạn, có bảy kết, bảy phược, mười chín tùy miên, hai mươi bốn tùy phiền não triền, nên nói làm nhân và làm duyên; tất cả số còn lại, nên nói làm duyên, không làm nhân.

Trong ý thức bất thiện thuộc tu sở đoạn, có bảy kết, bảy phược, mười lăm tùy miên, hai mươi tùy phiền não triền, nên nói làm nhân và làm duyên; tất cả số còn lại, nên nói làm duyên, không làm nhân.

b. Hữu phú vô ký

Trong ý thức hữu phú vô ký, có bảy kết, bảy phược, bảy mươi sáu tùy miên, tám mươi mốt tùy phiền não triền, nên nói làm nhân và làm duyên; tất cả số còn lại, nên nói làm duyên, không làm nhân.

Một tâm chăng?

Đáp: Không phải.

Trong ý thức hữu phú vô ký hệ thuộc Dục giới, có bảy kết, bảy phược, mười bốn tùy miên, mười chín tùy phiền não triền, nên nói làm nhân và làm duyên; tất cả số còn lại, nên nói làm duyên, không làm nhân.

Trong ý thức hữu phú vô ký thuộc kiến khổ sở đoạn hệ thuộc Sắc giới, có sáu kết, sáu phược, mười ba tùy miên, mười lăm tùy phiền não triền, nên nói làm nhân và làm duyên; tất cả số còn lại, nên nói làm duyên, không làm nhân.

Trong ý thức hữu phú vô ký thuộc kiến tập sở đoạn hệ thuộc Sắc giới, có sáu kết, sáu phược, mười ba tùy miên, mười lăm tùy phiền não triền, nên nói làm nhân và làm duyên; tất cả số còn lại, nên nói làm duyên, không làm nhân.

Trong ý thức hữu phú vô ký thuộc kiến diệt sở đoạn hệ thuộc Sắc giới, có sáu kết, sáu phược, mười bảy tùy miên, mười chín tùy phiền [558a01] não triền, nên nói làm nhân và làm duyên; tất cả số còn lại, nên nói làm duyên, không làm nhân.

Trong ý thức hữu ý phú vô ký thuộc kiến đạo sở đoạn hệ thuộc Sắc giới, có sáu kết, sáu phược, mười tám tùy miên, hai mươi tùy phiền não triền, nên nói làm nhân và làm duyên; tất cả số còn lại, nên nói làm duyên, không làm nhân.

Trong ý thức hữu phú vô ký thuộc tu sở đoạn hệ thuộc Sắc giới, có sáu kết, sáu phược, mười bốn tùy miên, mười sáu tùy phiền não triền, nên nói làm nhân và làm duyên; tất cả số còn lại, nên nói làm duyên, không làm nhân.

c. Vô phú vô ký

Trong ý thức vô phú vô ký, tất cả kết, phược, tùy miên, tùy phiền não triền, nên nói đều làm duyên, không làm nhân.

TIẾT 11. TƯƠNG ƯNG VÀ KHÔNG TƯƠNG ƯNG

Có sáu thức thân: nhãn thức, nhĩ thức, tỉ thức, thiệt thức, thân thức, ý thức. Sáu thức thân này, hoặc thiện, hoặc bất thiện, hoặc hữu phú vô ký, hoặc vô phú vô ký.

Trong nhãn thức thiện, các kết, phược, tùy miên, tùy phiền não, triền, nên nói bao nhiêu tương ưng và bao nhiêu không tương ưng?

Trong nhãn thức bất thiện, hữu phú vô ký, vô phú vô ký, các kết, phược, tùy miên, tùy phiền não, triền, nên nói bao nhiêu tương ưng và bao nhiêu không tương ưng?

Như nhãn thức, nhĩ thức, tỉ, thiệt, thân, ý thức cũng vậy.

11.1. Nhãn thức

Trong nhãn thức thiện, tất cả kết, phược, tùy miên, tùy phiền não, triền, nên nói đều không tương ưng.

Trong nhãn thức bất thiện, có ba kết, ba phược, ba tùy miên, bảy tùy phiền não triền, nên nói đều tương ưng.

Một tâm chăng?

Đáp: Không phải.

Trong nhãn thức bất thiện tương ưng tham, có hai kết, hai phược, hai tùy miên, sáu tùy phiền não triền, nên nói đều tương ưng.

Như nhãn thức bất thiện tương ưng tham, nhãn thức bất thiện tương ưng sân cũng vậy.

Trong nhãn thức hữu phú vô ký, có hai kết, hai phược, hai tùy miên, bốn tùy phiền não, nên nói đều tương ưng.

Trong nhãn thức vô phú vô ký, tất cả kết, phược, tùy miên, tùy phiền não, triền, nên nói đều không tương ưng.

Như nhãn thức, nhĩ thức, tỉ, thiệt, thân, ý thức cũng vậy. Trong đó có điểm sai biệt là tỉ thức và thiệt thức không nên nói có hữu phú vô ký.

11.2. Ý thức

a. Thiện - Bất Thiện

Trong ý thức thiện, tất cả kết, phược, tùy miên, tùy phiền não, triền, nên nói đều không tương ưng.

Trong ý thức bất thiện, có bảy kết, bảy phược, ba mươi bốn tùy miên, ba mươi chín tùy phiền não, nên nói đều tương ưng.

Một tâm chăng?

Đáp: Không phải.

Trong ý thức bất thiện tương ưng tùy miên tà kiến thuộc kiến khổ sở đoạn, có **[558b01]** hai kết, hai phược, hai tùy miên. Nếu trong trạng thái tỉnh thức, nên nói có sáu tùy phiền não triền tương ưng; nếu trong trạng thái ngủ, có thêm tùy miên thứ bảy.

Như ý thức bất thiện tương ưng tùy miên tà kiến thuộc kiến khổ sở đoạn; ý thức bất thiện tương ưng tùy miên kiến thủ, giới cấm thủ, nghi, tham, khuể, mạn cũng vậy.

Trong ý thức bất thiện tương ưng tùy miên bất cộng vô minh thuộc kiến khổ sở đoạn, có một kết, một phược, một tùy miên; nếu trong trạng thái thức, nên nói có năm tùy phiền não triền tương ưng; nếu trong trạng thái ngủ, có thêm tùy miên thứ sáu.

Trong ý thức bất thiện tương ưng tùy miên tà kiến thuộc kiến tập sở đoạn, có hai kết, hai phược, hai tùy miên; nếu trong trạng thái thức, nên nói có sáu tùy phiền não triền tương ưng; nếu trong trạng thái ngủ, có thêm tùy miên thứ bảy.

Như ý thức bất thiện tương ưng tùy miên tà kiến thuộc kiến tập sở đoạn; ý thức bất thiện tương ưng tùy miên kiến thủ, nghi, tham, khuể, mạn cũng vậy.

Trong ý thức bất thiện tương ưng tùy miên bất cộng vô minh thuộc kiến tập sở đoạn, có một kết, một phược, một tùy miên; nếu trong trạng thái thức, nên nói có năm tùy phiền não triền tương ưng; nếu trong trạng thái ngủ, có thêm tùy miên thứ sáu.

Trong ý thức bất thiện tương ưng tùy miên tà kiến thuộc kiến diệt sở đoạn, có hai kết, hai phược, hai tùy miên; nếu trong trạng thái thức, nên nói có sáu tùy phiền não triền tương ưng; nếu trong trạng thái ngủ, có thêm tùy miên thứ bảy.

Như ý thức bất thiện tương ưng tùy miên tà kiến thuộc kiến diệt sở đoạn, ý thức bất thiện tương ưng tùy miên kiến thủ, nghi, tham, khuể, mạn cũng vậy.

Trong ý thức bất thiện tương ưng tùy miên bất cộng vô minh thuộc kiến diệt sở đoạn, có một kết, một phược, một tùy miên; nếu trong trạng thái thức, nên nói có năm tùy phiền não triền tương ưng; nếu trong trạng thái ngủ, có thêm tùy miên thứ sáu.

Trong ý thức bất thiện tương ưng tùy miên tà kiến thuộc kiến đạo sở đoạn, có hai kết, hai phược, hai tùy miên; nếu trong trạng thái thức, nên nói có sáu tùy phiền não triền tương ưng; nếu trong trạng thái ngủ, có thêm tùy miên thứ bảy.

Như ý thức bất thiện tương ưng tùy miên tà kiến thuộc kiến đạo sở đoạn, ý thức bất thiện tương ưng tùy miên kiến thủ, giới cấm thủ, nghi, tham, khuể, mạn cũng vậy.

Trong ý thức bất thiện tương ưng tùy miên bất cộng vô minh thuộc kiến đạo sở đoạn, có một kết, một phược, một tùy miên; nếu trong trạng thái thức, nên nói có năm tùy phiền não triền tương ưng; trong trạng thái ngủ, có thêm tùy miên thứ sáu.

Trong ý thức bất thiện tương ưng tùy miên tham thuộc tu sở đoạn, có hai kết, hai **[558c01]** phược, hai tùy miên; nếu trong trạng thái thức, nên nói có sáu tùy phiền não triền tương ưng; nếu trong trạng thái ngủ, có thêm tùy miên thứ bảy.

Như ý thức bất thiện tương ưng tùy miên tham thuộc tu sở đoạn; ý thức bất thiện tương ưng tùy miên khuể, mạn cũng vậy.

Trong ý thức bất thiện tương ưng tùy miên bất cộng vô minh thuộc tu sở đoạn, có một kết, một phược, một tùy miên; nếu trong trạng thái thức, nên nói có năm tùy phiền não triền tương ưng; nếu trong trạng thái ngủ, có thêm tùy miên thứ sáu.

b. Hữu phú vô ký

Trong ý thức hữu phú vô ký, có sáu kết, sáu phược, sáu mươi lăm tùy miên, sáu mươi tám tùy phiền não triền, nên nói đều tương ưng.

Một tâm chăng?

Đáp: Không phải.

Trong ý thức hữu phú vô ký tương ưng hữu thân kiến[237] hệ thuộc Dục giới, có hai kết, hai phược, hai tùy miên; nếu trong trạng thái thức, nên nói có bốn tùy phiền não triền tương ưng; nếu trong trạng thái ngủ, có thêm tùy miên thứ năm.

Như ý thức hữu phú vô ký tương ưng hữu thân kiến hệ thuộc Dục giới; ý thức hữu phú vô ký tương ưng biên chấp kiến cũng vậy.

Trong ý thức hữu phú vô ký tương ưng tùy miên hữu thân kiến hệ thuộc Sắc giới, có hai kết, hai phược, hai tùy miên, bốn tùy phiền não triền, nên nói đều tương ưng.

Như ý thức hữu phú vô ký tương ưng tùy miên hữu thân kiến hệ thuộc Sắc giới; ý thức hữu phú vô ký tương ưng tùy miên biên chấp kiến, tà kiến thuộc kiến khổ sở đoạn, kiến thủ, giới cấm thủ, nghi, tham, mạn cũng vậy.

Trong ý thức hữu phú vô ký tương ưng tùy miên bất cộng vô minh thuộc kiến khổ sở đoạn hệ thuộc Sắc giới, có một kết, một phược, một tùy miên, ba tùy phiền não triền, nên nói đều tương ưng.

Trong ý thức hữu phú vô ký tương ưng tùy miên tà kiến thuộc kiến tập sở đoạn hệ thuộc Sắc giới, có hai kết, hai phược, hai tùy miên, bốn tùy phiền não triền, nên nói đều tương ưng.

Như ý thức hữu phú vô ký tương ưng tùy miên tà kiến thuộc kiến tập sở đoạn hệ thuộc Sắc giới, ý thức hữu phú vô ký tương ưng tùy miên kiến thủ, nghi, tham, mạn cũng vậy.

Trong ý thức hữu phú vô ký tương ưng tùy miên bất cộng vô minh thuộc kiến tập sở đoạn hệ thuộc Sắc giới, có một kết, một phược, một tùy miên, ba tùy phiền não triền, nên nói đều tương ưng.

Trong ý thức hữu phú vô ký tương ưng tùy miên tà kiến thuộc kiến diệt sở đoạn hệ thuộc Sắc giới, có hai kết, hai phược, hai tùy miên, bốn tùy phiền não triền, nên nói đều tương ưng.

---

[237] Tát-ca-da kiến, Skt. *satkāyadṛṣṭi. Câu-xá v*, tụng 7 (Việt dịch, TvT tập 20, cht. 89–95, tr. 68).

Như ý thức hữu phú vô ký tương ưng tùy miên tà kiến thuộc kiến diệt sở đoạn hệ thuộc Sắc giới, ý thức hữu phú vô ký tương ưng tùy miên [559a01] kiến thủ, nghi, tham, mạn cũng vậy.

Trong ý thức hữu phú vô ký tương ưng tùy miên bất cộng vô minh thuộc kiến diệt sở đoạn hệ thuộc Sắc giới, có một kết, một phược, một tùy miên, ba tùy phiền não triền, nên nói đều tương ưng.

Trong ý thức hữu phú vô ký tương ưng tùy miên tà kiến thuộc kiến đạo sở đoạn hệ thuộc Sắc giới, có hai kết, hai phược, hai tùy miên, bốn tùy phiền não triền, nên nói đều tương ưng.

Như ý thức hữu phú vô ký tương ưng tùy miên tà kiến thuộc kiến đạo sở đoạn hệ thuộc Sắc giới, ý thức hữu phú vô ký tương ưng tùy miên kiến thủ, giới cấm thủ, nghi, tham, mạn cũng vậy.

Trong ý thức hữu phú vô ký tương ưng tùy miên bất cộng vô minh thuộc kiến đạo sở đoạn hệ thuộc Sắc giới, có một kết, một phược, một tùy miên, ba tùy phiền não triền, nên nói đều tương ưng.

Trong ý thức hữu phú vô ký tương ưng tùy miên tham thuộc tu sở đoạn hệ thuộc Sắc giới, có hai kết, hai phược, hai tùy miên, bốn tùy phiền não triền, nên nói đều tương ưng.

Như ý thức hữu phú vô ký tương ưng tùy miên tham thuộc tu sở đoạn hệ thuộc Sắc giới, ý thức hữu phú vô ký tương ưng tùy miên mạn cũng vậy.

Trong ý thức hữu phú vô ký tương ưng tùy miên bất cộng vô minh thuộc tu sở đoạn hệ thuộc Sắc giới, có một kết, một phược, một tùy miên, ba tùy phiền não triền, nên nói đều tương ưng.

Như ý thức hữu phú vô ký hệ thuộc Sắc giới, ý thức hữu phú vô ký hệ thuộc Vô sắc giới cũng vậy.

c. Vô phú vô ký

Trong ý thức vô phú vô ký, tất cả kết, phược, tùy miên, tùy phiền não, triền, nên nói đều không tương ưng.[238]

---

[238] Hết quyển 5.

CHƯƠNG IV:
UẨN SỞ DUYÊN DUYÊN[239]

TỤNG TỔNG NHIẾP

Hỏi quá khứ, v.v...; hỏi thiện, v.v...;
Hỏi biết màu xanh, v.v...; bốn của hai tâm;
[559b01] Hỏi mười hai tâm có hai;
Hỏi mười lăm tâm có năm.

1. Thức ba thời

Có sáu thức thân: nhãn thức, nhĩ thức, tỉ thức, thiệt thức, thân thức, ý thức. Sáu thức thân này, hoặc quá khứ, hoặc vị lai, hoặc hiện tại.

1.1. Nhãn thức

(1) Nhãn thức quá khứ có duyên quá khứ, không phải vị lai, hiện tại chăng?

(2) Có duyên vị lai, không phải quá khứ, hiện tại chăng?

(3) Có duyên hiện tại, không phải quá khứ, vị lai chăng?

(4) Có duyên quá khứ, hiện tại, không phải vị lai chăng?

(5) Có duyên vị lai, hiện tại, không phải quá khứ chăng?

(7) Có duyên quá khứ, vị lai, không phải hiện tại chăng?

(8) Có duyên quá khứ, vị lai, và hiện tại chăng?

Như nhãn thức quá khứ, nhãn thức vị lai, hiện tại cũng vậy.

---

239 Skt. *ālambana-pratyaya-skandha.*

Như nhãn thức quá khứ, nhĩ thức, tỉ, thiệt, thân, ý thức cũng vậy.

Tất cả nhãn thức quá khứ đều duyên quá khứ, các vấn đề còn lại[240] khác không được biết.

Nhãn thức vị lai, hoặc duyên quá khứ, hoặc duyên vị lai, hoặc duyên hiện tại.

Tất cả nhãn thức hiện tại đều duyên hiện tại, các vấn đề còn lại khác không được nhận biết.

Như nhãn thức, nhĩ, tỉ, thiệt, thân, ý thức cũng vậy.

1.2. Ý Thức

Ý thức quá khứ, vị lai, hiện tại, nên nói đều duyên tất cả pháp.

2. Thức ba tánh duyên

Có sáu thức thân: nhãn thức, nhĩ thức, tỉ thức, thiệt thức, thân thức, ý thức. Sáu thức thân này, hoặc thiện, hoặc bất thiện, hoặc vô ký.

2.1. Nhãn thức

Nhãn thức thiện có duyên thiện, không phải bất thiện, và vô ký chăng? Có duyên bất thiện, không phải thiện, và vô ký chăng? Có duyên vô ký, không phải thiện, bất thiện chăng? Có duyên thiện, bất thiện, không phải vô ký chăng? Có duyên thiện, vô ký, không phải bất thiện chăng? Có duyên bất thiện, vô ký, không phải thiện chăng? Có duyên thiện, bất thiện, vô ký chăng?[241]

Như nhãn thức thiện, nhãn thức bất thiện, vô ký cũng vậy.

Như nhãn thức, nhĩ, tỉ, thiệt, thân, ý thức cũng vậy.

Nhãn thức thiện, hoặc duyên thiện, hoặc duyên bất thiện, hoặc duyên vô ký.

Nhãn thức bất thiện, hoặc duyên thiện, hoặc duyên bất thiện, hoặc duyên vô ký.

---

240 Các câu hỏi (2)-(8).

241 Bảy câu hỏi như trên.

Nhãn thức vô ký, hoặc duyên thiện, hoặc duyên bất thiện, hoặc duyên vô ký.

Như nhãn thức, nhĩ thức, ý thức cũng vậy.

2.2. Ty-thiệt-thân thức

Ba thức thân còn lại, hoặc thiện, hoặc bất thiện, hoặc vô ký; tất cả nên nói chỉ duyên vô ký.

3. Thức sở duyên

3.1. Nhãn thức - ý thức và sắc

Có sáu thức thân: nhãn thức, nhĩ thức, tỉ thức, thiệt thức, thân thức, ý thức.

Nhãn thức chỉ có thể nhận biết màu xanh, không thể nhận biết "đây là màu xanh".

Ý thức cũng nhận biết màu xanh, cho đến khi chưa thể nhận biết tên của nó, không thể nhận biết [559c01] "đây là màu xanh". Nếu nhận biết tên của nó, lúc đó cũng nhận biết màu xanh, cũng nhận biết "đây là màu xanh".

Như màu xanh, màu vàng, đỏ, trắng cũng vậy.

3.2. Nhĩ thức - ý thức và thanh

Nhĩ thức chỉ có thể nhận biết thanh, không thể nhận biết "đây là thanh".

Ý thức cũng nhận biết thanh, cho đến khi chưa nhận biết tên của nó, không thể nhận biết "đây là thanh". Nếu có thể nhận biết tên của nó, lúc đó cũng nhận biết thanh, cũng nhận biết "đây là thanh".

3.3. Ty thức - ý thức và hương

Tỉ thức chỉ có thể nhận biết hương, không thể nhận biết "đây là hương".

Ý thức cũng có thể nhận biết hương, cho đến khi chưa thể nhận biết tên của nó, không thể nhận biết "đây là hương". Nếu có thể nhận biết tên của nó, lúc đó cũng nhận biết hương, cũng nhận biết "đây là hương".

3.4. Thiệt thức - ý thức và vị

Thiệt thức chỉ có thể nhận biết vị, không thể nhận biết "đây là vị".

Ý thức cũng có thể nhận biết vị, cho đến khi chưa thể nhận biết tên của nó, không thể nhận biết "đây là vị"; nếu có thể nhận biết tên của nó, lúc đó cũng có thể nhận biết vị, cũng có thể nhận biết "đây là vị".

3.5. Thân thức - ý thức và xúc

Thân thức chỉ có thể nhận biết xúc, không thể nhận biết "đây là xúc".

Thức ý cũng nhận biết xúc, cho đến khi chưa thể nhận biết tên của nó, không thể nhận biết "đây là xúc". Nếu có thể nhận biết tên của nó, lúc đó cũng có thể nhận biết xúc, cũng nhận biết "đây là xúc."

3.6. Ý thức và pháp

Ý thức cũng nhận biết các pháp, hoặc chấp ngã, hoặc chấp ngã sở, hoặc chấp đoạn, hoặc chấp thường, hoặc bác vô nhân, hoặc bác vô tác[242], hoặc chấp tổn giảm, hoặc chấp "Đây là tối tôn," hoặc chấp "Đây là tối thắng," hoặc chấp "Đây là tối thượng," hoặc chấp "Đây là đệ nhất,"[243] hoặc chấp "Đây là thanh tịnh," hoặc chấp "Đây là giải thoát," hoặc chấp "Đây là xuất ly,"[244] hoặc mê hoặc, hoặc nghi, hoặc do dự, hoặc tham hoặc sân hoặc mạn hoặc si, hoặc thô hoặc khổ hoặc chướng, hoặc tĩnh hoặc diệu hoặc ly,[245] hoặc như bệnh, hoặc như mụt

---

[242] Pāli: *akiriya-vāda*, thuyết vô tác của *Pūraṇakassapa* (D. 2. PTS. 1. 53). Hán, *Trường 17*, Kinh số 27 Sa-môn quả, thuyết của Phú-lan-na (Phất-lan) Ca-diếp.

[243] Các chủ trương giai cấp, Phạm thiên: "Đây là tôn quý, ngoài ra là hạ liệt", đây là tối thắng"...

[244] Các chấp liên hệ giới cấm thủ" "Đây dẫn đến thanh tịnh, ngoài ra thì không"...

[245] Thô-khổ-chướng (*audārika, duḥkhila, sthūlabhitika*), tĩnh-diệu-ly (*śānta, praṇīta, niḥsaraṇa*): sáu hành tướng tu tập thế gian đạo; quán hạ giới với ba hành tướng: thô, khổ, chướng. Quán thượng giới với ba hành tướng: tĩnh, diệu, ly. *Câu-xá vi*, tụng 49 (Việt dịch, TUỆ tập 20, các cht. 83-94, tr. 354-356).

nhọt, hoặc như mũi tên hoặc não hại[246], hoặc vô thường hoặc khổ hoặc không hoặc vô ngã; hoặc với nhân thì gọi là nhân, là tập, là sinh, là duyên; hoặc với diệt thì gọi là diệt, là tĩnh, là diệu, là ly; hoặc với đạo thì gọi là đạo, là như, là hành, là xuất[247]; hoặc có nhân, hoặc có khởi, hoặc có trường hợp này, hoặc có sự này, hoặc nhận thức được dẫn bởi như lý[248], hoặc nhận thức không được dẫn bởi như lý, hoặc nhận thức được dẫn bởi không như lý và không phải không như lý.

4. Bốn tâm

Có bốn tâm: tâm hệ thuộc Dục giới, tâm hệ thuộc Sắc giới, tâm hệ thuộc Vô sắc giới, **[560a01]** tâm bất hệ[249].

Tâm hệ thuộc Dục giới có thể nhận biết pháp hệ thuộc Dục giới không?

Có thể nhận biết pháp hệ thuộc Sắc giới không?

Có thể nhận biết pháp hệ thuộc Vô sắc giới không?

Có thể nhận biết pháp bất hệ không?

Có thể nhận biết pháp hệ thuộc Dục giới và Sắc giới không?

Có thể nhận biết pháp hệ thuộc Dục giới và Vô sắc giới không?

Có thể nhận biết pháp hệ thuộc Dục giới và pháp bất hệ không? Có thể nhận biết pháp hệ thuộc Sắc giới, Vô sắc giới không?

Có thể nhận biết pháp hệ thuộc Sắc giới và pháp bất hệ không? Có thể nhận biết pháp Vô sắc giới và pháp bất hệ không?

Có thể nhận biết pháp hệ thuộc Dục giới, Sắc giới, và Vô sắc giới không?

Có thể nhận biết pháp hệ thuộc Dục giới, Sắc giới, và bất hệ không?

---

[246] *Tạp 5,* Kinh số 104, T02n0099_p0031c08: "Đối với năm uẩn này, hãy quán sát như bệnh, như ung nhọt, như gai nhọn..."

[247] Từ *vô thường* đến *xuất*: 16 hành tướng của 4 Thánh đế.

[248] Skt *yoniśo-manasikāra,* như lý tác ý.

[249] Không hệ thuộc giới nào; chỉ tâm vô lậu.

Có thể nhận biết pháp hệ thuộc Dục giới, Vô sắc giới, và bất hệ không?

Có thể nhận biết pháp hệ thuộc Sắc giới, Vô sắc giới, và bất hệ không?

Có thể nhận biết pháp hệ thuộc Dục giới, Sắc giới, Vô sắc giới, và bất hệ không?

Như tâm hệ thuộc Dục giới, cho đến tâm bất hệ cũng vậy.

4.1. Tâm Dục giới

(1) Tâm hệ thuộc Dục giới có nhận biết pháp hệ thuộc Dục giới không?

Đáp: Có thể nhận biết. Đó là, hoặc chấp ngã, hoặc chấp ngã sở, hoặc chấp đoạn, hoặc chấp thường, hoặc bác vô nhân, hoặc bác vô tác, hoặc chấp tổn giảm, hoặc chấp tôn quý, hoặc chấp "Đây là tối thắng," hoặc chấp "Đây là tối thượng," hoặc chấp "Đây là đệ nhất," hoặc chấp "Đây là thanh tịnh," hoặc chấp "Đây là giải thoát," hoặc chấp "Đây là xuất ly," hoặc mê hoặc, hoặc nghi, hoặc do dự, hoặc tham hoặc sân hoặc mạn hoặc si, hoặc thô hoặc khổ hoặc chướng, hoặc như bệnh, hoặc như mụt nhọt, hoặc như mũi tên hoặc não hại, hoặc vô thường hoặc khổ hoặc không hoặc vô ngã; hoặc với nhân thì biết là nhân, là tập, là sinh, là duyên; hoặc có nhân, hoặc có khởi, hoặc có trường hợp này, hoặc có sự này, hoặc nhận thức được dẫn bởi như lý, hoặc nhận thức không được dẫn bởi như lý, hoặc nhận thức được dẫn bởi không như lý và không phải không như lý.

(2) Có thể nhận biết pháp hệ thuộc Sắc giới không?

Đáp: Có thể nhận biết. Đó là, hoặc bác vô nhân, hoặc bác vô tác, hoặc chấp tổn giảm, hoặc chấp tôn quý, hoặc chấp "Đây là tối thắng," hoặc chấp "Đây là tối thượng", hoặc chấp "Đây là đệ nhất," hoặc chấp "Đây là thanh tịnh," hoặc chấp "Đây là giải thoát," hoặc chấp "Đây là xuất ly", hoặc mê hoặc, hoặc nghi, hoặc do dự, hoặc vô trí hoặc mờ ám hoặc ngu si hoặc thô hoặc khổ hoặc chướng, hoặc tĩnh hoặc diệu hoặc ly; hoặc như bệnh, hoặc như mụt nhọt, hoặc như mũi tên hoặc não hại; hoặc vô thường hoặc khổ hoặc không hoặc vô ngã; hoặc với nhân thì gọi là nhân, là tập, **[560b01]** là sinh, là duyên; hoặc có nhân, hoặc có khởi, hoặc có trường hợp này, hoặc có sự này, hoặc nhận thức được dẫn bởi như lý, hoặc nhận thức không được dẫn bởi như lý.

(3) Có thể nhận biết pháp hệ thuộc Vô sắc giới không?

Đáp: Có thể nhận biết. Đó là, hoặc bác vô nhân, hoặc bác vô tác, hoặc chấp tổn giảm, hoặc chấp tôn quý, hoặc chấp "Đây là tối thắng," hoặc chấp "Đây là tối thượng," hoặc chấp "Đây là đệ nhất," hoặc chấp "Đây là thanh tịnh," hoặc chấp "Đây là giải thoát," hoặc chấp "Đây là xuất ly," hoặc mê hoặc, hoặc nghi, hoặc do dự, hoặc vô trí hoặc mờ ám hoặc ngu si; hoặc thô hoặc khổ hoặc chướng, hoặc tĩnh hoặc diệu hoặc ly, hoặc như bệnh, hoặc như mụt nhọt, hoặc như mũi tên, hoặc não hại; hoặc vô thường hoặc khổ hoặc không hoặc vô ngã; hoặc với nhân thì gọi là nhân, là tập, là sinh, là duyên; hoặc có nhân, hoặc có khởi, hoặc có trường hợp này, hoặc có sự này, hoặc nhận thức được dẫn bởi như lý, hoặc nhận thức không được dẫn bởi như lý.

(4) Có thể nhận biết pháp bất hệ không?

Đáp: Có thể nhận biết. Đó là, với diệt thì biết đó là diệt, là tĩnh, là diệu, là ly; hoặc với đạo thì biết đó là đạo, là như, là hành, là xuất; hoặc vô thường hoặc khổ hoặc không hoặc vô ngã; hoặc nhận biết tổn giảm diệt, hoặc nhận biết tổn giảm đạo, hoặc nhận biết do dự, hoặc nhận biết ngu si; hoặc nhận thức được dẫn bởi như lý, hoặc nhận thức không được dẫn bởi như lý.

(5) Có thể nhận biết pháp hệ thuộc Dục giới và Sắc giới không?

Đáp: Có thể nhận biết. Đó là, hoặc thô hoặc khổ hoặc chướng, hoặc như bệnh hoặc như mụt nhọt, hoặc như mũi tên, hoặc não hại, hoặc vô thường, hoặc khổ, hoặc không, hoặc vô ngã; hoặc với nhân biết đó là nhân, là tập, là sinh, là duyên; hoặc có nhân, hoặc có khởi, hoặc có trường hợp này, hoặc có sự này, hoặc nhận thức được dẫn bởi như lý.

(6) Có thể nhận biết pháp hệ thuộc Dục giới, Vô sắc giới không?

Đáp: Có thể nhận biết. Đó là, hoặc thô, hoặc khổ, hoặc chướng; hoặc như bệnh, hoặc như mụt nhọt, hoặc như mũi tên, hoặc não hại, hoặc vô thường, hoặc khổ, hoặc không, hoặc vô ngã; hoặc với nhân biết đó là nhân, là tập, là sinh, là duyên; hoặc có nhân, hoặc có khởi, hoặc có trường hợp này, hoặc có sự này, hoặc nhận thức được dẫn bởi như lý.

(7) Có thể nhận biết pháp hệ thuộc Dục giới, bất hệ không?

Đáp: Có thể nhận biết. Đó là, hoặc vô thường, hoặc khổ, hoặc vô ngã; hoặc có nhân, hoặc có khởi, hoặc có trường hợp này, hoặc có sự này, hoặc nhận thức được dẫn bởi như lý.

(8) Có thể nhận biết pháp hệ thuộc Sắc giới, Vô sắc giới không?

Đáp: Có thể nhận biết. Đó là, hoặc bác vô nhân, hoặc bác vô tác, hoặc chấp **[560c01]** tổn giảm, hoặc chấp tôn quý, hoặc chấp "Đây là tối thắng," hoặc chấp "Đây là tối thượng," hoặc chấp "Đây là đệ nhất," hoặc chấp "Đây là thanh tịnh," hoặc chấp "Đây là giải thoát," hoặc chấp "Đây là xuất ly," hoặc mê hoặc, hoặc nghi, hoặc do dự, hoặc vô trí hoặc mờ ám hoặc ngu si; hoặc thô hoặc khổ hoặc chướng, hoặc tĩnh hoặc diệu hoặc ly; hoặc như bệnh, hoặc như mụt nhọt, hoặc như mũi tên, hoặc não hại; hoặc vô thường hoặc khổ hoặc không hoặc vô ngã; hoặc với nhân thì biết là nhân, là tập, là sinh, là duyên; hoặc có nhân, hoặc có khởi, hoặc có trường hợp này, hoặc có sự này, hoặc nhận thức được dẫn bởi như lý, hoặc nhận thức không được dẫn bởi như lý.

(9) Có thể nhận biết pháp hệ thuộc Sắc giới, bất hệ không?

Đáp: Có thể nhận biết. Đó là, hoặc vô thường hoặc không hoặc vô ngã; hoặc có nhân, hoặc có khởi, hoặc có trường hợp này, hoặc có sự này, hoặc nhận thức được dẫn bởi như lý.

(10) Có thể nhận biết pháp hệ thuộc Vô sắc giới, bất hệ không?

Đáp: Có thể nhận biết. Đó là, hoặc vô thường hoặc không hoặc vô ngã; hoặc có nhân, hoặc có khởi, hoặc có trường hợp này, hoặc có sự này, hoặc nhận thức được dẫn bởi như lý.

(11) Có thể nhận biết pháp hệ thuộc Dục giới, Sắc giới, Vô sắc giới không?

Đáp: Có thể nhận biết. Đó là, hoặc thô hoặc khổ hoặc chướng; hoặc như bệnh hoặc như mụt nhọt, hoặc như mũi tên, hoặc não hại; hoặc vô thường hoặc khổ hoặc không hoặc vô ngã; hoặc với nhân thì gọi là nhân, là tập, là sinh, là duyên; hoặc có nhân, hoặc có khởi, hoặc có trường hợp này, hoặc có sự này, hoặc nhận thức được dẫn bởi như lý.

(12) Có thể nhận biết pháp hệ thuộc Dục giới, Sắc giới, bất hệ không?

Đáp: Có thể nhận biết. Đó là, hoặc vô thường hoặc không hoặc vô ngã; hoặc có nhân, hoặc có khởi, hoặc có trường hợp này, hoặc có sự này, hoặc nhận thức được dẫn bởi như lý.

(13) Có thể nhận biết pháp hệ thuộc Dục giới, Vô sắc giới, bất hệ không?

Đáp: Có thể nhận biết. Đó là, hoặc vô thường hoặc không hoặc vô ngã; hoặc có nhân, hoặc có khởi, hoặc có trường hợp này, hoặc có sự này, hoặc nhận thức được dẫn bởi như lý.

(14) Có thể nhận biết pháp hệ thuộc Sắc giới, Vô sắc giới, bất hệ không?

Đáp: Có thể nhận biết. Đó là, hoặc vô thường hoặc không hoặc vô ngã; hoặc có nhân, hoặc có khởi, hoặc có trường hợp này, hoặc có sự này, hoặc nhận thức được dẫn bởi như lý.

(15) Có thể nhận biết pháp hệ thuộc Dục giới, Sắc giới, Vô sắc giới, bất hệ không?

Đáp: Có thể nhận biết. Đó là, hoặc vô thường hoặc không hoặc vô ngã; hoặc có nhân, hoặc có khởi, hoặc có trường hợp này, hoặc có sự này, hoặc nhận thức được dẫn bởi như lý.

4.2. Tâm Sắc giới

(1) Tâm hệ thuộc Sắc giới có thể nhận biết pháp hệ thuộc Sắc giới không?

Đáp: Có thể nhận biết. Đó là, hoặc chấp ngã, hoặc chấp ngã sở, hoặc chấp đoạn, hoặc chấp thường, hoặc bác vô nhân, hoặc bác vô tác, hoặc chấp tổn giảm, hoặc chấp tôn quý, hoặc chấp "Đây là tối thắng," hoặc chấp "Đây là tối thượng," hoặc chấp "Đây là đệ nhất," hoặc chấp "Đây là thanh tịnh," hoặc chấp "Đây là giải thoát," hoặc chấp "Đây là xuất ly"; hoặc mê hoặc, hoặc nghi, hoặc do dự; hoặc tham hoặc mạn hoặc si; hoặc thô hoặc khổ hoặc chướng; hoặc tĩnh hoặc diệu hoặc ly; hoặc như bệnh, hoặc như mụt nhọt, hoặc như mũi tên, hoặc não hại; hoặc vô thường hoặc khổ hoặc không hoặc vô ngã; hoặc với nhân thì gọi là nhân, là tập, là sinh, là duyên; hoặc có nhân, hoặc có khởi, hoặc có trường hợp này, hoặc có sự này, hoặc nhận thức được dẫn bởi như lý, hoặc nhận thức không được dẫn bởi như lý, hoặc nhận thức được dẫn bởi không như lý và không phải không như lý.

(2) Có thể nhận biết pháp hệ thuộc Dục giới không?

Đáp: Có thể nhận biết. Đó là, hoặc thô hoặc khổ hoặc chướng; hoặc như bệnh, hoặc như mụt nhọt, hoặc như mũi tên, hoặc não hại; hoặc vô thường hoặc khổ hoặc không hoặc vô ngã; hoặc với nhân thì gọi là nhân, là tập, là sinh, là duyên; hoặc có nhân, hoặc có khởi, hoặc có trường hợp này, hoặc có sự này, hoặc nhận thức được dẫn bởi như lý, hoặc nhận biết được dẫn bởi không như lý và không phải không như lý.

(3) Có thể nhận biết pháp hệ thuộc Vô sắc giới không?

Đáp: Có thể nhận biết. Đó là, hoặc bác vô nhân, hoặc bác vô tác, hoặc chấp tổn giảm, hoặc chấp tôn quý, hoặc chấp "Đây là tối thắng," hoặc chấp "Đây là tối thượng," hoặc chấp "Đây là đệ nhất," hoặc chấp "Đây là thanh tịnh," hoặc chấp "Đây là giải thoát," hoặc chấp "Đây là xuất ly"; hoặc mê hoặc, hoặc nghi, hoặc do dự, hoặc vô trí hoặc mờ ám hoặc ngu si; hoặc thô hoặc khổ hoặc chướng; hoặc tĩnh hoặc diệu hoặc ly; hoặc như bệnh, hoặc như mụt nhọt, hoặc như mũi tên, hoặc não hại; hoặc vô thường hoặc khổ hoặc không hoặc vô ngã; hoặc với nhân thì gọi là nhân, là tập, là sinh, là duyên; hoặc có nhân, hoặc có khởi, hoặc có trường hợp này, hoặc có sự này, hoặc nhận thức được dẫn bởi như lý, hoặc nhận thức không được dẫn bởi như lý.

(4) Có thể nhận biết pháp bất hệ không?

Đáp: Có thể nhận biết. Đó là, hoặc với diệt thì gọi là diệt, là tĩnh, là diệu, là ly; hoặc với đạo thì gọi là đạo, là như, là hành, là xuất; hoặc vô thường hoặc khổ hoặc không hoặc vô ngã; hoặc nhận biết tổn giảm diệt, hoặc nhận biết tổn giảm đạo, hoặc nhận biết do dự, hoặc nhận biết ngu si; hoặc có nhân, hoặc có khởi, **[561b01]** hoặc có trường hợp này, hoặc có sự này, hoặc nhận thức được dẫn bởi như lý, hoặc nhận thức không được dẫn bởi như lý.

(5) Có thể nhận biết pháp hệ thuộc Dục giới, Sắc giới không?

Đáp: Có thể nhận biết. Đó là, hoặc thô hoặc khổ hoặc chướng; hoặc như bệnh hoặc như mụt nhọt hoặc như mũi tên hoặc não hại; hoặc vô thường hoặc khổ hoặc không hoặc vô ngã; hoặc với nhân thì gọi là nhân, là tập, là sinh, là duyên; hoặc có nhân, hoặc có khởi, hoặc có trường hợp này, hoặc có sự này, hoặc nhận thức được dẫn bởi như lý.

(6) Có thể nhận biết pháp hệ thuộc Dục giới, Vô sắc giới không?

Đáp: Có thể nhận biết. Đó là, hoặc thô hoặc khổ hoặc chướng; hoặc như bệnh hoặc như mụt nhọt hoặc như mũi tên hoặc não hại; hoặc vô thường hoặc khổ hoặc không hoặc vô ngã; hoặc với nhân thì gọi là nhân, là tập, là sinh, là duyên; hoặc có nhân, hoặc có khởi, hoặc có trường hợp này, hoặc có sự này, hoặc nhận thức được dẫn bởi như lý.

(7) Có thể nhận biết pháp hệ thuộc Dục giới, bất hệ không?

Đáp: Có thể nhận biết. Đó là, hoặc vô thường hoặc không hoặc vô ngã; hoặc có nhân, hoặc có khởi, hoặc có trường hợp này, hoặc có sự này, hoặc nhận thức được dẫn bởi như lý.

(8) Có thể nhận biết pháp hệ thuộc Sắc giới, Vô sắc giới không?

Đáp: Có thể nhận biết. Đó là, hoặc bác vô nhân, hoặc bác vô tác, hoặc chấp tổn giảm, hoặc chấp tôn quý, hoặc chấp "Đây là tối thắng," hoặc chấp "Đây là tối thượng," hoặc chấp "Đây là đệ nhất," hoặc chấp "Đây là thanh tịnh," hoặc chấp "Đây là giải thoát," hoặc chấp "Đây là xuất ly"; hoặc mê hoặc, hoặc nghi, hoặc do dự, hoặc vô trí hoặc mờ ám hoặc ngu si; hoặc thô hoặc khổ hoặc chướng; hoặc tĩnh hoặc diệu hoặc ly; hoặc như bệnh, hoặc như mụt nhọt, hoặc như mũi tên, hoặc não hại; hoặc vô thường hoặc khổ hoặc không hoặc vô ngã; hoặc với nhân thì gọi là nhân, là tập, là sinh, là duyên; hoặc có nhân, hoặc có khởi, hoặc có trường hợp này, hoặc có sự này; hoặc nhận thức được dẫn bởi như lý, hoặc nhận thức không được dẫn bởi như lý.

(9) Có thể nhận biết pháp hệ thuộc Sắc giới, bất hệ không?

Đáp: Có thể nhận biết. Đó là, hoặc vô thường hoặc khổ hoặc không hoặc vô ngã; hoặc có nhân, hoặc có khởi, hoặc có trường hợp này, hoặc có sự này, hoặc nhận thức được dẫn bởi như lý.

(10) Có thể nhận biết pháp hệ thuộc Vô sắc giới, bất hệ không?

Đáp: Có thể nhận biết. Đó là, hoặc vô thường hoặc không hoặc vô ngã; hoặc có nhân, hoặc có khởi, hoặc có trường hợp này, hoặc có sự này, hoặc nhận thức được dẫn bởi như lý.

(11) Có thể nhận biết pháp hệ thuộc Dục giới, Sắc giới, Vô sắc giới không?

Đáp: Có thể nhận biết. Đó là, hoặc thô hoặc khổ [561c01] hoặc chướng; hoặc như bệnh hoặc như mụt nhọt hoặc như mũi tên hoặc não hại; hoặc vô thường hoặc khổ hoặc không hoặc vô ngã; hoặc với nhân thì gọi là nhân, là tập, là sinh, là duyên; hoặc có nhân, hoặc có khởi, hoặc có trường hợp này, hoặc có sự này, hoặc nhận thức được dẫn bởi như lý.

(12) Có thể nhận biết pháp hệ thuộc Dục giới, Sắc giới, bất hệ không?

Đáp: Có thể nhận biết. Đó là, hoặc vô thường hoặc không hoặc vô ngã; hoặc có nhân, hoặc có khởi, hoặc có trường hợp này, hoặc có sự này, hoặc nhận thức được dẫn bởi như lý.

(13) Có thể nhận biết pháp hệ thuộc Dục giới, Vô sắc giới, bất hệ không? Đáp: Có thể nhận biết. Đó là, hoặc vô thường hoặc không hoặc vô ngã; hoặc có nhân, hoặc có khởi, hoặc có trường hợp này, hoặc có sự này, hoặc nhận thức được dẫn bởi như lý.

(14) Có thể nhận biết pháp hệ thuộc Sắc giới, Vô sắc giới, bất hệ không?

Đáp: Có thể nhận biết. Đó là, hoặc vô thường hoặc không hoặc vô ngã; hoặc có nhân, hoặc có khởi, hoặc có trường hợp này, hoặc có sự này, hoặc nhận thức được dẫn bởi như lý.

(15) Có thể nhận biết pháp hệ thuộc Dục giới, Sắc giới, Vô sắc giới, bất hệ không?

Đáp: Có thể nhận biết. Đó là, hoặc vô thường hoặc không hoặc vô ngã; hoặc có nhân, hoặc có khởi, hoặc có trường hợp này, hoặc có sự này, hoặc nhận thức được dẫn bởi như lý.

4.3. Tâm Vô sắc giới

(1) Tâm hệ thuộc Vô sắc giới có thể nhận biết pháp hệ thuộc Vô sắc giới không?

Đáp: Có thể nhận biết. Đó là, hoặc chấp ngã, hoặc chấp ngã sở, hoặc chấp đoạn, hoặc chấp thường, hoặc bác vô nhân, hoặc bác vô tác, hoặc chấp tổn giảm, hoặc chấp tôn quý, hoặc chấp "Đây là tối thắng," hoặc chấp "Đây là tối thượng," hoặc chấp "Đây là đệ nhất," hoặc chấp "Đây là thanh tịnh," hoặc chấp "Đây là giải thoát," hoặc chấp "Đây là xuất ly," hoặc mê hoặc, hoặc nghi, hoặc do dự, hoặc tham hoặc mạn hoặc si; hoặc thô hoặc khổ hoặc chướng; hoặc tĩnh hoặc diệu hoặc ly; hoặc như bệnh, hoặc như mụt nhọt, hoặc như mũi tên, hoặc não hại; hoặc vô thường hoặc khổ hoặc không hoặc vô ngã; hoặc với nhân thì gọi là nhân, là tập, là sinh, là duyên; hoặc có nhân, hoặc có khởi, hoặc có trường hợp này, hoặc có sự này, hoặc nhận thức được dẫn bởi như lý, hoặc nhận thức không được dẫn bởi như lý, hoặc nhận thức được dẫn bởi không như lý và không phải không như lý.

(2) Có thể nhận biết pháp bất hệ không?

Đáp: Có thể nhận biết. Đó là, hoặc với diệt thì gọi là diệt, là tĩnh, là diệu, là ly; hoặc với đạo thì gọi là đạo, là như, là hành, là xuất; hoặc vô thường hoặc khổ hoặc không hoặc vô ngã; hoặc nhận biết tổn giảm diệt, hoặc nhận biết tổn giảm đạo, hoặc nhận biết do dự, hoặc nhận biết ngu si; hoặc có nhân, hoặc có khởi, hoặc có trường hợp này, hoặc có sự này, hoặc nhận thức được dẫn bởi như lý, hoặc nhận thức không được dẫn bởi như lý.

(3) Có thể nhận biết pháp hệ thuộc Sắc giới không?

Đáp: Có thể nhận biết. Đó là, hoặc thô hoặc khổ hoặc chướng; hoặc nhận thức được dẫn bởi như lý.

(4) Có thể nhận biết pháp hệ thuộc Vô sắc giới, bất hệ không?

Đáp: Có thể nhận biết. Đó là, hoặc vô thường hoặc không hoặc vô ngã; hoặc có nhân, hoặc có khởi, hoặc có trường hợp này, hoặc có sự này, hoặc nhận thức được dẫn bởi như lý. Nhận biết như vậy, không nhận biết các pháp khác.

4.4. Tâm Bất hệ

(1) Tâm bất hệ có thể nhận biết pháp bất hệ không?

Đáp: Có thể nhận biết. Đó là, hoặc với diệt thì gọi là diệt, là tĩnh, là diệu, là ly; hoặc với đạo thì gọi là đạo, là như, là hành, là xuất; hoặc có nhân, hoặc có khởi, hoặc có trường hợp này, hoặc có sự này, hoặc nhận thức được dẫn bởi như lý.

(2) Có thể nhận biết pháp hệ thuộc Dục giới không?

Đáp: Có thể nhận biết. Đó là, hoặc vô thường hoặc khổ hoặc không hoặc vô ngã; hoặc với nhân thì gọi là nhân, là tập, là sinh, là duyên; hoặc có nhân, hoặc có khởi, hoặc có trường hợp này, hoặc có sự này, hoặc nhận thức được dẫn bởi như lý.

(3) Có thể nhận biết pháp hệ thuộc Sắc giới không?

Đáp: Có thể nhận biết. Đó là, hoặc vô thường hoặc khổ hoặc không hoặc vô ngã; hoặc với nhân thì gọi là nhân, là tập, là sinh, là duyên; hoặc có nhân, hoặc có khởi, hoặc có trường hợp này, hoặc có sự này, hoặc nhận thức được dẫn bởi như lý.

(4) Có thể nhận biết pháp hệ thuộc Vô sắc giới không?

Đáp: Có thể nhận biết. Đó là, hoặc vô thường hoặc khổ hoặc không hoặc vô ngã; hoặc với nhân thì gọi là nhân, là tập, là sinh, là duyên; hoặc có nhân, hoặc có khởi, hoặc có trường hợp này, hoặc có sự này, hoặc nhận thức được dẫn bởi như lý.

(5) Có thể nhận biết pháp hệ thuộc Sắc giới, Vô sắc giới không?

Đáp: Có thể nhận biết. Đó là, hoặc vô thường hoặc khổ hoặc không hoặc vô ngã; hoặc với nhân thì gọi là nhân, là tập, là sinh, là duyên; hoặc có nhân, hoặc có khởi, hoặc có trường hợp này, hoặc có sự này, hoặc nhận thức được dẫn bởi như lý. Nhận biết như vậy, không nhận biết các pháp khác.

5. Tâm tùy miên tùy tăng

Có bốn loại tâm: tâm hệ thuộc Dục giới, tâm hệ thuộc Sắc giới, tâm hệ thuộc Vô sắc giới, tâm bất hệ.

Các tâm hệ thuộc Dục giới nếu có thể nhận biết pháp hệ thuộc Dục giới; trong đó có bao nhiêu tùy miên tiềm phục (tùy tăng)? Nếu có thể nhận biết các pháp khác, trong đó có bao nhiêu tùy miên tiềm phục? *Cho đến* **[562b01]** các tâm bất hệ nếu có thể nhận biết pháp bất hệ, trong đó có bao nhiêu tùy miên tiềm phục? Nếu có thể nhận biết các pháp khác, trong đó có bao nhiêu tùy miên tiềm phục?

5.1. Tâm Dục Giới

Các tâm hệ thuộc Dục giới nếu có thể nhận biết pháp hệ thuộc Dục giới, trong đó có tùy miên duyên hữu lậu Dục giới tiềm phục (tùy tăng).

Các tâm hệ thuộc Dục giới nếu có thể nhận biết pháp hệ thuộc Sắc giới; trong đó có ba bộ tùy miên Dục giới[250] tiềm phục.

---

[250] Ba bộ tùy miên: tùy miên kiến khổ đoạn, kiến tập đoạn, kiến diệt đoạn.

Các tâm hệ thuộc Dục giới nếu có thể nhận biết pháp hệ thuộc Vô sắc giới; trong đó có ba bộ tùy miên Dục giới[251] tiềm phục.

Các tâm hệ thuộc Dục giới nếu có thể nhận biết pháp bất hệ; trong đó có ba bộ tùy miên Dục giới[252] và biến hành tùy miên tiềm phục.

Các tâm hệ thuộc Dục giới nếu có thể nhận biết pháp hệ thuộc Sắc giới, Vô sắc giới; trong đó có ba bộ tùy miên Dục giới[253] tiềm phục. Nếu có thể nhận biết các pháp khác, trong đó có biến hành tùy miên Dục giới và tùy miên thuộc tu sở đoạn tiềm phục.

5.2. Tâm Sắc Giới

Các tâm hệ thuộc Sắc giới nếu có thể nhận biết pháp hệ thuộc Sắc giới; trong đây có tùy miên duyên hữu lậu Sắc giới tiềm phục.

Các tâm hệ thuộc Sắc giới nếu có thể nhận biết pháp hệ thuộc Vô sắc giới; trong đây có ba bộ tùy miên[254] Sắc giới tiềm phục.

Các tâm hệ thuộc Sắc giới nếu có thể nhận biết pháp bất hệ, trong đây có ba bộ tùy miên[255] Sắc giới và biến hành tùy miên tiềm phục.

Các tâm hệ thuộc Sắc giới nếu có thể nhận biết pháp hệ thuộc Sắc giới, Vô sắc giới; trong đó có ba bộ tùy miên[256] Sắc giới tiềm phục. Nếu có thể nhận biết các pháp khác; trong đó có biến hành tùy miên Sắc giới và tùy miên thuộc tu sở đoạn tiềm phục.

5.3. Tâm Vô sắc Giới

Các tâm hệ thuộc Vô sắc giới nếu có thể nhận biết pháp hệ thuộc Vô sắc giới; trong đó có tùy miên duyên hữu lậu Vô sắc giới tiềm phục.

---

[251] Ba bộ như trên.

[252] Ba bộ: diệt đế, đạo đế, tu sở đoạn.

[253] Ba bộ, như trong Sắc giới.

[254] Ba bộ: kiến khổ, kiến tập và tu sở đoạn.

[255] Ba bộ: kiến diệt đoạn, kiến đạo đoạn và tu sở đoạn.

[256] Ba bộ: kiến khổ đoạn, kiến tập đoạn và tu sở đoạn. Như đã dẫn trên:
Nhĩ thức (cho đến thân thức) chỉ có thể nhận biết thanh (cho đến xúc), không thể nhận biết "đây là thanh v.v..."

Các tâm hệ thuộc Vô sắc giới nếu có thể nhận biết pháp bất hệ; trong đó có ba bộ tùy miên[257] Vô sắc giới và biến hành tùy miên tiềm phục. Nếu có thể nhận biết các pháp khác; trong đó có biến hành tùy miên Vô sắc giới và tùy miên thuộc tu sở đoạn tiềm phục.

5.4. Tâm Bất hệ

Các tâm bất hệ nếu có thể nhận biết pháp bất hệ; trong đó không có tùy miên tiềm phục. Nếu có thể nhận biết các pháp khác; trong đó cũng không có tùy miên tiềm phục.

6. Bốn pháp liễu biệt

[562c01] Có mười hai tâm: tâm thiện, tâm bất thiện, tâm hữu phú vô ký, tâm vô phú vô ký hệ thuộc Dục giới; tâm thiện, tâm hữu phú vô ký, tâm vô phú vô ký hệ thuộc Sắc giới; tâm thiện, tâm hữu phú vô ký, tâm vô phú vô ký hệ thuộc Vô sắc giới; tâm Hữu học; tâm Vô học.

6.1. Tâm Dục giới

a. Tâm thiện

Tâm thiện hệ thuộc Dục giới có thể nhận biết pháp hệ thuộc Dục giới không?

Có thể nhận biết pháp hệ thuộc Sắc giới không?

Có thể nhận biết pháp hệ thuộc Vô sắc giới không?

Có thể nhận biết pháp bất hệ không?

Có thể nhận biết pháp hệ thuộc Dục giới và Sắc giới không?

Có thể nhận biết pháp hệ thuộc Dục giới và Vô sắc giới không?

Có thể nhận biết pháp hệ thuộc Dục giới và bất hệ không?

Có thể nhận biết pháp hệ thuộc Sắc giới, Vô sắc giới không?

Có thể nhận biết pháp hệ thuộc Sắc giới và bất hệ không?

Có thể nhận biết pháp hệ thuộc Vô sắc giới và bất hệ không?

---

257 Ba bộ: kiến khổ, kiến tập và tu sở đoạn.

Có thể nhận biết pháp hệ thuộc Dục giới, Sắc giới, Vô sắc giới không?

Có thể nhận biết pháp hệ thuộc Dục giới, Sắc giới, và bất hệ không?

Có thể nhận biết pháp hệ thuộc Dục giới, Vô sắc giới, và bất hệ không?

Có thể nhận biết pháp hệ thuộc Sắc giới, Vô sắc giới, và bất hệ không?

Có thể nhận biết pháp hệ thuộc Dục giới, Sắc giới, Vô sắc giới, và bất hệ không? Như tâm thiện hệ thuộc Dục giới..., *cho đến* tâm Vô học cũng vậy.

(1) Tâm thiện hệ thuộc Dục giới có thể nhận biết pháp hệ thuộc Dục giới không?

Đáp: Có thể nhận biết. Đó là, hoặc thô hoặc khổ hoặc chướng; hoặc như bệnh hoặc như mụt nhọt hoặc như mũi tên hoặc não hại; hoặc vô thường hoặc khổ hoặc không hoặc vô ngã; hoặc với nhân thì gọi là nhân, là tập, là sinh, là duyên; hoặc có nhân, hoặc có khởi, hoặc có trường hợp này, hoặc có sự này, hoặc nhận thức được dẫn bởi như lý.

(2) Có thể nhận biết pháp hệ thuộc Sắc giới không?

Đáp: Có thể nhận biết. Đó là, hoặc thô hoặc khổ hoặc chướng; hoặc tĩnh hoặc diệu hoặc ly; hoặc như bệnh hoặc như mụt nhọt hoặc như mũi tên hoặc não hại; hoặc vô thường hoặc khổ hoặc không hoặc vô ngã; hoặc với nhân thì gọi là nhân, là tập, là sinh, là duyên; hoặc có nhân, hoặc có khởi, hoặc có trường hợp này, hoặc có sự này, hoặc nhận thức được dẫn bởi như lý.

(3) Có thể nhận biết pháp hệ thuộc Vô sắc giới không?

Đáp: Có thể nhận biết. Đó là, hoặc thô hoặc khổ hoặc chướng; hoặc tĩnh hoặc diệu hoặc ly; hoặc như bệnh hoặc như mụt nhọt hoặc như mũi tên hoặc não hại; hoặc vô thường hoặc khổ hoặc không hoặc vô ngã; hoặc với nhân thì gọi là nhân, là tập, là sinh, **[0563a01]** là duyên; hoặc có nhân, hoặc có khởi, hoặc có trường hợp này, hoặc có sự này, hoặc nhận thức được dẫn bởi như lý.

(4) Có thể nhận biết pháp bất hệ không?

Đáp: Có thể nhận biết. Đó là, hoặc với diệt thì gọi là diệt, là tĩnh, là diệu, là ly; hoặc với đạo thì gọi là đạo, là như, là hành, là xuất; hoặc vô thường hoặc không hoặc vô ngã; hoặc có nhân, hoặc có khởi, hoặc có trường hợp này, hoặc có sự này, hoặc nhận thức được dẫn bởi như lý.

(5) Có thể nhận biết pháp hệ thuộc Dục giới, Sắc giới không?

Đáp: Có thể nhận biết. Đó là, hoặc thô hoặc khổ hoặc chướng; hoặc như bệnh hoặc như mụt nhọt hoặc như mũi tên hoặc não hại; hoặc vô thường hoặc khổ hoặc không hoặc vô ngã; hoặc với nhân thì gọi là nhân, là tập, là sinh, là duyên; hoặc có nhân, hoặc có khởi, hoặc có trường hợp này, hoặc có sự này, hoặc nhận thức được dẫn bởi như lý.

(6) Có thể nhận biết pháp hệ thuộc Dục giới, Vô sắc giới không?

Đáp: Có thể nhận biết. Đó là, hoặc thô hoặc khổ hoặc chướng; hoặc như bệnh hoặc như mụt nhọt hoặc như mũi tên hoặc não hại, hoặc vô thường hoặc khổ hoặc không hoặc vô ngã; hoặc với nhân thì gọi là nhân, là tập, là sinh, là duyên; hoặc có nhân, hoặc có khởi, hoặc có trường hợp này, hoặc có sự này, hoặc nhận thức được dẫn bởi như lý.

(7) Có thể nhận biết pháp hệ thuộc Dục giới, bất hệ không?

Đáp: Có thể nhận biết. Đó là, hoặc vô thường hoặc không hoặc vô ngã; hoặc có nhân, hoặc có khởi, hoặc có trường hợp này, hoặc có sự này, hoặc nhận thức được dẫn bởi như lý.

(8) Có thể nhận biết pháp hệ thuộc Sắc giới, Vô sắc giới không?

Đáp: Có thể nhận biết. Đó là, hoặc thô hoặc khổ hoặc chướng; hoặc tĩnh hoặc diệu hoặc ly; hoặc như bệnh hoặc như mụt nhọt hoặc như mũi tên hoặc não hại; hoặc vô thường hoặc khổ hoặc không hoặc vô ngã; hoặc với nhân thì gọi là nhân, là tập, là sinh, là duyên; hoặc có nhân, hoặc có khởi, hoặc có trường hợp này, hoặc có sự này, hoặc nhận thức được dẫn bởi như lý.

(9) Có thể nhận biết pháp hệ thuộc Sắc giới, bất hệ không?

Đáp: Có thể nhận biết. Đó là, hoặc vô thường hoặc không hoặc vô ngã; hoặc có nhân, hoặc có khởi, hoặc có trường hợp này, hoặc có sự này, hoặc nhận thức được dẫn bởi như lý.

(10) Có thể nhận biết pháp hệ thuộc Vô sắc giới, bất hệ không?

Đáp: Có thể nhận biết. Đó là, hoặc vô thường hoặc không hoặc vô ngã; hoặc có nhân, hoặc có khởi, hoặc có trường hợp này, hoặc có sự này, hoặc nhận thức được dẫn bởi như lý.

(11) Có thể nhận biết pháp hệ thuộc Dục giới, Sắc giới, Vô sắc giới không?

Đáp: Có thể nhận biết. Đó là, hoặc thô hoặc **[563b01]** khổ hoặc chướng; hoặc như bệnh hoặc như mụt nhọt hoặc như mũi tên hoặc não hại; hoặc vô thường hoặc khổ hoặc không hoặc vô ngã; hoặc với nhân thì gọi là nhân, là tập, là sinh, là duyên; hoặc có nhân, hoặc có khởi, hoặc có trường hợp này, hoặc có sự này, hoặc nhận thức được dẫn bởi như lý.

(12) Có thể nhận biết pháp hệ thuộc Dục giới, Sắc giới, bất hệ không?

Đáp: Có thể nhận biết. Đó là, hoặc vô thường hoặc không hoặc vô ngã; hoặc có nhân, hoặc có khởi, hoặc có trường hợp này, hoặc có sự này, hoặc nhận thức được dẫn bởi như lý.

(13) Có thể nhận biết pháp hệ thuộc Dục giới, Vô sắc giới, bất hệ không?

Đáp: Có thể nhận biết. Đó là, hoặc vô thường hoặc không hoặc vô ngã; hoặc có nhân, hoặc có khởi, hoặc có trường hợp này, hoặc có sự này, hoặc nhận thức được dẫn bởi như lý.

(14) Có thể nhận biết pháp hệ thuộc Sắc giới, Vô sắc giới, bất hệ không?

Đáp: Có thể nhận biết. Đó là, hoặc vô thường hoặc không hoặc vô ngã; hoặc có nhân, hoặc có khởi, hoặc có trường hợp này, hoặc có sự này, hoặc nhận thức được dẫn bởi như lý.

(15) Có thể nhận biết pháp hệ thuộc Dục giới, Sắc giới, Vô sắc giới, bất hệ không?

Đáp: Có thể nhận biết. Đó là, hoặc vô thường hoặc không hoặc vô ngã; hoặc có nhân, hoặc có khởi, hoặc có trường hợp này, hoặc có sự này, hoặc nhận thức được dẫn bởi như lý.

b. Tâm bất thiện

(1) Các tâm bất thiện có thể nhận biết pháp hệ thuộc Dục giới không? Đáp: Có thể nhận biết. Đó là, hoặc bác vô nhân, hoặc bác vô tác, hoặc chấp tổn giảm, hoặc chấp "Đây là tối tôn," hoặc chấp "Đây là tối thắng," hoặc chấp "Đây là tối thượng," hoặc chấp "Đây là đệ nhất," hoặc chấp "Đây là thanh tịnh," hoặc chấp "Đây là giải thoát," hoặc chấp "Đây là xuất ly," hoặc mê hoặc, hoặc nghi, hoặc do dự; hoặc tham hoặc sân hoặc mạn hoặc si, hoặc nhận biết không được dẫn bởi như lý.

(2) Có thể nhận biết pháp hệ thuộc Sắc giới không?

Đáp: Có thể nhận biết. Đó là, hoặc bác vô nhân, hoặc bác vô tác, hoặc chấp tổn giảm, hoặc chấp "Đây là tối tôn," hoặc chấp "Đây là tối thắng," hoặc chấp "Đây là tối thượng," hoặc chấp "Đây là đệ nhất," hoặc chấp "Đây là thanh tịnh," hoặc chấp "Đây là giải thoát," hoặc chấp "Đây là xuất ly," hoặc mê hoặc, hoặc nghi, hoặc do dự, hoặc vô trí hoặc mờ ám hoặc ngu si, hoặc nhận biết không được dẫn bởi như lý.

(3) Có thể nhận biết pháp hệ thuộc Vô sắc giới không?

Đáp: Có thể nhận biết. Đó là, hoặc bác vô nhân, hoặc bác vô tác, hoặc chấp tổn giảm, hoặc chấp "Đây là tối tôn," hoặc chấp "Đây là tối thắng," hoặc chấp "Đây là tối thượng," hoặc chấp "Đây là đệ nhất," hoặc chấp "Đây là thanh tịnh," hoặc chấp "Đây là giải thoát," hoặc chấp "Đây là xuất ly," hoặc mê hoặc, hoặc nghi, hoặc do dự; hoặc vô trí hoặc mờ ám hoặc ngu si, hoặc nhận biết không được dẫn bởi như lý.

(4) Có thể nhận biết pháp bất hệ không?

Đáp: Có thể nhận biết. Đó là, hoặc nhận biết tổn giảm diệt, hoặc nhận biết tổn giảm đạo, hoặc nhận biết do dự, hoặc nhận biết ngu si, hoặc nhận biết **[563c01]** không được dẫn bởi như lý.

(5) Có thể nhận biết pháp hệ thuộc Sắc giới, Vô sắc giới không?

Đáp: Có thể nhận biết. Đó là, hoặc bác vô nhân, hoặc bác vô tác, hoặc chấp tổn giảm, hoặc chấp "Đây là tối tôn," hoặc chấp "Đây là tối thắng," hoặc chấp "Đây là tối thượng," hoặc chấp "Đây là đệ nhất," hoặc chấp "Đây là thanh tịnh," hoặc chấp "Đây là giải thoát," hoặc chấp "Đây là xuất ly," hoặc mê hoặc, hoặc nghi, hoặc do dự; hoặc vô trí hoặc mờ ám hoặc ngu si, hoặc nhận biết không được dẫn bởi như lý. Nhận biết như vậy, không nhận biết các pháp khác.

c. Tâm hữu phú vô ký

Các tâm hữu phú vô ký hệ thuộc Dục giới có thể nhận biết pháp hệ thuộc Dục giới không?

Đáp: Có thể nhận biết. Đó là, hoặc chấp ngã, hoặc chấp ngã sở, hoặc chấp đoạn, hoặc chấp thường, hoặc nhận biết không được dẫn bởi như lý. Nhận biết như vậy, không nhận biết các pháp khác.

d. Tâm vô phú vô ký

Các tâm vô phú vô ký hệ thuộc Dục giới có thể nhận biết pháp hệ thuộc Dục giới không?

Đáp: Có thể nhận biết. Đó là nhận biết được dẫn bởi phi như lý và không phải phi như lý. Nhận biết như vậy, không nhận biết các pháp khác.[258]

6.2. Tâm Sắc giới

a. Tâm thiện

(1) Các tâm thiện hệ thuộc Sắc giới có thể nhận biết pháp hệ thuộc Sắc giới không?

Đáp: Có thể nhận biết. Đó là, hoặc thô hoặc khổ hoặc chướng; hoặc tĩnh hoặc diệu hoặc ly; hoặc như bệnh hoặc như mụt nhọt hoặc như mũi tên hoặc não hại; hoặc vô thường hoặc khổ hoặc không hoặc vô ngã; hoặc với nhân thì gọi là nhân, là tập, là sinh, là duyên; hoặc có nhân, hoặc có khởi, hoặc có trường hợp này, hoặc có sự này, hoặc nhận thức được dẫn bởi như lý.

(2) Có thể nhận biết pháp hệ thuộc Dục giới không?

---

[258] Hết quyển 6.

Đáp: Có thể nhận biết. Đó là, hoặc thô hoặc khổ hoặc chướng; hoặc như bệnh hoặc như mụt nhọt hoặc như mũi tên hoặc não hại; [564a01] hoặc vô thường hoặc khổ hoặc không hoặc vô ngã; hoặc với nhân thì gọi là nhân, là tập, là sinh, là duyên; hoặc có nhân, hoặc có khởi, hoặc có trường hợp này, hoặc có sự này, hoặc nhận thức được dẫn bởi như lý.

(3) Có thể nhận biết pháp hệ thuộc Vô sắc giới không?

Đáp: Có thể nhận biết. Đó là, hoặc thô hoặc khổ hoặc chướng; hoặc tĩnh hoặc diệu hoặc ly; hoặc như bệnh hoặc như mụt nhọt hoặc như mũi tên hoặc não hại; hoặc vô thường hoặc khổ hoặc không hoặc vô ngã; hoặc với nhân thì gọi là nhân, là tập, là sinh, là duyên; hoặc có nhân, hoặc có khởi, hoặc có trường hợp này, hoặc có sự này, hoặc nhận thức được dẫn bởi như lý.

(4) Có thể nhận biết pháp bất hệ không?

Đáp: Có thể nhận biết. Đó là, hoặc với diệt thì gọi là diệt, là tĩnh, là diệu, là ly; hoặc với đạo thì gọi là đạo, là như, là hành, là xuất; hoặc vô thường hoặc khổ hoặc không hoặc vô ngã; hoặc có nhân, hoặc có khởi, hoặc có trường hợp này, hoặc có sự này, hoặc nhận thức được dẫn bởi như lý.

(5) Có thể nhận biết pháp hệ thuộc Dục giới và Sắc giới không?

Đáp: Có thể nhận biết. Đó là, hoặc thô hoặc khổ hoặc chướng; hoặc như bệnh hoặc như mụt nhọt hoặc như mũi tên hoặc não hại; hoặc vô thường hoặc khổ hoặc không hoặc vô ngã; hoặc với nhân thì gọi là nhân, là tập, là sinh, là duyên; hoặc có nhân, hoặc có khởi, hoặc có trường hợp này, hoặc có sự này, hoặc nhận thức được dẫn bởi như lý.

(6) Có thể nhận biết pháp hệ thuộc Dục giới và Vô sắc giới không?

Đáp: Có thể nhận biết. Đó là, hoặc thô hoặc khổ hoặc chướng; hoặc như bệnh hoặc như mụt nhọt hoặc như mũi tên hoặc não hại; hoặc vô thường hoặc khổ hoặc không hoặc vô ngã; hoặc với nhân thì gọi là nhân, là tập, là sinh, là duyên; hoặc có nhân, hoặc có khởi, hoặc có trường hợp này, hoặc có sự này, hoặc nhận thức được dẫn bởi như lý.

(7) Có thể nhận biết pháp hệ thuộc Dục giới và bất hệ không?

Đáp: Có thể nhận biết. Đó là, hoặc vô thường hoặc khổ hoặc không hoặc vô ngã; hoặc có nhân, hoặc có khởi, hoặc có trường hợp này, hoặc có sự này, hoặc nhận thức được dẫn bởi như lý.

(8) Có thể nhận biết pháp hệ thuộc Sắc giới và Vô sắc giới không?

Đáp: Có thể nhận biết. Đó là, hoặc thô hoặc khổ hoặc chướng; hoặc tĩnh hoặc diệu hoặc ly; hoặc như bệnh hoặc như mụt nhọt hoặc như mũi tên hoặc não hại; hoặc vô thường hoặc khổ hoặc không hoặc vô ngã; hoặc với nhân thì gọi là nhân, là tập, là sinh, là duyên; hoặc có nhân, hoặc có khởi, hoặc có trường hợp này, hoặc có sự này, hoặc nhận thức được dẫn bởi như lý.

(9) Có thể nhận biết pháp hệ thuộc Sắc giới và bất hệ không?

[564b01] Đáp: Có thể nhận biết. Đó là, hoặc vô thường hoặc khổ hoặc không hoặc vô ngã; hoặc có nhân, hoặc có khởi, hoặc có trường hợp này, hoặc có sự này, hoặc nhận thức được dẫn bởi như lý.

(10) Có thể nhận biết pháp hệ thuộc Vô sắc giới và bất hệ không?

Đáp: Có thể nhận biết. Đó là, hoặc vô thường hoặc khổ hoặc không hoặc vô ngã; hoặc có nhân, hoặc có khởi, hoặc có trường hợp này, hoặc có sự này, hoặc nhận thức được dẫn bởi như lý.

(11) Có thể nhận biết pháp hệ thuộc Dục giới, Sắc giới, và Vô sắc giới không?

Đáp: Có thể nhận biết. Đó là, hoặc thô hoặc khổ hoặc chướng; hoặc như bệnh hoặc như mụt nhọt hoặc như mũi tên hoặc não hại; hoặc vô thường hoặc khổ hoặc không hoặc vô ngã; hoặc với nhân thì gọi là nhân, là tập, là sinh, là duyên; hoặc có nhân, hoặc có khởi, hoặc có trường hợp này, hoặc có sự này, hoặc nhận thức được dẫn bởi như lý.

(12) Có thể nhận biết pháp hệ thuộc Dục giới, Sắc giới, và bất hệ không?

Đáp: Có thể nhận biết. Đó là, hoặc vô thường hoặc khổ hoặc không hoặc vô ngã; hoặc có nhân, hoặc có khởi, hoặc có trường hợp này, hoặc có sự này, hoặc nhận thức được dẫn bởi như lý.

(13) Có thể nhận biết pháp hệ thuộc Dục giới, Vô sắc giới, và bất hệ không?

Đáp: Có thể nhận biết. Đó là, hoặc vô thường hoặc khổ hoặc không hoặc vô ngã; hoặc có nhân, hoặc có khởi, hoặc có trường hợp này, hoặc có sự này, hoặc nhận thức được dẫn bởi như lý.

(14) Có thể nhận biết pháp hệ thuộc Sắc giới, Vô sắc giới, và bất hệ không?

Đáp: Có thể nhận biết. Đó là, hoặc vô thường hoặc khổ hoặc không hoặc vô ngã; hoặc có nhân, hoặc có khởi, hoặc có trường hợp này, hoặc có sự này, hoặc nhận thức được dẫn bởi như lý.

(15) Có thể nhận biết pháp hệ thuộc Dục giới, Sắc giới, Vô sắc giới, bất hệ không?

Đáp: Có thể nhận biết. Đó là, hoặc vô thường hoặc khổ hoặc không hoặc vô ngã; hoặc có nhân, hoặc có khởi, hoặc có trường hợp này, hoặc có sự này, hoặc nhận thức được dẫn bởi như lý.

b. Tâm hữu phú vô ký

(1) Các tâm hữu phú vô ký hệ thuộc Sắc giới có thể nhận biết pháp hệ thuộc Sắc giới không?

Đáp: Có thể nhận biết. Đó là, hoặc chấp ngã, hoặc chấp ngã sở, hoặc chấp đoạn, hoặc chấp thường, hoặc bác vô nhân, hoặc bác vô tác, hoặc chấp tổn giảm, hoặc chấp tôn quý, hoặc chấp "Đây là tối thắng," hoặc chấp "Đây là tối thượng," hoặc chấp "Đây là đệ nhất," hoặc chấp "Đây là thanh tịnh," hoặc chấp "Đây là giải thoát," hoặc chấp "Đây là xuất ly"; hoặc mê hoặc, hoặc nghi, hoặc do dự; hoặc tham hoặc mạn hoặc si, hoặc nhận thức không được dẫn bởi như lý. [564c01]

(2) Có thể nhận biết pháp hệ thuộc Vô sắc giới không?

Đáp: Có thể nhận biết. Đó là, hoặc bác vô nhân, hoặc bác vô tác, hoặc chấp tổn giảm, hoặc chấp tôn quý, hoặc chấp "Đây là tối thắng," hoặc chấp "Đây là tối thượng," hoặc chấp "Đây là đệ nhất," hoặc chấp "Đây là thanh tịnh," hoặc chấp "Đây là giải thoát," hoặc chấp "Đây là xuất ly"; hoặc mê hoặc, hoặc nghi, hoặc do dự; hoặc vô trí hoặc mờ ám hoặc ngu si, hoặc nhận biết không được dẫn bởi như lý.

(3) Có thể nhận biết pháp bất hệ không?

Đáp: Có thể nhận biết. Đó là, hoặc nhận biết tổn giảm diệt, hoặc nhận biết tổn giảm đạo, hoặc nhận biết do dự, hoặc nhận biết ngu si, hoặc nhận biết không được dẫn bởi như lý.

(4) Có thể nhận biết pháp hệ thuộc Sắc giới, Vô sắc giới không?

Đáp: Có thể nhận biết. Đó là, hoặc bác vô nhân, hoặc bác vô tác, hoặc chấp tổn giảm, hoặc chấp tôn quý, hoặc chấp "Đây là tối thắng," hoặc chấp "Đây là tối thượng," hoặc chấp "Đây là đệ nhất," hoặc chấp "Đây là thanh tịnh," hoặc chấp "Đây là giải thoát," hoặc chấp "Đây là xuất ly"; hoặc mê hoặc, hoặc nghi, hoặc do dự; hoặc vô trí hoặc mờ ám hoặc ngu si, hoặc nhận biết không được dẫn bởi như lý.

Nhận biết như vậy, không nhận biết các pháp khác.

c. Tâm vô phú vô ký

(1) Các tâm vô phú vô ký hệ thuộc Sắc giới có thể nhận biết pháp hệ thuộc Sắc giới không?

Đáp: Có thể nhận biết. Đó là, nhận biết được dẫn bởi phi như lý và không phải phi như lý.

(2) Có thể nhận biết pháp hệ thuộc Dục giới không?

Đáp: Có thể nhận biết. Đó là, nhận biết được dẫn bởi không như lý và không phải không như lý. Nhận biết như thế, không nhận biết các pháp khác.

6.3. Tâm Vô sắc giới

a. Tâm thiện

(1) Các tâm thiện hệ thuộc Vô sắc giới có thể nhận biết pháp hệ thuộc Vô sắc giới không?

Đáp: Có thể nhận biết. Đó là, hoặc thô hoặc khổ hoặc chướng; hoặc tĩnh hoặc diệu hoặc ly; hoặc như bệnh hoặc như mụt nhọt hoặc như mũi tên hoặc não hại; hoặc vô thường hoặc khổ hoặc không hoặc vô ngã; hoặc với nhân thì gọi là nhân, là tập, là sinh, là duyên; hoặc có nhân, hoặc có khởi, hoặc có trường hợp này, hoặc có sự này, hoặc nhận thức được dẫn bởi như lý.

(2) Có thể nhận biết pháp hệ thuộc Sắc giới không?

Đáp: Có thể nhận biết. Đó là, hoặc thô hoặc khổ hoặc chướng; hoặc nhận thức được dẫn bởi như lý.

(3) Có thể nhận biết pháp bất hệ không?

Đáp: Có thể nhận biết. Đó là, hoặc với diệt thì gọi là diệt, là tĩnh, là diệu, là ly; hoặc với đạo thì gọi là đạo, là như, là hành, là xuất; hoặc vô thường hoặc khổ hoặc không hoặc vô ngã; hoặc có nhân, hoặc có khởi, hoặc có trường hợp này, hoặc có sự này, hoặc nhận thức được dẫn bởi như lý.

(4) Có thể nhận biết pháp hệ thuộc Vô sắc giới, bất hệ không?

Đáp: Có thể nhận biết. Đó là, hoặc vô thường **[565a01]** hoặc khổ hoặc không hoặc vô ngã; hoặc có nhân, hoặc có khởi, hoặc có trường hợp này, hoặc có sự này, hoặc nhận thức được dẫn bởi như lý. Nhận biết như thế, không nhận biết các pháp khác.

b. Tâm hữu phú vô ký

(1) Các tâm hữu phú vô ký hệ thuộc Vô sắc giới có thể nhận biết pháp hệ thuộc Vô sắc giới không?

Đáp: Có thể nhận biết. Đó là, hoặc chấp ngã, hoặc chấp ngã sở, hoặc chấp đoạn, hoặc chấp thường, hoặc bác vô nhân, hoặc bác vô tác, hoặc chấp tổn giảm, hoặc chấp tôn quý, hoặc chấp "Đây là tối thắng," hoặc chấp "Đây là tối thượng," hoặc chấp "Đây là đệ nhất," hoặc chấp "Đây là thanh tịnh," hoặc chấp "Đây là giải thoát," hoặc chấp "Đây là xuất ly"; hoặc mê hoặc, hoặc nghi, hoặc do dự, hoặc tham hoặc mạn hoặc si, hoặc nhận thức được dẫn bởi phi như lý.

(2) Có thể nhận biết pháp bất hệ không?

Đáp: Có thể nhận biết. Đó là, hoặc nhận biết tổn giảm diệt, hoặc nhận biết tổn giảm đạo, hoặc nhận biết do dự, hoặc nhận biết ngu si, hoặc nhận biết không được dẫn bởi như lý. Nhận biết như thế, không nhận biết các pháp khác.

c. Tâm vô phú vô ký

Các tâm vô phú vô ký hệ thuộc Vô sắc giới có thể nhận biết pháp hệ thuộc Vô sắc giới không?

Đáp: Có thể nhận biết. Đó là, nhận biết được dẫn bởi không như lý và không phải không như lý. Nhận biết như thế, không nhận biết các pháp khác.

6.4. Tâm Hữu học

(a) Các tâm Hữu học có thể nhận biết pháp bất hệ không?

Đáp: Có thể nhận biết. Đó là, hoặc với diệt thì gọi là diệt, là tĩnh, là diệu, là ly; hoặc với đạo thì gọi là đạo, là như, là hành, là xuất; hoặc có nhân, hoặc có khởi, hoặc có trường hợp này, hoặc có sự này, hoặc nhận thức được dẫn bởi như lý.

(b) Có thể nhận biết pháp hệ thuộc Dục giới không?

Đáp: Có thể nhận biết. Đó là, hoặc vô thường hoặc khổ hoặc không hoặc vô ngã; hoặc với nhân thì gọi là nhân, là tập, là sinh, là duyên; hoặc có nhân, hoặc có khởi, hoặc có trường hợp này, hoặc có sự này, hoặc nhận thức được dẫn bởi như lý.

(c) Có thể nhận biết pháp hệ thuộc Sắc giới không?

Đáp: Có thể nhận biết. Đó là, hoặc vô thường hoặc khổ hoặc không hoặc vô ngã; hoặc với nhân thì gọi là nhân, là tập, là sinh, là duyên; hoặc có nhân, hoặc có khởi, hoặc có trường hợp này, hoặc có sự này, hoặc nhận thức được dẫn bởi như lý.

(d) Có thể nhận biết pháp hệ thuộc Vô sắc giới không?

Đáp: Có thể nhận biết. Đó là, hoặc vô thường hoặc khổ hoặc không hoặc vô ngã; hoặc với nhân thì gọi là nhân, là tập, là sinh, là duyên; hoặc có nhân, hoặc có khởi, hoặc có trường hợp này, hoặc có sự này, hoặc nhận thức được dẫn bởi như lý.

(e) Có thể nhận biết pháp thuộc Sắc giới, Vô sắc giới không?

[565b01] Đáp: Có thể nhận biết. Đó là, hoặc vô thường hoặc khổ hoặc không hoặc vô ngã; hoặc với nhân thì gọi là nhân, là tập, là

sinh, là duyên; hoặc có nhân, hoặc có khởi, hoặc có trường hợp này, hoặc có sự này, hoặc nhận thức được dẫn bởi như lý. Nhận biết như thế, không nhận biết các pháp khác. Như tâm Hữu học, tâm Vô học cũng vậy.

7. Bốn pháp liễu biệt tùy miên tùy tăng

Có mười hai tâm: tâm thiện, tâm bất thiện, tâm hữu phú vô ký, tâm vô phú vô ký hệ thuộc Dục giới; tâm thiện, tâm hữu phú vô ký, tâm vô phú vô ký hệ thuộc Sắc giới; tâm thiện, tâm hữu phú vô ký, tâm vô phú vô ký hệ thuộc Vô sắc giới; tâm Hữu học; tâm Vô học.

7.1. Tâm Dục giới

(a) Các tâm thiện hệ thuộc Dục giới nếu có thể nhận biết pháp hệ thuộc Dục giới; trong đó có bao nhiêu tùy miên tiềm phục (tùy tăng)? Nếu có thể nhận biết các pháp khác; trong đó có bao nhiêu tùy miên tiềm phục? Cho đến các tâm Vô học nếu có thể nhận biết pháp bất hệ; trong đó có bao nhiêu tùy miên tiềm phục? Nếu có thể nhận biết các pháp khác; trong đó có bao nhiêu tùy miên tiềm phục?

Các tâm thiện hệ thuộc Dục giới nếu có thể nhận biết pháp hệ thuộc Dục giới; trong đó có biến hành tùy miên[259] và tùy miên thuộc tu sở đoạn hệ thuộc Dục giới tiềm phục. Nếu có thể nhận biết các pháp khác; trong đó cũng có biến hành tùy miên và tùy miên thuộc tu sở đoạn hệ thuộc Dục giới tiềm phục.

(b) Các tâm bất thiện nếu có thể nhận biết pháp hệ thuộc Dục giới; trong đó có tùy miên duyên hữu lậu Dục giới tiềm phục. Nếu có thể nhận biết pháp hệ thuộc Sắc giới; trong đó có hai bộ tùy miên[260] Dục giới tiềm phục. Nếu có thể nhận biết pháp hệ thuộc Vô sắc giới, trong

---

[259] Có 11 biến hành tùy miên (Skt. *sarvatragānuśaya*) thuộc Dục giới: (a) kiến khổ đoạn có 7: 5 kiến, 1 vô minh, 1 nghi; (b) kiến tập đoạn có 4: tà kiến, kiến thủ kiến, vô minh, nghi. *Tì-bà-sa 18*, T27n1545_p0093a04.

[260] Hai bộ tùy miên Dục giới: (a) mê khổ đế có 10 tùy miên (b) mê tập đế có 7 tùy miên, trừ thân kiến, biên kiến, giới cấm thủ. *Câu-xá v*, tụng 4.

đó có hai bộ tùy miên[261] Dục giới tiềm phục. Nếu có thể nhận biết pháp bất hệ; trong đó có hai bộ tùy miên[262] và biến hành tùy miên Dục giới tiềm phục. Nếu có thể nhận biết pháp hệ thuộc Sắc giới, Vô sắc giới; trong đó có hai bộ tùy miên[263] Dục giới tiềm phục.

(c) Các tâm hữu phú vô ký hệ thuộc Dục giới chỉ có thể nhận biết pháp hệ thuộc Dục giới; trong đó có tất cả tùy miên thuộc kiến khổ sở đoạn[264] và biến hành tùy miên thuộc kiến tập sở đoạn[265] hệ thuộc Dục giới tiềm phục.

(d) Các tâm vô phú vô ký hệ thuộc Dục giới chỉ có thể nhận biết pháp hệ thuộc Dục giới; trong đó có biến hành tùy miên và tùy miên tu sở đoạn hệ thuộc Dục giới tiềm phục.

7.2. Tâm Sắc giới

(a) Các tâm thiện hệ thuộc Sắc giới nếu có thể nhận biết [565c01] pháp hệ thuộc Sắc giới; trong đó có biến hành tùy miên và tùy miên tu sở đoạn hệ thuộc Sắc giới tiềm phục. Nếu có thể nhận biết các pháp khác; trong đó có biến hành tùy miên và tùy miên tu sở đoạn hệ thuộc Sắc giới tiềm phục.

(b) Các tâm hữu phú vô ký hệ thuộc Sắc giới nếu có thể nhận biết pháp hệ thuộc Sắc giới; trong đó có tùy miên duyên hữu lậu Sắc giới tiềm phục. Nếu có thể nhận biết các pháp hệ thuộc Vô sắc giới; trong đó có hai bộ tùy miên[266] Sắc giới tiềm phục. Nếu có thể nhận biết pháp bất hệ; trong đó có hai bộ tùy miên và biến hành tùy miên Sắc giới tiềm phục. Nếu có thể nhận biết pháp hệ thuộc Sắc giới, Vô sắc giới; trong đó có hai bộ tùy miên Sắc giới tiềm phục.

---

[261] Hai bộ, như trên.

[262] Hai bộ tùy miên: kiến diệt đoạn và kiến đạo đoạn.

[263] Hai bộ: kiến khổ đoạn và kiến tập đoạn.

[264] Kiến khổ đoạn Dục giới, tất cả có 10 tùy miên.

[265] Biến hành tùy miên kiến tập sở đoạn, có 4: tà kiến, kiến thủ, nghi, vô minh. *Tì-bà-sa* 18, T27n1545_p0091b24.

[266] Kiến khổ đoạn và kiến tập đoạn.

(c) Các tâm vô phú vô ký hệ thuộc Sắc giới nếu có thể nhận biết pháp hệ thuộc Sắc giới; trong đó có biến hành tùy miên và tùy miên tu sở đoạn hệ thuộc Sắc giới tiềm phục. Nếu có thể nhận biết các pháp khác; trong đó có biến hành tùy miên và tùy miên tu sở đoạn hệ thuộc Sắc giới tiềm phục.

7.3. Tâm Vô sắc giới

(a) Các tâm thiện hệ thuộc Vô sắc giới nếu có thể nhận biết các pháp hệ thuộc Vô sắc giới; trong đó có biến hành tùy miên và tùy miên tu sở đoạn hệ thuộc Vô sắc giới tiềm phục. Nếu có thể nhận biết các pháp khác; trong đó có biến hành tùy miên và tùy miên tu sở đoạn hệ thuộc Vô sắc giới tiềm phục.

(b) Các tâm hữu phú vô ký hệ thuộc Vô sắc giới nếu có thể nhận biết các pháp hệ thuộc Vô sắc giới; trong đó có tùy miên duyên hữu lậu Vô sắc giới tiềm phục. Nếu có thể nhận biết các pháp bất hệ; trong đó có hai bộ tùy miên và biến hành tùy miên hệ thuộc Vô sắc giới tiềm phục.

(c) Các tâm vô phú vô ký hệ thuộc Vô sắc giới chỉ có thể nhận biết các pháp hệ thuộc Vô sắc giới; trong đó có biến hành tùy miên và tùy miên tu sở đoạn hệ thuộc Vô sắc giới tiềm phục.

7.4. Tâm Hữu học

(a) Các tâm Hữu học nếu có thể nhận biết các pháp bất hệ; trong đó không có tùy miên tiềm phục. Nếu có thể nhận biết các pháp khác, trong đó cũng không có tùy miên tiềm phục.

Như tâm Hữu học, tâm Vô học cũng vậy.

8. Thể chưa đoạn sở duyên chưa đoạn

Có mười tâm: tâm thiện, tâm bất thiện, tâm hữu phú vô ký, tâm vô phú vô ký hệ thuộc Dục giới; tâm thiện, tâm hữu phú vô ký, tâm vô phú vô ký hệ thuộc Sắc giới; tâm thiện, tâm hữu phú vô ký, tâm vô **[566a01]** phú vô ký hệ thuộc Vô sắc giới.

Các tâm thiện hệ thuộc Dục giới nếu thể chưa đoạn, sở duyên chưa đoạn chăng? Nếu sở duyên chưa đoạn, thể chưa đoạn chăng? Cho đến các tâm vô phú vô ký hệ thuộc Vô sắc giới, nếu thể chưa đoạn, sở duyên chưa đoạn chăng? Nếu sở duyên chưa đoạn, thể chưa được chăng?

8.1. Tâm Dục giới

a. Tâm thiện

Các tâm thiện hệ thuộc Dục giới, nếu thể chưa đoạn, sở duyên chưa đoạn chăng? (a) Hoặc thể chưa đoạn, sở duyên chưa đoạn; (b) hoặc thể chưa đoạn, sở duyên đã đoạn; (c) hoặc thể chưa đoạn, sở duyên đã đoạn và chưa đoạn; (d) hoặc thể chưa đoạn, không thể phân biệt sở duyên của tâm này đã đoạn, chưa đoạn.

(1) Thể và sở duyên

(a) *Thể chưa đoạn, sở duyên chưa đoạn*, đó là các tâm thiện hệ thuộc Dục giới của các bổ-đặc-già-la cụ phược, duyên Dục giới, duyên Sắc giới, duyên Vô sắc giới, duyên Dục giới Sắc giới, duyên Dục giới Vô sắc giới, duyên Sắc giới Vô sắc giới, duyên Dục giới Sắc giới Vô sắc giới.

Nếu chưa ly tham Dục giới, khổ trí đã sinh, tập trí chưa sinh, các tâm thiện hệ thuộc Dục giới duyên kiến tập-diệt-đạo và tu sở đoạn. Tập trí đã sinh, diệt trí chưa sinh, các tâm thiện hệ thuộc Dục giới duyên kiến diệt-đạo và tu sở đoạn. Diệt trí đã sinh, đạo trí chưa sinh, các tâm thiện hệ thuộc Dục giới duyên kiến đạo và tu sở đoạn.

Nếu đệ tử Thế Tôn đã viên mãn kiến, chưa ly tham Dục giới, các tâm thiện hệ thuộc Dục giới duyên tu sở đoạn. Đây gọi là thể chưa đoạn, sở duyên chưa đoạn.

(b) *Thể chưa đoạn, sở duyên đã đoạn*, đó là chưa ly tham Dục giới, khổ trí đã sinh, tập trí chưa sinh, các tâm thiện hệ thuộc Dục giới duyên kiến khổ sở đoạn. Tập trí đã sinh, diệt trí chưa sinh, các tâm thiện hệ thuộc Dục giới duyên kiến khổ-tập sở đoạn. Diệt trí đã sinh, đạo trí chưa sinh, các tâm thiện hệ thuộc Dục giới duyên kiến khổ-tập-diệt sở đoạn.

Nếu đệ tử Thế Tôn đã viên mãn kiến, chưa ly tham Dục giới, các tâm thiện hệ thuộc Dục giới duyên kiến sở đoạn. Đây gọi là thể chưa đoạn, sở duyên đã đoạn.

(c) *Thể chưa đoạn, sở duyên đã đoạn và chưa đoạn*, đó là chưa ly tham Dục giới, khổ trí đã sinh, tập trí chưa sinh, các tâm thiện hệ thuộc Dục giới duyên kiến khổ-tập-diệt-đạo và tu sở đoạn. Tập trí đã sinh, diệt trí chưa sinh, các tâm thiện hệ thuộc Dục giới duyên kiến khổ-tập-diệt-đạo và tu sở đoạn. Diệt trí đã sinh, đạo trí chưa sinh, [566b01] các tâm thiện hệ thuộc Dục giới duyên kiến khổ-tập-diệt-đạo và tu sở đoạn.

Nếu đệ tử Thế Tôn đã viên mãn kiến, chưa ly tham Dục giới, các tâm thiện hệ thuộc Dục giới duyên kiến và tu sở đoạn. Đây gọi là "thể chưa đoạn, sở duyên đã đoạn và chưa đoạn."

(d) *Thể chưa đoạn, không thể phân biệt sở duyên của tâm này đã đoạn, chưa đoạn.* Đó là các tâm thiện hệ thuộc Dục giới của các bổ-đặc-già-la cụ phược duyên phi sở đoạn.

Nếu chưa ly tham Dục giới, khổ trí đã sinh, tập trí chưa sinh, các tâm thiện hệ thuộc Dục giới duyên phi sở đoạn. Tập trí đã sinh, diệt trí chưa sinh, các tâm thiện hệ thuộc Dục giới duyên phi sở đoạn. Diệt trí đã sinh, đạo trí chưa sinh, các tâm thiện hệ thuộc Dục giới duyên phi sở đoạn.

Nếu đệ tử Thế Tôn đã viên mãn kiến, chưa ly tham Dục giới, các tâm thiện hệ thuộc Dục giới duyên phi sở đoạn. Đây gọi là "thể chưa đoạn, không thể phân biệt sở duyên của tâm này đã đoạn, chưa đoạn."

(2) Sở duyên và thể

Nếu sở duyên chưa đoạn, thể chưa đoạn chăng? (a) Hoặc sở duyên chưa đoạn, thể chưa đoạn; (b) hoặc sở duyên chưa đoạn, thể đã đoạn; (c) hoặc sở duyên chưa đoạn và đã đoạn, thể chưa đoạn; (d) hoặc sở duyên chưa đoạn và đã đoạn, thể đã đoạn.

(a) *Sở duyên chưa đoạn, thể chưa đoạn*, đó là các tâm thiện hệ thuộc Dục giới của các bổ-đặc-già-la cụ phược duyên Dục giới, duyên Sắc giới, duyên Vô sắc giới, duyên Dục giới Sắc giới, duyên Dục giới Vô sắc giới, duyên Sắc giới Vô sắc giới, duyên Dục giới Sắc giới Vô sắc giới.

Chưa ly tham Dục giới, khổ trí đã sinh, tập trí chưa sinh, các tâm thiện hệ thuộc Dục giới duyên kiến tập-diệt-đạo và tu sở đoạn. Tập trí đã sinh, diệt trí chưa sinh, các tâm thiện hệ thuộc Dục giới duyên kiến diệt-đạo và tu sở đoạn. Diệt trí đã sinh, đạo trí chưa sinh, các tâm thiện hệ thuộc Dục giới duyên kiến đạo và tu sở đoạn.

Nếu đệ tử Thế Tôn đã viên mãn kiến, chưa ly tham Dục giới, các tâm thiện hệ thuộc Dục giới duyên tu sở đoạn. Đây gọi là "sở duyên chưa đoạn, thể chưa đoạn."

(b) *Sở duyên chưa đoạn, thể đã đoạn*, đó là đã ly tham Dục giới, chưa ly tham Sắc giới, khổ loại trí chưa sinh, các tâm thiện hệ thuộc Dục giới duyên Sắc giới, duyên Vô sắc giới, duyên Sắc giới Vô sắc giới.

Đã ly tham Sắc giới, khổ loại trí chưa sinh, các tâm thiện hệ thuộc Dục giới duyên Vô sắc giới. Đây gọi là **[566c01]** "sở duyên chưa đoạn, thể đã đoạn."

(c) *Sở duyên chưa đoạn và đã đoạn, thể chưa đoạn*, đó là chưa ly tham Dục giới, khổ trí đã sinh, tập trí chưa sinh, các tâm thiện hệ thuộc Dục giới duyên kiến khổ-tập-diệt-đạo và tu sở đoạn. Tập trí đã sinh, diệt trí chưa sinh, các tâm thiện hệ thuộc Dục giới duyên kiến khổ-tập-diệt-đạo và tu sở đoạn. Diệt trí đã sinh, đạo trí chưa sinh, các tâm thiện hệ thuộc Dục giới duyên kiến khổ-tập-diệt-đạo và tu sở đoạn.

Nếu đệ tử Thế Tôn đã viên mãn kiến, chưa ly tham Dục giới, các tâm thiện hệ thuộc Dục giới duyên kiến và tu sở đoạn. Đây gọi là "sở duyên chưa đoạn và đã đoạn, thể chưa đoạn."

(d) *Sở duyên chưa đoạn và đã đoạn, thể đã đoạn*, đó là đã ly tham Dục giới, chưa ly tham Sắc giới, các tâm thiện hệ thuộc Dục giới duyên Dục giới Sắc giới, duyên Dục giới Vô sắc giới, duyên Dục giới Sắc giới Vô sắc giới.

Đã ly tham Sắc giới, chưa ly tham Vô sắc giới, các tâm thiện hệ thuộc Dục giới duyên Dục giới Vô sắc giới, duyên Sắc giới Vô sắc giới, duyên Dục giới Sắc giới Vô sắc giới. Đây gọi là "sở duyên chưa đoạn và đã đoạn, thể đã đoạn"

b. Tâm bất thiện

(2) Các tâm bất thiện, nếu thể chưa đoạn, sở duyên chưa đoạn chăng? (a) Hoặc thể chưa đoạn, sở duyên chưa đoạn; (b) hoặc thể chưa đoạn, sở duyên đã đoạn; (c) hoặc thể chưa đoạn, sở duyên đã đoạn và chưa đoạn; (d) hoặc thể chưa đoạn, không thể phân biệt sở duyên của tâm này đã đoạn, chưa đoạn.

(1) Thể và sở duyên

(a) *Thể chưa đoạn, sở duyên chưa đoạn*, đó là các tâm bất thiện của các bổ-đặc-già-la cụ phược duyên Dục giới, duyên Sắc giới, duyên Vô sắc giới, duyên Sắc giới Vô sắc giới.

Chưa ly tham Dục giới, khổ trí đã sinh, tập trí chưa sinh, các tâm bất thiện thuộc kiến tập sở đoạn duyên kiến tập-diệt-đạo và tu sở đoạn. Các tâm bất thiện thuộc kiến tập sở đoạn duyên kiến tập sở đoạn. Các tâm bất thiện thuộc kiến diệt sở đoạn duyên kiến diệt sở đoạn. Các tâm bất thiện thuộc kiến đạo sở đoạn duyên kiến đạo sở đoạn. Các tâm bất thiện thuộc tu sở đoạn duyên tu sở đoạn. Tập trí đã sinh, diệt trí chưa sinh, các tâm bất thiện thuộc kiến diệt sở đoạn duyên kiến diệt sở đoạn. Các tâm bất thiện thuộc kiến đạo sở đoạn duyên kiến đạo sở đoạn. Các tâm bất thiện thuộc tu sở đoạn duyên tu sở đoạn. Diệt trí đã sinh, đạo trí chưa sinh, **[567a01]** các tâm bất thiện thuộc kiến đạo sở đoạn duyên kiến đạo sở đoạn. Các tâm bất thiện thuộc tu sở đoạn duyên tu sở đoạn.

Nếu đệ tử Thế Tôn đã viên mãn kiến, chưa ly tham Dục giới, các tâm bất thiện thuộc tu sở đoạn duyên tu sở đoạn. Đây gọi là "Thể chưa đoạn, sở duyên chưa đoạn."

(b) *Thể chưa đoạn, sở duyên đã đoạn*, đó là chưa ly tham Dục giới, khổ trí đã sinh, tập trí chưa sinh, các tâm bất thiện thuộc kiến tập sở đoạn duyên kiến khổ sở đoạn. Đây gọi là "Thể chưa đoạn, sở duyên đã đoạn."

(c) *Thể chưa đoạn, sở duyên đã đoạn và chưa đoạn*, đó là chưa ly tham Dục giới, khổ trí đã sinh, tập trí chưa sinh, các tâm bất thiện thuộc kiến tập sở đoạn duyên kiến khổ-tập-diệt-đạo và tu sở đoạn. Đây gọi là "Thể chưa đoạn, sở duyên đã đoạn và chưa đoạn."

(d) *Thể chưa đoạn, không thể phân biệt sở duyên của tâm này đã đoạn, chưa đoạn*, đó là các tâm bất thiện của các bổ-đặc-già-la cụ phược duyên phi sở đoạn.

Chưa ly tham Dục giới, khổ trí đã sinh, tập trí chưa sinh, các tâm bất thiện duyên phi sở đoạn. Tập trí đã sinh, diệt trí chưa sinh, các tâm bất thiện thuộc kiến diệt-đạo sở đoạn duyên phi sở đoạn. Diệt trí đã sinh, đạo trí chưa sinh, các tâm bất thiện thuộc kiến đạo sở đoạn duyên phi sở đoạn. Đây gọi là "Thể chưa đoạn, không thể phân biệt sở duyên của tâm này đã đoạn, chưa đoạn."

(2) Sở duyên và thể

Nếu sở duyên chưa đoạn, thể chưa đoạn chăng? (a) Hoặc sở duyên chưa đoạn, thể chưa đoạn; (b) hoặc sở duyên chưa đoạn, thể đã đoạn; (c) hoặc sở duyên chưa đoạn và đã đoạn, thể chưa đoạn; (d) hoặc sở duyên chưa đoạn và đã đoạn, thể đã đoạn.

(a) *Sở duyên chưa đoạn, thể chưa đoạn*, đó là các tâm bất thiện của các bổ-đặc-già-la cụ phược duyên Dục giới, duyên Sắc giới, duyên Vô sắc giới, duyên Sắc giới Vô sắc giới.

Chưa ly tham Dục giới, khổ trí đã sinh, tập trí chưa sinh, các tâm bất thiện thuộc kiến tập sở đoạn duyên kiến tập-diệt-đạo và tu sở đoạn. Các tâm bất thiện thuộc kiến tập sở đoạn duyên kiến tập sở đoạn. Các tâm bất thiện thuộc kiến diệt sở đoạn duyên kiến diệt sở đoạn. Các tâm bất thiện thuộc kiến đạo sở đoạn duyên kiến đạo sở đoạn. Các tâm bất thiện thuộc tu sở đoạn duyên tu sở đoạn. Tập trí đã sinh, diệt trí chưa sinh, các tâm bất thiện thuộc kiến diệt sở đoạn duyên kiến diệt sở đoạn. Các tâm bất thiện thuộc kiến đạo sở đoạn duyên kiến đạo sở đoạn. Các tâm bất thiện thuộc tu sở đoạn duyên tu sở đoạn. Diệt trí **[567b01]** đã sinh, đạo trí chưa sinh, các tâm bất thiện thuộc kiến đạo sở đoạn duyên kiến đạo sở đoạn. Các tâm bất thiện thuộc tu sở đoạn duyên tu sở đoạn.

Nếu đệ tử Thế Tôn đã viên mãn kiến, chưa ly tham Dục giới, các tâm bất thiện thuộc tu sở đoạn duyên tu sở đoạn. Đây gọi là "Sở duyên chưa đoạn, thể chưa đoạn."

(b) *Sở duyên chưa đoạn, thể đã đoạn*, đó là chưa ly tham Dục giới, khổ trí đã sinh, tập trí chưa sinh, các tâm bất thiện thuộc kiến khổ sở đoạn duyên kiến tập-diệt-đạo và tu sở đoạn. Tập trí đã sinh, diệt trí chưa sinh, các tâm bất thiện thuộc kiến khổ-tập sở đoạn duyên kiến diệt-đạo và tu sở đoạn. Diệt trí đã sinh, đạo trí chưa sinh, các tâm bất thiện thuộc kiến khổ-tập sở đoạn duyên kiến đạo và tu sở đoạn.

Nếu đệ tử Thế Tôn đã viên mãn kiến, chưa ly tham Dục giới, các tâm bất thiện thuộc kiến sở đoạn duyên tu sở đoạn. Đã ly tham Dục giới, chưa ly tham Sắc giới, khổ loại trí chưa sinh, các tâm bất thiện duyên Sắc giới, duyên Vô sắc giới, duyên Sắc giới Vô sắc giới. Đã ly tham Sắc giới, khổ loại trí chưa sinh, các tâm bất thiện duyên Vô sắc giới. Đây gọi là "Sở duyên chưa đoạn, thể đã đoạn."

(c) *Sở duyên chưa đoạn và đã đoạn, thể chưa đoạn*, đó là chưa ly tham Dục giới, khổ trí đã sinh, tập trí chưa sinh, các tâm bất thiện thuộc kiến tập sở đoạn duyên kiến khổ-tập-diệt-đạo và tu sở đoạn. Đây gọi là "Sở duyên chưa đoạn và đã đoạn, thể chưa đoạn".

(d) *Sở duyên chưa đoạn và đã đoạn, thể đã đoạn*, đó là chưa ly tham Dục giới, khổ trí đã sinh, tập trí chưa sinh, các tâm bất thiện thuộc kiến khổ sở đoạn duyên kiến khổ-tập-diệt-đạo và tu sở đoạn. Tập trí đã sinh, diệt trí chưa sinh, các tâm bất thiện thuộc kiến khổ-tập sở đoạn duyên kiến khổ-tập-diệt-đạo và tu sở đoạn. Diệt trí đã sinh, đạo trí chưa sinh, các tâm bất thiện thuộc kiến khổ-tập sở đoạn, duyên kiến khổ-tập-diệt-đạo và tu sở đoạn.

Nếu đệ tử Thế Tôn đã viên mãn kiến, chưa ly tham Dục giới, các tâm bất thiện thuộc kiến sở đoạn duyên kiến và tu sở đoạn. Đã ly tham Sắc giới, chưa ly tham Vô sắc giới, các tâm bất thiện duyên Sắc giới Vô sắc giới. Đây gọi là "Sở duyên chưa đoạn và đã đoạn, thể đã đoạn."

c. Tâm hữu phú vô ký

Các tâm hữu phú vô ký hệ thuộc Dục giới, nếu thể chưa đoạn, sở duyên chưa đoạn chăng?

Đáp: Đúng vậy.

Nếu sở duyên **[567c01]** chưa đoạn, thể chưa đoạn chăng? (a) Hoặc sở duyên chưa đoạn, thể chưa đoạn; (b) hoặc sở duyên chưa đoạn, thể đã đoạn; (c) hoặc sở duyên chưa đoạn và đã đoạn, thể đã đoạn.

* Sở duyên và thể

(a) *Sở duyên chưa đoạn, thể chưa đoạn:* Các tâm hữu phú vô ký hệ thuộc Dục giới của các bổ-đặc-già-la cụ phược duyên Dục giới. Đây gọi là "Sở duyên chưa đoạn, thể chưa đoạn."

(b) *Sở duyên chưa đoạn, thể đã đoạn:* chưa ly tham Dục giới, khổ trí đã sinh, tập trí chưa sinh, các tâm hữu phú vô ký thuộc kiến khổ sở đoạn hệ thuộc Dục giới duyên kiến tập-diệt-đạo và tu sở đoạn. Tập trí đã sinh, diệt trí chưa sinh, các tâm hữu phú vô ký thuộc kiến khổ sở đoạn hệ thuộc Dục giới duyên kiến diệt-đạo và tu sở đoạn. Diệt trí đã sinh, đạo trí chưa sinh, các tâm hữu phú vô ký thuộc kiến khổ sở đoạn hệ thuộc Dục giới duyên kiến đạo và tu sở đoạn.

Nếu đệ tử Thế Tôn đã viên mãn kiến, chưa ly tham Dục giới, các tâm hữu phú vô ký hệ thuộc Dục giới duyên tu sở đoạn. Đây gọi là "Sở duyên chưa đoạn, thể đã đoạn."

(c) *Sở duyên chưa đoạn và đã đoạn, thể đã đoạn:* chưa ly tham Dục giới, khổ trí đã sinh, tập trí chưa sinh, các tâm hữu phú vô ký hệ thuộc Dục giới duyên kiến khổ-tập-diệt-đạo và tu sở đoạn. Tập trí đã sinh, diệt trí chưa sinh, các tâm hữu phú vô ký hệ thuộc Dục giới duyên kiến khổ-tập-diệt-đạo và tu sở đoạn. Diệt trí đã sinh, đạo trí chưa sinh, các tâm hữu phú vô ký hệ thuộc Dục giới duyên kiến khổ-tập-diệt-đạo và tu sở đoạn.

Nếu đệ tử Thế Tôn đã viên mãn kiến, chưa ly tham Dục giới, các tâm hữu phú vô ký hệ thuộc Dục giới duyên kiến và tu sở đoạn. Đây gọi là "Sở duyên chưa đoạn và đã đoạn, thể đã đoạn."

d. Tâm vô phú vô ký

Các tâm vô phú vô ký hệ thuộc Dục giới, nếu thể chưa đoạn, sở duyên chưa đoạn chăng? (a) Hoặc thể chưa đoạn, sở duyên chưa đoạn; (b) hoặc thể chưa đoạn, sở duyên đã đoạn; (c) hoặc thể chưa đoạn, sở duyên đã đoạn và chưa đoạn.

* Thể và sở duyên

(a) *Thể chưa đoạn, sở duyên chưa đoạn*: Các tâm vô phú vô ký hệ thuộc Dục giới của các bổ-đặc-già-la cụ phược duyên Dục giới. Chưa ly tham Dục giới, khổ trí đã sinh, tập trí chưa sinh, các tâm vô phú vô ký hệ thuộc Dục giới duyên kiến tập-diệt-đạo và tu sở đoạn. Tập trí đã sinh, diệt trí chưa sinh, các tâm vô phú vô ký hệ thuộc Dục giới duyên [568a01] kiến diệt-đạo và tu sở đoạn. Diệt trí đã sinh, đạo trí chưa sinh, các tâm vô phú vô ký hệ thuộc Dục giới duyên kiến đạo và tu sở đoạn.

Nếu đệ tử Thế Tôn đã viên mãn kiến, chưa ly tham Dục giới, các tâm vô phú vô ký hệ thuộc Dục giới duyên tu sở đoạn. Đây gọi là "Thể chưa đoạn, sở duyên chưa đoạn."

(b) *Thể chưa đoạn, sở duyên đã đoạn*: chưa ly tham Dục giới, khổ trí đã sinh, tập trí chưa sinh, các tâm vô phú vô ký hệ thuộc Dục giới duyên kiến khổ sở đoạn. Tập trí đã sinh, diệt trí chưa sinh, các tâm vô phú vô ký hệ thuộc Dục giới duyên kiến khổ-tập sở đoạn. Diệt trí đã sinh, đạo trí chưa sinh, các tâm vô phú vô ký hệ thuộc Dục giới duyên kiến khổ-tập-diệt-đạo sở đoạn.

Nếu đệ tử Thế Tôn đã viên mãn kiến, chưa ly tham Dục giới, các tâm vô phú vô ký hệ thuộc Dục giới duyên kiến sở đoạn. Đây gọi là "Thể chưa đoạn, sở duyên đã đoạn."

(c) *Thể chưa đoạn, sở duyên đã đoạn và chưa đoạn*: chưa ly tham Dục giới, khổ trí đã sinh, tập trí chưa sinh, các tâm vô phú vô ký hệ thuộc Dục giới duyên kiến khổ-tập-diệt-đạo và tu sở đoạn. Tập trí đã sinh, diệt trí chưa sinh, các tâm vô phú vô ký hệ thuộc Dục giới duyên kiến khổ-tập-diệt-đạo và tu sở đoạn. Diệt trí đã sinh, đạo trí chưa sinh, các tâm vô phú vô ký hệ thuộc Dục giới duyên kiến khổ-tập-diệt-đạo và tu sở đoạn.

Nếu đệ tử Thế Tôn đã viên mãn kiến, chưa ly tham Dục giới, các tâm vô phú vô ký hệ thuộc Dục giới duyên kiến và tu sở đoạn. Đây gọi là "Thể chưa đoạn, sở duyên đã đoạn và chưa đoạn."

Nếu sở duyên chưa đoạn, thể chưa đoạn chăng?

Đáp: Đúng vậy.[267]

8.2. Tâm Sắc giới

a. Tâm thiện

Các tâm thiện hệ thuộc Sắc giới, nếu thể chưa đoạn, sở duyên chưa đoạn chăng? (a) Hoặc thể chưa đoạn, sở duyên chưa đoạn; (b) hoặc thể chưa đoạn, sở duyên đã đoạn; (c) hoặc thể chưa đoạn, sở duyên đã đoạn và chưa đoạn; (d) hoặc thể chưa đoạn, không thể phân biệt sở duyên của tâm này đã đoạn, chưa đoạn.

(1) Thể và sở duyên

(a) *Thể chưa đoạn, sở duyên chưa đoạn*: Các tâm thiện Sắc giới của các bổ-đặc-già-la cụ phược duyên Dục giới, duyên Sắc giới, duyên Vô sắc giới, duyên Dục giới Sắc giới, duyên Dục giới Vô sắc giới, duyên Sắc giới Vô sắc giới, duyên Dục giới Sắc giới Vô sắc giới. Đã ly tham Dục giới, chưa ly tham Sắc giới, khổ loại trí chưa sinh, các tâm thiện hệ thuộc Sắc giới duyên Sắc giới, duyên Vô sắc giới, duyên Sắc giới Vô sắc giới.

Chưa ly tham Sắc giới, khổ loại trí đã sinh, tập loại trí chưa sinh, các tâm thiện hệ thuộc Sắc giới duyên kiến tập-diệt-đạo và tu sở đoạn. Tập loại trí đã sinh, diệt loại trí chưa sinh, các tâm thiện hệ thuộc Sắc giới duyên kiến diệt-đạo và tu sở đoạn. Diệt loại trí đã sinh, đạo loại trí chưa sinh, các tâm thiện hệ thuộc Sắc giới duyên kiến đạo và tu sở đoạn.

Nếu đệ tử Thế Tôn đã viên mãn kiến, chưa ly tham Sắc giới, các tâm thiện Sắc giới duyên tu sở đoạn. Đây gọi là "Thể chưa đoạn, sở duyên chưa đoạn."

(b) *Thể chưa đoạn, sở duyên đã đoạn*: đã ly tham Dục giới, chưa ly tham Sắc giới, khổ loại trí chưa sinh, các tâm thiện hệ thuộc Sắc giới duyên Dục giới. Chưa ly tham Sắc giới, khổ loại trí đã sinh, tập loại trí chưa sinh, các tâm thiện hệ thuộc Sắc giới duyên kiến khổ sở đoạn. Tập loại trí đã sinh, diệt loại trí chưa sinh, các tâm thiện hệ thuộc

---

[267] Hết quyển 7.

Sắc giới duyên kiến khổ-tập sở đoạn. Diệt loại trí đã sinh, đạo loại trí chưa sinh, các tâm thiện hệ thuộc Sắc giới duyên kiến khổ-tập-diệt sở đoạn.

Nếu đệ tử Thế Tôn đã viên mãn kiến, **[568c01]** chưa ly tham Sắc giới, các tâm thiện hệ thuộc Sắc giới duyên kiến sở đoạn. Đây gọi là "Thể chưa đoạn, sở duyên đã đoạn."

(c) *Thể chưa đoạn, sở duyên đã đoạn và chưa đoạn*: đã ly tham Dục giới, chưa ly tham Sắc giới, các tâm thiện hệ thuộc Sắc giới duyên Dục giới Sắc giới, duyên Dục giới Vô sắc giới, duyên Dục giới Sắc giới Vô sắc giới. Chưa ly tham Sắc giới, khổ loại trí đã sinh, tập loại trí chưa sinh, các tâm thiện hệ thuộc Sắc giới duyên kiến khổ-tập-diệt-đạo và tu sở đoạn. Tập loại trí đã sinh, diệt loại trí chưa sinh, các tâm thiện hệ thuộc Sắc giới, duyên kiến khổ-tập-diệt-đạo và tu sở đoạn. Diệt loại trí đã sinh, đạo loại trí chưa sinh, các tâm thiện hệ thuộc Sắc giới duyên kiến khổ-tập-diệt-đạo và tu sở đoạn.

Nếu đệ tử Thế Tôn đã viên mãn kiến, chưa ly tham Sắc giới, các tâm thiện hệ thuộc Sắc giới duyên kiến và tu sở đoạn. Đây gọi là "Thể chưa đoạn, sở duyên đã đoạn và chưa đoạn."

(d) *Thể chưa đoạn, không thể phân biệt sở duyên của tâm này đã đoạn, chưa đoạn*: Các tâm thiện hệ thuộc Sắc giới của các bổ-đặc-già-la cụ phược duyên phi sở đoạn. Đã ly tham Dục giới, chưa ly tham Sắc giới, khổ loại trí chưa sinh, các tâm thiện hệ thuộc Sắc giới duyên phi sở đoạn. Chưa ly tham Sắc giới, khổ loại trí đã sinh, tập loại trí chưa sinh, các tâm thiện hệ thuộc Sắc giới duyên phi sở đoạn. Tập loại trí đã sinh, diệt loại trí chưa sinh, các tâm thiện hệ thuộc Sắc giới duyên phi sở đoạn. Diệt loại trí đã sinh, đạo loại trí chưa sinh, các tâm thiện hệ thuộc Sắc giới duyên phi sở đoạn.

Nếu đệ tử Thế Tôn đã viên mãn kiến, chưa ly tham Sắc giới, các tâm thiện hệ thuộc Sắc giới duyên phi sở đoạn. Đây gọi là "Thể chưa đoạn, không thể phân biệt sở duyên của tâm này đã đoạn, chưa đoạn."

(2) Sở duyên và thể

Nếu sở duyên chưa đoạn, thể chưa đoạn chăng? (a) Hoặc sở duyên chưa đoạn, thể chưa đoạn; (b) hoặc sở duyên chưa đoạn, thể đã đoạn;

(c) hoặc sở duyên chưa đoạn và đã đoạn, thể chưa đoạn; (d) hoặc sở duyên chưa đoạn và đã đoạn, thể đã đoạn.

(a) *Sở duyên chưa đoạn, thể chưa đoạn:* Các tâm thiện hệ thuộc Sắc giới của các bổ-đặc-già-la cụ phược duyên Dục giới, duyên Sắc giới, duyên Vô sắc giới, duyên Dục giới Sắc giới, duyên Dục giới Vô sắc giới, duyên Sắc giới Vô sắc giới, duyên Dục giới Sắc giới Vô sắc giới. [569a01] Đã ly tham Dục giới, chưa ly tham Sắc giới, khổ loại trí chưa sinh, các tâm thiện hệ thuộc Sắc giới duyên Sắc giới, duyên Vô sắc giới, duyên Sắc giới Vô sắc giới. Chưa ly tham Sắc giới, khổ loại trí đã sinh, tập loại trí chưa sinh, các tâm thiện hệ thuộc Sắc giới duyên kiến tập-diệt-đạo và tu sở đoạn. Tập loại trí đã sinh, diệt loại trí chưa sinh, các tâm thiện hệ thuộc Sắc giới, duyên kiến diệt-đạo và tu sở đoạn. Diệt loại trí đã sinh, đạo loại trí chưa sinh, các tâm thiện hệ thuộc Sắc giới duyên kiến đạo và tu sở đoạn.

Nếu đệ tử Thế Tôn đã viên mãn kiến, chưa ly tham Sắc giới, các tâm thiện hệ thuộc Sắc giới duyên tu sở đoạn. Đây gọi là "Sở duyên chưa đoạn, thể chưa đoạn."

(b) *Sở duyên chưa đoạn, thể đã đoạn:* đã ly tham Sắc giới, khổ loại trí chưa sinh, các tâm thiện hệ thuộc Sắc giới duyên Vô sắc giới. Đây gọi là "Sở duyên chưa đoạn, thể đã đoạn."

(c) *Sở duyên chưa đoạn và đã đoạn,* thể chưa đoạn: đã ly tham Dục giới, chưa ly tham Sắc giới, các tâm thiện hệ thuộc Sắc giới duyên Dục giới Sắc giới, duyên Dục giới Vô sắc giới, duyên Dục giới Sắc giới Vô sắc giới. Chưa ly tham Sắc giới, khổ loại trí đã sinh, tập loại trí chưa sinh, các tâm thiện hệ thuộc Sắc giới duyên kiến khổ-tập-diệt-đạo và tu sở đoạn. Tập loại trí đã sinh, diệt loại trí chưa sinh, các tâm thiện hệ thuộc Sắc giới, duyên kiến khổ-tập-diệt-đạo và tu sở đoạn. Diệt loại trí đã sinh, đạo loại trí chưa sinh, các tâm thiện hệ thuộc Sắc giới duyên kiến khổ-tập-diệt-đạo và tu sở đoạn.

Nếu đệ tử Thế Tôn đã viên mãn kiến, chưa ly tham Sắc giới, các tâm thiện hệ thuộc Sắc giới duyên kiến và tu sở đoạn. Đây gọi là "Sở duyên chưa đoạn và đã đoạn, thể chưa đoạn."

(d) *Sở duyên chưa đoạn và đã đoạn, thể đã đoạn*: đã ly tham Sắc giới, chưa ly tham Vô sắc giới, các tâm thiện hệ thuộc Sắc giới duyên Dục giới Vô sắc giới, duyên Sắc giới Vô sắc giới, duyên Dục giới Sắc giới Vô sắc giới. Đây gọi là "Sở duyên chưa đoạn và đã đoạn, thể đã đoạn."

b. Tâm hữu phú vô ký

Các tâm hữu phú vô ký hệ thuộc Sắc giới, nếu thể chưa đoạn, sở duyên chưa đoạn chăng? (a) Hoặc thể chưa đoạn, sở duyên chưa đoạn; (b) hoặc thể chưa đoạn, sở duyên đã đoạn; (c) hoặc thể chưa đoạn, sở duyên **[569b01]** đã đoạn và chưa đoạn; (d) hoặc thể chưa đoạn, không thể phân biệt sở duyên của tâm này đã đoạn, chưa đoạn.

(1) Thể và sở duyên

(a) *Thể chưa đoạn, sở duyên chưa đoạn*: Các tâm hữu phú vô ký hệ thuộc Sắc giới của các bổ-đặc-già-la cụ phược duyên Sắc giới, duyên Vô sắc giới, duyên Sắc giới Vô sắc giới.

Đã ly tham Dục giới, chưa ly tham Sắc giới, khổ loại trí chưa sinh, các tâm hữu phú vô ký hệ thuộc Sắc giới duyên Sắc giới, duyên Vô sắc giới, duyên Sắc giới Vô sắc giới.

Chưa ly tham Sắc giới, khổ loại trí đã sinh, tập loại trí chưa sinh, các tâm hữu phú vô ký thuộc kiến tập sở đoạn hệ thuộc Sắc giới duyên kiến tập-diệt-đạo và tu sở đoạn; tâm hữu phú vô ký thuộc kiến tập sở đoạn duyên kiến tập sở đoạn; tâm hữu phú vô ký thuộc kiến diệt sở đoạn duyên kiến diệt sở đoạn và kiến đạo sở đoạn; tâm hữu phú vô ký thuộc kiến đạo sở đoạn duyên kiến đạo sở đoạn; tâm hữu phú vô ký thuộc tu sở đoạn duyên tu sở đoạn. Tập loại trí đã sinh, diệt loại trí chưa sinh, các tâm hữu phú vô ký thuộc kiến diệt sở đoạn hệ thuộc Sắc giới duyên kiến diệt sở đoạn; tâm hữu phú vô ký thuộc kiến đạo sở đoạn duyên kiến đạo sở đoạn; tâm hữu phú vô ký thuộc tu sở đoạn duyên tu sở đoạn. Diệt loại trí đã sinh, đạo loại trí chưa sinh, các tâm hữu phú vô ký thuộc kiến đạo sở đoạn hệ thuộc Sắc giới duyên kiến đạo sở đoạn; tâm hữu phú vô ký thuộc tu sở đoạn duyên tu sở đoạn.

Nếu đệ tử Thế Tôn đã viên mãn kiến, chưa ly tham Sắc giới, các tâm hữu phú vô ký thuộc tu sở đoạn hệ thuộc Sắc giới duyên tu sở đoạn. Đây gọi là "Thể chưa đoạn, sở duyên chưa đoạn."

(b) *Thể chưa đoạn, sở duyên đã đoạn:* chưa ly tham Sắc giới, khổ loại trí đã sinh, tập loại trí chưa sinh, các tâm hữu phú vô ký thuộc kiến tập sở đoạn hệ thuộc Sắc giới duyên kiến khổ sở đoạn. Đây gọi là "Thể chưa đoạn, sở duyên đã đoạn."

(c) *Thể chưa đoạn, sở duyên đã đoạn và chưa đoạn:* chưa ly tham Sắc giới, khổ loại trí đã sinh, tập loại trí chưa sinh, các tâm hữu phú vô ký thuộc kiến tập sở đoạn hệ thuộc Sắc giới duyên kiến khổ-tập-diệt-đạo và tu sở đoạn. Đây gọi là "Thể chưa đoạn, sở duyên đã đoạn và chưa đoạn."

(d) *Thể chưa đoạn, không thể phân biệt sở duyên của tâm này đã đoạn, chưa đoạn:* Các tâm hữu phú vô ký hệ thuộc Sắc giới của các bổ-đặc-già-la cụ phược duyên phi sở đoạn. Đã ly [569c01] tham nhiễm Dục giới, chưa ly tham Sắc giới, khổ loại trí chưa sinh, các tâm hữu phú vô ký hệ thuộc Sắc giới duyên phi sở đoạn. Chưa ly tham Sắc giới, khổ loại trí đã sinh, tập loại trí chưa sinh, các tâm hữu phú vô ký hệ thuộc Sắc giới duyên phi sở đoạn; tập loại trí đã sinh, diệt loại trí chưa sinh, các tâm hữu phú vô ký thuộc kiến diệt-đạo sở đoạn hệ thuộc Sắc giới duyên phi sở đoạn; diệt loại trí đã sinh, đạo loại trí chưa sinh, các tâm hữu phú vô ký thuộc kiến đạo sở đoạn hệ thuộc Sắc giới duyên phi sở đoạn. Đây gọi là "Thể chưa đoạn, không thể phân biệt sở duyên của tâm này đã đoạn, chưa đoạn."

(2) Sở duyên và thể

Nếu sở duyên chưa đoạn, thể chưa đoạn chăng? (a) Hoặc sở duyên chưa đoạn, thể chưa đoạn; (b) hoặc sở duyên chưa đoạn, thể đã đoạn; (c) hoặc sở duyên chưa đoạn và đã đoạn, thể chưa đoạn; (d) hoặc sở duyên chưa đoạn và đã đoạn, thể đã đoạn.

(a) *Sở duyên chưa đoạn, thể chưa đoạn:* Các tâm hữu phú vô ký hệ thuộc Sắc giới của các bổ-đặc-già-la cụ phược duyên Sắc giới, duyên Vô sắc giới, duyên Sắc giới Vô sắc giới. Đã ly tham Dục giới, chưa ly tham Sắc giới, khổ loại trí chưa sinh, các tâm hữu phú vô ký hệ thuộc

Sắc giới duyên Sắc giới, duyên Vô sắc giới, duyên Sắc giới Vô sắc giới. Chưa ly tham Sắc giới, khổ loại trí đã sinh, tập loại trí chưa sinh, các tâm hữu phú vô ký thuộc kiến tập sở đoạn hệ thuộc Sắc giới duyên kiến tập-diệt-đạo và tu sở đoạn; tâm hữu phú vô ký thuộc kiến tập sở đoạn duyên kiến tập sở đoạn; tâm hữu phú vô ký thuộc kiến diệt sở đoạn duyên kiến diệt sở đoạn; tâm hữu phú vô ký thuộc kiến đạo sở đoạn duyên kiến đạo sở đoạn; tâm hữu phú vô ký thuộc tu sở đoạn duyên tu sở đoạn. Tập loại trí đã sinh, diệt loại trí chưa sinh, các tâm hữu phú vô ký thuộc kiến diệt sở đoạn hệ thuộc Sắc giới duyên kiến diệt sở đoạn; tâm hữu phú vô ký thuộc kiến đạo sở đoạn duyên kiến đạo sở đoạn; tâm hữu phú vô ký thuộc tu sở đoạn duyên tu sở đoạn. Diệt loại trí đã sinh, đạo loại trí chưa sinh, các tâm hữu phú vô ký thuộc kiến đạo sở đoạn hệ thuộc Sắc giới duyên kiến đạo sở đoạn; tâm hữu phú vô ký thuộc tu sở đoạn duyên tu sở đoạn.

Nếu đệ tử Thế Tôn đã viên mãn kiến, chưa ly tham Sắc giới, các tâm hữu phú vô ký thuộc tu sở đoạn hệ thuộc Sắc giới duyên tu sở đoạn. Đây gọi là "Sở duyên chưa đoạn, thể chưa đoạn."

(b) *Sở duyên chưa đoạn,* **[570a01]** *thể đã đoạn*: chưa ly tham Sắc giới, khổ loại trí đã sinh, tập loại trí chưa sinh, các tâm hữu phú vô ký thuộc kiến khổ sở đoạn hệ thuộc Sắc giới duyên kiến tập-diệt-đạo và tu sở đoạn; tập loại trí đã sinh, diệt loại trí chưa sinh, các tâm hữu phú vô ký thuộc kiến khổ-tập sở đoạn hệ thuộc Sắc giới duyên kiến diệt-đạo và tu sở đoạn; diệt loại trí đã sinh, đạo loại trí chưa sinh, các tâm hữu phú vô ký thuộc kiến khổ-tập sở đoạn hệ thuộc Sắc giới duyên kiến đạo và tu sở đoạn.

Nếu đệ tử Thế Tôn đã viên mãn kiến, chưa ly tham Sắc giới, các tâm hữu phú vô ký thuộc kiến sở đoạn hệ thuộc Sắc giới duyên tu sở đoạn. Đã ly tham Sắc giới, chưa ly tham Vô sắc giới, khổ loại trí chưa sinh, các tâm hữu phú vô ký hệ thuộc Sắc giới duyên Vô sắc giới. Đây gọi là "Sở duyên chưa đoạn, thể đã đoạn."

(c) *Sở duyên chưa đoạn và đã đoạn, thể chưa đoạn*: chưa ly tham Sắc giới, khổ loại trí đã sinh, tập loại trí chưa sinh, các tâm hữu phú vô ký thuộc kiến tập sở đoạn hệ thuộc Sắc giới duyên kiến khổ-tập-diệt-đạo và tu sở đoạn. Đây gọi là "Sở duyên chưa đoạn và đã đoạn, thể chưa đoạn."

(d) *Sở duyên chưa đoạn và đã đoạn, thể đã đoạn*: chưa ly tham Sắc giới, khổ loại trí đã sinh, tập loại trí chưa sinh, các tâm hữu phú vô ký thuộc kiến khổ sở đoạn hệ thuộc Sắc giới duyên kiến khổ-tập-diệt-đạo và tu sở đoạn; tập loại trí đã sinh, diệt loại trí chưa sinh, các tâm hữu phú vô ký thuộc kiến khổ-tập sở đoạn hệ thuộc Sắc giới duyên kiến khổ-tập-diệt-đạo và tu sở đoạn; diệt loại trí đã sinh, đạo loại trí chưa sinh, các tâm hữu phú vô ký thuộc kiến khổ-tập sở đoạn hệ thuộc Sắc giới duyên kiến khổ-tập-diệt-đạo và tu sở đoạn.

Nếu đệ tử Thế Tôn đã viên mãn kiến, chưa ly tham Sắc giới, các tâm hữu phú vô ký thuộc kiến sở đoạn hệ thuộc Sắc giới duyên kiến và tu sở đoạn. Đã ly tham Sắc giới, chưa ly tham Vô sắc giới, các tâm hữu phú vô ký hệ thuộc Sắc giới duyên Sắc giới Vô sắc giới. Đây gọi là "Sở duyên chưa đoạn và đã đoạn, thể đã đoạn."

c. Tâm vô phú vô ký

Các tâm vô phú vô ký hệ thuộc Sắc giới, nếu thể chưa đoạn, sở duyên chưa đoạn chăng? (a) Hoặc thể chưa đoạn, sở duyên chưa đoạn; (b) hoặc thể chưa đoạn, sở duyên đã đoạn; (c) hoặc thể chưa đoạn, sở duyên đã đoạn và chưa đoạn.

* Thể và sở duyên

(a) *Thể chưa đoạn, sở duyên chưa đoạn*: Các tâm vô phú vô ký hệ thuộc Sắc giới của các bổ-đặc-già-la cụ phược duyên Dục giới Sắc giới. Đã ly tham Dục giới, chưa ly tham Sắc giới, khổ loại trí chưa sinh, các tâm vô phú vô ký hệ thuộc Sắc giới duyên Sắc giới. Chưa ly tham Sắc giới, khổ loại trí đã sinh, tập loại trí chưa sinh, các tâm vô phú vô ký hệ thuộc Sắc giới duyên kiến tập-diệt-đạo và tu sở đoạn; tập loại trí đã sinh, diệt loại trí chưa sinh, các tâm vô phú vô ký hệ thuộc Sắc giới duyên kiến diệt-đạo và tu sở đoạn; diệt loại trí đã sinh, đạo loại trí chưa sinh, các tâm vô phú vô ký hệ thuộc Sắc giới duyên kiến đạo và tu sở đoạn.

Nếu đệ tử Thế Tôn đã viên mãn kiến, chưa ly tham Sắc giới, các tâm vô phú vô ký hệ thuộc Sắc giới duyên tu sở đoạn. Đây gọi là "thể chưa đoạn, sở duyên chưa đoạn."

(b) *Thể chưa đoạn, sở duyên đã đoạn*: đã ly tham Dục giới, chưa ly tham Sắc giới, khổ loại trí chưa sinh, các tâm vô phú vô ký hệ thuộc Sắc giới duyên Dục giới. Chưa ly tham Sắc giới, khổ loại trí đã sinh, tập loại trí chưa sinh, các tâm vô phú vô ký hệ thuộc Sắc giới duyên kiến khổ sở đoạn; tập loại trí đã sinh, diệt loại trí chưa sinh, các tâm vô phú vô ký hệ thuộc Sắc giới duyên kiến khổ-tập sở đoạn; diệt loại trí đã sinh, đạo loại trí chưa sinh, các tâm vô phú vô ký hệ thuộc Sắc giới duyên kiến khổ-tập-diệt sở đoạn.

Nếu đệ tử Thế Tôn đã viên mãn kiến, chưa ly tham Sắc giới, các tâm vô phú vô ký hệ thuộc Sắc giới duyên kiến sở đoạn. Đây gọi là "thể chưa đoạn, sở duyên đã đoạn."

(c) *Thể chưa đoạn, sở duyên đã đoạn và chưa đoạn*: chưa ly tham tham Sắc giới, khổ loại trí đã sinh, tập loại trí chưa sinh, các tâm vô phú vô ký hệ thuộc Sắc giới duyên kiến khổ-tập-diệt-đạo và tu sở đoạn; tập loại trí đã sinh, diệt loại trí chưa sinh, các tâm vô phú vô ký hệ thuộc Sắc giới duyên kiến khổ-tập-diệt-đạo và tu sở đoạn; diệt loại trí đã sinh, đạo loại trí chưa sinh, các tâm vô phú vô ký hệ thuộc Sắc giới duyên kiến khổ-tập-diệt-đạo và tu sở đoạn.

Nếu đệ tử Thế Tôn đã viên mãn kiến, chưa ly tham Sắc giới, các tâm vô phú vô ký hệ thuộc Sắc giới duyên kiến và tu sở đoạn. Đây gọi là "thể chưa đoạn, sở duyên đã đoạn và chưa đoạn."

8.3. Tâm Vô sắc giới

Nếu sở duyên chưa đoạn, thể chưa đoạn chăng?

[570c01] Đáp: Đúng vậy.

a. Tâm thiện

Các tâm thiện hệ thuộc Vô sắc giới, nếu thể chưa đoạn, sở duyên chưa đoạn chăng? (a) Hoặc thể chưa đoạn, sở duyên chưa đoạn; (b) hoặc thể chưa đoạn, sở duyên đã đoạn; (c) hoặc thể chưa đoạn, sở duyên đã đoạn và chưa đoạn; (d) hoặc thể chưa đoạn, không thể phân biệt sở duyên của tâm này đã đoạn, chưa đoạn.

* Thể và sở duyên

(a) *Thể chưa đoạn, sở duyên chưa đoạn*: Các tâm thiện hệ thuộc Vô sắc giới của các bổ-đặc-già-la cụ phược duyên Sắc giới, duyên Vô sắc giới. Đã ly tham Dục giới, chưa ly tham Sắc giới, khổ loại trí chưa sinh, các tâm thiện hệ thuộc Vô sắc giới duyên Sắc giới, duyên Vô sắc giới. Đã ly tham Sắc giới, khổ loại trí chưa sinh, các tâm thiện hệ thuộc Vô sắc giới duyên Vô sắc giới; khổ loại trí đã sinh, tập loại trí chưa sinh, các tâm thiện hệ thuộc Vô sắc giới duyên kiến tập-diệt-đạo và tu sở đoạn; tập loại trí đã sinh, diệt loại trí chưa sinh, các tâm thiện hệ thuộc Vô sắc giới, duyên kiến diệt-đạo và tu sở đoạn; diệt loại trí đã sinh, đạo loại trí chưa sinh, các tâm thiện hệ thuộc Vô sắc giới duyên kiến đạo và tu sở đoạn.

Nếu đệ tử Thế Tôn đã viên mãn kiến, chưa ly tham Vô sắc giới, các tâm thiện hệ thuộc Vô sắc giới duyên tu sở đoạn. Đây gọi là "thể chưa đoạn, sở duyên chưa đoạn."

(b) *Thể chưa đoạn, sở duyên đã đoạn*: đã ly tham Sắc giới, khổ loại trí chưa sinh, các tâm thiện hệ thuộc Vô sắc giới duyên Sắc giới; khổ loại trí đã sinh, tập loại trí chưa sinh, các tâm thiện hệ thuộc Vô sắc giới duyên kiến khổ sở đoạn; tập loại trí đã sinh, diệt loại trí chưa sinh, các tâm thiện hệ thuộc Vô sắc giới duyên kiến khổ-tập sở đoạn; diệt loại trí đã sinh, đạo loại trí chưa sinh, các tâm thiện hệ thuộc Vô sắc giới duyên kiến khổ-tập-diệt sở đoạn.

Nếu đệ tử Thế Tôn đã viên mãn kiến, chưa ly tham Vô sắc giới, các tâm thiện hệ thuộc Vô sắc giới duyên kiến sở đoạn. Đây gọi là "thể chưa đoạn, sở duyên đã đoạn."

(c) *Thể chưa đoạn, sở duyên đã đoạn và chưa đoạn*: khổ loại trí đã sinh, tập loại trí chưa sinh, các tâm thiện hệ thuộc Vô sắc giới duyên kiến khổ-tập-diệt-đạo và tu sở đoạn; tập loại trí đã sinh, diệt loại trí chưa sinh, các tâm thiện hệ thuộc Vô sắc giới duyên kiến khổ-tập-diệt-đạo và tu sở đoạn; diệt loại trí đã sinh, đạo loại trí **[571a01]** chưa sinh, các tâm thiện hệ thuộc Vô sắc giới duyên kiến khổ-tập-diệt-đạo và tu sở đoạn.

Nếu đệ tử Thế Tôn đã viên mãn kiến, chưa ly tham Vô sắc giới, các tâm thiện hệ thuộc Vô sắc giới duyên kiến và tu sở đoạn. Đây gọi là "thể chưa đoạn, sở duyên đã đoạn và chưa đoạn."

(d) *Thể chưa đoạn, không thể phân biệt sở duyên của tâm này đã đoạn, chưa đoạn*: Các tâm thiện hệ thuộc Vô sắc giới của các bổ-đặc-già-la cụ phược duyên phi sở đoạn. Đã ly tham Dục giới, chưa ly tham Sắc giới, khổ loại trí chưa sinh, các tâm thiện hệ thuộc Vô sắc giới duyên phi sở đoạn. Đã ly tham Sắc giới, khổ loại trí chưa sinh, các tâm thiện hệ thuộc Vô sắc giới duyên phi sở đoạn; khổ loại trí đã sinh, tập loại trí chưa sinh, các tâm thiện hệ thuộc Vô sắc giới duyên phi sở đoạn; tập loại trí đã sinh, diệt loại trí chưa sinh, các tâm thiện hệ thuộc Vô sắc giới duyên phi sở đoạn; diệt loại trí đã sinh, đạo loại trí chưa sinh, các tâm thiện hệ thuộc Vô sắc giới duyên phi sở đoạn.

Nếu đệ tử Thế Tôn đã viên mãn kiến, chưa ly tham Vô sắc giới, các tâm thiện hệ thuộc Vô sắc giới duyên phi sở đoạn. Đây gọi là "Thể chưa đoạn, không thể phân biệt sở duyên của tâm này đã đoạn, chưa đoạn."

b. Tâm hữu phú vô ký

Nếu sở duyên chưa đoạn, thể chưa đoạn chăng?

Đáp: Đúng vậy.

Các tâm hữu phú vô ký hệ thuộc Vô sắc giới, nếu thể chưa đoạn, sở duyên chưa đoạn chăng? (a) Hoặc thể chưa đoạn, sở duyên chưa đoạn; (b) hoặc thể chưa đoạn, sở duyên đã đoạn; (c) hoặc thể chưa đoạn, sở duyên đã đoạn và chưa đoạn; (d) hoặc thể chưa đoạn, không thể phân biệt sở duyên của tâm này đã đoạn, chưa đoạn.

(1) Thể và sở duyên

(a) *Thể chưa đoạn, sở duyên chưa đoạn*: Các tâm hữu phú vô ký hệ thuộc Vô sắc giới của các bổ-đặc-già-la cụ phược duyên Vô sắc giới. Đã ly tham Dục giới, chưa ly tham Sắc giới, khổ loại trí chưa sinh, các tâm hữu phú vô ký hệ thuộc Vô sắc giới duyên Vô sắc giới. Đã ly tham Sắc giới, khổ loại trí chưa sinh, các tâm hữu phú vô ký hệ thuộc Vô sắc giới duyên Vô sắc giới; khổ loại trí đã sinh, tập loại trí chưa sinh, các tâm hữu phú vô ký thuộc kiến tập sở đoạn hệ thuộc Vô sắc giới duyên kiến tập-diệt-đạo và tu sở đoạn; tâm hữu phú vô ký thuộc kiến tập sở đoạn duyên kiến tập sở đoạn; tâm hữu phú vô ký thuộc kiến diệt sở đoạn duyên kiến diệt sở đoạn; tâm hữu phú vô ký thuộc kiến đạo sở đoạn duyên kiến đạo sở đoạn; tâm hữu phú vô ký thuộc tu sở đoạn [571b01] duyên tu sở đoạn. Tập loại trí đã sinh, diệt loại trí chưa sinh, các tâm hữu phú vô ký thuộc kiến diệt sở đoạn hệ thuộc Vô sắc giới duyên kiến diệt sở đoạn; tâm hữu phú vô ký thuộc kiến đạo sở đoạn duyên kiến đạo sở đoạn; tâm hữu phú vô ký thuộc tu sở đoạn duyên tu sở đoạn. Diệt loại trí đã sinh, đạo loại trí chưa sinh, các tâm hữu phú vô ký thuộc kiến đạo sở đoạn hệ thuộc Vô sắc giới duyên kiến đạo sở đoạn; tâm hữu phú vô ký thuộc tu sở đoạn duyên tu sở đoạn.

Nếu đệ tử Thế Tôn đã viên mãn kiến, chưa ly tham Vô sắc giới, các tâm hữu phú vô ký thuộc tu sở đoạn hệ thuộc Vô sắc giới duyên tu sở đoạn. Đây gọi là "Thể chưa đoạn, sở duyên chưa đoạn."

(b) *Thể chưa đoạn, sở duyên đã đoạn:* khổ loại trí đã sinh, tập loại trí chưa sinh, các tâm hữu phú vô ký thuộc kiến tập sở đoạn hệ thuộc Vô sắc giới duyên kiến khổ sở đoạn. Đây gọi là "thể chưa đoạn, sở duyên đã đoạn."

(c) *Thể chưa đoạn, sở duyên đã đoạn và chưa đoạn:* khổ loại trí đã sinh, tập loại trí chưa sinh, các tâm hữu phú vô ký thuộc kiến tập sở đoạn hệ thuộc Vô sắc giới duyên kiến khổ-tập-diệt-đạo và tu sở đoạn. Đây gọi là "thể chưa đoạn, sở duyên đã đoạn và chưa đoạn."

(d) *Thể chưa đoạn, không thể phân biệt sở duyên của tâm này đã đoạn, chưa đoạn:* Các tâm hữu phú vô ký hệ thuộc Vô sắc giới của các bổ-đặc-già-la cụ phược duyên phi sở đoạn. Đã ly tham Dục giới, chưa ly tham Sắc giới, khổ loại trí chưa sinh, các tâm hữu phú vô ký hệ thuộc Vô sắc giới duyên phi sở đoạn. Đã ly tham Sắc giới, khổ loại trí chưa sinh, các tâm hữu phú vô ký hệ thuộc Vô sắc giới duyên phi sở đoạn; khổ loại trí đã sinh, tập loại trí chưa sinh, các tâm hữu phú vô ký hệ thuộc Vô sắc giới duyên phi sở đoạn; tập loại trí đã sinh, diệt loại trí chưa sinh, các tâm hữu phú vô ký thuộc kiến diệt-đạo sở đoạn hệ thuộc Vô sắc giới duyên phi sở đoạn; diệt loại trí đã sinh, đạo loại trí chưa sinh, các tâm hữu phú vô ký thuộc kiến đạo sở đoạn hệ thuộc Vô sắc giới duyên phi sở đoạn. Đây gọi là "Thể chưa đoạn, không thể phân biệt sở duyên của tâm này đã đoạn, chưa đoạn."

(2) Sở duyên và thể

Nếu sở duyên chưa đoạn, thể chưa đoạn chăng? (a) Hoặc sở duyên chưa đoạn, thể chưa đoạn; (b) hoặc sở duyên chưa đoạn, thể đã đoạn; (c) hoặc sở duyên chưa đoạn và đã đoạn, thể chưa đoạn; hoặc sở duyên chưa đoạn **[571c01]** và đã đoạn, thể đã đoạn.

(a) *Sở duyên chưa đoạn, thể chưa đoạn*: Các tâm hữu phú vô ký hệ thuộc Vô sắc giới của các bổ-đặc-già-la cụ phược duyên Vô sắc giới. Đã ly tham Dục giới, chưa ly tham Sắc giới, khổ loại trí chưa sinh, các tâm hữu phú vô ký hệ thuộc Vô sắc giới duyên Vô sắc giới. Đã ly tham Sắc giới, khổ loại trí chưa sinh, các tâm hữu phú vô ký hệ thuộc Vô sắc giới duyên Vô sắc giới; khổ loại trí đã sinh, tập loại trí chưa sinh, các tâm hữu phú vô ký thuộc kiến tập sở đoạn hệ thuộc Vô sắc giới duyên kiến tập-diệt-đạo và tu sở đoạn; tâm hữu phú vô ký thuộc kiến tập sở đoạn duyên kiến tập sở đoạn; tâm hữu phú vô ký thuộc kiến diệt sở đoạn duyên kiến diệt sở đoạn; tâm hữu phú vô ký thuộc kiến đạo sở đoạn duyên kiến đạo sở đoạn; tâm hữu phú vô ký thuộc tu sở đoạn duyên tu sở đoạn. Tập loại trí đã sinh, diệt loại trí chưa sinh, các tâm hữu phú vô ký thuộc kiến diệt sở đoạn hệ thuộc Vô sắc giới duyên kiến diệt sở đoạn; tâm hữu phú vô ký thuộc kiến đạo sở đoạn duyên kiến đạo sở đoạn; tâm hữu phú vô ký thuộc tu sở đoạn duyên tu sở đoạn. Diệt loại trí đã sinh, đạo loại trí chưa sinh, các tâm hữu phú vô ký thuộc kiến đạo sở đoạn hệ thuộc Vô sắc giới duyên kiến đạo sở đoạn; tâm hữu phú vô ký thuộc tu sở đoạn duyên tu sở đoạn.

Nếu đệ tử Thế Tôn đã viên mãn kiến, chưa ly tham Vô sắc giới, các tâm hữu phú vô ký thuộc tu sở đoạn hệ thuộc Vô sắc giới duyên tu sở đoạn. Đây gọi là "Sở duyên chưa đoạn, thể chưa đoạn."

(b) *Sở duyên chưa đoạn, thể đã đoạn*: khổ loại trí đã sinh, tập loại trí chưa sinh, các tâm hữu phú vô ký thuộc kiến khổ sở đoạn hệ thuộc Vô sắc giới duyên kiến tập-diệt-đạo và tu sở đoạn. Tập loại trí đã sinh, diệt loại trí chưa sinh, các tâm hữu phú vô ký thuộc kiến khổ-tập sở đoạn hệ thuộc Vô sắc giới duyên kiến diệt-đạo và tu sở đoạn. Diệt loại trí đã sinh, đạo loại trí chưa sinh, các tâm hữu phú vô ký thuộc kiến khổ-tập sở đoạn hệ thuộc Vô sắc giới duyên kiến đạo và tu sở đoạn.

Nếu đệ tử Thế Tôn đã viên mãn kiến, chưa ly tham Vô sắc giới, các tâm hữu phú vô ký thuộc kiến sở đoạn hệ thuộc Vô sắc giới duyên tu sở đoạn. Đây gọi là "Sở duyên chưa đoạn, thể đã đoạn."

(c) *Sở duyên chưa đoạn và đã đoạn, thể chưa đoạn:* khổ loại trí đã [572a01] sinh, tập loại trí chưa sinh, các tâm hữu phú vô ký thuộc kiến tập sở đoạn hệ thuộc Vô sắc giới duyên kiến khổ-tập-diệt-đạo và tu sở đoạn. Đây gọi là "Sở duyên chưa đoạn và đã đoạn, thể chưa đoạn."

(d) Sở duyên chưa đoạn và đã đoạn, thể đã đoạn: khổ loại trí đã sinh, tập loại trí chưa sinh, các tâm hữu phú vô ký thuộc kiến khổ sở đoạn hệ thuộc Vô sắc giới duyên kiến khổ-tập-diệt-đạo và tu sở đoạn. Tập loại trí đã sinh, diệt loại trí chưa sinh, các tâm hữu phú vô ký thuộc kiến khổ-tập sở đoạn Vô sắc giới duyên kiến khổ-tập-diệt-đạo và tu sở đoạn. Diệt loại trí đã sinh, đạo loại trí chưa sinh, các tâm hữu phú vô ký thuộc kiến khổ-tập sở đoạn hệ thuộc Vô sắc giới duyên kiến khổ-tập-diệt-đạo và tu sở đoạn.

Nếu đệ tử Thế Tôn đã viên mãn kiến, chưa ly tham Vô sắc giới, các tâm hữu phú vô ký thuộc kiến sở đoạn hệ thuộc Vô sắc giới duyên kiến và tu sở đoạn. Đây gọi là "Sở duyên chưa đoạn và đã đoạn, thể đã đoạn."

c. Tâm vô phú vô ký

Các tâm vô phú vô ký hệ thuộc Vô sắc giới, nếu thể chưa đoạn, sở duyên chưa đoạn chăng? (a) Hoặc thể chưa đoạn, sở duyên chưa đoạn; (b) hoặc thể chưa đoạn, sở duyên đã đoạn; (c) hoặc thể chưa đoạn, sở duyên đã đoạn và chưa đoạn.

* Thể và sở duyên

(a) *Thể chưa đoạn, sở duyên chưa đoạn:* Các tâm vô phú vô ký hệ thuộc Vô sắc giới của các bố-đặc-già-la cụ phược duyên Vô sắc giới. Đã ly tham Dục giới, chưa ly tham Sắc giới, khổ loại trí chưa sinh, các tâm vô phú vô ký hệ thuộc Vô sắc giới duyên Vô sắc giới. Đã ly tham Sắc giới, khổ loại trí chưa sinh, các tâm vô phú vô ký hệ thuộc Vô sắc giới duyên Vô sắc giới. Khổ loại trí đã sinh, tập loại trí chưa sinh, các tâm vô phú vô ký hệ thuộc Vô sắc giới duyên kiến tập-diệt-đạo và tu sở đoạn. Tập loại trí đã sinh, diệt loại trí chưa sinh, các tâm vô phú vô ký hệ thuộc Vô sắc giới duyên kiến diệt-đạo và tu sở đoạn. Diệt loại trí đã sinh, đạo loại trí chưa sinh, các tâm vô phú vô ký hệ thuộc Vô sắc giới duyên kiến đạo và tu sở đoạn.

Nếu đệ tử Thế Tôn đã viên mãn kiến, chưa ly tham Vô sắc giới, các tâm hữu phú vô ký hệ thuộc Vô sắc giới duyên tu sở đoạn. Đây gọi là "Thể chưa đoạn, sở duyên chưa đoạn."

(b) *Thể chưa đoạn, sở duyên đã đoạn*: khổ loại trí đã sinh, tập loại trí chưa sinh, **[572b01]** các tâm vô phú vô ký hệ thuộc Vô sắc giới duyên kiến khổ sở đoạn. Tập loại trí đã sinh, diệt loại trí chưa sinh, các tâm vô phú vô ký hệ thuộc Vô sắc giới duyên kiến khổ-tập sở đoạn. Diệt loại trí đã sinh, đạo loại trí chưa sinh, các tâm vô phú vô ký hệ thuộc Vô sắc giới duyên kiến khổ-tập-diệt sở đoạn.

Nếu đệ tử Thế Tôn đã viên mãn kiến, chưa ly tham Vô sắc giới, các tâm vô phú vô ký hệ thuộc Vô sắc giới duyên kiến sở đoạn. Đây gọi là "Thể chưa đoạn, sở duyên đã đoạn."

(c) *Thể chưa đoạn, sở duyên đã đoạn và chưa đoạn*: khổ loại trí đã sinh, tập loại trí chưa sinh, các tâm vô phú vô ký hệ thuộc Vô sắc giới duyên kiến khổ-tập-diệt-đạo và tu sở đoạn. Tập loại trí đã sinh, diệt loại trí chưa sinh, các tâm vô phú vô ký hệ thuộc Vô sắc giới duyên kiến khổ-tập-diệt-đạo và tu sở đoạn. Diệt loại trí đã sinh, đạo loại trí chưa sinh, các tâm vô phú vô ký hệ thuộc Vô sắc giới duyên kiến khổ-tập-diệt-đạo và tu sở đoạn.

Nếu đệ tử Thế Tôn đã viên mãn kiến, chưa ly tham Vô sắc giới, các tâm vô phú vô ký hệ thuộc Vô sắc giới duyên kiến và tu sở đoạn. Đây gọi là "Thể chưa đoạn, sở duyên đã đoạn và chưa đoạn."

Nếu sở duyên chưa đoạn, thể cũng chưa đoạn chăng?

Đáp: Đúng vậy.[268]

9. Thể - Sở duyên đã đoạn

Có mười tâm: tâm thiện, tâm bất thiện, tâm hữu phú vô ký, tâm vô phú vô ký hệ thuộc Dục giới; tâm thiện, tâm hữu phú vô ký, tâm vô phú vô ký hệ thuộc Sắc giới; tâm thiện, tâm hữu phú vô ký, tâm vô phú vô ký hệ thuộc Vô sắc giới.

9.1. Tâm Dục giới

Các tâm thiện hệ thuộc Dục giới nếu thể đã đoạn, sở duyên đã đoạn chăng? Nếu sở duyên đã đoạn, thể đã đoạn chăng? *Cho đến* các tâm vô phú vô ký hệ thuộc Vô sắc giới, nếu thể đã đoạn, sở duyên đã đoạn chăng? Nếu sở duyên đã đoạn, thể đã đoạn chăng?

a. Tâm thiện

Các tâm thiện hệ thuộc Dục giới nếu thể đã đoạn, sở duyên đã đoạn chăng? (a) Hoặc thể đã đoạn, sở duyên đã đoạn; (b) hoặc thể đã đoạn, sở duyên chưa đoạn; (c) hoặc thể đã đoạn, sở duyên đã đoạn và chưa đoạn; (d) hoặc thể đã đoạn, không thể phân biệt sở duyên của tâm này đã đoạn, chưa đoạn.

(1) Thể và sở duyên

(a) *Thể đã đoạn, sở duyên đã đoạn*: đã ly tham Dục giới, chưa ly tham Sắc giới, các tâm thiện hệ thuộc Dục giới duyên Dục giới. Đã ly tham Sắc giới, chưa ly tham Vô sắc giới, các tâm thiện hệ thuộc Dục giới duyên Dục giới, duyên Sắc giới, duyên Dục giới Sắc giới. Đã ly tham Vô sắc giới, các tâm thiện hệ thuộc Dục giới duyên Dục giới, duyên Sắc giới, duyên Dục giới Sắc giới, duyên Dục giới Vô sắc giới, duyên Sắc giới Vô sắc giới, duyên Dục giới Sắc giới Vô sắc giới. Đây gọi là "Thể đã đoạn, sở duyên đã đoạn."

(b) *Thể đã đoạn, sở duyên chưa đoạn*: đã ly tham Dục giới, chưa ly tham Sắc giới, khổ loại trí chưa sinh, các tâm thiện hệ thuộc Dục giới duyên Sắc giới, duyên Vô sắc giới, duyên Sắc giới Vô sắc giới. Đã ly tham Sắc giới, khổ loại trí chưa sinh, các tâm thiện hệ thuộc Dục giới

---

duyên Vô sắc giới. Đây gọi là "Thể đã đoạn, sở duyên chưa đoạn."

(c) *Thể đã đoạn, sở duyên đã đoạn và chưa đoạn*: đã ly tham Dục giới, chưa ly tham Sắc giới, các tâm thiện hệ thuộc Dục giới duyên Dục giới Sắc giới, duyên Dục giới Vô sắc giới, duyên Dục giới Sắc giới Vô sắc giới. Đã ly tham Sắc giới, chưa ly tham Vô sắc giới, các tâm thiện hệ thuộc Dục giới duyên Dục giới Vô sắc giới, duyên Sắc giới Vô sắc giới, duyên Dục giới Sắc giới Vô sắc giới. Đây gọi là "Thể đã đoạn, sở duyên đã đoạn và chưa đoạn."

(d) *Thể đã đoạn, không thể phân biệt sở duyên của tâm này đã đoạn, chưa đoạn*: đã ly tham Dục giới, chưa ly tham Sắc giới, các tâm thiện hệ thuộc Dục giới duyên phi sở đoạn. Đã ly tham Sắc giới, chưa ly tham Vô sắc giới duyên phi sở đoạn. Đã ly tham Vô sắc giới, các tâm thiện hệ thuộc Dục giới duyên phi sở đoạn. [573a01] Đây gọi là "Thể đã đoạn, không thể phân biệt sở duyên của tâm này đã đoạn, chưa đoạn."

(2) Sở duyên và thể

Nếu sở duyên đã đoạn, thể đã đoạn chăng? (a) Hoặc sở duyên đã đoạn, thể đã đoạn; (b) hoặc sở duyên đã đoạn, thể chưa đoạn; (c) hoặc sở duyên đã đoạn và chưa đoạn, thể đã đoạn; (d) hoặc sở duyên đã đoạn và chưa đoạn, thể chưa đoạn.

(a) *Sở duyên đã đoạn, thể đã đoạn*: đã ly tham Dục giới, chưa ly tham Sắc giới, các tâm thiện hệ thuộc Dục giới duyên Dục giới. Đã ly tham Sắc giới, chưa ly tham Vô sắc giới, các tâm thiện hệ thuộc Dục giới duyên Dục giới, duyên Sắc giới, duyên Dục giới Sắc giới. Đã ly tham Vô sắc giới, các tâm thiện hệ thuộc Dục giới duyên Dục giới, duyên Sắc giới, duyên Vô sắc giới, duyên Dục giới Sắc giới, duyên Dục giới Vô sắc giới, duyên Sắc giới Vô sắc giới, duyên Dục giới Sắc giới Vô sắc giới. Đây gọi là "Sở duyên đã đoạn, thể đã đoạn."

(b) *Sở duyên đã đoạn, thể chưa đoạn*: chưa ly tham Dục giới, khổ trí đã sinh, tập trí chưa sinh, các tâm thiện hệ thuộc Dục giới, duyên kiến khổ sở đoạn; tập trí đã sinh, diệt trí chưa sinh, các tâm thiện hệ thuộc Dục giới duyên kiến khổ-tập sở đoạn; diệt trí đã sinh, đạo trí chưa sinh, các tâm thiện hệ thuộc Dục giới duyên kiến khổ-tập-diệt sở đoạn.

Nếu đệ tử Thế Tôn đã viên mãn kiến, chưa ly tham Dục giới duyên kiến sở đoạn. Đây gọi là "Sở duyên đã đoạn, thể chưa đoạn."

(c) *Sở duyên đã đoạn và chưa đoạn, thể đã đoạn*: đã ly tham Dục giới, chưa ly tham Sắc giới, các tâm thiện hệ thuộc Dục giới duyên Dục giới Sắc giới, duyên Dục giới Vô sắc giới, duyên Dục giới Sắc giới Vô sắc giới. Đã ly tham Sắc giới, chưa ly tham Vô sắc giới, các tâm thiện hệ thuộc Dục giới duyên Dục giới Vô sắc giới, duyên Sắc giới Vô sắc giới, duyên Dục giới Sắc giới Vô sắc giới. Đây gọi là "Sở duyên đã đoạn và chưa đoạn, thể đã đoạn."

(d) *Sở duyên đã đoạn và chưa đoạn, thể chưa đoạn*: chưa ly tham Dục giới, khổ trí đã sinh, tập trí chưa sinh, các tâm thiện hệ thuộc Dục giới duyên kiến khổ-tập-diệt-đạo và tu sở đoạn; tập trí đã sinh, diệt trí chưa sinh, các tâm thiện hệ thuộc Dục giới duyên kiến khổ-tập-diệt-đạo và **[573b01]** tu sở đoạn; diệt trí đã sinh, đạo trí chưa sinh, các tâm thiện hệ thuộc Dục giới duyên kiến khổ-tập-diệt-đạo và tu sở đoạn.

Nếu đệ tử Thế Tôn đã viên mãn kiến, chưa ly tham Dục giới duyên kiến và tu sở đoạn. Đây gọi là "Sở duyên đã đoạn và chưa đoạn, thể chưa đoạn."

b. Tâm bất thiện

Các tâm bất thiện, nếu thể đã đoạn, sở duyên đã đoạn chăng? (a) Hoặc thể đã đoạn, sở duyên đã đoạn; (b) hoặc thể đã đoạn, sở duyên chưa đoạn; (c) hoặc thể đã đoạn, sở duyên đã đoạn và chưa đoạn; (d) hoặc thể đã đoạn, không thể phân biệt sở duyên của tâm này đã đoạn, chưa đoạn.

(1) Thể và sở duyên

(a) *Thể đã đoạn, sở duyên đã đoạn*: chưa ly tham Dục giới, khổ trí đã sinh, tập trí chưa sinh, các tâm bất thiện thuộc kiến khổ sở đoạn duyên kiến khổ sở đoạn. Tập trí đã sinh, diệt trí chưa sinh, các tâm bất thiện thuộc kiến khổ-tập sở đoạn duyên kiến khổ-tập sở đoạn; tâm bất thiện thuộc kiến khổ sở đoạn, duyên kiến khổ sở đoạn; tâm bất thiện thuộc kiến tập sở đoạn duyên kiến tập sở đoạn. Diệt trí đã sinh, đạo trí chưa sinh, các tâm bất thiện thuộc kiến khổ-tập sở đoạn duyên kiến khổ-tập-diệt sở đoạn; các tâm bất thiện thuộc kiến khổ sở đoạn, duyên kiến khổ sở đoạn; các tâm bất thiện thuộc kiến tập sở đoạn duyên kiến tập sở đoạn; các tâm bất thiện thuộc kiến diệt sở đoạn duyên kiến diệt sở đoạn.

Nếu đệ tử Thế Tôn đã viên mãn kiến, chưa ly tham Dục giới, các tâm bất thiện thuộc kiến sở đoạn duyên kiến sở đoạn. Đã ly tham Dục giới, chưa ly tham Sắc giới, các tâm bất thiện duyên Dục giới. Đã ly tham Sắc giới, chưa ly tham Vô sắc giới, các tâm bất thiện duyên Dục giới, duyên Sắc giới. Đã ly tham Vô sắc giới, các tâm bất thiện duyên Dục giới, duyên Sắc giới, duyên Vô sắc giới, duyên Sắc giới Vô sắc giới. Đây gọi là "Thể đã đoạn, sở duyên đã đoạn."

(b) *Thể đã đoạn, sở duyên chưa đoạn*: chưa ly tham Dục giới, khổ trí đã sinh, tập trí chưa sinh, các tâm bất thiện thuộc kiến khổ sở đoạn duyên kiến tập-diệt-đạo và tu sở đoạn. Tập trí đã sinh, diệt trí chưa sinh, các tâm bất thiện thuộc kiến khổ-tập sở đoạn duyên kiến diệt-đạo và tu sở đoạn. Diệt trí đã sinh, đạo trí chưa sinh, các tâm bất thiện thuộc kiến khổ-tập sở đoạn duyên kiến đạo và tu sở đoạn.

Nếu đệ tử Thế Tôn đã viên mãn kiến, chưa ly tham Dục giới, các tâm bất thiện thuộc kiến sở đoạn duyên tu sở đoạn. Đã ly tham Dục giới, [573c01] chưa ly tham Sắc giới, khổ loại trí chưa sinh, các tâm bất thiện duyên Sắc giới, duyên Vô sắc giới, duyên Sắc giới Vô sắc giới. Đã ly tham Sắc giới, khổ loại trí chưa sinh, các tâm bất thiện duyên Vô sắc giới. Đây gọi là "Thể đã đoạn, sở duyên chưa đoạn."

(c) *Thể đã đoạn, sở duyên đã đoạn và chưa đoạn*: chưa ly tham Dục giới, khổ trí đã sinh, tập trí chưa sinh, các tâm bất thiện thuộc kiến khổ sở đoạn duyên kiến khổ-tập-diệt-đạo và tu sở đoạn. Tập trí đã sinh, diệt trí chưa sinh, các tâm bất thiện thuộc kiến khổ-tập sở đoạn duyên kiến khổ-tập-diệt-đạo và tu sở đoạn. Diệt trí đã sinh, đạo trí chưa sinh, các tâm bất thiện thuộc kiến khổ-tập sở đoạn, duyên kiến khổ-tập-diệt-đạo và tu sở đoạn.

Nếu đệ tử Thế Tôn đã viên mãn kiến, chưa ly tham Dục giới, các tâm bất thiện thuộc kiến sở đoạn duyên kiến và tu sở đoạn. Đã ly tham Sắc giới, chưa ly tham Vô sắc giới, các tâm bất thiện duyên Sắc giới Vô sắc giới. Đây gọi là "Thể đã đoạn, sở duyên đã đoạn và chưa đoạn."

(d) *Thể đã đoạn, không thể phân biệt sở duyên của tâm này đã đoạn, chưa đoạn*: chưa ly tham Dục giới, diệt trí đã sinh, đạo trí chưa sinh, các tâm bất thiện thuộc kiến diệt sở đoạn duyên phi sở đoạn.

Nếu đệ tử Thế Tôn đã viên mãn kiến, chưa ly tham Dục giới, các tâm bất thiện thuộc kiến sở đoạn duyên phi sở đoạn. Đã ly tham Dục giới, chưa ly tham Sắc giới, các tâm bất thiện duyên phi sở đoạn. Đã ly tham Sắc giới, chưa ly tham Vô sắc giới, các tâm bất thiện duyên phi sở đoạn. Đã ly tham Vô sắc giới, các tâm bất thiện duyên phi sở đoạn. Đây gọi là "Thể đã đoạn, không thể phân biệt sở duyên của tâm này đã đoạn, chưa đoạn."

(2) Sở duyên và thể

Nếu sở duyên đã đoạn, thể đã đoạn chăng? (a) Hoặc sở duyên đã đoạn, thể đã đoạn; (b) hoặc sở duyên đã đoạn, thể chưa đoạn; (c) hoặc sở duyên đã đoạn và chưa đoạn, thể đã đoạn; (d) hoặc sở duyên đã đoạn và chưa đoạn, thể chưa đoạn.

(a) *Sở duyên đã đoạn, thể đã đoạn*: chưa ly tham Dục giới, khổ trí đã sinh, tập trí chưa sinh, các tâm bất thiện thuộc kiến khổ sở đoạn duyên kiến khổ sở đoạn. Tập trí đã sinh, diệt trí chưa sinh, các tâm bất thiện thuộc kiến khổ-tập sở đoạn duyên kiến khổ-tập sở đoạn; tâm bất thiện thuộc kiến khổ sở đoạn duyên kiến khổ sở đoạn; **[574a01]** tâm bất thiện thuộc kiến tập sở đoạn duyên kiến tập sở đoạn. Diệt trí đã sinh, đạo trí chưa sinh, các tâm bất thiện thuộc kiến khổ-tập sở đoạn duyên kiến khổ-tập-diệt sở đoạn; tâm bất thiện thuộc kiến khổ sở đoạn duyên kiến khổ sở đoạn; tâm bất thiện thuộc kiến tập sở đoạn, duyên kiến tập sở đoạn; tâm bất thiện thuộc kiến diệt sở đoạn duyên kiến diệt sở đoạn.

Nếu đệ tử Thế Tôn đã viên mãn kiến, chưa ly tham Dục giới, các tâm bất thiện thuộc kiến sở đoạn duyên kiến sở đoạn. Đã ly tham Dục giới, chưa ly tham Sắc giới, các tâm bất thiện duyên Dục giới. Đã ly tham Sắc giới, chưa ly tham Vô sắc giới, các tâm bất thiện duyên Dục giới, duyên Sắc giới. Đã ly tham Vô sắc giới, các tâm bất thiện duyên Dục giới, duyên Sắc giới, duyên Vô sắc giới, duyên Sắc giới Vô sắc giới. Đây gọi là "Sở duyên đã đoạn, thể đã đoạn."

(b) *Sở duyên đã đoạn, thể chưa đoạn*: chưa ly tham Dục giới, khổ trí đã sinh, tập trí chưa sinh, các tâm bất thiện thuộc kiến tập sở đoạn duyên kiến khổ sở đoạn. Đây gọi là "Sở duyên đã đoạn, thể chưa đoạn."

(c) *Sở duyên đã đoạn và chưa đoạn, thể đã đoạn*: chưa ly tham Dục giới, khổ trí đã sinh, tập trí chưa sinh, các tâm bất thiện thuộc kiến khổ sở đoạn duyên kiến khổ-tập-diệt-đạo và tu sở đoạn. Tập trí đã sinh, diệt trí chưa sinh, các tâm bất thiện thuộc kiến khổ-tập sở đoạn duyên kiến khổ-tập-diệt-đạo và tu sở đoạn. Diệt trí đã sinh, đạo trí chưa sinh, các tâm bất thiện thuộc kiến khổ-tập sở đoạn duyên kiến khổ-tập-diệt-đạo và tu sở đoạn.

Nếu đệ tử Thế Tôn đã viên mãn kiến, chưa ly tham Dục giới, các tâm bất thiện thuộc kiến sở đoạn duyên kiến và tu sở đoạn. Đã ly tham Sắc giới, chưa ly tham Vô sắc giới, các tâm bất thiện duyên Sắc giới, Vô sắc giới. Đây gọi là sở duyên đã đoạn và chưa đoạn, thể đã đoạn.

(d) *Sở duyên đã đoạn và chưa đoạn, thể chưa đoạn*: chưa ly tham Dục giới, khổ trí đã sinh, tập trí chưa sinh, các tâm bất thiện thuộc kiến tập sở đoạn duyên kiến khổ-tập-diệt-đạo và tu sở đoạn. Đây gọi là "Sở duyên đã đoạn và chưa đoạn, thể chưa đoạn."

c. Tâm hữu phú vô ký

Các tâm hữu phú vô ký hệ thuộc Dục giới, nếu thể đã đoạn, sở duyên đã đoạn chăng? (a) Hoặc thể đã đoạn, sở duyên đã đoạn; (b) hoặc thể đã đoạn, sở duyên **[574b01]** chưa đoạn; (c) hoặc thể đã đoạn, sở duyên đã đoạn và chưa đoạn.

(a) *Thể đã đoạn, sở duyên đã đoạn*: chưa ly tham Dục giới, khổ trí đã sinh, tập trí chưa sinh, các tâm hữu phú vô ký hệ thuộc Dục giới duyên kiến khổ sở đoạn. Tập trí đã sinh, diệt trí chưa sinh, các tâm hữu phú vô ký hệ thuộc Dục giới duyên kiến khổ-tập sở đoạn. Diệt trí đã sinh, đạo trí chưa sinh, các tâm hữu phú vô ký hệ thuộc Dục giới duyên kiến khổ-tập-diệt sở đoạn.

Nếu đệ tử Thế Tôn đã viên mãn kiến, chưa ly tham Dục giới, các tâm hữu phú vô ký hệ thuộc Dục giới duyên kiến sở đoạn. Đã ly tham Dục giới, chưa ly tham Sắc giới, các tâm hữu phú vô ký hệ thuộc Dục giới duyên Dục giới. Đã ly tham Sắc giới, chưa ly tham Vô sắc giới, các tâm hữu phú vô ký hệ thuộc Dục giới duyên Dục giới. Đã ly tham Vô sắc giới, các tâm hữu phú vô ký hệ thuộc Dục giới duyên Dục giới. Đây gọi là "Thể đã đoạn, sở duyên đã đoạn."

(b) *Thể đã đoạn, sở duyên chưa đoạn*: chưa ly tham Dục giới, khổ trí đã sinh, tập trí chưa sinh, các tâm hữu phú vô ký hệ thuộc Dục giới duyên kiến tập-diệt-đạo và tu sở đoạn. Tập trí đã sinh, diệt trí chưa sinh, các tâm hữu phú vô ký hệ thuộc Dục giới duyên kiến diệt-đạo và tu sở đoạn. Diệt trí đã sinh, đạo trí chưa sinh, các tâm hữu phú vô ký hệ thuộc Dục giới duyên kiến đạo và tu sở đoạn.

Nếu đệ tử Thế Tôn đã viên mãn kiến, chưa ly tham Dục giới, các tâm hữu phú vô ký hệ thuộc Dục giới duyên tu sở đoạn. Đây gọi là "thể đã đoạn, sở duyên chưa đoạn."

(c) *Thể đã đoạn, sở duyên đã đoạn và chưa đoạn*: chưa ly tham Dục giới, khổ trí đã sinh, tập trí chưa sinh, các tâm hữu phú vô ký hệ thuộc Dục giới duyên kiến khổ-tập-diệt-đạo và tu sở đoạn. Tập trí đã sinh, diệt trí chưa sinh, các tâm hữu phú vô ký hệ thuộc Dục giới duyên kiến khổ-tập-diệt-đạo và tu sở đoạn. Diệt trí đã sinh, đạo trí chưa sinh, các tâm hữu phú vô ký hệ thuộc Dục giới duyên kiến khổ-tập-diệt-đạo và tu sở đoạn.

Nếu đệ tử Thế Tôn đã viên mãn kiến, chưa ly tham Dục giới, các tâm hữu phú vô ký hệ thuộc Dục giới duyên tu sở đoạn. Đây gọi là "thể đã đoạn, sở duyên đã đoạn và chưa đoạn."

d. Tâm vô phú vô ký

Nếu sở duyên đã đoạn, thể đã đoạn chăng?

Đáp: Đúng vậy.

Các tâm vô phú vô ký hệ thuộc Dục giới, nếu thể đã đoạn, sở duyên [574c01] đã đoạn chăng?

Đáp: Đúng vậy.

Nếu sở duyên đã đoạn, thể đã đoạn chăng? (a) Hoặc sở duyên đã đoạn, thể đã đoạn; (b) hoặc sở duyên đã đoạn, thể chưa đoạn; (c) hoặc sở duyên đã đoạn và chưa đoạn, thể chưa đoạn.

(a) *Sở duyên đã đoạn, thể đã đoạn*: đã ly tham Dục giới, chưa ly tham Sắc giới, các tâm vô phú vô ký hệ thuộc Dục giới duyên Dục giới. Đã ly tham Sắc giới, chưa ly tham Vô sắc giới, các tâm vô phú vô ký hệ thuộc Dục giới duyên Dục giới. Đã ly tham Vô sắc giới, các tâm vô phú vô ký hệ thuộc Dục giới duyên Dục giới. Đây gọi là "sở duyên đã đoạn, thể đã đoạn."

(b) *Sở duyên đã đoạn, thể chưa đoạn*: chưa ly tham Dục giới, khổ trí đã sinh, tập trí chưa sinh, các tâm vô phú vô ký hệ thuộc Dục giới duyên kiến khổ sở đoạn. Tập trí đã sinh, diệt trí chưa sinh, các tâm vô phú vô ký hệ thuộc Dục giới duyên kiến khổ-tập sở đoạn. Diệt trí đã sinh, đạo trí chưa sinh, các tâm vô phú vô ký hệ thuộc Dục giới duyên kiến khổ-tập-diệt sở đoạn.

Nếu đệ tử Thế Tôn đã viên mãn kiến, chưa ly tham Dục giới, các tâm vô phú vô ký hệ thuộc Dục giới duyên kiến sở đoạn. Đây gọi là "sở duyên đã đoạn, thể chưa đoạn."

(c) *Sở duyên đã đoạn và chưa đoạn, thể chưa đoạn*: chưa ly tham Dục giới, khổ trí đã sinh, tập trí chưa sinh, các tâm vô phú vô ký hệ thuộc Dục giới duyên kiến khổ-tập-diệt-đạo và tu sở đoạn. Tập trí đã sinh, diệt trí chưa sinh, các tâm vô phú vô ký hệ thuộc Dục giới duyên kiến khổ-tập-diệt-đạo và tu sở đoạn. Diệt trí đã sinh, đạo trí chưa sinh, các tâm vô phú vô ký hệ thuộc Dục giới duyên kiến khổ-tập-diệt-đạo và tu sở đoạn.

Nếu đệ tử Thế Tôn đã viên mãn kiến, chưa ly tham Dục giới, các tâm vô phú vô ký hệ thuộc Dục giới duyên kiến và tu sở đoạn. Đây gọi là "sở duyên đã đoạn và chưa đoạn, thể chưa đoạn."

9.2. Tâm Sắc giới

a. Tâm thiện

(1) Thể và sở duyên

Các tâm thiện hệ thuộc Sắc giới, nếu thể đã đoạn, sở duyên đã đoạn chăng? (a) Hoặc thể đã đoạn, sở duyên đã đoạn; (b) hoặc thể đã đoạn, sở duyên chưa đoạn; (c) hoặc thể đã đoạn, sở duyên đã đoạn và chưa đoạn; (d) hoặc thể đã đoạn, không thể phân biệt **[575a01]** sở duyên của tâm này đã đoạn, chưa đoạn.

(a) *Thể đã đoạn, sở duyên đã đoạn:* đã ly tham Sắc giới, chưa ly tham Vô sắc giới, các tâm thiện hệ thuộc Sắc giới duyên Dục giới, duyên Sắc giới, duyên Vô sắc giới. Đã ly tham Vô sắc giới, các tâm thiện hệ thuộc Sắc giới duyên Dục giới, duyên Sắc giới, duyên Vô sắc giới, duyên Dục giới Sắc giới, duyên Dục giới Vô sắc giới, duyên Sắc giới Vô sắc giới, duyên Dục giới Sắc giới Vô sắc giới. Đây gọi là "Thể đã đoạn, sở duyên đã đoạn."

(b) *Thể đã đoạn, sở duyên chưa đoạn:* đã ly tham Sắc giới, khổ loại trí chưa sinh, các tâm thiện hệ thuộc Sắc giới duyên Vô sắc giới. Đây gọi là "thể đã đoạn, sở duyên chưa đoạn."

(c) *Thể đã đoạn, sở duyên đã đoạn và chưa đoạn:* đã ly tham Sắc giới, chưa ly tham Vô sắc giới, các tâm thiện hệ thuộc Sắc giới duyên Dục giới Vô sắc giới, duyên Sắc giới Vô sắc giới duyên Dục giới Sắc giới Vô sắc giới. Đây gọi là "Thể đã đoạn, sở duyên đã đoạn và chưa đoạn."

(d) *Thể đã đoạn, không thể phân biệt sở duyên của tâm này đã đoạn, chưa đoạn:* đã ly tham Sắc giới, chưa ly tham Vô sắc giới, các tâm thiện hệ thuộc Sắc giới duyên phi sở đoạn. Đã ly tham Vô sắc giới, các tâm thiện hệ thuộc Sắc giới duyên phi sở đoạn. Đây gọi là "Thể đã đoạn, không thể phân biệt sở duyên của tâm này đã đoạn, chưa đoạn."

(2) Sở duyên và thể

Nếu sở duyên đã đoạn, thể đã đoạn chăng? (a) Hoặc sở duyên đã đoạn, thể đã đoạn; (b) hoặc sở duyên đã đoạn, thể chưa đoạn; (c) hoặc sở duyên đã đoạn và chưa đoạn, thể đã đoạn; (d) hoặc sở duyên đã đoạn và chưa đoạn, thể chưa đoạn.

(a) *Sở duyên đã đoạn, thể đã đoạn*: đã ly tham Sắc giới, chưa ly tham Vô sắc giới, các tâm thiện hệ thuộc Sắc giới duyên Dục giới, duyên Sắc giới, duyên Dục giới Sắc giới. Đã ly tham Vô sắc giới, các tâm thiện hệ thuộc Sắc giới duyên Dục giới, duyên Sắc giới, duyên Vô sắc giới, duyên Dục giới Sắc giới, duyên Dục giới Vô sắc giới, duyên Sắc giới Vô sắc giới, duyên Dục giới Sắc giới Vô sắc giới. Đây gọi là "sở duyên đã đoạn, thể đã đoạn."

(b) *Sở duyên đã đoạn, thể chưa đoạn*: đã ly tham Dục giới, chưa **[575b01]** ly tham Sắc giới, khổ loại trí chưa sinh, các tâm thiện hệ thuộc Sắc giới duyên Dục giới. Chưa ly tham Sắc giới, khổ loại trí đã sinh, tập loại trí chưa sinh, các tâm thiện hệ thuộc Sắc giới duyên kiến khổ sở đoạn; tập loại trí đã sinh, diệt loại trí chưa sinh, các tâm thiện hệ thuộc Sắc giới duyên kiến khổ-tập sở đoạn; diệt loại trí đã sinh, đạo loại trí chưa sinh, các tâm thiện hệ thuộc Sắc giới duyên kiến khổ-tập-diệt sở đoạn.

Nếu đệ tử Thế Tôn đã viên mãn kiến, chưa ly tham Sắc giới, các tâm thiện hệ thuộc Sắc giới duyên kiến sở đoạn. Đây gọi là "sở duyên đã đoạn, thể chưa đoạn."

(c) *Sở duyên đã đoạn và chưa đoạn, thể đã đoạn*: đã ly tham Sắc giới, chưa ly tham Vô sắc giới, các tâm thiện hệ thuộc Sắc giới duyên Dục giới Vô sắc giới, duyên Sắc giới Vô sắc giới, duyên Dục giới Sắc giới Vô sắc giới. Đây gọi là "sở duyên đã đoạn và chưa đoạn, thể đã đoạn."

(d) *Sở duyên đã đoạn và chưa đoạn, thể chưa đoạn*: đã ly tham Dục giới, chưa ly tham Sắc giới, các tâm thiện hệ thuộc Sắc giới duyên Dục giới Sắc giới, duyên Dục giới Vô sắc giới, duyên Dục giới Sắc giới Vô sắc giới. Chưa ly tham Sắc giới, khổ loại trí đã sinh, tập loại trí chưa sinh, các tâm thiện hệ thuộc Sắc giới duyên kiến khổ-tập-diệt-đạo và tu sở đoạn; tập loại trí đã sinh, diệt loại trí chưa sinh, các tâm thiện hệ thuộc Sắc giới duyên kiến khổ-tập-diệt-đạo và tu sở đoạn; diệt loại trí đã sinh, đạo loại trí chưa sinh, các tâm thiện hệ thuộc Sắc giới duyên kiến khổ-tập-diệt-đạo và tu sở đoạn.

Nếu đệ tử Thế Tôn đã viên mãn kiến, chưa ly tham Sắc giới, các tâm thiện hệ thuộc Sắc giới duyên kiến và tu sở đoạn. Đây gọi là "sở duyên đã đoạn và chưa đoạn, thể chưa đoạn."

b. Tâm hữu phú vô ký

(1) Thể và sở duyên

Các tâm hữu phú vô ký hệ thuộc Sắc giới, nếu thể đã đoạn, sở duyên đã đoạn chăng? (a) Hoặc thể đã đoạn, sở duyên đã đoạn; (b) hoặc thể đã đoạn, sở duyên chưa đoạn; (c) hoặc thể đã đoạn, sở duyên đã đoạn và chưa đoạn; (d) hoặc thể đã đoạn, không thể phân biệt sở duyên của tâm này đã đoạn, chưa đoạn.

(a) *Thể đã đoạn, sở duyên đã đoạn:* chưa ly tham Sắc giới, khổ loại trí đã sinh, tập loại trí chưa sinh, các tâm hữu phú vô ký thuộc kiến khổ sở đoạn hệ thuộc Sắc giới duyên kiến khổ sở đoạn. Tập loại trí đã sinh, diệt loại trí [575c01] chưa sinh, các tâm hữu phú vô ký thuộc kiến khổ-tập sở đoạn hệ thuộc Sắc giới duyên kiến khổ-tập sở đoạn; tâm hữu phú vô ký thuộc kiến khổ sở đoạn duyên kiến khổ sở đoạn; tâm hữu phú vô ký thuộc kiến tập sở đoạn duyên kiến tập sở đoạn. Diệt loại trí đã sinh, đạo loại trí chưa sinh, các tâm hữu phú vô ký thuộc kiến khổ-tập sở đoạn hệ thuộc Sắc giới duyên kiến khổ-tập-diệt sở đoạn; tâm hữu phú vô ký thuộc kiến khổ sở đoạn duyên kiến khổ sở đoạn; tâm hữu phú vô ký thuộc kiến tập sở đoạn duyên kiến tập sở đoạn; tâm hữu phú vô ký thuộc kiến diệt sở đoạn duyên kiến diệt sở đoạn.

Nếu đệ tử Thế Tôn đã viên mãn kiến, chưa ly tham Sắc giới, các tâm hữu phú vô ký thuộc kiến sở đoạn hệ thuộc Sắc giới, duyên kiến sở đoạn. Đã ly tham Sắc giới, chưa ly tham Vô sắc giới, các tâm hữu phú vô ký hệ thuộc Sắc giới duyên Sắc giới. Đã ly tham Vô sắc giới, các tâm hữu phú vô ký hệ thuộc Sắc giới duyên Sắc giới, duyên Vô sắc giới, duyên Sắc giới Vô sắc giới. Đây gọi là "thể đã đoạn, sở duyên đã đoạn."

(b) *Thể đã đoạn, sở duyên chưa đoạn:* chưa ly tham Sắc giới, khổ loại trí đã sinh, tập loại trí chưa sinh, các tâm hữu phú vô ký thuộc kiến khổ sở đoạn Sắc giới duyên kiến tập-diệt-đạo và tu sở đoạn. Tập loại trí đã sinh, diệt loại trí chưa sinh, các tâm hữu phú vô ký thuộc kiến khổ-tập sở đoạn hệ thuộc Sắc giới duyên kiến diệt-đạo và tu sở đoạn. Diệt loại trí đã sinh, đạo loại trí chưa sinh, các tâm hữu phú vô ký thuộc kiến khổ-tập sở đoạn hệ thuộc Sắc giới duyên kiến đạo và tu sở đoạn.

Nếu đệ tử Thế Tôn đã viên mãn kiến, chưa ly tham Sắc giới, các tâm hữu phú vô ký thuộc kiến sở đoạn hệ thuộc Sắc giới, duyên tu sở đoạn. Đã ly tham Sắc giới, khổ loại trí chưa sinh, các tâm hữu phú vô ký hệ thuộc Sắc giới duyên Vô sắc giới. Đây gọi là "thể đã đoạn, sở duyên chưa đoạn."

(c) *Thể đã đoạn, sở duyên đã đoạn và chưa đoạn*: chưa ly tham Sắc giới, khổ loại trí đã sinh, tập loại trí chưa sinh, các tâm hữu phú vô ký thuộc kiến khổ sở đoạn hệ thuộc Sắc giới duyên kiến khổ-tập-diệt-đạo và tu sở đoạn; tập loại trí đã sinh, diệt loại trí chưa sinh, các tâm hữu phú vô ký thuộc kiến khổ-tập sở đoạn hệ thuộc Sắc giới duyên kiến khổ-tập-diệt-đạo và tu sở đoạn; diệt loại trí đã sinh, đạo loại trí chưa sinh, [576a01] các tâm hữu phú vô ký thuộc kiến khổ-tập sở đoạn hệ thuộc Sắc giới duyên kiến khổ-tập-diệt-đạo và tu sở đoạn.

Nếu đệ tử Thế Tôn đã viên mãn kiến, chưa ly tham Sắc giới, các tâm hữu phú vô ký thuộc kiến sở đoạn hệ thuộc Sắc giới duyên kiến và tu sở đoạn. Đã ly tham Sắc giới, chưa ly tham Vô sắc giới, các tâm hữu phú vô ký hệ thuộc Sắc giới duyên Sắc giới Vô sắc giới. Đây gọi là "thể đã đoạn, sở duyên đã đoạn và chưa đoạn."

(d) *Thể đã đoạn, không thể phân biệt sở duyên của tâm này đã đoạn, chưa đoạn*: chưa ly tham Sắc giới, diệt loại trí đã sinh, đạo loại trí chưa sinh, các tâm hữu phú vô ký thuộc kiến diệt sở đoạn hệ thuộc Sắc giới duyên phi sở đoạn.

Nếu đệ tử Thế Tôn đã viên mãn kiến, chưa ly tham Sắc giới, các tâm hữu phú vô ký thuộc kiến diệt-đạo sở đoạn hệ thuộc Sắc giới duyên phi sở đoạn. Đã ly tham Sắc giới, chưa ly tham Vô sắc giới, các tâm hữu phú vô ký hệ thuộc Sắc giới duyên phi sở đoạn. Đã ly tham Vô sắc giới, các tâm hữu phú vô ký hệ thuộc Sắc giới duyên phi sở đoạn. Đây gọi là "thể đã đoạn, không thể phân biệt sở duyên của tâm này đã đoạn, chưa đoạn."

(2) Sở duyên và thể

Nếu sở duyên đã đoạn, thể đã đoạn chăng? (a) Hoặc sở duyên đã đoạn, thể đã đoạn; (b) hoặc sở duyên đã đoạn, thể chưa đoạn; (c) hoặc sở duyên đã đoạn và chưa đoạn, thể đã đoạn; (d) hoặc sở duyên đã đoạn và chưa đoạn, thể chưa đoạn.

(a) Sở duyên đã đoạn, thể đã đoạn: chưa ly tham Sắc giới, khổ loại trí đã sinh, tập loại trí chưa sinh, các tâm hữu phú vô ký thuộc kiến khổ sở đoạn hệ thuộc Sắc giới duyên kiến khổ sở đoạn; tập loại trí đã sinh, diệt loại trí chưa sinh, các tâm hữu phú vô ký thuộc kiến khổ-tập sở đoạn hệ thuộc Sắc giới duyên kiến khổ-tập sở đoạn; tâm hữu phú vô ký thuộc kiến khổ sở đoạn duyên kiến khổ sở đoạn; tâm hữu phú vô ký thuộc kiến tập sở đoạn duyên kiến tập sở đoạn; diệt loại trí đã sinh, đạo loại trí chưa sinh, các tâm hữu phú vô ký thuộc kiến khổ-tập sở đoạn hệ thuộc Sắc giới duyên kiến khổ-tập-diệt sở đoạn; tâm hữu phú vô ký thuộc kiến khổ sở đoạn duyên kiến khổ sở đoạn; tâm hữu phú vô ký thuộc kiến tập sở đoạn duyên kiến tập sở đoạn; tâm hữu phú vô ký thuộc kiến diệt sở đoạn duyên kiến diệt sở đoạn.

Nếu đệ tử Thế Tôn đã viên mãn kiến, chưa ly tham Sắc giới, [576b01] các tâm hữu phú vô ký thuộc kiến sở đoạn hệ thuộc Sắc giới duyên kiến sở đoạn. Đã ly tham Sắc giới, chưa ly tham Vô sắc giới, các tâm hữu phú vô ký hệ thuộc Sắc giới duyên Sắc giới. Đã ly tham Vô sắc giới, các tâm hữu phú vô ký hệ thuộc Sắc giới duyên Sắc giới, duyên Vô sắc giới, duyên Sắc giới Vô sắc giới. Đây gọi là "sở duyên đã đoạn, thể đã đoạn."

(b) *Sở duyên đã đoạn, thể chưa đoạn:* chưa ly tham Sắc giới, khổ loại trí đã sinh, tập loại trí chưa sinh, các tâm hữu phú vô ký thuộc kiến tập sở đoạn hệ thuộc Sắc giới duyên kiến khổ sở đoạn. Đây gọi là "Sở duyên đã đoạn, thể chưa đoạn."

(c) *Sở duyên đã đoạn và chưa đoạn, thể đã đoạn:* chưa ly tham Sắc giới, khổ loại trí đã sinh, tập loại trí chưa sinh, các tâm hữu phú vô ký thuộc kiến khổ sở đoạn hệ thuộc Sắc giới duyên kiến khổ-tập-diệt-đạo và tu sở đoạn; tập loại trí đã sinh, diệt loại trí chưa sinh, các tâm hữu phú vô ký thuộc kiến khổ-tập sở đoạn hệ thuộc Sắc giới duyên kiến khổ-tập-diệt-đạo và tu sở đoạn; diệt loại trí đã sinh, đạo loại trí chưa sinh, các tâm hữu phú vô ký thuộc kiến khổ-tập sở đoạn hệ thuộc Sắc giới duyên kiến khổ-tập-diệt-đạo và tu sở đoạn.

Nếu đệ tử Thế Tôn đã viên mãn kiến, chưa ly tham Sắc giới, các tâm hữu phú vô ký thuộc kiến sở đoạn hệ thuộc Sắc giới duyên kiến và tu sở đoạn. Đã ly tham Sắc giới, chưa ly tham Vô sắc giới, các tâm hữu phú vô ký hệ thuộc Sắc giới duyên Sắc giới Vô sắc giới. Đây gọi là "sở duyên đã đoạn và chưa đoạn, thể đã đoạn."

(d) *Sở duyên đã đoạn và chưa đoạn, thể chưa đoạn*: chưa ly tham Sắc giới, khổ loại trí đã sinh, tập loại trí chưa sinh, các tâm hữu phú vô ký thuộc kiến tập sở đoạn hệ thuộc Sắc giới duyên kiến khổ-tập-diệt-đạo và tu sở đoạn. Đây gọi là "Sở duyên đã đoạn và chưa đoạn, thể chưa đoạn."

c. Tâm vô phú vô ký

Các tâm vô phú vô ký hệ thuộc Sắc giới, nếu thể đã đoạn, sở duyên đã đoạn chăng?

Đáp: Đúng vậy.

Nếu sở duyên đã đoạn, thể đã đoạn chăng? (a) Hoặc sở duyên đã đoạn, thể đã đoạn; (b) hoặc sở duyên đã đoạn, thể chưa đoạn; (c) hoặc sở duyên đã đoạn và chưa đoạn, thể chưa đoạn.

(a) *Sở duyên đã đoạn, thể đã đoạn*: đã ly tham Sắc giới, chưa ly tham Vô sắc giới, các tâm vô phú vô ký hệ thuộc Sắc giới duyên Dục giới, duyên Sắc giới. Đã ly tham Vô sắc giới, **[576c01]** các tâm vô phú vô ký hệ thuộc Sắc giới duyên Dục giới, duyên Sắc giới. Đây gọi là "sở duyên đã đoạn, thể đã đoạn."

(b) *Sở duyên đã đoạn, thể chưa đoạn*: đã ly tham Dục giới, chưa ly tham Sắc giới, các tâm vô phú vô ký hệ thuộc Sắc giới duyên Dục giới. Chưa ly tham Sắc giới, khổ loại trí đã sinh, tập loại trí chưa sinh, các tâm vô phú vô ký hệ thuộc Sắc giới duyên kiến khổ sở đoạn; tập loại trí đã sinh, diệt loại trí chưa sinh, các tâm vô phú vô ký hệ thuộc Sắc giới duyên kiến khổ-tập sở đoạn; diệt loại trí đã sinh, đạo loại trí chưa sinh, các tâm vô phú vô ký hệ thuộc Sắc giới duyên kiến khổ-tập-diệt sở đoạn.

Nếu đệ tử Thế Tôn đã viên mãn kiến, chưa ly tham Sắc giới, các tâm vô phú vô ký hệ thuộc Sắc giới duyên kiến sở đoạn. Đây gọi là "sở duyên đã đoạn, thể chưa đoạn."

(c) *Sở duyên đã đoạn và chưa đoạn, thể chưa đoạn:* chưa ly tham Sắc giới, khổ loại trí đã sinh, tập loại trí chưa sinh, các tâm vô phú vô ký hệ thuộc Sắc giới duyên kiến khổ-tập-diệt-đạo và tu sở đoạn; tập loại trí đã sinh, diệt loại trí chưa sinh, các tâm vô phú vô ký hệ thuộc Sắc giới duyên kiến khổ-tập-diệt-đạo và tu sở đoạn; diệt loại trí đã sinh, đạo loại trí chưa sinh, các tâm vô phú vô ký hệ thuộc Sắc giới duyên kiến khổ-tập-diệt-đạo và tu sở đoạn.

Nếu đệ tử Thế Tôn đã viên mãn kiến, chưa ly tham Sắc giới, các tâm vô phú vô ký hệ thuộc Sắc giới duyên kiến và tu sở đoạn. Đây gọi là "sở duyên đã đoạn và chưa đoạn, thể chưa đoạn."[269]

9.3. Tâm Vô sắc giới

a. Tâm thiện

[577a01] Các tâm thiện hệ thuộc Vô sắc giới, nếu thể đã đoạn, sở duyên đã đoạn chăng?

Đáp: Đúng vậy.

Nếu sở duyên đã đoạn, thể đã đoạn chăng? (a) Hoặc sở duyên đã đoạn, thể đã đoạn; (b) hoặc sở duyên đã đoạn, thể chưa đoạn; (c) hoặc sở duyên đã đoạn và chưa đoạn, thể chưa đoạn.

(a) *Sở duyên đã đoạn, thể đã đoạn:* đã ly tham Vô sắc giới, các tâm thiện hệ thuộc Vô sắc giới duyên Sắc giới, duyên Vô sắc giới. Đây gọi là "sở duyên đã đoạn, thể đã đoạn."

(b) *Sở duyên đã đoạn, thể chưa đoạn:* đã ly tham Sắc giới, chưa ly tham Vô sắc giới, các tâm thiện hệ thuộc Vô sắc giới duyên Sắc giới; khổ loại trí đã sinh, tập loại trí chưa sinh, các tâm thiện hệ thuộc Vô

---

[269] Hết quyển 9.

sắc giới duyên kiến khổ sở đoạn; tập loại trí đã sinh, diệt loại trí chưa sinh, các tâm thiện hệ thuộc Vô sắc giới duyên kiến khổ-tập sở đoạn; diệt loại trí đã sinh, đạo loại trí chưa sinh, các tâm thiện hệ thuộc Vô sắc giới duyên kiến khổ-tập-diệt sở đoạn.

Nếu đệ tử Thế Tôn đã viên mãn kiến, chưa ly tham Vô sắc giới, các tâm thiện hệ thuộc Vô sắc giới duyên kiến sở đoạn. Đây gọi là "sở duyên đã đoạn, thể chưa đoạn."

(c) *Sở duyên đã đoạn và chưa đoạn, thể chưa đoạn:* khổ loại trí đã sinh, tập loại trí chưa sinh, các tâm thiện hệ thuộc Vô sắc giới duyên kiến khổ-tập-diệt-đạo và tu sở đoạn; tập loại trí đã sinh, diệt loại trí chưa sinh, các tâm thiện hệ thuộc Vô sắc giới duyên kiến khổ-tập-diệt-đạo và tu sở đoạn; diệt loại trí đã sinh, đạo loại trí chưa sinh, các tâm thiện hệ thuộc Vô sắc giới duyên kiến khổ-tập-diệt-đạo và tu sở đoạn.

Nếu đệ tử Thế Tôn đã viên mãn kiến, chưa ly tham Vô sắc giới, các tâm thiện hệ thuộc Vô sắc giới duyên kiến và tu sở đoạn. Đây gọi là "sở duyên đã đoạn và chưa đoạn, thể chưa đoạn."

b. Tâm hữu phú vô ký

(1) Thể và sở duyên

Các tâm hữu phú vô ký hệ thuộc Vô sắc giới, nếu thể đã đoạn, sở duyên đã đoạn chăng? (a) Hoặc thể đã đoạn, sở duyên đã đoạn; (b) hoặc thể đã đoạn, sở duyên chưa đoạn; (c) hoặc thể đã đoạn, sở duyên đã đoạn và chưa đoạn; (d) hoặc thể đã đoạn, không thể phân biệt sở duyên của tâm này đã đoạn, chưa đoạn.

(a) *Thể đã đoạn, sở duyên đã đoạn:* khổ loại trí đã sinh, tập loại trí chưa sinh, các tâm hữu phú vô ký thuộc kiến khổ sở đoạn hệ thuộc Vô sắc giới duyên kiến khổ sở đoạn. Tập loại trí đã sinh, diệt loại trí chưa sinh, **[577b01]** các tâm hữu phú vô ký thuộc kiến khổ-tập sở đoạn hệ thuộc Vô sắc giới duyên kiến khổ-tập sở đoạn; tâm hữu phú vô ký thuộc kiến khổ sở đoạn duyên kiến khổ sở đoạn; tâm hữu phú vô ký thuộc kiến tập sở đoạn duyên kiến tập sở đoạn. Diệt loại trí đã sinh, đạo loại trí chưa sinh, các tâm hữu phú vô ký thuộc kiến khổ-tập sở đoạn hệ thuộc Vô sắc giới duyên kiến khổ-tập-diệt sở đoạn; tâm hữu phú vô ký thuộc kiến khổ sở đoạn duyên kiến khổ sở đoạn; tâm hữu phú vô ký thuộc kiến tập sở đoạn duyên kiến tập sở đoạn; tâm hữu phú vô ký thuộc kiến diệt sở đoạn duyên kiến diệt sở đoạn.

Nếu đệ tử Thế Tôn đã viên mãn kiến, chưa ly tham Vô sắc giới, các tâm hữu phú vô ký thuộc kiến sở đoạn hệ thuộc Vô sắc giới duyên kiến sở đoạn. Đã ly tham Vô sắc giới, các tâm hữu phú vô ký hệ thuộc Vô sắc giới duyên Vô sắc giới. Đây gọi là "thể đã đoạn, sở duyên đã đoạn."

(b) *Thể đã đoạn, sở duyên chưa đoạn*: khổ loại trí đã sinh, tập loại trí chưa sinh, các tâm hữu phú vô ký thuộc kiến khổ sở đoạn hệ thuộc Vô sắc giới duyên kiến tập-diệt-đạo và tu sở đoạn. Tập loại trí đã sinh, diệt loại trí chưa sinh, các tâm hữu phú vô ký thuộc kiến khổ-tập sở đoạn hệ thuộc Vô sắc giới duyên kiến diệt-đạo và tu sở đoạn. Diệt loại trí đã sinh, đạo loại trí chưa sinh, các tâm hữu phú vô ký thuộc kiến khổ-tập sở đoạn hệ thuộc Vô sắc giới duyên kiến đạo và tu sở đoạn.

Nếu đệ tử Thế Tôn đã viên mãn kiến, chưa ly tham Vô sắc giới, các tâm hữu phú vô ký thuộc kiến sở đoạn hệ thuộc Vô sắc giới duyên tu sở đoạn. Đây gọi là "Thể đã đoạn, sở duyên chưa đoạn."

(c) *Thể đã đoạn, sở duyên đã đoạn và chưa đoạn*: khổ loại trí đã sinh, tập loại trí chưa sinh, các tâm hữu phú vô ký thuộc kiến khổ sở đoạn hệ thuộc Vô sắc giới duyên kiến khổ-tập-diệt-đạo và tu sở đoạn. Tập loại trí đã sinh, diệt loại trí chưa sinh, các tâm hữu phú vô ký thuộc kiến khổ-tập sở đoạn hệ thuộc Vô sắc giới duyên kiến khổ-tập-diệt-đạo và tu sở đoạn. Diệt loại trí đã sinh, đạo loại trí chưa sinh, các tâm hữu phú vô ký thuộc kiến khổ-tập sở đoạn hệ thuộc Vô sắc giới duyên kiến khổ-tập-diệt-đạo và tu sở đoạn.

Nếu đệ tử Thế Tôn đã viên mãn kiến, chưa ly tham Vô sắc giới, các tâm hữu phú vô ký thuộc kiến sở đoạn hệ thuộc Vô sắc giới duyên kiến và tu sở đoạn. Đây gọi là "thể đã đoạn, sở duyên đã đoạn **[577c01]** và chưa đoạn."

(d) *Thể đã đoạn, không thể phân biệt sở duyên của tâm này đã đoạn, chưa đoạn*: chưa ly tham Vô sắc giới, diệt loại trí đã sinh, đạo loại trí chưa sinh, các tâm hữu phú vô ký thuộc kiến diệt sở đoạn hệ thuộc Vô sắc giới duyên phi sở đoạn.

Nếu đệ tử Thế Tôn đã viên mãn kiến, chưa ly tham Vô sắc giới, các tâm hữu phú vô ký thuộc kiến diệt-đạo sở đoạn hệ thuộc Vô sắc giới duyên phi sở đoạn. Đã ly tham Vô sắc giới, các tâm hữu phú vô ký hệ thuộc Vô sắc giới duyên phi sở đoạn. Đây gọi là "thể đã đoạn, không thể phân biệt sở duyên của tâm này đã đoạn, chưa đoạn."

(2) Sở duyên và thể

Nếu sở duyên đã đoạn, thể đã đoạn chăng? (a) Hoặc sở duyên đã đoạn, thể đã đoạn; (b) hoặc sở duyên đã đoạn, thể chưa đoạn; (c) hoặc sở duyên đã đoạn và chưa đoạn, thể đã đoạn; (d) hoặc sở duyên đã đoạn và chưa đoạn, thể chưa đoạn.

(a) *Sở duyên đã đoạn, thể đã đoạn*: khổ loại trí đã sinh, tập loại trí chưa sinh, các tâm hữu phú vô ký thuộc kiến khổ sở đoạn hệ thuộc Vô sắc giới duyên kiến khổ sở đoạn. Tập loại trí đã sinh, diệt loại trí chưa sinh, các tâm hữu phú vô ký thuộc kiến khổ-tập sở đoạn hệ thuộc Vô sắc giới duyên kiến khổ-tập sở đoạn; tâm hữu phú vô ký thuộc kiến khổ sở đoạn duyên kiến khổ sở đoạn; tâm hữu phú vô ký thuộc kiến tập sở đoạn duyên kiến tập sở đoạn. Diệt loại trí đã sinh, đạo loại trí chưa sinh, các tâm hữu phú vô ký thuộc kiến khổ-tập sở đoạn hệ thuộc Vô sắc giới duyên kiến khổ-tập-diệt sở đoạn; tâm hữu phú vô ký thuộc kiến khổ sở đoạn duyên kiến khổ sở đoạn; tâm hữu phú vô ký thuộc kiến tập sở đoạn duyên kiến tập sở đoạn; tâm hữu phú vô ký thuộc kiến diệt sở đoạn duyên kiến diệt sở đoạn.

Nếu đệ tử Thế Tôn đã viên mãn kiến, chưa ly tham Vô sắc giới, các tâm hữu phú vô ký thuộc kiến sở đoạn hệ thuộc Vô sắc giới duyên kiến sở đoạn. Đã ly tham Vô sắc giới, các tâm hữu phú vô ký hệ thuộc Vô sắc giới duyên Vô sắc giới. Đây gọi là "Sở duyên đã đoạn, thể đã đoạn."

(b) *Sở duyên đã đoạn, thể chưa đoạn*: khổ loại trí đã sinh, tập loại trí chưa sinh, các tâm hữu phú vô ký thuộc kiến tập sở đoạn hệ thuộc Vô sắc giới duyên kiến khổ sở đoạn. Đây gọi là "sở duyên đã đoạn, thể chưa đoạn."

(c) *Sở duyên đã đoạn và chưa đoạn, thể đã đoạn*: khổ loại trí đã sinh, tập loại trí [578a01] chưa sinh, các tâm hữu phú vô ký thuộc kiến khổ sở đoạn hệ thuộc Vô sắc giới duyên kiến khổ-tập-diệt-đạo và tu sở đoạn; tập loại trí đã sinh, diệt loại trí chưa sinh, các tâm hữu phú vô ký thuộc kiến khổ-tập sở đoạn hệ thuộc Vô sắc giới duyên kiến khổ-tập-diệt-đạo và tu sở đoạn; diệt loại trí đã sinh, đạo loại trí chưa sinh, các tâm thiện thuộc kiến khổ-tập sở đoạn hệ thuộc Vô sắc giới duyên kiến khổ-tập-diệt-đạo và tu sở đoạn.

Nếu đệ tử Thế Tôn đã viên mãn kiến, chưa ly tham Vô sắc giới, các tâm hữu phú vô ký thuộc kiến sở đoạn hệ thuộc Vô sắc giới duyên kiến và tu sở đoạn. Đây gọi là "Sở duyên đã đoạn và chưa đoạn, thể đã đoạn."

(d) *Sở duyên đã đoạn và chưa đoạn, thể chưa đoạn*: khổ loại trí đã sinh, tập loại trí chưa sinh, các tâm hữu phú vô ký thuộc kiến tập sở đoạn hệ thuộc Vô sắc giới duyên kiến khổ-tập-diệt-đạo và tu sở đoạn. Đây gọi là "sở duyên đã đoạn và chưa đoạn, thể chưa đoạn."

c. Tâm vô phú vô ký

Các tâm vô phú vô ký hệ thuộc Vô sắc giới, nếu thể đã đoạn, sở duyên đã đoạn chăng?

Đáp: Đúng vậy.

Nếu sở duyên đã đoạn, thể đã đoạn chăng? (a) Hoặc sở duyên đã đoạn, thể đã đoạn; (b) hoặc sở duyên đã đoạn, thể chưa đoạn; (c) hoặc sở duyên đã đoạn và chưa đoạn, thể chưa đoạn.

(a) *Sở duyên đã đoạn, thể đã đoạn*: đã ly tham Vô sắc giới, các tâm vô phú vô ký hệ thuộc Vô sắc giới duyên Vô sắc giới. Đây gọi là "sở duyên đã đoạn, thể đã đoạn."

(b) *Sở duyên đã đoạn, thể chưa đoạn*: khổ loại trí đã sinh, tập loại trí chưa sinh, các tâm vô phú vô ký hệ thuộc Vô sắc giới duyên kiến khổ sở đoạn; tập loại trí đã sinh, diệt loại trí chưa sinh, các tâm vô phú vô ký hệ thuộc Vô sắc giới duyên kiến khổ-tập sở đoạn; diệt loại trí đã sinh, đạo loại trí chưa sinh, các tâm vô phú vô ký hệ thuộc Vô sắc giới duyên kiến khổ-tập-diệt sở đoạn.

Nếu đệ tử Thế Tôn đã viên mãn kiến, chưa ly tham Vô sắc giới, các tâm vô phú vô ký hệ thuộc Vô sắc giới duyên kiến sở đoạn. Đây gọi là "Sở duyên đã đoạn, thể chưa đoạn."

(c) *Sở duyên đã đoạn và chưa đoạn, thể chưa đoạn*: khổ loại trí đã sinh, tập loại trí chưa sinh, các tâm vô phú vô ký hệ thuộc Vô sắc giới duyên kiến khổ-tập-diệt-đạo và tu sở đoạn; **[578b01]** tập loại trí đã sinh, diệt loại trí chưa sinh, các tâm vô phú vô ký hệ thuộc Vô sắc giới duyên kiến khổ-tập-diệt-đạo và tu sở đoạn; diệt loại trí đã sinh, đạo loại trí chưa sinh, các tâm vô phú vô ký hệ thuộc Vô sắc giới duyên kiến khổ-tập-diệt-đạo và tu sở đoạn.

Nếu đệ tử Thế Tôn đã viên mãn kiến, chưa ly tham Vô sắc giới, các tâm vô phú vô ký hệ thuộc Vô sắc giới duyên kiến và tu sở đoạn. Đây gọi là "Sở duyên đã đoạn và chưa đoạn, thể chưa đoạn."

10. Năng duyên – Tùy tăng

10.1. Tiềm phục - năng duyên

Có mười lăm tâm: Dục giới có năm tâm; Sắc giới có năm tâm; Vô sắc giới có năm tâm.

Dục giới có năm tâm[270] gì? Tâm kiến khổ sở đoạn, tâm kiến tập sở đoạn, tâm kiến diệt sở đoạn, tâm kiến đạo sở đoạn, tâm tu sở đoạn.

Như năm tâm hệ thuộc Dục giới, năm tâm hệ thuộc Sắc giới và Vô sắc giới cũng vậy. Mười lăm tâm này, hoặc quá khứ, hoặc vị lai, hoặc hiện tại.

Các tùy miên trong tâm thuộc kiến khổ sở đoạn quá khứ hệ thuộc Dục giới, nếu tiềm phục trong tâm này, phải chăng là năng duyên? Nếu là năng duyên, có tiềm phục (tùy tăng) không? Như quá khứ, vị lai và hiện tại cũng vậy. Như tâm thuộc kiến khổ sở đoạn, tâm thuộc kiến tập-diệt-đạo và tu sở đoạn cũng vậy. Như Dục giới, Sắc giới và Vô sắc giới cũng vậy.

---

[270] Năm tâm này cũng được gọi là 5 bộ tùy miên. *Câu-xá v*, tụng 5a (Việt dịch, TUỆ SỸ tập 20, **cht. 63, tr. 61-62**).

a. Tâm quá khứ Dục giới

Các tùy miên trong tâm thuộc kiến khổ sở đoạn quá khứ hệ thuộc Dục giới, nếu tiềm phục (tùy tăng)[271] trong tâm này, phải chăng là năng duyên? (1) Hoặc tiềm phục nhưng không là năng duyên; (2) hoặc là năng duyên nhưng không tiềm phục; (3) hoặc tiềm phục, cũng là năng duyên; (4) hoặc không tiềm phục, cũng không là năng duyên.

(1) *Tiềm phục nhưng không là năng duyên*: tùy miên kia tương ưng với tâm này chưa đoạn.

(2) *Là năng duyên nhưng không tiềm phục*: tùy miên kia tương ưng tâm này đã đoạn.

(3) *Tiềm phục, cũng là năng duyên*: tùy miên kia duyên tâm này chưa đoạn.

(d) *Không tiềm phục, cũng không là năng duyên*: tùy miên kia tương ưng tâm này đã đoạn, hoặc duyên các pháp khác, hoặc là tùy miên khác, hoặc biến hành tùy miên không cùng giới địa.

Như quá khứ, vị lai cũng vậy. [578c01]

b. Tâm hiện tại Dục giới

Các tùy miên thuộc tâm kiến khổ sở đoạn hiện tại hệ thuộc Dục giới, nếu tiềm phục trong tâm này, phải chăng là năng duyên? (1) Hoặc tiềm phục, nhưng không là năng duyên; (2) hoặc là năng duyên, nhưng không tiềm phục; (3) hoặc tiềm phục và cũng là năng duyên; (4) hoặc không tiềm phục, cũng không là năng duyên.

(1) *Tiềm phục nhưng không là năng duyên*: tùy miên kia tương ưng tâm này.

(2) *Là năng duyên nhưng không tiềm phục*: tùy miên kia duyên tâm này đã đoạn.

(3) *Tiềm phục và cũng là năng duyên*: tùy miên kia duyên tâm này chưa đoạn.

---

271 Skt. *anuśerate*, xem cht. 215 trước.

(4) *Không tiềm phục, cũng không là năng duyên*: tùy miên kia hoặc duyên các pháp khác, hoặc là tùy miên khác, hoặc là biến hành tùy miên không cùng giới địa.

Như tâm kiến khổ sở đoạn hệ thuộc Dục giới, các tâm nhiễm ô thuộc kiến tập-diệt-đạo và tu sở đoạn cũng vậy.

Các tùy miên thuộc tâm tu sở đoạn không nhiễm ô quá khứ hệ thuộc Dục giới, nếu tiềm phục trong tâm này, phải chăng là năng duyên? Nếu các tùy miên tiềm phục thì cũng là năng duyên. Hoặc là năng duyên nhưng không tiềm phục, đó là các tùy miên duyên tâm này đã đoạn.

Như quá khứ, vị lai, hiện tại cũng vậy.

Như Dục giới, Sắc giới, Vô sắc giới cũng vậy.

10.2. Không tiềm phục – không năng duyên

Có mười lăm tâm: Dục giới có năm tâm; Sắc giới có năm tâm; Vô sắc giới có năm tâm.

Dục giới có năm tâm gì? Tâm kiến khổ sở đoạn, tâm kiến tập-diệt-đạo và tu sở đoạn.

Như năm tâm Dục giới, Sắc giới và Vô sắc giới cũng vậy.

Mười lăm tâm này, hoặc quá khứ, hoặc vị lai, hoặc hiện tại.

Các tùy miên thuộc tâm kiến khổ sở đoạn quá khứ hệ thuộc Dục giới, nếu không tiềm phục trong tâm này, không phải là năng duyên chăng? Nếu không là năng duyên, thì không tiềm phục chăng?

Như quá khứ, vị lai và hiện tại cũng vậy.

Như tâm kiến khổ sở đoạn, tâm kiến tập-diệt-đạo và tu sở đoạn cũng vậy.

Như Dục giới, Sắc giới và Vô sắc giới cũng vậy.

a. Tâm quá khứ Dục giới

Các tùy miên thuộc tâm kiến khổ sở đoạn quá khứ hệ thuộc Dục giới, nếu không tiềm phục trong tâm này, không phải là năng duyên chăng? (1) Hoặc không tiềm phục, nhưng không phải không là năng duyên; (2) hoặc không là năng duyên, nhưng không phải không tiềm phục; (3) hoặc không phải không tiềm phục cũng không phải không năng duyên (4) hoặc không tiềm phục cũng không là năng duyên.

(1) *Không tiềm phục, nhưng không phải không là năng duyên*: Các tùy miên duyên tâm này đã đoạn.

(2) *Không là năng duyên nhưng không phải không tiềm phục*: Các tùy miên tương ưng tâm này chưa đoạn.

(3) **[579a01]** *Không phải không tiềm phục, cũng không phải không năng duyên*: Các tùy miên tương ưng tâm này đã đoạn, hoặc duyên các pháp khác, hoặc là tùy miên khác, hoặc là biến hành tùy miên không cùng giới địa.

(4) *Không tiềm phục cũng không năng duyên*: Các tùy miên duyên tâm này chưa đoạn.

Như quá khứ, vị lai cũng vậy.

b. Tâm hiện tại Dục giới

Các tùy miên thuộc tâm kiến khổ sở đoạn hiện tại hệ thuộc Dục giới, nếu không tiềm phục trong tâm này, không phải là năng duyên chăng? (1) Hoặc không tiềm phục, nhưng không phải không là năng duyên; (2) hoặc không là năng duyên, nhưng không phải không tiềm phục; (3) hoặc không tiềm phục, cũng không phải năng duyên; (4) hoặc không phải không tiềm phục, cũng không phải không năng duyên.

(1) *Không tiềm phục, nhưng không phải không là năng duyên*: Các tùy miên duyên tâm này đã đoạn.

(2) *Không là năng duyên, nhưng không phải không tiềm phục*: Các tùy miên tương ưng tâm này.

(3) *Không tiềm phục, cũng không là năng duyên*: Các tùy miên, hoặc duyên các pháp khác, hoặc là tùy miên khác, hoặc là biến hành tùy miên không cùng giới địa.

(4) *Không phải không tiềm phục, cũng không phải không là năng duyên*: Các tùy miên duyên tâm này chưa đoạn.

Như tâm kiến khổ sở đoạn Dục giới, tâm kiến tập-diệt-đạo và tu sở đoạn nhiễm ô cũng vậy.

Các tùy miên thuộc tâm tu sở đoạn không nhiễm ô quá khứ hệ thuộc Dục giới, nếu không tiềm phục trong tâm này, không phải là năng duyên? Nếu các tùy miên không phải là năng duyên cũng không tiềm phục; hoặc không tiềm phục, nhưng không phải không là năng duyên, đó là các tùy miên duyên tâm này đã đoạn.

Như quá khứ, vị lai và hiện tại cũng vậy.

Như Dục giới, Sắc giới và Vô sắc giới cũng vậy.

11. Nhận thức pháp sở đoạn

Có mười lăm tâm: Dục giới có năm tâm; Sắc giới có năm tâm; Vô sắc giới có năm tâm.

Dục giới có năm tâm gì? Tâm thuộc kiến khổ sở đoạn, tâm thuộc kiến tập-diệt-đạo và tu sở đoạn.

Như năm tâm Dục giới, năm tâm Sắc giới và Vô sắc giới cũng vậy.

11.1. Tâm Dục giới

a. Kiến khổ sở đoạn

Các tâm thuộc kiến khổ sở đoạn Dục giới, có thể nhận thức pháp thuộc kiến khổ sở đoạn Dục giới không? Có thể nhận thức bốn pháp sở đoạn[272] thuộc tự địa[273] không? Có thể nhận biết năm pháp sở đoạn hệ thuộc Sắc giới và Vô sắc giới không?

---

[272] Tức bốn bộ phiền não, từ kiến khổ sở đoạn cho đến kiến đạo sở đoạn.

[273] Nhận thức pháp, Skt *ālambanaparijñāna*, biến tri sở duyên, nhận thức đối tượng. Các phiền não có sở duyên (đối tượng) trong bản địa (*svabhūmyālambana*: sở duyên tự địa), *Câu-xá v*, tụng 60 (Việt dịch, TVH tập 20, cht. 202, tr. 182).

Như tâm thuộc kiến khổ sở đoạn Dục giới, tâm thuộc kiến tập-diệt-đạo và tu sở đoạn cũng vậy.

Như năm tâm Dục giới, năm tâm Sắc giới, Vô sắc giới cũng vậy.

Các tâm thuộc kiến khổ sở đoạn Dục giới có thể nhận biết pháp thuộc kiến khổ **[579b01]** sở đoạn Dục giới không?

Đáp: Có thể nhận biết. Hoặc chấp ngã, hoặc chấp ngã sở, hoặc chấp đoạn, hoặc chấp thường, hoặc bác không khổ, hoặc chấp "Đây là tối tôn," hoặc chấp "Đây là tối thắng," hoặc chấp "Đây là tối thượng," hoặc chấp "Đây là đệ nhất," hoặc chấp "Đây là thanh tịnh," hoặc chấp "Đây là giải thoát," hoặc chấp "Đây là xuất ly"; hoặc mê hoặc, hoặc hoài nghi, hoặc do dự, hoặc tham, hoặc sân, hoặc mạn, hoặc si, hoặc nhận thức không được dẫn bởi như lý.

Cũng có thể nhận thức bốn pháp sở đoạn thuộc tự địa không?

Đáp: Có thể nhận biết. Hoặc chấp ngã, hoặc chấp ngã sở, hoặc chấp đoạn, hoặc chấp thường, hoặc bác không khổ, hoặc chấp "Đây là tối tôn," hoặc chấp "Đây là tối thắng," hoặc chấp "Đây là tối thượng," hoặc chấp "Đây là đệ nhất," hoặc chấp "Đây là thanh tịnh," hoặc chấp "Đây là giải thoát," hoặc chấp "Đây là xuất ly"; hoặc mê hoặc, hoặc nghi, hoặc do dự, hoặc vô trí, hoặc mờ tối, hoặc ngu si, hoặc nhận thức không được dẫn bởi như lý.

Cũng có thể nhận thức năm pháp sở đoạn[274] thuộc Sắc giới, Vô sắc giới không?

Đáp: Có thể nhận thức. Hoặc bác không khổ, hoặc chấp "Đây là tối tôn," hoặc chấp "Đây là tối thắng," hoặc chấp "Đây là tối thượng," hoặc chấp "Đây là đệ nhất," hoặc chấp "Đây là thanh tịnh," hoặc chấp "Đây là giải thoát," hoặc chấp "Đây là xuất ly"; hoặc mê hoặc, hoặc nghi, hoặc do dự, hoặc vô trí, hoặc mờ ám, hoặc ngu si, hoặc nhận thức không được dẫn bởi như lý.

---

[274] Năm bộ phiền não.

b. Kiến tập sở đoạn

Các tâm thuộc kiến tập sở đoạn Dục giới có thể nhận biết pháp thuộc kiến tập sở đoạn Dục giới không?

Đáp: Có thể nhận biết. Hoặc bác không nhân, hoặc chấp "Đây là tối tôn," hoặc chấp "Đây là tối thắng," hoặc chấp "Đây là tối thượng," hoặc chấp "Đây là đệ nhất"; hoặc mê hoặc, hoặc nghi, hoặc do dự, hoặc tham, hoặc sân, hoặc mạn, hoặc si, hoặc nhận thức không được dẫn bởi như lý.

Cũng có thể nhận biết bốn pháp sở đoạn thuộc tự địa, năm pháp sở đoạn hệ thuộc Sắc giới, Vô sắc giới không?

Đáp: Có thể nhận biết. Hoặc bác không nhân, hoặc chấp "Đây là tối tôn," hoặc chấp "Đây là tối thắng," hoặc chấp "Đây là tối thượng," hoặc chấp "Đây là đệ nhất"; hoặc mê hoặc, hoặc nghi, hoặc do dự, hoặc vô trí, hoặc mờ ám, hoặc ngu si, hoặc nhận thức không được dẫn bởi như lý.

c. Kiến diệt sở đoạn

Các tâm thuộc kiến diệt sở đoạn, có thể nhận biết pháp thuộc kiến diệt sở đoạn Dục giới không?

Đáp: Có thể nhận biết. Hoặc chấp "Đây là tối tôn," hoặc chấp "Đây là tối thắng," hoặc chấp "Đây là tối thượng," hoặc chấp "Đây là đệ nhất"; hoặc tham, hoặc sân, hoặc mạn, hoặc si, hoặc nhận thức không được dẫn bởi như lý.

Cũng có thể nhận biết pháp bất hệ không?

Đáp: Có thể nhận biết. Hoặc bác không diệt, hoặc nhận biết do dự, hoặc ngu si, hoặc nhận thức không được dẫn bởi như lý. Nhận biết như thế, không nhận biết các pháp khác.

d. Kiến đạo sở đoạn

Các tâm thuộc kiến [579c01] đạo sở đoạn Dục giới có thể nhận biết pháp thuộc kiến đạo sở đoạn Dục giới không?

Đáp: Có thể nhận biết. Hoặc chấp "Đây là tối tôn," hoặc chấp "Đây là tối thắng," hoặc chấp "Đây là tối thượng," hoặc chấp "Đây là đệ nhất," hoặc chấp "Đây là thanh tịnh," hoặc chấp "Đây là giải thoát," hoặc chấp "Đây là xuất ly"; hoặc tham, hoặc sân, hoặc mạn, hoặc si, hoặc nhận thức không được dẫn bởi như lý.

Cũng có thể nhận biết pháp bất hệ không?

Đáp: Có thể nhận biết. Hoặc bác không có đạo, hoặc nhận biết do dự, hoặc ngu si, hoặc nhận thức không được dẫn bởi như lý. Nhận biết như thế, không nhận biết các pháp khác.

e. Tu sở đoạn

Các tâm tu sở đoạn thuộc Dục giới có thể nhận biết pháp tu sở đoạn thuộc Dục giới không?

Đáp: Có thể nhận biết. Hoặc tham hoặc sân hoặc mạn hoặc si, hoặc thô hoặc khổ hoặc chướng, hoặc như bệnh như ung nhọt như mũi tên như não hại, hoặc vô thường hoặc khổ hoặc không hoặc vô ngã, hoặc với nhân thì gọi là nhân, là tập, là sinh, là duyên, hoặc có nhân, hoặc có khởi, hoặc có trường hợp này, hoặc có sự này, hoặc nhận thức được dẫn bởi như lý, hoặc nhận thức không được dẫn bởi như lý, hoặc nhận thức được dẫn bởi không như lý và không phải không như lý.

Cũng có thể nhận biết bốn pháp sở đoạn thuộc tự địa không?

Đáp: Có thể nhận biết. Hoặc thô hoặc khổ hoặc chướng, hoặc như bệnh hoặc như mụt nhọt hoặc như mũi tên hoặc não hại, hoặc vô thường hoặc khổ hoặc không hoặc vô ngã, hoặc với nhân thì gọi là nhân, là tập, là sinh, là duyên, hoặc có nhân, hoặc có khởi, hoặc có trường hợp này, hoặc có sự này, hoặc nhận thức được dẫn bởi như lý, hoặc nhận thức được dẫn bởi không như lý và không phải không như lý.

Cũng có thể nhận biết bốn pháp sở đoạn hệ thuộc Sắc giới Vô sắc giới không?

Đáp: Có thể nhận biết. Hoặc thô hoặc khổ hoặc chướng, hoặc như bệnh như ung nhọt như mũi tên như não hại, hoặc vô thường hoặc khổ hoặc không hoặc vô ngã, hoặc với nhân thì gọi là nhân, là tập, là sinh, là duyên, hoặc có nhân, hoặc có khởi, hoặc có trường hợp này, hoặc có sự này, hoặc nhận thức được dẫn bởi như lý.

Cũng có thể nhận biết pháp tu sở đoạn thuộc Sắc giới, Vô sắc giới không?

Đáp: Có thể nhận biết. Hoặc thô hoặc khổ hoặc chướng, hoặc tĩnh, hoặc diệu, hoặc ly, hoặc như bệnh hoặc như mụt nhọt hoặc như mũi tên hoặc não hại, hoặc vô thường hoặc khổ hoặc không hoặc vô ngã, hoặc với nhân thì gọi là nhân, là tập, là sinh, là duyên, hoặc có nhân, hoặc có khởi, hoặc có trường hợp này, hoặc có sự này, hoặc nhận thức được dẫn bởi như lý.

Cũng có thể nhận biết pháp bất hệ không?

Đáp: Có thể nhận biết. **[580a01]** Hoặc với diệt thì gọi là diệt, là tĩnh, là diệu, là ly, hoặc với đạo thì gọi là đạo, là như, là hành, là xuất, hoặc vô thường hoặc không hoặc vô ngã, hoặc có nhân, hoặc có khởi, hoặc có trường hợp này, hoặc có sự này, hoặc nhận thức được dẫn bởi như lý.

11.2. Tâm Sắc giới

a. Kiến khổ sở đoạn

Các tâm kiến khổ sở đoạn thuộc Sắc giới có thể nhận biết pháp kiến khổ sở đoạn thuộc Sắc giới không?

Đáp: Có thể nhận biết. Hoặc chấp ngã, hoặc chấp ngã sở, hoặc chấp đoạn, hoặc chấp thường, hoặc bác không khổ, hoặc chấp "Đây là tối tôn," hoặc chấp "Đây là tối thắng," hoặc chấp "Đây là tối thượng," hoặc chấp "Đây là đệ nhất," hoặc chấp "Đây là thanh tịnh," hoặc chấp "Đây là giải thoát," hoặc chấp "Đây là xuất ly"; hoặc mê hoặc, hoặc nghi, hoặc do dự, hoặc tham, hoặc mạn, hoặc si, hoặc nhận thức không được dẫn bởi như lý.

Cũng có thể nhận biết bốn pháp sở đoạn thuộc tự địa không?

Đáp: Có thể nhận biết. Hoặc chấp ngã, hoặc chấp ngã sở, hoặc chấp đoạn, hoặc chấp thường, hoặc bác không khổ, hoặc chấp "Đây là tối tôn," hoặc chấp "Đây là tối thắng," hoặc chấp "Đây là tối thượng," hoặc chấp "Đây là đệ nhất," hoặc chấp "Đây là thanh tịnh," hoặc chấp "Đây là giải thoát," hoặc chấp "Đây là xuất ly"; hoặc mê hoặc, hoặc nghi, hoặc do dự, hoặc vô trí, hoặc mờ ám, hoặc ngu si, hoặc nhận thức không được dẫn bởi như lý.

Cũng có thể nhận biết năm pháp sở đoạn thuộc Vô sắc giới không?

Đáp: Có thể nhận biết. Hoặc bác không khổ, hoặc chấp "Đây là tối tôn," hoặc "Đây là tối thắng," hoặc "Đây là tối thượng," hoặc chấp "Đây là đệ nhất," hoặc chấp "Đây là thanh tịnh," hoặc chấp "Đây là giải thoát," hoặc chấp "Đây là xuất ly"; hoặc mê hoặc, hoặc nghi, hoặc do dự, hoặc vô trí, hoặc mờ ám, hoặc ngu si, hoặc nhận thức không được dẫn bởi như lý. Nhận biết như thế, không nhận biết các pháp khác.

b. Kiến tập sở đoạn

Các tâm thuộc kiến tập sở đoạn Sắc giới có thể nhận biết pháp thuộc kiến tập sở đoạn Sắc giới không?

Đáp: Có thể nhận biết. Hoặc bác không nhân, hoặc chấp "Đây là tối tôn." hoặc chấp "Đây là tối thắng," hoặc chấp "Đây là tối thượng," hoặc chấp "Đây là đệ nhất"; hoặc mê hoặc, hoặc nghi, hoặc do dự, hoặc tham, hoặc mạn, hoặc si, hoặc nhận thức không được dẫn bởi như lý.

Cũng có thể nhận biết bốn pháp sở đoạn thuộc tự địa, năm pháp sở đoạn thuộc Vô sắc giới không?

Đáp: Có thể nhận biết. Hoặc bác không nhân, hoặc chấp "Đây là tối tôn," hoặc chấp "Đây là tối thắng," hoặc chấp "Đây là tối thượng," hoặc chấp "Đây là đệ nhất"; hoặc mê hoặc, hoặc nghi, hoặc do dự, hoặc vô trí, hoặc mờ ám, hoặc ngu si, hoặc nhận thức không được dẫn bởi như lý. Nhận biết như thế, không nhận biết các pháp khác.

c. Kiến diệt sở đoạn

Các tâm thuộc kiến diệt sở đoạn Sắc giới có thể nhận biết pháp thuộc kiến diệt sở đoạn Sắc giới không?

Đáp: [580b01] Có thể nhận biết. Hoặc chấp "Đây là tối tôn," hoặc chấp "Đây là tối thắng," hoặc chấp "Đây là tối thượng," hoặc chấp "Đây là đệ nhất"; hoặc tham, hoặc mạn, hoặc si, hoặc nhận thức không được dẫn bởi như lý.

Cũng có thể nhận biết pháp bất hệ không?

Đáp: Có thể nhận biết. Hoặc bác không diệt, hoặc nhận biết do dự, hoặc ngu si, hoặc nhận thức không được dẫn bởi như lý. Nhận biết như thế, không nhận biết các pháp khác.

d. Kiến đạo sở đoạn

Các tâm thuộc kiến đạo sở đoạn Sắc giới có thể nhận biết pháp thuộc kiến đạo sở đoạn Sắc giới không?

Đáp: Có thể nhận biết. Hoặc chấp "Đây là tối tôn," hoặc chấp "Đây là tối thắng," hoặc chấp "Đây là tối thượng", hoặc chấp "Đây là đệ nhất," hoặc chấp "Đây là thanh tịnh," hoặc chấp "Đây là giải thoát," hoặc chấp "Đây là xuất ly"; hoặc tham, hoặc mạn, hoặc si, hoặc nhận thức không được dẫn bởi như lý.

Cũng có thể nhận biết pháp bất hệ không?

Đáp: Có thể nhận biết. Hoặc bác không có đạo, hoặc nhận biết do dự, hoặc ngu si, hoặc nhận thức không được dẫn bởi như lý. Nhận biết như thế, không nhận biết các pháp khác.

e. Tu sở đoạn

Các tâm tu sở đoạn thuộc Sắc giới có thể nhận biết pháp tu sở đoạn thuộc Sắc giới không?

Đáp: Có thể nhận biết. Hoặc tham hoặc mạn hoặc si, hoặc thô hoặc khổ hoặc chướng, hoặc tĩnh, hoặc diệu, hoặc ly, hoặc như bệnh hoặc như mụt nhọt hoặc như mũi tên hoặc não hại, hoặc vô thường hoặc khổ hoặc không hoặc vô ngã, hoặc với nhân thì gọi là nhân, là tập, là sinh, là duyên, hoặc có nhân, hoặc có khởi, hoặc có trường hợp này, hoặc có sự này, hoặc nhận thức được dẫn bởi như lý, hoặc nhận thức không được dẫn bởi như lý, hoặc nhận thức được dẫn bởi không như lý và không phải không như lý.

Cũng có thể nhận biết năm pháp sở đoạn thuộc Dục giới, bốn pháp sở đoạn thuộc tự địa không?

Đáp: Có thể nhận biết. Hoặc thô hoặc khổ hoặc chướng, hoặc như bệnh hoặc như mụt nhọt hoặc như mũi tên hoặc não hại, hoặc vô thường hoặc khổ hoặc không hoặc vô ngã, hoặc với nhân thì gọi là nhân, là tập, là sinh, là duyên, hoặc có nhân, hoặc có khởi, hoặc có trường hợp này, hoặc có sự này, hoặc nhận thức được dẫn bởi như lý.

Cũng có thể nhận biết bốn pháp sở đoạn thuộc Vô sắc giới không?

Đáp: Có thể nhận biết. Hoặc thô hoặc khổ hoặc chướng, hoặc như bệnh hoặc như mụt nhọt hoặc như mũi tên hoặc não hại, hoặc vô thường hoặc khổ hoặc không hoặc vô ngã, hoặc với nhân thì gọi là nhân, là tập, là sinh, là duyên, hoặc có nhân, hoặc có khởi, hoặc có trường hợp này, hoặc có sự này, hoặc nhận thức được dẫn bởi như lý.

Cũng có thể nhận biết pháp tu sở đoạn thuộc Vô sắc giới không?

Đáp: Có thể nhận biết. Hoặc thô hoặc khổ hoặc chướng, **[580c01]** hoặc tĩnh hoặc diệu hoặc ly, hoặc như bệnh hoặc như mụt nhọt hoặc như mũi tên hoặc não hại, hoặc vô thường hoặc khổ hoặc không hoặc vô ngã, hoặc với nhân thì gọi là nhân, là tập, là sinh, là duyên, hoặc có nhân, hoặc có khởi, hoặc có trường hợp này, hoặc có sự này, hoặc nhận thức được dẫn bởi như lý.

Cũng có thể nhận biết pháp bất hệ không?

Đáp: Có thể nhận biết. Hoặc với diệt thì gọi là diệt, là tĩnh, là diệu, là ly, hoặc với đạo thì gọi là đạo, là như, là hành, là xuất, hoặc vô thường hoặc không hoặc vô ngã, hoặc có nhân, hoặc có khởi, hoặc có trường hợp này, hoặc có sự này, hoặc nhận thức được dẫn bởi như lý.

11.3. Tâm Vô sắc giới

a. Kiến khổ sở đoạn

Các tâm kiến khổ sở đoạn thuộc Vô sắc giới có thể nhận biết pháp kiến khổ sở đoạn thuộc Vô sắc giới không?

Đáp: Có thể nhận biết. Hoặc chấp ngã, hoặc chấp ngã sở, hoặc chấp đoạn, hoặc chấp thường, hoặc bác không khổ, hoặc chấp "Đây là tối tôn," hoặc chấp "Đây là tối thắng," hoặc chấp "Đây là tối thượng," hoặc chấp "Đây là đệ nhất," hoặc chấp "Đây là thanh tịnh," hoặc chấp "Đây là giải thoát," hoặc chấp "Đây là xuất ly"; hoặc mê hoặc, hoặc nghi, hoặc do dự, hoặc tham, hoặc mạn, hoặc si, hoặc nhận thức không được dẫn bởi như lý.

Cũng có thể nhận biết bốn pháp sở đoạn thuộc tự địa không?

Đáp: Có thể nhận biết. Hoặc chấp ngã, hoặc chấp ngã sở, hoặc chấp đoạn, hoặc chấp thường, hoặc bác không khổ, hoặc chấp "Đây là tối tôn," hoặc "Đây là tối thắng," hoặc chấp "Đây là tối thượng", hoặc chấp "Đây là đệ nhất," hoặc chấp "Đây là thanh tịnh," hoặc chấp "Đây là giải thoát," hoặc chấp "Đây là xuất ly"; hoặc mê hoặc, hoặc nghi, hoặc do dự, hoặc nhận thức không được dẫn bởi như lý. Nhận biết như thế, không nhận biết các pháp khác.

b. Kiến tập sở đoạn

Các tâm thuộc kiến tập sở đoạn Vô sắc giới có thể nhận biết pháp thuộc kiến tập sở đoạn Vô sắc giới không?

Đáp: Có thể nhận biết. Hoặc bác không nhân, hoặc chấp "Đây là tối tôn," hoặc chấp "Đây là tối thắng," hoặc chấp "Đây là tối thượng," hoặc chấp "Đây là đệ nhất"; hoặc mê hoặc, hoặc nghi, hoặc do dự, hoặc tham hoặc mạn hoặc si, hoặc nhận thức không được dẫn bởi như lý.

Cũng có thể nhận biết bốn pháp sở đoạn thuộc tự địa không?

Đáp: Có thể nhận biết. Hoặc bác không nhân, hoặc chấp "Đây là tối tôn," hoặc chấp "Đây là tối thắng," hoặc chấp "Đây là tối thượng", hoặc chấp "Đây là đệ nhất"; hoặc mê hoặc, hoặc nghi, hoặc do dự, hoặc vô trí hoặc mờ ám hoặc ngu si, hoặc nhận thức không được dẫn bởi như lý. Nhận biết như thế, không nhận biết các pháp khác.

c. Kiến diệt sở đoạn

Các tâm kiến diệt sở đoạn thuộc Vô sắc giới có thể nhận biết pháp kiến diệt sở đoạn thuộc Vô sắc giới không?

Đáp: Có thể nhận biết. Hoặc chấp "Đây là tối tôn," hoặc chấp "Đây là tối thắng," hoặc chấp "Đây là tối thượng", hoặc chấp "Đây là đệ nhất"; [581a01] hoặc tham hoặc mạn hoặc si, hoặc nhận thức không được dẫn bởi như lý.

Cũng có thể nhận biết pháp bất hệ không?

Đáp: Có thể nhận biết. Hoặc bác không diệt, hoặc nhận biết do dự, hoặc ngu si, hoặc nhận thức không được dẫn bởi như lý. Nhận biết như thế, không nhận biết các pháp khác.

d. Kiến đạo sở đoạn

Các tâm thuộc kiến đạo sở đoạn Vô sắc giới có thể nhận biết pháp thuộc kiến đạo sở đoạn Vô sắc giới không?

Đáp: Có thể nhận biết. Hoặc chấp "Đây là tối tôn," hoặc chấp "Đây là tối thắng," hoặc chấp "Đây là tối thượng," hoặc chấp "Đây là đệ nhất," hoặc chấp "Đây là thanh tịnh," hoặc chấp "Đây là giải thoát," hoặc chấp "Đây là xuất ly"; hoặc tham hoặc mạn hoặc si, hoặc nhận thức không được dẫn bởi như lý.

Cũng có thể nhận biết pháp bất hệ không?

Đáp: Có thể nhận biết. Hoặc bác không có đạo, hoặc nhận biết do dự, hoặc ngu si, hoặc nhận thức không được dẫn bởi như lý. Nhận biết như thế, không nhận biết các pháp khác.

e. Tu sở đoạn

Các tâm tu sở đoạn thuộc Vô sắc giới có thể nhận biết pháp tu sở đoạn thuộc Vô sắc giới không?

Đáp: Có thể nhận biết. Hoặc tham hoặc mạn hoặc si, hoặc thô hoặc khổ hoặc chướng, hoặc tĩnh hoặc diệu hoặc ly, hoặc như bệnh hoặc như mụt nhọt hoặc như mũi tên hoặc não hại, hoặc vô thường hoặc khổ hoặc không hoặc vô ngã, hoặc với nhân thì gọi là nhân, là tập, là sinh, là duyên, hoặc có nhân, hoặc có khởi, hoặc có trường hợp này, hoặc có sự này, hoặc nhận thức được dẫn bởi như lý, hoặc nhận thức không được dẫn bởi như lý, hoặc nhận biết được dẫn bởi không như lý và không phải không như lý.

Cũng có thể nhận biết bốn pháp sở đoạn thuộc tự địa không?

Đáp: Có thể nhận biết. Hoặc thô hoặc khổ hoặc chướng, hoặc như bệnh hoặc như mụt nhọt hoặc như mũi tên hoặc não hại, hoặc vô thường hoặc khổ hoặc không hoặc vô ngã, hoặc với nhân thì gọi là nhân, là tập, là sinh, là duyên, hoặc có nhân, hoặc có khởi, hoặc có trường hợp này, hoặc có sự này, hoặc nhận thức được dẫn bởi như lý, hoặc nhận thức được dẫn bởi không như lý và không phải không như lý.

Cũng có thể nhận biết năm pháp sở đoạn thuộc Sắc giới không?

Đáp: Có thể nhận biết. Hoặc thô hoặc khổ hoặc chướng, hoặc nhận thức được dẫn bởi như lý.

Cũng có thể nhận biết pháp bất hệ không?

Đáp: Có thể nhận biết. Hoặc với diệt thì gọi là diệt, là tĩnh, là diệu, là ly, hoặc với đạo thì gọi là đạo, là như, là hành, là xuất, hoặc vô thường hoặc không hoặc vô ngã, hoặc có nhân, hoặc có khởi, hoặc có trường hợp này, hoặc có sự này, hoặc nhận thức được dẫn bởi như lý. Nhận biết như thế, không nhận biết các pháp khác.

12. Nhận thức năm bộ - tùy miên tùy tăng

[581b01] Có mười lăm tâm: Dục giới có năm tâm; Sắc giới có năm tâm; Vô sắc giới có năm tâm.

Năm tâm Dục giới là gì? Tâm thuộc kiến khổ sở đoạn, các tâm thuộc kiến tập-diệt-đạo và tu sở đoạn.

Như năm tâm Dục giới, năm tâm Sắc giới, Vô sắc giới cũng vậy.

Các tâm thuộc kiến khổ sở đoạn Dục giới, nếu có thể nhận biết pháp thuộc kiến khổ sở đoạn Dục giới, trong đó có bao nhiêu tùy miên tiềm phục (tùy tăng)? Nếu có thể nhận biết các pháp khác, trong đó có bao nhiêu tùy miên tiềm phục? *Cho đến* các tâm tu sở đoạn thuộc Vô sắc giới, nếu có thể nhận biết pháp tu sở đoạn thuộc Vô sắc giới, trong đó có bao nhiêu tùy miên tiềm phục? Nếu có thể nhận biết các pháp khác, trong đó có bao nhiêu tùy miên tiềm phục?

(1) Các tâm thuộc kiến khổ sở đoạn Dục giới, nếu có thể nhận biết pháp thuộc kiến khổ sở đoạn Dục giới, trong đó có tất cả tùy miên thuộc kiến khổ sở đoạn, và biến hành tùy miên thuộc kiến tập sở đoạn Dục giới tiềm phục. Nếu có thể nhận biết các pháp khác, trong đó cũng có tất cả tùy miên thuộc kiến khổ sở đoạn, và biến hành tùy miên thuộc kiến tập sở đoạn Dục giới tiềm phục.

(2) Các tâm thuộc kiến tập sở đoạn Dục giới, nếu có thể nhận biết pháp thuộc kiến tập sở đoạn Dục giới, trong đó có tất cả tùy miên thuộc kiến tập sở đoạn, và biến hành tùy miên thuộc kiến khổ sở đoạn Dục giới tiềm phục. Nếu có thể nhận biết các pháp khác, trong đó cũng có tất cả tùy miên thuộc kiến tập sở đoạn, và biến hành tùy miên thuộc kiến khổ sở đoạn Dục giới tiềm phục.

(3) Các tâm thuộc kiến diệt sở đoạn Dục giới, nếu có thể nhận biết pháp thuộc kiến diệt sở đoạn Dục giới, trong đó có tùy miên duyên hữu lậu thuộc kiến diệt sở đoạn, và biến hành tùy miên hệ thuộc Dục giới tiềm phục.

Nếu có thể nhận biết pháp bất hệ, trong đó có tất cả tùy miên thuộc kiến diệt sở đoạn, và biến hành tùy miên hệ thuộc Dục giới tiềm phục.

(4) Các tâm thuộc kiến đạo sở đoạn Dục giới, nếu có thể nhận biết pháp thuộc kiến đạo sở đoạn Dục giới, trong đó có tùy miên duyên hữu lậu thuộc kiến đạo sở đoạn, và biến hành tùy miên hệ thuộc Dục giới tiềm phục.

Nếu có thể nhận biết pháp bất hệ, trong đó có tất cả tùy miên thuộc kiến đạo sở đoạn, và biến hành tùy miên hệ thuộc Dục giới tiềm phục.

(5) Các tâm tu sở đoạn thuộc Dục giới, nếu có thể [581c01] nhận biết pháp tu sở đoạn thuộc Dục giới, trong đó có tất cả tùy miên thuộc tu sở đoạn, và biến hành tùy miên hệ thuộc Dục giới tiềm phục.

Nếu có thể nhận biết các pháp khác, trong đó có tất cả tùy miên thuộc tu sở đoạn, và biến hành tùy miên hệ thuộc Dục giới tiềm phục.

Như tâm hệ thuộc Dục giới, các tâm hệ thuộc Sắc giới và Vô sắc giới cũng vậy.

13. Tùy miên tùy tăng thức năng duyên

Có mười lăm tâm: Dục giới có năm tâm; Sắc giới có năm tâm; Vô sắc giới có năm tâm.

Năm tâm thuộc Dục giới là gì? Tâm thuộc kiến khổ sở đoạn, các tâm thuộc kiến tập-diệt-đạo và tu sở đoạn. Như năm tâm thuộc Dục giới, năm tâm thuộc Sắc giới, Vô sắc giới cũng vậy. Mười lăm tâm này, hoặc thiện, hoặc bất thiện, hoặc hữu phú vô ký, hoặc vô phú vô ký.

Các tâm thiện thuộc kiến khổ sở đoạn Dục giới, thức năng duyên này có bao nhiêu tùy miên tiềm phục (tùy tăng)? Các tâm bất thiện, hữu phú vô ký, vô phú vô ký thuộc kiến khổ sở đoạn Dục giới, thức năng duyên này có bao nhiêu tùy miên tiềm phục (tùy tăng)?

Như tâm thuộc kiến khổ sở đoạn, các tâm thuộc kiến tập-diệt-đạo và tu sở đoạn cũng vậy.

Như Dục giới, Sắc giới và Vô sắc giới cũng vậy.

13.1. Tâm Dục giới

(a) Các tâm thuộc kiến khổ sở đoạn Dục giới, không có thiện, vô phú vô ký, cũng không có thức năng duyên của tâm này, chỉ có bất thiện, hữu phú vô ký. Thức năng duyên này có ba bộ tùy miên[275] Dục giới, và biến hành tùy miên, tu sở đoạn tùy miên Sắc giới tiềm phục.

(b) Các tâm thuộc kiến tập sở đoạn Dục giới không có thiện, hữu phú vô ký, vô phú vô ký, cũng không có thức năng duyên của tâm này, chỉ có bất thiện. Thức năng duyên này có ba bộ tùy miên Dục giới và biến hành tùy miên, tu sở đoạn tùy miên thuộc Sắc giới tiềm phục.

(c) Các tâm thuộc kiến diệt sở đoạn Dục giới không có thiện, hữu phú vô ký, vô phú vô ký, cũng không có thức năng duyên của tâm này, chỉ có bất thiện. Thức năng duyên này có ba bộ tùy miên Dục giới và tùy miên duyên hữu lậu thuộc kiến diệt sở đoạn Dục giới, biến hành tùy miên, tu sở đoạn tùy miên thuộc Sắc giới tiềm phục.

(d) Các tâm thuộc kiến đạo sở đoạn Dục giới không có thiện, hữu phú vô ký, vô phú vô ký, cũng không có thức năng duyên của tâm này, chỉ có bất thiện. Thức năng duyên này có **[582a01]** ba bộ tùy miên Dục giới và tùy miên duyên hữu lậu thuộc kiến đạo sở đoạn Dục giới, biến hành tùy miên, tu sở đoạn tùy miên thuộc Sắc giới tiềm phục.

(e) Các tâm thuộc tu sở đoạn Dục giới, không có hữu phú vô ký, cũng không có thức năng duyên của tâm này, có thiện, bất thiện, vô phú vô ký. Thức năng duyên này, có ba bộ tùy miên Dục giới và biến hành tùy miên, tu sở đoạn tùy miên thuộc Sắc giới tiềm phục.

13.2. Tâm Sắc giới

(a) Các tâm thuộc kiến khổ sở đoạn Sắc giới, không có thiện, bất thiện, vô phú vô ký, cũng không có thức năng duyên tâm của này, chỉ có hữu phú vô ký. Thức năng duyên này có ba bộ tùy miên thuộc Dục

---

275 Ba bộ: kiến khổ sở đoạn, kiến tập sở đoạn và tu đạo sở đoạn.

giới và Sắc giới, biến hành tùy miên, tu sở đoạn tùy miên thuộc Vô sắc giới tiềm phục.

(b) Các tâm thuộc kiến tập sở đoạn Sắc giới, không có thiện, bất thiện, vô phú vô ký, cũng không có thức năng duyên tâm này, chỉ có hữu phú vô ký. Thức năng duyên này có ba bộ tùy miên thuộc Dục giới và Sắc giới, biến hành tùy miên, tu sở đoạn tùy miên thuộc Vô sắc giới tiềm phục.

(c) Các tâm thuộc kiến diệt sở đoạn Sắc giới không có thiện, bất thiện, vô phú vô ký, cũng không có thức năng duyên tâm này, chỉ có hữu phú vô ký. Thức năng duyên này có ba bộ tùy miên thuộc Dục giới và Sắc giới, tùy miên duyên hữu lậu thuộc kiến diệt sở đoạn Sắc giới, biến hành tùy miên, tu sở đoạn tùy miên thuộc Vô sắc giới tiềm phục.

(d) Các tâm thuộc kiến đạo sở đoạn Sắc giới, không có thiện, bất thiện, vô phú vô ký, cũng không có thức năng duyên tâm này, chỉ có hữu phú vô ký. Thức năng duyên này có ba bộ tùy miên thuộc Dục giới và Sắc giới, tùy miên duyên hữu lậu thuộc kiến đạo sở đoạn Sắc giới, biến hành tùy miên, tu sở đoạn tùy miên thuộc Vô sắc giới tiềm phục.

(e) Các tâm thuộc tu sở đoạn Sắc giới, không có bất thiện, cũng không có thức năng duyên của tâm này, nhưng có thiện, hữu phú vô ký, vô phú vô ký. Thức năng duyên này có ba bộ tùy miên thuộc Dục giới và Sắc giới, biến hành tùy miên, tu sở đoạn tùy miên thuộc Vô sắc giới tiềm phục.

13.3. Tâm Vô sắc giới

(a) Các tâm thuộc kiến khổ sở đoạn Vô sắc giới, không có thiện, bất thiện, vô phú vô ký, cũng không có thức năng duyên của tâm này, chỉ có hữu phú vô ký. Thức năng duyên này có ba bộ tùy miên hệ thuộc ba giới tiềm phục.

(b) Các tâm thuộc kiến tập sở đoạn Vô sắc giới, không có thiện, **[582b01]** bất thiện, vô phú vô ký, cũng không có thức năng duyên của tâm này, chỉ có hữu phú vô ký. Thức năng duyên này có ba bộ tùy miên hệ thuộc ba giới tiềm phục.

(c) Các tâm thuộc kiến diệt sở đoạn Vô sắc giới, không có thiện, bất thiện, vô phú vô ký, cũng không có thức năng duyên của tâm này, chỉ có hữu phú vô ký. Thức năng duyên này có ba bộ tùy miên thuộc ba giới và tùy miên duyên hữu lậu thuộc kiến diệt sở đoạn Vô sắc giới tiềm phục.

(d) Các tâm thuộc kiến đạo sở đoạn Vô sắc giới, không có thiện, bất thiện, vô phú vô ký, cũng không có thức năng duyên của tâm này, chỉ có hữu phú vô ký. Thức năng duyên này có ba bộ tùy miên thuộc ba giới và tùy miên duyên hữu lậu thuộc kiến đạo sở đoạn Vô sắc giới tiềm phục.

(e) Các tâm thuộc tu sở đoạn Vô sắc giới, không có bất thiện, cũng không có thức năng duyên của tâm này, có thiện, có hữu phú vô ký, vô phú vô ký. Thức năng duyên này có ba bộ tùy miên thuộc ba giới tiềm phục (tùy tăng).[276]

---

[276] Hết quyển 10.

CHƯƠNG V: UẨN TẠP

TỤNG TỔNG NHIẾP

Uẩn Tạp: sơ nhiễm, thứ sở thức,
Sắc, có chăng, thọ, tâm, thế gian,
Vô gián, duyên, tăng đoạn thiện, nhiễm,
Phần, kiến, duyên, giới, cuối liễu biệt.

TIẾT 1. KHỞI NHIỄM – LY NHIỄM

Có sáu thức thân: nhãn thức, nhĩ thức, tỉ thức, thiệt thức, thân thức, ý thức.

Năm thức thân chỉ có thể khởi nhiễm, không thể ly nhiễm; ý thức thân có thể khởi nhiễm, cũng có thể ly nhiễm.

Thú nại-lạc-ca,[277] thú bàng sinh,[278] thú tổ vực,[279] kẻ đoạn thiện căn, kẻ tà định tính,[280] châu Bắc Câu-lô,[281] tâm Vô tưởng hữu tình,[282] chỉ có thể khởi nhiễm, không thể ly tham.

Tâm các hữu tình bất định tính,[283] chánh định tính,[284] châu Nam Thiện-bộ, châu Đông Tỳ-đề-ha, châu Tây Cù-đà-ni,[285] có thể khởi

---

[277] Từ "địa ngục": nhà ngục dưới đất, đặt trong lòng đất, khái niệm không có từ tương đương Skt Huyền Trang thường dùng từ *na-lạc-ca* và *nại-lạc-ca*, phiên âm từ Sanskrit *nāraka* hay *naraka*. *Naraka*, phiên *nại-lạc-ca*, chỉ nơi chốn hành tội; *nāraka*, phiên âm *na-lạc-ca*, chỉ tội nhân. Định nghĩa theo PTS. Cf. *Visuddhimagga* 427: *n' atthi ettha assādasaññito ayo*, ở đây hoàn toàn không có (nhân của) lạc. Về từ *aya*, Ñanamoli (tr. 419, 506) hiểu là "nhân do" (reason; *aya=kāraṇa*). Xem *Câu-xá iii*, tụng 59.

[278] Skt *tiryagyoni*, loài sinh sản nằm ngang, chỉ tất cả động vật, côn trùng, v.v...

[279] Skt *preta*: tổ phụ, chỉ chúng sanh đã khuất (*pra-ita*); Hán quen dịch là *ngạ quỷ* (*quỷ đói*, không chính xác); cũng dịch là *quỷ thần*, vì trong đây bao gồm nhiều loại thần, ma quỷ, có khi kể cả chúng A-tu-la (*Aśura*).

[280] Tà định tính: (Skt *mithyātvaniyatā*). Pradhan, 157[22], *narakāḥ pretāstiryañca idam ucyate mithyātvam |tatrānantaryakāriṇo narake niyatatvān mithyātvaniyatāḥ |* Địa ngục, quỷ thú, bàng sanh, đây được gọi là tà tính. Trong đây, những người tạo nghiệp vô gián, quyết định đọa địa ngục, do đó được gọi là tà định tính. *Câu-xá iii*, tụng 44b.

[281] Skt *Uttarakurudvīpa*: châu lục phía Bắc Câu-lô.

[282] Skt *asaṃjñisattva*, chúng sanh trong Vô tưởng thiên, tầng thứ tư trong đệ tứ thiền thiên.

[283] Bất định tính = bất định tụ, Skt *aniyatarāśiḥ*, hạng người gặp chánh thì theo chánh, gặp tà thì theo tà. *Câu-xá iii*, tụng 44b.

[284] Chánh định tính = chánh định tụ, Skt *samyaktvaniyato rāśiḥ*, hạng đã đắc thuận giải thoát phần, quyết định sẽ đắc Niết-bàn. *Câu-xá iii*, tụng 44.

[285] Ba châu thiên hạ: Đông Tì-đề-ha (*pūrva videha-dvīpa*), Nam Thiện-bộ (*jambū-dvīpa*), Tây Cù-đà-ni (*apara-godānīya*).

nhiễm cũng có thể ly tham.

[582c01] Trời Tứ Đại Vương Chúng, Tam Thập Tam, Dạ-ma, Đỗ-sử-đa, Lạc Biến Hóa, Tha Hóa Tự Tại;[286] Phạm Thế gian, Quang Âm, Biến Tịnh, Vô Tưởng hữu tình không được kể trời Quảng Quả[287]. Tâm hữu tình của các xứ Vô sắc có thể khởi nhiễm và ly nhiễm.

Tâm Tùy tín hành, Tùy pháp hành chỉ có thể ly nhiễm, không thể khởi nhiễm.

Tâm Tín thắng giải, Kiến đắc,[288] Thân chứng có thể khởi nhiễm và ly tham.

Tuệ giải thoát, tâm Câu phần giải thoát không thể khởi nhiễm, cũng không ly nhiễm[289]. Có thuyết cho rằng hai hạng này cũng có thể ly tham là dựa vào viễn phần[290] để nói.

---

[286] Sáu Dục giới thiên. *Câu-xá iii*, tụng 1, T29n1558_p0041a03.
Pradhan 111[7]: ṣaṭ ca devanikāyās tadyathā cāturmahārājakāyikās trāyastriṃśā yāmās tuṣitā nirmāṇaratayaḥ paranirmitavaśavarttinaś cety eṣa kāmadhātuḥ...

[287] 14 tầng trời trong bốn cấp Thiên, dẫn trên. Pradhan 111[22]: tatra prathamadhyānaṃ brahmakāyikā brahmapurohitāḥ mahābrahmāṇaḥ |dvitīyaṃ parīttābhā apramāṇābhā ābhāsvarāḥ |tṛtīyaṃ parīttaśubhā apramāṇaśubhāḥ śubhakṛtsnāḥ | caturtham anabhrakāḥ puṇyaprasavāḥ bṛhatphalā abṛhā atapāḥ sudṛśāḥ sudarśanā akaniṣṭhā ity...

[288] 見得, Skt. dṛṣṭiprāpta, nơi khác, Huyền Trang dịch là kiến chí 見至. *Câu-xá vi*, tụng 31c.

[289] Tâm A-la-hán vì đã diệt tận phiền não nên không còn nhiễm nào để pháp ly nhiễm.

[290] Viễn phần, Skt. (dūrībhāva) do cách ly đắc (prāpti) của phiền não, do đó được gọi là viễn phần. Hoặc trú xứ cách ly nói là viễn phần. *Câu-xá v*, tụng 61ac.

TIẾT 2. NHẬN THỨC SẮC-VÔ SẮC

Có sáu thức thân: nhãn thức, nhĩ thức, tỉ thức, thiệt thức, thân thức, ý thức.

Các pháp có sắc đều được nhận thức bởi sáu thức.[291] Các pháp có sắc chỉ được nhận thức bởi năm thức.

Các pháp vô sắc được nhận thức chỉ bởi một thức.[292] Duy chỉ pháp vô sắc không được nhận thức bởi thức.[293]

Các pháp hữu kiến[294] được nhận thức bởi hai thức. Duy chỉ một pháp hữu kiến được nhận thức bởi một thức.[295]

---

[291] **Skt.** *rūpino dharmāḥ*: (a) Các pháp thuộc sắc uẩn, có 11 pháp được nhận thức bởi cả sáu thức, trong đó: 10 giới (*dhātu*) có sắc được nhận thức bởi 5 thức trước và 1 phần pháp giới (*dharmadhātu*) là vô biểu (*avijñapti*) được nhận thức bởi ý thức. (b) 5 ngoại xứ (*bāhyāyatana*) trong 12 xứ được nhận thức bởi 5 thức trước, và một phần pháp xứ (*dharmāyatana*) là vô biểu (*avijñapti*) được nhận thức bởi ý thức. (c) Trong 18 giới (*aṣṭādaśakadhātu*), 5 ngoại giới được nhận thức bởi 5 thức và một phần pháp giới là vô biểu được nhận thức bởi ý thức.

[292] Các pháp không có sắc (*arūpino dharmāḥ*): bốn uẩn phi sắc, 1 phần pháp xứ, 1 phần pháp giới, chỉ được nhận thức bởi ý thức.

[293] Pháp không có sắc, đây chỉ 6 thức giới (*vijñānadhātu*) trong 10 giới. *Xá-lợi-phất a-tì-đàm 7*, T28n1548_p0576c01: Giới phi thức (không được nhận thức) là gì? Không có giới phi thức. Tất cả các pháp không được nhận thức bởi ý thức, gọi là phi thức giới. Pāli, *Dhātukāthā*, PTS. 24: Pháp không có sắc (*ārūpadhamma*), đây chỉ cho pháp vô vi (*asaṃkhatadhamma*), không được kể trong 1 uẩn, 10 xứ, 10 giới.

[294] **Skt.** *sanidarśana*: sắc đối tượng của mắt. *Xá-lợi-phất A-tì-đàm 21*, T28n1548_p0664c06: sắc khả kiến (hữu kiến) là gì? Sắc nhập (sắc xứ); một sắc pháp được nhận thức bởi mắt và ý. *Câu-xá I*, tụng 29ab: *sanidarśana eko'tra rūpaṃ.*

[295] Một sắc hữu kiến được nhận thức bởi một thức là nhãn thức, không có ý thức can thiệp. Đoạn trên nói, "Nhãn thức chỉ có thể nhận biết màu xanh, không thể nhận biết 'đây là màu xanh.'"

Các pháp vô kiến[296] được nhận thức bởi năm thức; pháp vô kiến chỉ được nhận thức bởi bốn thức[297].

Các pháp hữu đối[298] được nhận thức bởi sáu thức; pháp hữu đối chỉ được nhận thức bởi năm thức.[299]

Pháp vô đối[300] được nhận thức bởi một thức[301]; chỉ một pháp vô đối không được nhận thức bởi thức.

Các pháp hữu lậu[302] được nhận thức bởi sáu thức[303]; pháp hữu lậu chỉ được nhận thức bởi năm thức.[304]

---

[296] Skt. *anidarśana*: thanh, hương, vị xúc được nhận thức bởi tai cho đến ý.

[297] Bốn thức: tai cho đến thân.

[298] Skt. *sapratigha*: có tính chất đối ngại, chướng ngại, đối kháng. *Câu-xá I*, tụng 29bc: 10 giới có sắc, hữu đối (*sapratighā daśa/ rūpiṇaḥ*). *Xá-lợi-phất A-tì-đàm*, dẫn trên: sắc hữu đối là gì? Mười sắc xứ. *Dhātukathā*, PTS.24: các pháp hữu đối (*sappaṭighā dhammā*) được thâu nhiếp bởi một (sắc) uẩn, 10 (sắc) xứ, 10 (sắc) giới.

[299] Trừ ý thức.

[300] Skt. *apratigha*. *Xá-lợi-phất A-tì-đàm*, dẫn trên: sắc vô đối là gì? Ý xứ. *Phẩm loại túc luận 2*, T26n1542_p0696b21: sắc hữu đối có 10 (sắc xứ); sắc vô đối có 2: ý xứ và pháp xứ.

[301] Một pháp xứ được nhận thức bởi một ý xứ. Vô vi cũng là pháp vô đối, nhưng không được kể trong 5 uẩn; được nhận thức bởi một ý xứ và một ý giới. (*Dhātukathā*, dẫn trên : *appaṭighā dhammā asaṅkhataṃ khandhato ṭhapetvā pañcahi khandhehi dvīhāyatanehi aṭṭhahi dhātūhi saṅgahitā*).

[302] *Câu-xá i*, tụng 31cd: ba giới: ý giới, pháp giới và ý thức giới, thông cả hữu lậu và vô lậu. Các giới còn lại duy hữu lậu (*sāsravānāsravā ete trayaḥ śeṣās tu sāsravāḥ*).

[303] Nhận thức cả 5 uẩn, 12 xứ, 18 giới. *Dhātukātha*, dẫn trên: *āsavavippayuttā sāsavā dhammā pañcahi khandhehi dvādasahāyatanehi aṭṭhārasahi dhātūhi saṅgahitā*: các pháp hữu lậu không tương ưng lậu được kể trong 5 uẩn, 12 xứ, 18 giới; do đó được nhận bởi sáu thức.

[304] Một sắc uẩn, 10 sắc xứ, 10 sắc giới, được nhận thức bởi 5 thức.

Các pháp vô lậu được nhận thức bởi một thức; chỉ pháp vô lậu không được nhận thức bởi thức.[305]

Các pháp hữu vi được nhận thức bởi sáu thức; pháp hữu vi chỉ được nhận thức bởi năm thức.[306]

Các pháp vô vi được nhận thức bởi một thức[307]; chỉ pháp vô vi không được nhận thức bởi thức.

TIẾT 3. SẮC – MẮT

3.1. Khả ý - lạc

Có sáu thức thân: nhãn thức, nhĩ thức, tỉ thức, thiệt thức, thân thức, ý thức.

Mắt và sắc làm duyên phát sinh nhãn thức.[308] Nếu các sắc xanh khả ý câu hữu lạc; khi sắc xanh khả ý câu hữu lạc được nhận thức, được xúc, được thọ, được tư, được tưởng, sắc xanh này trở thành khả ý câu hữu lạc, do vậy nó trưởng dưỡng các căn, tăng ích đại chủng. [309]

---

[305] Một pháp vô lậu vô vi.

[306] 1 sắc uẩn, 10 sắc xứ và 10 sắc giới.

[307] 1 phần pháp xứ, 1 pháp giới, nhận thức bởi ý thức.

[308] *Câu-xá ix,* Pradhan 146[12]: *cakṣuḥ pratītya rūpāṇi cotpadyate cakṣurvijñānaṃ.*

[309] *Tì-bà-sa 129,* T27n1545_p0674a05: Trong đây, trưởng dưỡng các căn là nêu rõ các pháp trưởng dưỡng; tăng ích đại chủng là nêu rõ các pháp dị thục. Trưởng dưỡng, hay sở trưởng dưỡng (*aupacayika*) chỉ những gì được tích lũy bởi những điều kiện đặc biệt như thực phẩm, trang sức, thiền định. Trong đây, do xúc khả ý cùng với lạc mà các căn được trưởng dưỡng. *Câu-xá i,* tụng 36: năm căn vừa có tính sở trưởng dưỡng và cũng là dị thục sinh (*vipākaja,* sản phẩm của dị thục).

3.2. Bất khả ý - khổ

Mắt và sắc làm duyên phát sinh nhãn thức. Nếu các sắc xanh không khả ý câu hữu khổ, khi sắc xanh khả ý câu hữu khổ được nhận thức, được xúc, được thọ, được tư, được tưởng, sắc xanh này trở thành không khả ý câu hữu khổ, vì thế nó làm tổn giảm các căn, phá hoại đại chủng.

3.3. Không lạc không khổ

Mắt và sắc làm duyên phát sinh nhãn thức. Nếu các sắc xanh không khả ý cũng không phải không khả ý câu hữu phi khổ lạc, khi sắc xanh không khả ý cũng không phải không khả ý câu hữu phi khổ lạc được nhận thức, được xúc, thọ, tư, tưởng, sắc xanh này trở thành không khả ý cũng không phải không khả ý câu hữu phi khổ lạc, **[0583a01]** do vậy các căn không được trưởng dưỡng cũng không tổn giảm; đại chủng cũng vậy, không tăng ích cũng không phá hoại.

Như sắc xanh, các sắc vàng, đỏ, trắng cũng vậy. Như nhãn thức, nhĩ, tỉ, thiệt, thân thức cũng vậy.

TIẾT 4. PHÁP - Ý

Ý và pháp làm duyên phát sinh ý thức. Nếu có các pháp khả ý câu hữu lạc, khi các pháp khả ý câu hữu lạc này được nhận thức, được xúc, thọ, tư, tưởng, các pháp này trở thành khả ý câu hữu lạc; do vậy, nó trưởng dưỡng các căn, tăng ích đại chủng.

Ý và pháp làm duyên phát sinh ý thức. Nếu có các pháp không khả ý câu hữu khổ, khi các pháp không khả ý câu hữu khổ này được nhận thức, được xúc, thọ, tư, tưởng, các pháp này trở thành không khả ý câu hữu khổ, do vậy, nó tổn giảm các căn, phá hoại đại chủng.

Ý và pháp làm duyên phát sinh ra ý thức. Nếu có các pháp không khả ý cũng không phải không khả ý câu hữu phi khổ lạc, khi các pháp không khả ý cũng không phải không khả ý câu hữu phi khổ lạc này được nhận thức, được xúc, thọ, tư, tưởng, các pháp này trở thành không khả ý cũng không phải không khả ý câu hữu phi khổ lạc; do vậy, nó không trưởng dưỡng cũng không tổn hại các căn, cũng không phá hoại đại chủng.

TIẾT 5. HIỂN SẮC – HÌNH SẮC

Hoặc có các sắc có hiển mà không hình,[310] hoặc có các sắc có hình mà không hiển, hoặc có các sắc có hiển và có hình, hoặc có các sắc không hiển và không hình.

Có hiển không hình: các sắc xanh, vàng, đỏ, trắng; bóng, màu nắng, màu sáng, bóng tối, và một màu da trời.[311]

Có hình không hiển là biểu nghiệp của thân.[312]

Có hiển có hình, như các sắc có hiển có hình.

Không hiển không hình: các sắc không hiển, không hình.

---

[310] Hiển sắc, Skt. *varṇa*: màu sắc; hình sắc, Skt. *saṃsthāna*: hình thể. *Câu-xá i*, tụng 10a, sắc, đối tượng của mắt, gồm hai hoặc 20. (*rūpaṃ dvidhā viṃśatidhā*)

[311] *Câu-xá i*, dẫn trên, hiển sắc chỉ có 8; có thuyết kể thêm da trời, skt. *nabha*: màu thiên thanh.

[312] Quan điểm của Hữu bộ: thể của thân biểu là hình thể (*kāya-vijñaptir iṣyate saṃsthānam*). *Câu-xá iv*, tụng 2b.

TIẾT 6. TẦM – NGHIỆP – GIỚI HỆ

Có chăng tâm thuộc giới hệ này, nghiệp thuộc giới hệ này; tâm này, nghiệp này là quả thuộc giới hệ này?[313]

Đáp: Có. Như tâm hệ thuộc Dục giới, nghiệp hệ thuộc Dục giới, tâm này nghiệp này là quả hệ thuộc Dục giới. Tâm hệ thuộc Sắc giới và Vô sắc giới, nghiệp hệ thuộc Sắc giới và Vô sắc giới, quả hệ thuộc Sắc giới và Vô sắc giới.

Có chăng tâm thuộc giới hệ này, nghiệp thuộc giới hệ này; tâm này nghiệp này không phải là quả của giới hệ này?

Đáp: Có. Như từ Sắc giới đạo khởi biến hóa [thân][314] Dục giới, biến hóa làm việc Dục giới, nói ngôn ngữ Dục giới.[315]

Như Sắc giới đạo, do Vô sắc giới đạo đoạn trừ và tác chứng các kết.[316]

TIẾT 7. BA THỜI CẢM THỌ

Các thọ quá khứ, tất cả thọ này đều đã diệt chăng?

Đáp: Các thọ quá khứ, tất cả thọ này đã diệt. Hoặc thọ đã diệt, nhưng thọ này không phải quá khứ, tức trong đời này thọ sinh đã diệt.

Các thọ vị lai, tất cả thọ này đều chưa sinh chăng?

---

[313] *Phát trí luận 12*, T26n1544_p0979a28.

[314] Biến hóa, Skt. *nirmāṇa*. AK. ii Pradhan 97[13], *bhāvanāphalam| yathā rūpāvacarasya cittasya nirmāṇam*, biến hóa (thân) của tâm thuộc Sắc giới là quả của tu tập; đây là quả ly hệ (*visayogaphala*) và quả sĩ dụng (*puruṣaphala*) của tu tập tĩnh lự. *Câu-xá ii*, cht. **287**; *Câu-xá ii*, tụng 56.

[315] *Phát trí luận*, dẫn trên. *Tì-bà-sa 121*, T27n1545_p0630b25.

[316] *Tì-bà-sa 122*, T27n1545_p0639c16.

Đáp: Các thọ vị lai, tất cả thọ này đều chưa sinh. Hoặc thọ chưa sinh, nhưng thọ này không phải [583b01] vị lai, tức trong đời này thọ nhất định sẽ sinh.

Các thọ hiện tại, tất cả thọ này đều hiện tiền chăng?

Đáp: Các thọ hiện tiền, tất cả thọ này đều hiện tại. Hoặc thọ hiện tại, nhưng thọ này không phải hiện tiền, tức trong đời này thọ sinh đã diệt, và trong đời này thọ nhất định sẽ sinh.

TIẾT 8. TÂM DUYÊN MỘT PHÁP

Có sáu tâm: tâm thuộc kiến sở đoạn Dục giới, tâm thuộc tu sở đoạn Dục giới; tâm thuộc kiến sở đoạn Sắc giới, tâm thuộc tu sở đoạn Sắc giới; tâm thuộc kiến sở đoạn Vô sắc giới, tâm thuộc tu sở đoạn Vô sắc giới.

Có chăng tâm thuộc kiến sở đoạn Dục giới nhất định chỉ duyên pháp thiện, chỉ duyên pháp bất thiện, chỉ duyên pháp hữu phú vô ký, chỉ duyên pháp vô phú vô ký không?

Như tâm thuộc kiến sở đoạn, tâm thuộc tu sở đoạn cũng vậy.

Như Dục giới, Sắc giới và Vô sắc giới cũng vậy.

8.1. Tâm Dục giới

a. Kiến sở đoạn

Có tâm thuộc kiến sở đoạn Dục giới nhất định chỉ duyên pháp thiện không?

Đáp: Có. Đó là các tâm tương ưng với tùy miên duyên vô lậu thuộc kiến diệt-đạo sở đoạn Dục giới[317].

Có tâm thuộc kiến sở đoạn Dục giới nhất định chỉ duyên pháp bất thiện không?

---

[317] Duyên vô lậu, do đó nói chỉ duyên pháp thiện.

Đáp: Có. Đó là các tâm tương ưng với tùy miên phi biến hành thuộc kiến tập sở đoạn Dục giới, và các tâm tương ưng với tùy miên duyên hữu lậu thuộc kiến diệt-đạo sở đoạn Dục giới[318].

Có tâm thuộc kiến sở đoạn Dục giới nhất định chỉ duyên pháp hữu phú vô ký, pháp vô phú vô ký không?

Đáp: Không.

b. Tu sở đoạn

Có tâm tu sở đoạn thuộc Dục giới nhất định chỉ duyên pháp thiện không?

Đáp: Có. Đó là các tâm tương ưng Không-Không, Vô nguyện-Vô nguyện thuộc Dục giới.[319]

Có tâm tu sở đoạn thuộc Dục giới nhất định chỉ duyên pháp bất thiện, pháp hữu phú vô ký không?

Đáp: Không.

Có tâm tu sở đoạn thuộc Dục giới nhất định chỉ duyên pháp vô phú vô ký không?

Đáp: Có. Đó là các tâm tương ưng ba thức thân thuộc Dục giới,[320] và Vô tướng-Vô tướng thuộc Dục giới.

8.2. Tâm Sắc Giới

a. Kiến Sở Đoạn

Có tâm thuộc kiến sở đoạn Sắc giới nhất định chỉ duyên pháp thiện không?

---

[318] Duyên hữu lậu, do đó nói chỉ duyên bất thiện.

[319] Skt *śūnyatāśūnyatā apraṇihitāpraṇihitaḥ. Câu-xá viii*, tụng 25cd : có ba trùng đẳng trì (*trayo'parasamādhayaḥ*) : Không-Không, Vô nguyện-Vô nguyện, Vô tướng-Vô tướng (*śūnyatāśūnyatā apraṇihitāpraṇihita ānimittānimittaś ca*)> Không-Không, do Không đẳng trì (*śūnyatā-samādhi*) có đối tượng là Không; Vô nguyện-Vô nguyện, do Vô nguyện đẳng trì (*appaṇihita-samādhi*) có đối tượng là Vô nguyện.

[320] Ba thức: tỉ, thiệt, thân.

Đáp: Có. Đó là các tâm tương ưng với tùy miên duyên vô lậu thuộc kiến diệt-đạo sở đoạn Sắc giới.

Có tâm thuộc kiến sở đoạn Sắc giới nhất định chỉ duyên pháp bất thiện không?

Đáp: Không.

Có tâm thuộc kiến sở đoạn Sắc giới nhất định chỉ duyên pháp hữu phú vô ký không?

Đáp: Có. Đó là các tâm tương ưng với tùy miên phi biến hành thuộc kiến khổ-tập sở đoạn Sắc giới, và **[583c01]** các tâm tương ưng tùy miên duyên hữu lậu thuộc kiến diệt-đạo sở đoạn Sắc giới.

Có tâm thuộc kiến sở đoạn Sắc giới nhất định chỉ duyên pháp vô phú vô ký không?

Đáp: Không.

b. Tu sở đoạn

Có tâm thuộc tu sở đoạn Sắc giới nhất định chỉ duyên pháp thiện không?

Đáp: Có. Đó là các tâm tương ưng với Không-Không, Vô nguyện-Vô nguyện thuộc Sắc giới.

Có tâm thuộc tu sở đoạn Sắc giới nhất định chỉ duyên pháp bất thiện, pháp hữu phú vô ký không?

Đáp: Không.

Có tâm thuộc tu sở đoạn Sắc giới nhất định chỉ duyên pháp vô phú vô ký không?

Đáp: Có. Đó là các tâm tương ưng một thức thân hệ thuộc Sắc giới,[321] và Vô tướng-Vô tướng thuộc Sắc giới.

---

[321] Một thức thân: thân thức.

8.3. Tâm Vô sắc Giới

a. Kiến Sở Đoạn

Có tâm thuộc kiến sở đoạn Vô sắc giới nhất định chỉ duyên pháp thiện chăng?

Đáp: Có. Đó là các tâm tương ưng tùy miên duyên vô lậu thuộc kiến diệt-đạo sở đoạn Vô sắc giới hệ.

Có tâm thuộc kiến sở đoạn Vô sắc giới nhất định chỉ duyên pháp bất thiện không?

Đáp: Không.

Có tâm kiến sở đoạn thuộc Vô sắc giới nhất định chỉ duyên pháp hữu phú vô ký không?

Đáp: Có. Đó là các tâm tương ưng tùy miên phi biến hành thuộc kiến khổ-tập sở đoạn Vô sắc giới, và các tâm tương ưng tùy miên duyên hữu lậu thuộc kiến diệt-đạo sở đoạn Vô sắc giới.

Có tâm thuộc kiến sở đoạn Vô sắc giới nhất định chỉ duyên pháp vô phú vô ký không?

Đáp: Không.

b. Tu Sở Đoạn

Có tâm thuộc tu sở đoạn Vô sắc giới nhất định chỉ duyên pháp thiện không?

Đáp: Có. Đó là các tâm tương ưng Không-Không, Vô nguyện-Vô nguyện thuộc Vô sắc giới.

Có tâm thuộc tu sở đoạn Vô sắc giới nhất định chỉ duyên pháp bất thiện, pháp hữu phú vô ký không?

Đáp: Không.

Có tâm thuộc tu sở đoạn Vô sắc giới nhất định chỉ duyên pháp vô phú vô ký không?

Đáp: Có. Đó là các tâm tương ưng Vô tướng-Vô tướng thuộc Vô sắc giới.

TIẾT 9. PHÁP THẾ GIAN HỮU LẬU

Có chăng các pháp thế gian được bao hàm trong hữu thủ, thủ uẩn tùy thuận hữu lậu,[322] tự thân nội đẳng khởi,[323] phát sinh bởi tư trạch, là tánh diệu thiện hệ thuộc Dục giới, chỉ Thánh giả mới có, tất cả dị sinh ngu phu đều không có?

Đáp: Có. Đó là các thế tục trí hiện quán hậu biên[324] thuộc Dục giới.

Có chăng các pháp thế gian được bao hàm trong hữu thủ, thủ uẩn tùy thuận hữu lậu, tự thân nội đẳng khởi, phát sinh bởi tư trạch, là tánh diệu thiện hệ thuộc Sắc giới, chỉ Thánh giả mới có, tất cả dị sinh ngu phu đều không có?

Đáp: Có. Đó là các thế tục trí hiện quán hậu biên thuộc Sắc giới.

Có chăng **[584a01]** các pháp thế gian được bao hàm trong hữu thủ, thủ uẩn tùy thuận hữu lậu, tự thân nội đẳng khởi phát sinh bởi tư trạch, là tánh diệu thiện hệ thuộc Vô sắc giới, chỉ Thánh giả mới có, tất cả dị sinh ngu phu đều không có?

Đáp: Có. Đó là diệt tận định.

Có chăng các pháp thế gian được bao hàm trong hữu thủ, thủ uẩn tùy thuận hữu lậu, tự thân nội đẳng khởi phát sinh bởi tư trạch, là

---

[322] Skt. *sāsrava-sopādānīya*; uẩn thuộc hữu lậu là phiền não sở y của tồn tại (*upādi*); uẩn tồn tại cùng với sở y của nó được gọi là *hữu lậu hữu thủ*. Pāli, M. 117 *Mahācattārīsakasuttaṃ*, PTS. iii. 72: atthi, bhikkhave, sammādiṭṭhi sāsavā puññabhāgiyā upadhivepakkā, có chánh kiến thuộc hữu lậu, dị thục sanh y, thuận phước phần. Hán, Tạp 28, T02n0099_p0203a22.

[323] Skt. *samutthāna*, động cơ phát khởi.

[324] Skt. *abhisamayāntika*, hiện quán biên, hiện quán hậu biên. *Tì-bà-sa 36*, T27n1545_p0186a06: trí này thu hoạch sau cùng hiện quán khổ (hiện quán khổ biên), hiện quán tập, hiện quán diệt, do đó được gọi là hiện quán biên. *Câu-xá vii*, tụng 21a.

tánh diệu thiện, định phát sinh trực tiếp không gián cách[325] từ pháp vô lậu duyên pháp vô lậu hệ thuộc Dục giới, duy chỉ Thánh giả mới có, tất cả dị sanh ngu phu không có?

Đáp: Có. Đó là tam-ma-địa Không-Không, Vô nguyện-Vô nguyện, Vô tướng-Vô tướng hệ thuộc Dục giới.

Có chăng các pháp thế gian được bao hàm trong hữu thủ, thủ uẩn tùy thuận hữu lậu, tự thân nội đẳng khởi phát sinh bởi tư trạch, là tánh diệu thiện, định phát sinh trực tiếp không gián cách từ pháp vô lậu duyên pháp vô lậu hệ thuộc Sắc giới, duy chỉ Thánh giả mới có, tất cả dị sanh ngu phu không có?

Đáp: Có. Đó là tam-ma-địa Không-Không, Vô nguyện-Vô nguyện, Vô tướng-Vô tướng hệ thuộc Sắc giới.

Có chăng các pháp thế gian được bao hàm trong hữu thủ, thủ uẩn tùy thuận hữu lậu, tự thân nội đẳng khởi phát sinh bởi tư trạch, là tánh diệu thiện, định phát sinh trực tiếp không gián cách từ pháp vô lậu duyên pháp vô lậu hệ thuộc Vô sắc giới, duy chỉ Thánh giả mới có, tất cả dị sanh ngu phu không có?

Đáp: Có. Đó là tam-ma-địa Không-Không, Vô nguyện-Vô nguyện, Vô tướng-Vô tướng hệ thuộc Vô sắc giới.

TIẾT 10. TÂM ĐẲNG VÔ GIÁN SINH

Có mười hai tâm: tâm thiện, tâm bất thiện, tâm hữu phú vô ký, tâm vô phú vô ký hệ thuộc Dục giới; tâm thiện, tâm hữu phú vô ký, tâm vô phú vô ký hệ thuộc Sắc giới; tâm thiện, tâm hữu phú vô ký, tâm vô phú vô ký hệ thuộc Vô sắc giới; và tâm Hữu học, tâm Vô học.

---

[325] Hán: đẳng vô gián; Skt. *samanantara*.

Tâm thiện hệ thuộc Dục giới trực tiếp không gián cách phát sanh bao nhiêu tâm?[326] Cho đến tâm Vô học trực tiếp không gián cách phát sanh bao nhiêu tâm?

Tâm thiện Dục giới trực tiếp không gián cách phát sanh chín tâm.[327]

Tâm bất thiện, cũng như tâm hữu phú vô ký hệ thuộc Dục giới trực tiếp không gián cách phát sanh bốn tâm.[328] Tâm vô phú vô ký trực tiếp không gián cách phát sanh bảy tâm.[329]

Tâm thiện Sắc giới trực tiếp không gián cách phát sinh mười một tâm.[330] Tâm hữu phú vô ký, trực tiếp không gián cách phát sinh sáu tâm.[331] Tâm vô phú vô ký trực tiếp không gián cách phát sanh sáu tâm.[332]

Tâm thiện Vô sắc giới trực tiếp không gián cách phát sinh chín tâm.[333] Tâm hữu phú vô ký trực tiếp không gián cách phát sinh bảy tâm.[334] Tâm vô phú vô ký trực tiếp không gián cách phát sinh

---

[326] *Tì-bà-sa 69*, T27n1545_p0461b20: tổng thuyết có 16 tâm. Năm bộ tâm (4 kiến sở đoạn và 1 tu sở đoạn trong ba giới (Dục, Sắc, Vô sắc) và 1 tâm vô lậu. Trong 16 tâm này, mỗi tâm sanh từ bao nhiêu tâm, và từ mỗi tâm ấy phát sinh bao nhiêu tâm?

[327] *Tì-bà-sa 11*, T27n1545_p0053c25: Dục giới 4 (thiện, bất thiện, hữu phú vô ký, vô phú vô ký), Sắc giới 2 (thiện và hữu phú vô ký), Vô sắc giới 1 (hữu phú vô ký), Hữu học và Vô học 2.

[328] Dục giới 4 tâm: thiện, bất thiện, hữu phú vô ký, vô phú vô ký. *Tì-bà-sa 11* dẫn trên.

[329] Bảy tâm: Dục giới 4, như trên; Sắc giới 2, nt, Vô sắc giới 1, nt.

[330] *Tì-bà-sa 11*, T27n1545_p0054a05: 11 tâm; trong 12 tâm, trừ hữu phú vô ký Vô sắc giới.

[331] Sáu tâm: Sắc giới 3, Dục giới 3 (trừ vô phú vô ký).

[332] *Tì-bà-sa 11*, T27n1545_p0054a11, sáu tâm: Sắc giới 3, Dục giới 2 (bất thiện, hữu phú vô ký), Vô sắc giới 1 (hữu phú vô ký).

[333] Chín tâm: Vô sắc giới 3, Dục giới 2 (bất thiện, hữu phú vô ký), Sắc giới 2 (thiện, hữu phú vô ký), 1 Hữu học, 1 Vô học.

[334] Bảy tâm: Vô sắc giới 3, Dục giới 2 (như trên), Sắc giới 2 (như trên).

sáu tâm.[335]

Tâm Hữu học trực tiếp không gián cách phát sinh năm tâm.[336] Tâm Vô học trực tiếp không gián cách phát sinh bốn tâm.[337]

TIẾT 11. TÂM - DUYÊN

Có mười hai tâm: tâm thiện, tâm bất thiện, tâm hữu phú vô ký, [584b01] tâm vô phú vô ký hệ thuộc Dục giới; tâm thiện, tâm hữu phú vô ký, tâm vô phú vô ký hệ thuộc Sắc giới; tâm thiện, tâm hữu phú vô ký, tâm vô phú vô ký hệ thuộc Vô sắc giới; và tâm Hữu học, tâm Vô học.

Tâm thiện thuộc Dục giới do bao nhiêu duyên mà nói có thể làm duyên cho tâm thiện hệ thuộc Dục giới? Tâm thiện Dục giới cho đến tâm Vô học, do bao nhiêu duyên mà nói có thể làm duyên?

Cho đến tâm Vô học, do bao nhiêu duyên mà nói có thể làm duyên cho tâm Vô học? Tâm Vô học do bao nhiêu duyên mà nói có thể làm duyên cho tâm thiện Dục giới, *cho đến* tâm Hữu học?

11.1. Tâm Dục Giới

a. Thiện

Tâm thiện Dục giới, do nhân duyên, đẳng vô gián duyên, sở duyên duyên, tăng thượng duyên,[338] được nói là làm duyên cho tâm thiện Dục giới. Do đẳng vô gián duyên, sở duyên duyên, tăng thượng duyên, được nói là làm duyên cho tâm bất thiện, tâm hữu phú vô ký hệ thuộc

---

[335] Sáu tâm: Vô sắc 3, Dục giới 2, Sắc giới 1.

[336] Năm tâm: thiện trong ba giới, 1 Hữu học, 1 Vô học.

[337] Bốn tâm: thiện trong ba giới, 1 Vô học.

[338] Bốn duyên, *Câu-xá ii*, tụng 61-62: nhân duyên, Skt *hetu-pratyaya*; đẳng vô gián duyên, Skt *samanantara-pratyaya*; sở duyên duyên, Skt *ālambana-pratyaya*; tăng thượng duyên, Skt *adhipati-pratyaya*.

Dục giới. Do nhân duyên, đẳng vô gián duyên, sở duyên duyên, tăng thượng duyên, được nói là làm duyên cho tâm vô phú vô ký hệ thuộc Dục giới. Do đẳng vô gián duyên, sở duyên duyên, tăng thượng duyên, được nói là làm duyên cho tâm thiện Sắc giới. Do đẳng vô gián duyên, tăng thượng duyên, được nói là làm duyên cho tâm hữu phú vô ký hệ thuộc Sắc giới. Do sở duyên duyên, tăng thượng duyên, được nói là làm duyên cho tâm vô phú vô ký hệ thuộc Sắc giới. Do một tăng thượng duyên, được nói là làm duyên cho tâm thiện, tâm vô phú vô ký hệ thuộc Vô sắc giới. Do đẳng vô gián duyên, tăng thượng duyên, được nói là làm duyên cho tâm hữu phú vô ký hệ thuộc Vô sắc giới. Do đẳng vô gián duyên, sở duyên duyên, tăng thượng duyên, được nói là làm duyên cho tâm Hữu học, tâm Vô học.

b. Bất thiện

Tâm bất thiện, do nhân duyên, đẳng vô gián duyên, sở duyên duyên, tăng thượng duyên, được nói là làm duyên cho tâm bất thiện.

Do nhân duyên, đẳng vô gián duyên, sở duyên duyên, tăng thượng duyên, được nói là làm duyên cho tâm hữu phú vô ký, tâm vô phú vô ký hệ thuộc Dục giới.

Do sở duyên duyên, tăng thượng duyên, được nói là làm duyên cho tâm thiện, tâm vô phú vô ký hệ thuộc Sắc giới.

Do một tăng thượng duyên, được nói là làm duyên cho tâm hữu phú vô ký thuộc Sắc giới và tất cả tâm thuộc Vô sắc giới.

Do sở duyên duyên, tăng thượng duyên, được nói là làm duyên cho tâm Hữu học, Vô học tâm.

Do đẳng vô gián duyên, sở duyên duyên, tăng thượng duyên, được nói là làm duyên cho tâm thiện Dục giới.

c. Hữu phú vô ký

Tâm hữu phú vô **[584c01]** ký thuộc Dục giới, do nhân duyên, đẳng vô gián duyên, sở duyên duyên, tăng thượng duyên, được nói là làm duyên cho tâm hữu phú vô ký hệ thuộc Dục giới.

Do đẳng vô gián duyên, sở duyên duyên, tăng thượng duyên, được nói là làm duyên cho tâm vô phú vô ký hệ thuộc Dục giới.

Do sở duyên duyên, tăng thượng duyên, được nói là làm duyên cho tâm thiện, tâm vô phú vô ký hệ thuộc Sắc giới.

Do một tăng thượng duyên, được nói là làm duyên cho tâm hữu phú vô ký hệ thuộc Sắc giới, và tất cả tâm hệ thuộc Vô sắc giới.

Do sở duyên duyên, tăng thượng duyên, được nói là làm duyên cho tâm Hữu học và tâm Vô học.

Do đẳng vô gián duyên, sở duyên duyên, tăng thượng duyên, được nói là làm duyên cho tâm thiện hệ thuộc Dục giới.

Do nhân duyên, đẳng vô gián duyên, sở duyên duyên, tăng thượng duyên, được nói là làm duyên cho tâm bất thiện.

d. Vô phú vô ký

Tâm vô phú vô ký hệ thuộc Dục giới, do nhân duyên, đẳng vô gián duyên, sở duyên duyên, tăng thượng duyên, được nói là làm duyên cho tâm vô phú vô ký hệ thuộc Dục giới.

Do đẳng vô gián duyên, sở duyên duyên, tăng thượng duyên, được nói là làm duyên cho tâm thiện hệ thuộc Sắc giới.

Do đẳng vô gián duyên, tăng thượng duyên, được nói là làm duyên cho tâm hữu phú vô ký hệ thuộc Sắc giới.

Do sở duyên duyên, tăng thượng duyên, được nói là làm duyên cho tâm vô phú vô ký Sắc giới.

Do một tăng thượng duyên, được nói là làm duyên cho tâm thiện, tâm vô phú vô ký hệ thuộc Vô sắc giới.

Do đẳng vô gián duyên, tăng thượng duyên, được nói là làm duyên cho tâm hữu phú vô ký hệ thuộc Vô sắc giới.

Do sở duyên duyên, tăng thượng duyên, được nói là làm duyên cho tâm Hữu học và tâm Vô học.

Do đẳng vô gián duyên, sở duyên duyên, tăng thượng duyên, được nói là làm duyên cho tâm thiện, tâm bất thiện, tâm hữu phú vô ký hệ thuộc Dục giới.

11.2. Tâm Sắc Giới

a. Thiện

Tâm thiện thuộc Sắc giới, do nhân duyên, đẳng vô gián duyên, sở duyên duyên, tăng thượng duyên, được nói là làm duyên cho tâm thiện hệ thuộc Sắc giới.

Do đẳng vô gián duyên, sở duyên duyên, tăng thượng duyên, được nói là làm duyên cho tâm hữu phú vô ký hệ thuộc Sắc giới.

Do nhân duyên, đẳng vô gián duyên, sở duyên duyên, tăng thượng duyên, được nói là làm duyên cho tâm vô phú vô ký hệ thuộc Sắc giới.

Do đẳng vô gián duyên, sở duyên duyên, tăng thượng duyên, được nói là làm duyên cho tâm thiện hệ thuộc Vô sắc giới.

Do đẳng vô gián duyên, tăng thượng duyên, được nói là làm duyên cho tâm hữu phú vô ký hệ thuộc Vô sắc giới.

[585a01] Do một tăng thượng duyên, được nói là làm duyên cho tâm vô phú vô ký hệ thuộc Vô sắc giới.

Do đẳng vô gián duyên, sở duyên duyên, tăng thượng duyên, được nói là làm duyên cho tâm Hữu học, tâm Vô học.

Do đẳng vô gián duyên, sở duyên duyên, tăng thượng duyên, được nói là làm duyên cho tâm thiện, tâm bất thiện hệ thuộc Dục giới.

Do đẳng vô gián duyên, tăng thượng duyên, được nói là làm duyên cho tâm hữu phú vô ký, tâm vô phú vô ký hệ thuộc Dục giới.

b. Hữu phú vô ký

Tâm hữu phú vô ký hệ thuộc Sắc giới, do nhân duyên, đẳng vô gián duyên, sở duyên duyên, tăng thượng duyên, được nói là làm duyên cho tâm hữu phú vô ký hệ thuộc Sắc giới.

Do đẳng vô gián duyên, sở duyên duyên, tăng thượng duyên, được nói là làm duyên cho tâm vô phú vô ký hệ thuộc Sắc giới.

Do sở duyên duyên, tăng thượng duyên, được nói là làm duyên cho tâm thiện hệ thuộc Vô sắc giới.

Do một tăng thượng duyên, được nói là làm duyên cho tâm hữu phú vô ký, tâm vô phú vô ký hệ thuộc Vô sắc giới.

Do sở duyên duyên, tăng thượng duyên, được nói là làm duyên cho tâm Hữu học, tâm Vô học.

Do đẳng vô gián duyên, sở duyên duyên, tăng thượng duyên, được nói là làm duyên cho tâm thiện, tâm bất thiện Dục giới.

Do đẳng vô gián duyên, tăng thượng duyên, được nói là làm duyên cho tâm hữu phú vô ký Dục giới.

Do một tăng thượng duyên, được nói là làm duyên cho tâm vô phú vô ký hệ thuộc Dục giới.

Do đẳng vô gián duyên, sở duyên duyên, tăng thượng duyên, được nói là làm duyên cho tâm thiện hệ thuộc Sắc giới.

c. Vô phú vô ký

Tâm vô phú vô ký hệ thuộc Sắc giới, do nhân duyên, đẳng vô gián duyên, sở duyên duyên, tăng thượng duyên, được nói là làm duyên cho tâm vô phú vô ký hệ thuộc Sắc giới.

Do sở duyên duyên, tăng thượng duyên, được nói là làm duyên cho tâm thiện hệ thuộc Vô sắc giới.

Do đẳng vô gián duyên, tăng thượng duyên, được nói là làm duyên cho tâm hữu phú vô ký hệ thuộc Vô sắc giới.

Do một tăng thượng duyên, được nói là làm duyên cho tâm vô phú vô ký hệ thuộc Vô sắc giới.

Do sở duyên duyên, tăng thượng duyên, được nói là làm duyên cho tâm Hữu học, tâm Vô học.

Do sở duyên duyên, tăng thượng duyên, được nói là làm duyên cho tâm thiện Dục giới.

Do đẳng vô gián duyên, sở duyên duyên, tăng thượng duyên, được nói là làm duyên cho tâm bất thiện Dục giới.

Do đẳng vô gián duyên, tăng thượng duyên, được nói là làm duyên cho tâm hữu phú vô ký hệ thuộc Dục giới.

[585b01] Do một tăng thượng duyên, được nói là làm duyên cho tâm vô phú vô ký hệ thuộc Dục giới.

Do đẳng vô gián duyên, sở duyên duyên, tăng thượng duyên, được nói là làm duyên cho tâm thiện, tâm hữu phú vô ký hệ thuộc Sắc giới.

11.3. Tâm Vô sắc Giới

a. Thiện

Tâm thiện Vô sắc giới, do nhân duyên, đẳng vô gián duyên, sở duyên duyên, tăng thượng duyên, được nói là làm duyên cho tâm thiện Vô sắc giới.

Do đẳng vô gián duyên, sở duyên duyên, tăng thượng duyên, được nói là làm duyên cho tâm hữu phú vô ký hệ thuộc Vô sắc giới.

Do nhân duyên, đẳng vô gián duyên, sở duyên duyên, tăng thượng duyên, được nói là làm duyên cho tâm vô phú vô ký thuộc Vô sắc giới.

Do đẳng vô gián duyên, sở duyên duyên, tăng thượng duyên, được nói là làm duyên cho tâm Hữu học, tâm Vô học.

Do sở duyên duyên, tăng thượng duyên, được nói là làm duyên cho tâm thiện Dục giới.

Do đẳng vô gián duyên, sở duyên duyên, tăng thượng duyên, được nói là làm duyên cho tâm bất thiện Dục giới.

Do đẳng vô gián duyên, tăng thượng duyên, được nói là làm duyên cho tâm hữu phú vô ký hệ thuộc Dục giới.

Do một tăng thượng duyên, được nói là làm duyên cho tâm vô phú vô ký hệ thuộc Dục giới.

Do đẳng vô gián duyên, sở duyên duyên, tăng thượng duyên, được nói là làm duyên cho tâm thiện, tâm hữu phú vô ký hệ thuộc Sắc giới.

Do một tăng thượng duyên, được nói là làm duyên cho tâm vô phú vô ký hệ thuộc Sắc giới.

b. Hữu phú vô ký

Tâm hữu phú vô ký hệ thuộc Vô sắc giới, do nhân duyên, đẳng vô gián duyên, sở duyên duyên, tăng thượng duyên, được nói là làm duyên cho tâm hữu phú vô ký hệ thuộc Vô sắc giới.

Do đẳng vô gián duyên, sở duyên duyên, tăng thượng duyên, được nói là làm duyên cho tâm vô phú vô ký hệ thuộc Vô sắc giới.

Do sở duyên duyên, tăng thượng duyên, được nói là làm duyên cho tâm Hữu học, tâm Vô học.

Do sở duyên duyên, tăng thượng duyên, được nói là làm duyên cho tâm thiện Dục giới.

Do đẳng vô gián duyên, sở duyên duyên, tăng thượng duyên, được nói là làm duyên cho tâm bất thiện.

Do đẳng vô gián duyên, tăng thượng duyên, được nói là làm duyên cho tâm hữu phú vô ký Dục giới.

Do đẳng vô gián duyên, sở duyên duyên, tăng thượng duyên, được nói là làm duyên cho tâm thiện, tâm hữu phú vô ký Sắc giới.

Do một tăng thượng duyên, được nói là làm duyên cho tâm vô phú vô ký Vô sắc giới.

Do đẳng vô gián duyên, [585c01] sở duyên duyên, tăng thượng duyên, được nói là làm duyên cho tâm thiện Vô sắc giới.

c. Vô phú vô ký

Tâm vô phú vô ký hệ thuộc Vô sắc giới, do nhân duyên, đẳng vô gián duyên, sở duyên duyên, tăng thượng duyên, được nói là làm duyên cho tâm vô phú vô ký hệ thuộc Vô sắc giới.

Do sở duyên duyên, tăng thượng duyên, được nói là làm duyên cho tâm Hữu học, tâm Vô học.

Do sở duyên duyên, tăng thượng duyên, được nói là làm duyên cho tâm thiện Dục giới. Do đẳng vô gián duyên, sở duyên duyên, tăng thượng duyên, được nói là làm duyên cho tâm bất thiện.

Do đẳng vô gián duyên, tăng thượng duyên, được nói là làm duyên cho tâm hữu phú vô ký hệ thuộc Dục giới.

Do một tăng thượng duyên, được nói là làm duyên cho tâm vô phú vô ký hệ thuộc Dục giới.

Do sở duyên duyên, tăng thượng duyên, được nói là làm duyên cho tâm thiện hệ thuộc Sắc giới.

Do đẳng vô gián duyên, sở duyên duyên, tăng thượng duyên, được nói là làm duyên cho tâm hữu phú vô ký hệ thuộc Sắc giới.

Do một tăng thượng duyên, được nói là làm duyên cho tâm vô phú vô ký hệ thuộc Sắc giới.

Do đẳng vô gián duyên, sở duyên duyên, tăng thượng duyên, được nói là làm duyên cho tâm thiện, tâm hữu phú vô ký hệ thuộc Vô sắc giới.

11.4. Tâm Hữu học

Tâm Hữu học, do nhân duyên, đẳng vô gián duyên, sở duyên duyên, tăng thượng duyên, được nói là làm duyên cho tâm Hữu học. Cũng do nhân duyên, đẳng vô gián duyên, sở duyên duyên, tăng thượng duyên, được nói là làm duyên cho tâm Vô học.

Do đẳng vô gián duyên, sở duyên duyên, tăng thượng duyên, được nói là làm duyên cho tâm thiện Dục giới.

Do sở duyên duyên, tăng thượng duyên, được nói là làm duyên cho tâm bất thiện.

Do một tăng thượng duyên, được nói là làm duyên cho tâm hữu phú vô ký, vô phú vô ký hệ thuộc Dục giới.

Do đẳng vô gián duyên, sở duyên duyên, tăng thượng duyên, được nói là làm duyên cho tâm thiện hệ thuộc Sắc giới.

Do sở duyên duyên, tăng thượng duyên, được nói là làm duyên cho tâm hữu phú vô ký Sắc giới.

Do một tăng thượng duyên, được nói là làm duyên cho tâm vô phú vô ký hệ thuộc Sắc giới.

Do đẳng vô gián duyên, sở duyên duyên, tăng thượng duyên, được nói là làm duyên cho tâm thiện hệ thuộc Vô sắc giới.

Do sở duyên duyên, tăng thượng duyên, được nói là làm duyên cho tâm hữu phú vô ký hệ thuộc Vô sắc giới.

Do một tăng thượng duyên, được nói là làm duyên cho tâm vô phú vô ký hệ thuộc Vô sắc giới.

11.5. Tâm Vô học

Tâm Vô học, do nhân duyên, đẳng vô gián duyên, [586a01] sở duyên duyên, tăng thượng duyên, được nói là làm duyên cho tâm Vô học.

Do đẳng vô gián duyên, sở duyên duyên, tăng thượng duyên, được nói là làm duyên cho tâm thiện Dục giới.

Do sở duyên duyên, tăng thượng duyên, được nói là làm duyên cho tâm bất thiện.

Do một tăng thượng duyên, được nói là làm duyên cho tâm hữu phú vô ký, vô phú vô ký hệ thuộc Dục giới.

Do đẳng vô gián duyên, sở duyên duyên, tăng thượng duyên, được nói là làm duyên cho tâm thiện Sắc giới.

Do sở duyên duyên, tăng thượng duyên, được nói là làm duyên cho tâm hữu phú vô ký Sắc giới.

Do một tăng thượng duyên, được nói là làm duyên cho tâm vô phú vô ký Sắc giới.

Do đẳng vô gián duyên, sở duyên duyên, tăng thượng duyên, được nói là làm duyên cho tâm thiện Vô sắc giới.

Do sở duyên duyên, tăng thượng duyên, được nói là làm duyên cho tâm hữu phú vô ký Vô sắc giới.

Do một tăng thượng duyên, được nói là làm duyên cho tâm vô phú vô ký hệ thuộc Vô sắc giới.

Do sở duyên duyên, tăng thượng duyên, được nói là làm duyên cho tâm Hữu học.

TIẾT 12. TĂNG THƯỢNG DUYÊN

Tăng thượng duyên[339] là gì? Mắt và sắc làm duyên, nhãn thức phát sinh. Nhãn thức này lấy mắt làm tăng thượng duyên.[340] Nó cũng lấy sắc [làm tăng thượng duyên].[341] Tai và thanh [phát sinh] nhĩ thức, mũi và hương [phát sinh] tỉ thức; lưỡi và vị [phát sinh] thiệt thức; thân và xúc [phát sinh] thân thức; ý và pháp [phát sinh] ý thức. Hoặc pháp tương ưng với nó, hoặc pháp câu hữu với nó, hoặc pháp hữu sắc vô sắc, hoặc hữu kiến vô kiến, hoặc hữu đối vô đối, hoặc hữu lậu vô lậu, hoặc hữu vi vô vi; tất cả các pháp như vậy đều làm tăng thượng duyên, chỉ trừ tự tính.[342]

Như vậy tai, mũi, lưỡi, thân, ý và pháp làm duyên phát sinh ý thức. Ý thức này lấy ý làm tăng thượng duyên, cũng lấy pháp làm tăng thượng duyên. Mắt-sắc và nhãn thức, tai-thanh và nhĩ thức, mũi-hương và tỉ thức, lưỡi-vị và thiệt thức, thân-xúc và thân thức, hoặc pháp tương ưng với nó, hoặc pháp câu hữu với nó, hoặc pháp hữu sắc vô sắc, hoặc hữu kiến vô kiến, hoặc hữu đối vô đối, hoặc hữu lậu vô lậu, hoặc hữu vi vô vi; tất cả các pháp như vậy đều là tăng thượng duyên, chỉ trừ tự tính. Đây gọi là tăng thượng duyên.

---

[339] *Adhipatipratyaya.*

[340] *Tì-bà-sa 71*, T27n1545_p0370a18: mắt là thắng tăng thượng duyên của nhãn thức. Sắc không phải vậy. Do đó nói nhãn thức mà không nói sắc thức.

[341] *Tì-bà-sa 71*, T27n1545_p0369b22: trong đây, mắt là sở y của nhãn thức; sắc là sở duyên của nhãn thức.

[342] *Tì-bà-sa 3*, T27n1545_p0011a11: trừ tự tính của nó, tất cả pháp hữu vi đều là tăng thượng duyên.

TIẾT 13. ĐOẠN THIỆN CĂN

Những ai đoạn thiện căn,[343] đoạn thế nào?[344] Hành tướng của đoạn là gì? Như có một người hại mẹ, hại cha, hại A-la-hán, phá hòa hợp tăng, khởi ác tâm làm Như Lai chảy máu, đều có thể làm đứt thiện căn.

13.1. Hại mẹ

Người nào cố ý (cố tư)[345] sát hại sinh mạng mẹ mình, sát hại thế nào? **[586b01]** Hành tướng sát hại là gì? Như có một người, tính tham sân si mãnh liệt. Vì tham sân si quá mạnh, người ấy ham thích vui chơi, đam mê tửu sắc, thích kết giao với bạn bè xấu ác, tập nhiễm đủ thứ ở các nơi phóng dật. Người mẹ có ý dùng lời lẽ can ngăn, nói rằng: "Này con, nay con chớ ham thích vui chơi, đam mê tửu sắc, kết giao bạn bè xấu ác, tập nhiễm đủ thứ ở các nơi phóng dật nữa. Con nay không nên đến thú địa ngục, súc sinh, ngạ quỷ; con nay không nên rơi vào các chỗ ác, sinh vào các thú ác."

Do người mẹ có ý dùng lời lẽ can ngăn nên người con rất giận dữ, không chấp nhận, không tin hiểu, oán trách rằng "Khổ thay! Thật độc ác. Sao mẹ ta lại can ngăn không cho ta vui chơi, tửu sắc, kết bạn kết bè. Nếu bà còn làm những việc vô ích như thế này với ta thì ta nhất định sẽ cắt đứt sinh mạng của bà ấy." Như vậy là cắt đứt.

Những lúc khác người con lại nổi sân giận, không nghe lời, không tin theo, ngày càng trở nên cố chấp, bùng phát mạnh mẽ hơn. Do khởi sân như vậy mà không chấp nhận, không tin theo, ngày càng bùng phát mãnh liệt, vững chắc. Về sau lại phát triển thành một loại sân triền thuộc tu sở đoạn.[346] Do bị quấn chặt bởi loại sân triền này nên khi khởi sân liền cố ý hại sinh mạng mẹ mình. Người kia do các

---

[343] Skt. *kuśalamūlaccheda*, sự cắt đứt rễ thiện. *Câu-xá vi*, tụng 79-80.

[344] *Tì-bà-sa 47*, T27n1545_p0242a21

[345] *sañcetanā*.

[346] Sân triền (Skt. *dveṣa-paryavasthāna*) = sân phiền não, được loại trừ trong tu đạo. *Phát trí luận 20*, T26n1544_p1030a03: như bẩm tính của cọp bạo ác hung hiểm uống máu ăn thịt; sân triền cũng vậy, bạo ác hung hiểm, diệt các thiện căn.

chủng loại thân nghiệp, ngữ nghiệp, ý tư, hi cầu, nguyện hành như vậy,[347] nên gọi là tà tính.[348] Do đó dứt bỏ các tưởng, đẳng tưởng, giả lập (quy ước), ngôn thuyết đã được thành tựu[349] lúc trước mà an trụ bất định tụ,[350] bất định chủng tánh; do đây hoạch đắc[351] các tưởng, đẳng tưởng, giả lập (quy ước), ngôn thuyết vốn chưa được thành tựu trước đó, mà an trụ tà định tụ, tà định chủng tánh[352]; thu hoạch năm chủng loại bổ-đặc-già-la: chủng loại hòa tạp, chủng loại trợ bạn, ác

---

[347] *ý tư* ([Skt.] *manaḥsañcetanā*). *Câu-xá iv*, dẫn trên, nghiệp..., tư và sở tác bởi tư, tư tức nghiệp bởi ý, sở tác: nghiệp bởi thân và ngữ (*cetanā tatkṛtaṃ ca tat| cetanā mānasaṃ karma*). *Tì-bà-sa 49*, T27n1545_p0256a26: những gì là thân nghiệp, ngữ nghiệp, (ý) tư, (mong) cầu, nguyện hành, cùng với chủng loại của chúng.

[348] [Skt.] *mithyātva*. *Thuận chánh lý 30*, T29n1562_p0514c05: Thế nào gọi là tà tính? Có ba loại: 1. Thú tà tính, chỉ ác thú (*durgati*); 2. nghiệp tà tính, chỉ năm nghiệp vô gián; 3. kiến tà tính, trái với chánh kiến. *Câu-xá iii*, tụng 44b: Địa ngục, ngạ quỷ bàng sanh, được gọi là tà tính.

[349] [Skt.] *samanvāgata*: luôn luôn đi theo, tùy hành; Hán: Huyền Trang: *thành tựu*; Chân Đế: *đồng tùy*. *Câu-xá ii*, tụng 36: đắc, là hoạch và thành tựu (*prāptir lābhaḥ samanvayaḥ*). Cái đã mất nay có lại, và cái chưa thu hoạch nay thu hoạch, được nói là thu *hoạch* (*lābha*: thu hoạch). Cái đã thu hoạch mà không mất hay chưa mất, được gọi là *thành tựu* (*samanvaya/samanvāgata*).

[350] *Tập dị môn*, Ch. IV, ba pháp, 18: bất định tụ (*aniyata-rāśi*) là gì? Trừ năm nghiệp vô gián, còn lại các pháp hữu lậu, và vô vi. *Câu-xá iii*, tụng 44b. Hạng không nhất định chánh tính hay tà tính; gặp duyên chánh theo chánh; gặp duyên tà thì theo tà. Nếu không gặp hai trường hợp này thì không quyết định chánh hay tà.

[351] Hán: thu hoạch = *hoạch*, [Skt.] *lābha*; xem cht. **270 trên**.

[352] Tà định chủng tính= tà định tính, [Skt.] *mithyātvaniyata*. *Tập dị môn*, Ch. IV, ba pháp, 18. ba tụ: tà tính định tụ là gì? Năm nghiệp vô gián. *Câu-xá iii*, tụng 44b.

chúng đồng phần,[353] xứ đắc, sự đắc,[354] sinh trưởng nơi xứ đắc; đó gọi là sát hại mẹ, sát hại cha, sát hại A-la-hán, phá hòa hợp tăng, với ác tâm làm Như Lai chảy máu. Những kẻ cố ý[355] sát hại sinh mạng mẹ mình, với sự sát hại như vậy, đây gọi là hành tướng sát hại. Như nói về sát hại mẹ, sát hại cha cũng vậy.

13.2. Hại Thanh Văn

Những kẻ hại mạng Thanh văn A-la-hán, chúng sát hại thế nào? Hành tướng sát hại là gì?

Như có một người, đối với y bát của Thanh văn A-la-hán,[356] hoặc một trong các tư cụ như pháp, vốn là phương tiện để nuôi mạng sống của bất cứ một sa-môn nào, mà khởi tâm quá tham nhiễm không từ bỏ được, bèn suy nghĩ: "Ta nay cần phải tìm cơ hội trộm lấy hay chiếm đoạt. Nếu người kia nhân đó mà làm tổn hại ta, cột trói ta, truất chức, mắng nhiếc, nhục mạ ta, khiến ta rơi vào chỗ thấp hèn không tôn quí; ta nhất định sẽ giết hại sinh mạng của người ấy." Như vậy gọi là sát hại.

---

[353] Chúng đồng phần, Skt. *nikāyasabhāga*, các bộ phận (thân thể) của một chủng loại hữu tình giống nhau, gọi là *đồng phần* hay *đồng đẳng loại tợ. Câu-xá ii*, tụng 41a: đồng phần, là sự đồng đẳng của các hữu tình (*sabhāgatā sattvasāmyam*)

[354] Xứ đắc (*sthānaprāpti*), sự đắc (*vastuprāpti*). *Tập dị môn*, Ch. VI, pháp năm, 5. năm thú, địa ngục thú, Việt dịch: "Cùng với các địa ngục, đồng một tính, đồng một loại chúng đồng phần, y đắc, sự đắc, xứ đắc." Đắc (*prāpti*) cũng là 1 trong 14 hành không tương tâm của Hữu bộ. Nó là yếu tố kết hai khái niệm khác nhau thành một ý tưởng, chỉ một sự vật. [... **xem cht. 261 trên**] Đắc (*prāpti*) trong đây hàm nghĩa thành tựu (*samanvāgata*). Chúng sanh địa ngục đắc tự thể, thành sở y là thân, gọi là *y đắc* (Skt. *āśraya-prāpti*). Đắc tự thể và thành tựu uẩn, xứ giới, gọi là sự đắc. Thành xứ sở, một trong 8 xứ địa ngục, gọi là *xứ đắc*.

[355] Hán: cố tư, Skt. *cetanā*.

[356] Skt. *śrāvaka- arhat*, vị A-la-hán, đệ tử của Thế Tôn.

Lại như có vị Thanh văn A-la-hán [586c01] ở trong đại chúng, bằng ngôn luận của mình mà tỏ soi, thiết lập, chứng minh, khai thị để bác bỏ, phá hủy ngôn luận của người khác. Trong đó có các sa-môn, bà-la-môn ôm lòng oán hại, cấu kết ngôn luận oán hại, thốt lên lời thán oán rằng: "Khổ thay! Độc ác thay! Hạng sa-môn tên họ như vậy vì sao ở trong đại chúng này, bằng ngôn luận của mình tỏ soi, thiết lập, chứng minh, khai thị để bác bỏ, phá hủy ngôn luận của người khác. Nếu ông ấy lại làm những việc không nhiêu ích như vậy đối với ta, ta nhất định sẽ giết hại sinh mạng của ông ấy." Như vậy là sát hại.

Vào lúc khác, người kia khởi sân hận, không nhẫn chịu được, không tin tưởng, sự bùng phát lại càng trở nên mãnh liệt, vững chắc. Do khởi sân hận, không nhẫn chịu được, không tin tưởng, càng lúc càng bùng phát mãnh liệt, vững chắc. Về sau lại phát khởi như vậy thành sân triền tu sở đoạn. Do bị quấn chặt bởi sân triền này, nên liền khởi tâm cố ý sát hại sinh mạng Thanh văn A-la-hán kia. Người kia do các chủng loại thân nghiệp, ngữ nghiệp, ý tư, hi cầu, nguyện hành như vậy, nên gọi là tà tính. Do đây dứt bỏ các tưởng, đẳng tưởng, giả lập (quy ước), ngôn thuyết đã được thành tựu trước đó, mà an trụ bất định tụ, bất định chủng tánh; do đây lại thu hoạch các tưởng, đẳng tưởng, giả lập (quy ước), ngôn thuyết vốn chưa được thành tựu trước đó, mà an trụ tà định tụ, tà định chủng tánh; thu hoạch năm chủng loại bổ-đặc-già-la: chủng loại hòa tạp, chủng loại trợ bạn, ác chúng đồng phần, xứ đắc, sự đắc, sinh trưởng nơi xứ đắc. Đó gọi là sát hại mẹ, sát hại cha, sát hại A-la-hán, phá hòa hợp tăng, với ác tâm làm Như Lai chảy máu. Những ai sát hại sinh mạng Thanh văn A-la-hán, với sự sát hại như vậy. Đây gọi là hành tướng sát hại.

Những ai phá hoại hòa hiệp Tăng,[357] đệ tử thanh văn của Như

---

[357] Hán: hòa hiệp Tăng chúng; [Pāli] samaggassa saṅghassa bhedo, [Skt] samagrasya saṅghasya bhedaḥ, làm vỡ sự hòa hiệp của Tăng-già; nói gọn: saṅghabheda ([Skt] đồng): phá tăng, sự tan vỡ của Tăng. Tứ phần luật, Tam tạng Phật-đà-da-xá dịch, 60 quyển, T22 No 1428. Pāli, Vinaya iii PTS. 220 ff.

Lai,[358] phá hoại thế nào? Hành tướng phá hoại là gì?

Như có hạng người, phi pháp tưởng là pháp, phi tì-nại-da tưởng là tì-nại-da.[359] Người ấy lại không che giấu các tưởng này, không che giấu sự chấp nhận tưởng này, không che giấu sự ưa thích trong cái thấy biết như vậy.[360] Đối với Tăng hòa hiệp, đệ tử Thanh văn của Như Lai, mà tuyên truyền, vận động, khiến cho hoan hỷ thọ trì, tu học, nói rằng: "Đây là chánh pháp, là luật, là lời dạy của Đại Sư. Cụ thọ, nay hãy đứng lên nhận thẻ,[361] hãy hứa khả, hãy nhẫn thọ, hãy khai hiển, rằng 'Đây là chánh pháp, là luật, là lời dạy của Đại Sư'."[362] Nếu người ấy, bằng thân phận của mình, là người nhận thẻ thứ năm, là bổ-đặc-già-la[363] thấp nhất trong số này; tuy nói có thể phá vỡ Tăng hòa hiệp,

---

[358] Hán: Như Lai Thanh Văn Đệ Tử, [Pāli] *bhagavato sāvakasaṅgho*, Tăng, đệ tử của Thế Tôn. [Pāli] *sāvaka*, [Skt] *śravaka*: thanh văn: người nghe, Hán dịch sát: *thanh văn*; dịch ý tương đương: *đệ tử*.

[359] Việt dịch, *Luật Tứ phần*, [TVT] tập 13, Luật bộ I, cht. **155, 156**, tr. **197**. Chương II Tăng Tàn, có 18 luận điểm dẫn đến phá tăng (*aṭṭhārasabhedakaravatthūni*), tức 18 phá Tăng sự. *Tứ phần*, đã dẫn, Chương IX 5. Tăng hòa hợp (Việt dịch, [TVT] tập 15, cht. **27**, tr. **572**): Thập bát phá Tăng sự. *Thập tụng 30* (tr.216a23): "Nếu tỳ-kheo, pháp nói là phi pháp, phi pháp nói là pháp, luật..., phi luật,... phạm, phi phạm, trọng, khinh, tàn, vô tàn, thường sở hành, phi thường sở hành, thuyết, phi thuyết..." Cf. Vin. i 354: *aṭṭhārasahi vatthūhi adhammavādī*: 18 cơ sở ngôn thuyết phi pháp dẫn đến phá Tăng: *adhammaṃ dhammoti dīpeti* (phi pháp mà nói là pháp), *dhammaṃ adhammoti dīpeti* (pháp nói là phi pháp), *avinayaṃ* (phi luật)... *vinayaṃ* (luật)...

[360] Trường hợp đồng bạn.

[361] [Hán] 籌; [Pāli] *sālāka*, phiếu biểu quyết; ai chấp nhận quan điểm cần biểu quyết thì nhận thẻ.

[362] Người khởi xướng Phá Tăng vận động bằng thể thức hành trù; ai nhận thẻ người đó, người ấy chấp nhận là đồng bạn Phá Tăng.

[363] Bổ-đặc-già-la, đây chỉ cho nhân vật hay thành viên trong tập thể Tăng ly khai. Cần hội đủ túc số Tăng 5 tỳ-kheo mới có thể thành Tăng ly khai. Trong số, một tỳ-kheo thủ xướng, và 4 tỳ-kheo đồng bạn.

Đệ tử của Như Lai, nhưng không phát sinh tội trụ trong một kiếp.[364]

Như có hạng người, pháp tưởng là phi pháp, tì-nại-da tưởng là phi tì-nại-da. **[587a01]** Người ấy lại không che giấu các tưởng này, không che giấu sự chấp nhận tưởng này, không che giấu sự ưa thích trong cái biết cái thấy như thế; đối với Tăng hòa hiệp, đệ tử thanh văn của Như Lai, mà tuyên truyền, vận động, khiến cho hoan hỷ thọ trì, tu học, nói rằng: "Đây không phải chánh pháp, không phải luật, không phải lời dạy của Đại Sư. Cụ thọ, nay ông hãy đứng lên nhận thẻ, hãy hứa khả, hãy nhẫn thọ, hãy khai hiển, rằng 'Đây không phải chánh pháp, không phải luật, không phải lời dạy của Đại Sư'." Nếu người ấy bằng thân phận của mình là người nhận thẻ thứ năm, là bổ-đặc-già-la thấp nhất trong số này; tuy nói phá vỡ Tăng hòa hiệp, đệ tử Như Lai, nhưng không phát sinh tội trụ trong một kiếp.[365]

Như có hạng người, phi pháp tưởng là phi pháp, phi tì-nại-da tưởng là phi tì-nại-da. Người ấy lại che giấu các tưởng này, che giấu sự chấp nhận tưởng này, che giấu sự ưa thích trong cái biết cái thấy như thế; đối với Tăng hòa hiệp, đệ tử thanh văn của Như Lai, mà tuyên truyền, vận động, khiến cho hoan hỷ thọ trì, tu học, nói rằng: "Đây là chánh pháp, là luật, là lời dạy của Đại Sư. Cụ thọ, nay ông hãy đứng lên nhận thẻ, hãy hứa khả, hãy nhẫn thọ, hãy khai hiển, rằng 'Đây là chánh pháp, là luật, là lời dạy của Đại Sư'." Nếu người ấy bằng thân phận của mình là người nhận thẻ thứ năm, là bổ-đặc-già-la thấp nhất trong số này; nên nói là có thể phá vỡ Tăng hòa hiệp, đệ tử Như Lai, có thể phát sinh tội trụ trong một kiếp.

Như có hạng người, pháp tưởng là pháp, tì-nại-da tưởng là tì-nại-da. Người ấy che giấu các tưởng này, che giấu sự chấp nhận tưởng này, che giấu sự ưa thích trong cái biết cái thấy như thế; đối với Tăng hòa hiệp, đệ tử thanh văn của Như Lai, mà tuyên truyền, vận động, khiến cho hoan hỷ thọ trì, tu học, nói rằng: "Đây không phải chánh pháp, không phải luật, không phải lời dạy của Đại Sư. Cụ thọ, nay ông

---

[364] Phạm tội vô gián (*anantarīya/ antaryakarma*) đọa ngục A-tì (*āvīci*) trong một kiếp.

[365] Trường hợp đã thành tội vô gián.

hãy đứng lên nhận thẻ, hãy hứa khả, hãy nhẫn thọ, hãy khai hiển, rằng 'Đây không phải chánh pháp, không phải luật, không phải lời dạy của Đại Sư.'" Nếu người ấy bằng thân phận của mình là người thứ năm nhận thẻ, là bổ-đặc-già-la thấp nhất trong số này; nên nói có thể phá vỡ Tăng hòa hiệp, đệ tử Như Lai, cũng có thể phát sinh tội trụ trong một kiếp. Người kia do các chủng loại của nghiệp bởi thân, bởi ngữ, bởi ý tư, mong cầu, nguyện hành như thế, nên gọi là tà tính. Do đây dứt bỏ các tưởng, đẳng tưởng, giả lập (quy ước), ngôn thuyết vốn đã thành tựu trước đó, mà an trụ bất định tụ, bất định chủng tánh. Do đây lại thu hoạch các tưởng, đẳng tưởng, giả lập (quy ước), ngôn thuyết vốn chưa được thành tựu trước đó, mà an trụ tà định tụ, tà định chủng tánh; thu hoạch năm chủng loại bổ-đặc-già-la: chủng loại hòa tạp, chủng loại trợ bạn, ác chúng đồng phần, xứ đắc, [587b01] sự đắc, sinh trưởng nơi xứ đắc; đó gọi là sát hại mẹ, sát hại cha, sát hại A-la-hán, phá vỡ tăng hòa hợp, với ác tâm làm Như Lai chảy máu. Những người phá vỡ Tăng hòa hiệp, Thanh văn (đệ tử) của Như Lai, người ấy phá như vậy. Đây là hành tướng phá.

13.3. Làm thân Như Lai xuất huyết

Những người với ác tâm làm thân Như Lai xuất huyết[366]; như thế nào là xuất huyết[367]? Đó là như Như Lai ở trong đại chúng, bằng ngôn luận của mình mà tỏ soi, thiết lập, chứng minh, khai thị, bác bỏ, phá hủy ngôn luận của người khác. Trong đó, hoặc có các sa-môn, bà-la-môn ấp ủ quan điểm oán hại, cấu kết ngôn luận oán hại, nói lên lời oán hại rằng: "Khổ thay! Độc ác thay! Hạng sa-môn tên họ như vậy vì sao ở trong đại chúng này, bằng ngôn luận của mình mà tỏ soi, thiết lập, chứng minh, khai thị để bác bỏ, phá hủy ngôn luận của người khác. Nếu ông ấy lại làm những việc không nhiều ích như vậy đối với ta, thì ta nhất định sẽ sát hại sinh mạng ông ấy." Như vậy là dứt bỏ.

Người ấy vào lúc khác, phát khởi sân hận, không nhẫn chịu được, không tin tưởng, lại càng bùng phát mãnh liệt, vững chắc. Do bởi

---

[366] *Câu-xá iv*, tụng 9 (Việt dịch, TVH tập 19 cht. 27, tr. 555). AK. iv k. 69 Pradhan 259[8], *tathāgataśarīre duṣṭacittarudhirotpādanam*.

[367] *rudhirotpādana*.

sự sân hận, không nhẫn chịu được, không tin tưởng, lại càng trở nên bùng phát mãnh liệt, kiên cố hơn. Về sau lại phát khởi như vậy, chuyển thành sân triền tu sở đoạn. Do bị quấn chặt bởi sân triền này, liền khởi tư cố ý rằng "Ta nay nhất định hại mạng Như Lai." Nhưng các đức Như Lai, theo pháp tánh tự nhiên[368] không ai có thể hại mạng được, mà chỉ có thể với tâm độc ác làm thân Như Lai xuất huyết. Người kia do các chủng loại của nghiệp bởi thân, bởi ngữ, bởi ý tư, mong cầu, nguyện hành như vậy, nên gọi là tà tính. Do đây dứt bỏ các tưởng, đẳng tưởng, giả lập (quy ước), ngôn thuyết đã được thành tựu trước đó, mà an trụ bất định tụ, bất định chủng tánh; do đây thu hoạch các tưởng, đẳng tưởng, giả lập (quy ước), ngôn thuyết vốn chưa được thành tựu trước đây, mà an trụ tà định tụ, tà định chủng tánh; thu hoạch năm chủng loại bổ-đặc-già-la: chủng loại hòa tạp, chủng loại trợ bạn, ác chúng đồng phần, xứ đắc, sự đắc, sinh trưởng nơi xứ đắc; đây gọi là sát hại mẹ, sát hại cha, sát hại A-la-hán, phá vỡ tăng hòa hợp, với tâm ác độc mà làm thân Như Lai xuất huyết. Những ai với tâm độc ác làm thân Như Lai xuất huyết, người ấy làm xuất huyết là như vậy; đây là hành tướng xuất huyết.[369]

13.4. Hành Tướng Đoạn thiện căn

Những ai đoạn thiện căn; đoạn thế nào?[370] Hành tướng đoạn là gì? Như có người đã cố ý[371] sát hại mạng mẹ, sát hại mạng cha, không vì vậy mà hổ thẹn, hối hận[372]; lại có người đã cố ý sát hại mạng mẹ, sát hại mạng cha, tùy theo đó mà hổ thẹn, hối hận. Hai hạng người

---

[368] Hán: pháp nhĩ, **Skt.** *dharmatā-prātilambhika.*

[369] Hết quyển 11.

[370] *Câu-xá iv*, tụng 79. AK.iv **Pradhan** 248[15], *mūlacchedas tv asaddṛṣṭyā|79a|| kuśalamūlacchedastu mithyādṛṣṭyā bhavaty adhimātraparipūrṇayā |* thiện căn bị đứt duy chỉ do tà kiến tối thượng phẩm.

[371] Có ý = tư, **Skt./Pāli** *cetanā.*

[372] 無隨愧悔, **Skt.** *āhrīkyānapatrāpya,* không biết tàm quý. *Câu-xá iv*, tụng 97; **Skt.** *alpopakārālajjitvāt,* (đoạn thiện căn), với hoàng môn do không hổ thẹn; và (hạng người khác) do không biết ơn cha mẹ.

này theo học các sa-môn, hoặc bà-la-môn ốt-yết-lạc-ca,[373] hoặc học trò của vị ấy, chấp kiến phi hữu,[374] lập luận phi hữu, nói rằng không có nhân,[375] nói rằng không có tác nghiệp[376] thi thiết, ai chủ trương

---

[373] 嗢羯洛迦, Pāli (PTS): *uggāhaka*, người sốt sắng muốn học. Skt. (Edgerton, *Mahāvastu* 373): *ogrāhaka*, người bắt nắm (tri thức), thủ đắc (kiến thức).

[374] Hán: vô hữu kiến, phi hữu kiến (Pāli *vibhava*), quan điểm phi hữu, chủ trương không có gì tồn tại. Pāli, D.1. *Brahmajālasuttaṃ*, PTS. i.34: *santi, bhikkhave, eke samaṇabrāhmaṇā ucchedavādā sato sattassa ucchedaṃ vināsaṃ vibhavam paññapenti sattahi vatthūhi*, có một số sa-môn, bà-la-môn là những người chủ trương đoạn diệt luận, tuyên bố đoạn diệt luận, lập luận về sự không tồn tại (phi hữu/ vô hữu).

[375] 無有因, (a) vô nhân luận (Pāli *adhiccasamuppannavāda*), 1 trong 62 luận thuyết trong thời Phật, Trường 14 kinh 21 *Phạm động* (Phạm võng), T01n0001_p0092a25, thuyết bản kiếp bản kiến, vô nhân nhi hữu (thế giới xuất hiện không do nguyên nhân nào). Pāli: D. 1 *Brahmajālasuttaṃ*, PTS i 129: *santi, bhikkhave, eke samaṇabrāhmaṇā adhiccasamuppannikā adhiccasamuppannaṃ attānañca lokañca paññapenti*, có một số sa-môn, bà-la-môn chủ là những nhà tự nhiên luận (vô nhân luận), lập luận rằng ta và thế giới xuất hiện tự nhiên. (b) Chủ trương vô nhân luận của Ba-phù-đà Ca-chiên-diên, theo *Trường 17*, kinh 27 *Sa-môn quả*, T01n0001, tr. 0108c06: không nhân, không duyên chúng sanh nhiễm trước; không nhân không duyên chúng sanh thanh tịnh. Pāli, chủ trương của *Makkhali Gosāla*, D. 2. *Sāmaññaphalasuttaṃ*, PTS. i 54: *natthi mahārāja hetu natthi paccayo sattānaṃ saṃkilesāya, ahetū apaccayā sattā saṃkilissanti, ahetū apaccayā sattā saṃkilissanti. natthi hetu, natthi paccayo sattānaṃ visuddhiyā, ahetū apaccayā sattā visujjhanti*, không có nhân, không có duyên cho sự ô nhiễm của chúng sanh ... Không có nhân, không có duyên cho sự thanh tịnh của chúng sanh.

[376] Chủ trương vô tác/vô tác nghiệp (Pāli *akiriyavāda*) của Phú-lan-na Ca-diếp (Phất-lan Ca-diếp) Pāli *Pūraṇa Kassapa*; *Trường 17*, kinh 27 *Sa-môn quả*, T01n0001, tr. 0108a24: giết hoặc sai bảo giết... làm những việc như vậy không phải là ác... thiết lễ đại thí, bố thí cho hết thảy chúng sanh... cũng không có phước gì. D. 2. *Sāmaññaphalasuttaṃ*,

nghiệp thiện nghiệp ác thế này thế kia đều là kẻ chủ trương đoạn diệt[377]; thường xuyên đến thưa hỏi: "Thế nào là thiện? Thế nào là bất thiện? Thế nào là tội? Thế nào là vô tội? Làm việc gì để trở thành tốt chứ không phải ác?"[378]

Do người ấy gần gũi, phục vụ, cúng dường những người thầy như thế, cho nên đối với tội được tạo tác mà chưa sinh thì xấu hổ, hối hận,

---

PTS. i.53: *karoto kho, mahārāja, kārayato, chindato chedāpayato...* *musā bhaṇato karoto na karīyati pāpaṃ... dānena damena* *saṃyamena saccavajjena natthi puññaṃ, natthi puññassa āgamo,* giết, sai bảo giết, chặt chém, sai bảo chặt chém, ..., nói dối, hành sự như vậy không phải là hành ác... bố thí, tự điều phục, tự tiết chế, nói lời chân thật, hành như vậy không có phước báo gì, không dẫn đến phước báo gì.

[377] 斷壞者, Pāli *atthikavāda*, thuyết của *Kesakambala*, D. 2. *Sāmaññaphalasuttaṃ*, PTS. i 56: *natthi dinnaṃ, natthi yiṭṭha natthi* *hutaṃ natthi sukatadukkaṭānaṃ kammānaṃ phalaṃ vipāko ...* *dattupaññattaṃ yadidaṃ dānaṃ, tesaṃ tucchaṃ musā vilāpo ye* *kechi atthikavādaṃ vandanti,* không có bố thí, không có hiến sinh, không có tế tự, không có quả dị thục của nghiệp thiện bất thiện... ai lập thuyết bố thí, những người ấy là những kẻ dối trá, hư ngụy, chủ trương hư vô luận.

[378] Ngụy biện luận, kiểu loạn luận (Pāli *amarāvikkhepavāda*), *Trường 14*, kinh *Phạm động* (Phạm võng), T01n0001_p0091c23: một số sa-môn, bà-la-môn lập luận như vầy: thiện là gì? Bất thiện là gì?... Nếu được hỏi như vậy, ta nên đáp như vậy: "Sự thế này là như vậy. Sự thế này là thật. Sự thế này là khác. Sự thế này là không khác... các sa-môn, bà-la-môn nhân đó, được hỏi như thế này, trả lời như thế kia (ngụy biện). D. 1. *Brahmajālasuttaṃ*, PTS. i. 25: *nevidaṃ kusalanti* *byākaroti, na panidaṃ akusalanti byākaroti, tattha tattha pañhaṃ* *puṭṭho samāno vācāvikkhepaṃ āpajjati amarāvikkhepaṃ,* (Do không biết rõ thiện là gì? bất thiện là gì? nên ngụy biện như vầy:) Không khẳng định đây là thiện; cũng không khẳng định đây là bất thiện; khi được hỏi điều này điều kia, các sa-môn này vận dụng ngôn từ hỗn loạn, ngụy biện trườn lươn.

khiến không phát sinh; đã sinh thì xấu hổ, hối hận, khiến mau chóng tiêu trừ, lại nói thế này: "Sát sinh là sự ngu si, hư dối, không kết quả, không ý nghĩa,[379] không khởi, không vị ngọt, không lợi ích. Không có sát sinh, không có quả dị thục do sát sinh chiêu cảm. Trộm cắp, dục tà hành, nói dối, nói lời ly gián, nói thô ác, nói tạp uế,[380] tham, sân, tà kiến, đều là sự ngu si, hư dối, không kết quả, không ý nghĩa, không khởi, không vị ngọt, không lợi ích. Không có tà kiến các thứ, không có quả dị thục do tà kiến các thứ chiêu cảm."[381]

Người ấy nảy sinh ưa thích, thọ nhận, hiển bày sự việc[382] này một cách sâu sắc. Do nảy sinh ưa thích, thọ nhận, hiển bày sự việc này một cách sâu sắc nên mới nói rằng người ấy giẫm lên tả đạo,[383] tà kiến, tà tư duy, tà ngữ, tà nghiệp, tà mạng, tà tinh tấn, tà niệm, tà định. Do dấn bước vào tà đạo như vậy cho nên ba loại thiện căn dần dần tổn giảm, vơi mỏng, gián đoạn; ba bất thiện căn dần dần tăng trưởng, mạnh mẽ, bộc phát; ba diệu hành dần dần tổn giảm, vơi mỏng, gián đoạn; ba ác hành dần dần tăng trưởng, mạnh mẽ, bộc phát; mười nghiệp đạo thiện dần dần tổn giảm, vơi mỏng, gián đoạn; mười nghiệp đạo ác dần dần tăng trưởng, mạnh mẽ, bộc phát; tám chánh hữu đạo[384] dần dần tổn giảm, vơi mỏng, gián đoạn; tám tà tả đạo[385] dần dần tăng trưởng,

---

[379] 無義, Skt. *anartha*, không ý nghĩa, không mang lại lợi ích, không dẫn đến mục đích.

[380] 綺語, Skt. *sambhinnapralāpa*, nói linh tinh, tạp nhạp, dẫn đến ô nhiễm; tạp uế ngữ.

[381] Thuyết vô tác nghiệp (*akiriyavāda*) của Phú-lan-na Ca-diếp. Xem Câu-xá iv, tụng 79. AK. iv. Pradhan 249⁵, *yā ca hetum apavadate nāsti sucaritaṃ nāsti duścaritam iti yā ca phalaṃ nāsti sucaritaduścaritānāṃ karmaṇāṃ phalavipāka iti* | bác bỏ nhân, nói không có diệu hành, không có ác hành; bác bỏ quả, nói không có quả dị thục của nghiệp thiện hành, ác hành.

[382] 事, Skt. *vastu*: thể tài, sự tướng, sự kiện.

[383] 左道, Skt. *vāmārga*, đồng nghĩa tà đạo (Skt. *mithyamārga*), trái với chánh đạo (*samyaṅmārga*).

[384] 正右道, con đường chánh bên phải; đồng nghĩa chánh đạo.

[385] 邪左道, con đường tà bên trái.

mạnh mẽ, bộc phát. Do bởi [588a01] sát sinh, không cho mà lấy, dục tà hành, nói dối, nói lời ly gián, nói lời thô ác, nói lời tạp uế, tham, sân, tà kiến tăng trưởng; những người này phần lớn an trụ không tịch tĩnh, bất luật nghi[386]. Tuy cũng có lúc sinh khởi tâm-tâm pháp thiện yếu liệt câu hành với chánh kiến, nhưng phần lớn hiện hành đủ loại pháp ác bất thiện, phần nhiều đều thuộc tả đạo.

Cũng như lúc qua khỏi cái nóng bức của mùa hạ bước vào mùa thu mát mẻ, ban đêm mây giăng mù mịt tối tăm, sấm chớp chợt lóe sáng, vừa nhìn thấy các màu sắc, tức tốc lại tắt ngúm; những người này đa phần đều an trụ không tịch tĩnh, bất luật nghi, tuy cũng có lúc sinh khởi tâm-tâm pháp thiện yếu liệt câu hành với chánh kiến, nhưng phần nhiều hiện hành đủ loại pháp ác bất thiện, đa phần đều thuộc tả đạo.

Lại như có người, cuối xuân đầu hạ, nóng khát làm cho phiền muộn, gió nóng làm cho phiền não, vào được ao nước trong mát, tắm nước mát lạnh, tắm rửa, uống xong thì vội vàng rời khỏi, khiến cho các giọt nước lớn trên thân đều rơi mất, chỉ còn lại các hạt li ti nằm trong lỗ chân lông. Cũng vậy, những người này đa phần an trụ không tịch tĩnh, bất luật nghi, tuy có lúc sinh khởi tâm-tâm pháp thiện yếu liệt câu hành với chánh kiến, nhưng phần nhiều hiện hành đủ loại pháp ác bất thiện, đa phần đều thuộc tả đạo.

Về sau, người ấy cũng có thể làm tổn thương sinh mệnh tôn thắng, không biết tàm quý, hối hận; cuối cùng bài bác không có quả dị thục của tất cả nghiệp thiện, ác. Do người ấy làm tổn thương sinh mệnh tôn thắng, không biết tàm quý, hối hận; cuối cùng bác bỏ không có quả dị thục của tất cả nghiệp thiện, ác, nên nói rằng những người này đã đoạn thiện căn của ba giới, tức Dục giới, Sắc giới, và Vô sắc giới. Nên biết rằng, hạng bổ-đặc-già-la như vậy, ở trong hiện pháp, không thể nối lại thiện căn đã có, lúc chết nhất định sẽ sa vào địa ngục, hoặc nếu còn sống thì khó mà nối lại được các thiện căn.

---

[386] 不律儀, Skt. *asaṃvara*, không có sự phòng hộ. *Câu-xá iv*, tụng 13ab.

Hỏi: Hoặc giết hại bổ-đặc-già-la nào đó, hoặc đập trứng kiến, bẻ gãy chân kiến, tội nào lớn?[387]

Đáp: Nếu với phiền não triền bằng nhau, dị thục cũng bằng nhau.

Lại có thuyết cho rằng đập trứng kiến, bẻ gãy chân kiến đắc tội lớn, chứ không phải sát hại bổ-đặc-già-la nào đó. Vì sao? Vì đập trứng kiến, bẻ gãy chân kiến thì không đoạn thiện căn, nhưng hạng bổ-đặc-già-la bản chất như vậy[388] lại đoạn thiện căn. Người ấy do chủng loại thân nghiệp, ngữ nghiệp, ý tư, hy cầu, nguyện hành như vậy nên gọi là tà tính. Do đây dứt bỏ các tưởng, đẳng tưởng, giả lập (quy ước), ngôn thuyết vốn đã thành tựu trước đó, mà an trụ bất định tụ, bất định chủng tánh; do đây hoạch đắc các tưởng, đẳng tưởng [588b01], giả lập (quy ước), ngôn thuyết vốn chưa thành tựu trước đó, mà an trụ tà định tụ, tà định chủng tánh; thu hoạch năm chủng loại bổ-đặc-già-la: chủng loại hòa tạp, chủng loại trợ bạn, ác chúng đồng phần, xứ đắc, sự đắc, sinh trưởng nơi xứ đắc; đó gọi là sát hại mẹ, sát hại cha, sát hại A-la-hán, phá vỡ Tăng hòa hợp, với ác tâm làm thân Như Lai xuất huyết.

13.5. Xả và đắc Thiện căn

a. Tâm nhiễm ô Dục giới

Các trường hợp đoạn thiện căn, đoạn là như thế; hành tướng đoạn là như thế. Nghĩa là có một hạng bổ-đặc-già-la, do các tâm nhiễm ô hệ thuộc Dục giới hiện tiền, tất cả thiện căn (1) hoặc xả mà không đắc, (2) hoặc đắc mà không xả, (3) hoặc vừa xả vừa đắc, (4) hoặc không xả không đắc.

(1) *Xả mà không đắc*: đó là khi thiện căn bị đoạn, và hàng dị sinh đã ly tham Dục giới, do thối xuất Dục giới, xả tất cả thiện căn hệ thuộc Sắc giới và Vô sắc giới mà không đắc. Hàng dị sanh đã ly tham Dục giới, do thối xuất Dục giới, xả các thiện căn hệ thuộc Sắc giới mà không đắc. Hàng Hữu học đã ly tham Sắc giới, do thối xuất Dục giới, xả các thiện căn hệ thuộc Vô sắc giới mà không đắc. Như vậy gọi là

---

[387] Dẫn bởi *Tì-bà-sa 35*, T27n1545_p0183a10.

[388] 如是色, Skt. *evaṃrūpam*, (thuộc loại) như vậy, như thế nào đó.

"xả mà không đắc."

(2) *Đắc mà không xả*: đó là khi tâm nghi hoặc[389] nối lại thiện căn.

(3) *Vừa xả vừa đắc*: đó là khi chết ở Vô sắc giới sinh vào Dục giới, xả thiện căn hệ thuộc Vô sắc giới, đắc thiện căn hệ thuộc Dục giới. Khi từ Sắc giới chết sinh vào Dục giới, xả thiện căn hệ thuộc Sắc giới, đắc thiện căn hệ thuộc Dục giới. Chư vị A-la-hán thối xuất Dục giới, xả thiện căn hệ thuộc Vô sắc giới và Vô học, đắc thiện căn Hữu học, thoái tâm Vô học, an trụ tâm Hữu học. Như vậy gọi là "vừa xả vừa đắc."

(4) *Không xả không đắc*: đó là thiện căn không đoạn, từ Dục giới chết lại sinh vào Dục giới. Như vậy gọi là "không xả không đắc."

b. Tâm nhiễm ô Sắc giới

Lại có một hạng bổ-đặc-già-la, do các tâm nhiễm ô hệ thuộc Sắc giới hiện tiền, tất cả thiện căn (1) hoặc xả mà không đắc; (2) hoặc vừa xả vừa đắc: (3) hoặc không xả không đắc.

(1) *Xả mà không đắc*: đó là hàng Hữu học, dị sanh, đã ly tham Sắc giới, thối xuất Sắc giới, xả thiện căn hệ thuộc Vô sắc giới mà không đắc. Khi từ Dục giới chết, sinh vào Sắc giới, xả thiện căn hệ thuộc Dục giới mà không đắc. Như vậy gọi là "xả mà không đắc."

(2) *Vừa xả vừa đắc*: Khi chết ở Vô sắc giới, sinh vào Sắc giới, xả thiện căn hệ thuộc Vô sắc giới, đắc thiện căn hệ thuộc Sắc giới. Chư vị A-la-hán thối xuất Sắc giới,[390] xả thiện căn hệ thuộc Vô sắc giới và Vô học, đắc thiện căn Hữu học, thoái tâm Vô học, an trụ tâm Hữu học. Như vậy gọi là **[588c01]** "vừa xả vừa đắc."

(3) *Không xả không đắc*: đó là khi chết ở Sắc giới lại sinh vào Sắc giới. Như vậy gọi là "không xả không đắc."

---

[389] *Câu-xá iv*, tụng 80: thiện căn đứt được nối lại do hoài nghi, lưỡng lự rằng nhân-quả có thể có thực hoặc có chánh kiến (Skt. *saṃdhiḥ kāṅkṣāsti dṛṣṭibhyām*).

[390] 無色纏, Skt. *ārūpyāvacāra*, đồng nghĩa với *ārūpyadhātu*. *ārūpyāpta*, Vô sắc giới, Vô sắc giới hệ.

c. Tâm nhiễm ô Vô sắc giới

Lại có một hạng bổ-đặc-già-la, do các tâm nhiễm ô hệ thuộc Vô sắc giới hiện tiền, tất cả thiện căn (1) hoặc xả mà không đắc; (2) hoặc vừa xả vừa đắc: (3) hoặc không xả không đắc.

(1) *Xả mà không đắc*: đó là từ Dục giới chết sinh vào Vô sắc giới, xả các thiện căn hệ thuộc Dục giới và Sắc giới mà không đắc. Từ Sắc giới chết, sinh vào Vô sắc giới, xả các thiện căn hệ thuộc Sắc giới mà không đắc. Như vậy gọi là xả mà không đắc.

(2) *Vừa xả vừa đắc*: Chư vị A-la-hán thối xuất Vô sắc giới, xả thiện căn Vô học, đắc thiện căn Hữu học, thoái tâm Vô học, an trụ tâm Hữu học. Như vậy gọi là "vừa xả vừa đắc." [391]

(3) *Không xả không đắc*: Chết ở Vô sắc giới lại sinh vào Vô sắc giới. Như vậy gọi là "không xả không đắc."

14. Mười hai xứ

Lại có mười hai xứ: nhãn xứ, sắc xứ; nhĩ xứ, thanh xứ; tỉ xứ, hương xứ; thiệt xứ, vị xứ; thân xứ, xúc xứ; ý xứ, pháp xứ.

14.1. Nhãn Xứ

Nhãn xứ là gì? Những gì là nhãn xứ, đã thấy sắc, đang thấy sắc, sẽ thấy sắc; hoặc còn có nhãn xứ bỉ đồng phần khác.

Nhãn xứ bỉ đồng phần là gì[392]? Nhãn xứ bỉ đồng phần, hoặc quá khứ, hoặc vị lai, hoặc hiện tại.

---

[391] *Tì-bà-sa 61*, T27n1545_p0313c01.

[392] 彼同分眼處, *tatsabhāga*: đồng phần (đồng loại) với/của cái đó. *Câu-xá i*, tụng 39, Skt *yaḥ svakarmakṛt sa sabhāgaḥ. tatsabhāgāś ca śeṣāḥ yo na svakarmakṛt* || cái gì thực hiện chức năng của nó, cái đó là đồng phần (*sabhāga*, đồng loại); ngoài ra, cái gì không thực hiện chức năng của nó, được gọi là bỉ đồng phần. *Tì-bà-sa 71*, tr. 368a20: "mắt quá khứ đã nhìn sắc, mắt hiện tại đang nhìn, mắt vị lai sẽ nhìn..."; chúng cùng một lớp, tương tự và đồng loại với nhau, nên gọi là đồng phần nhãn, lớp của mắt hay cùng cấp của mắt. *Câu-xá i* dẫn trên, Việt dịch, TVH tập 18, cht. 173, tr. 173.

Nhãn xứ bỉ đồng phần quá khứ là gì? Những gì là nhãn xứ không thấy sắc, đã diệt. Nhãn xứ bỉ đồng phần vị lai là gì? Những gì là nhãn xứ nhất định sẽ không sinh khởi ở vị lai, hoặc sẽ sinh nhưng không thấy sắc, sẽ diệt. Nhãn xứ bỉ đồng phần hiện tại là gì? Những gì là nhãn xứ không thấy sắc, đang diệt.[393]

14.2. Sắc Xứ

Sắc xứ là gì? Những gì là sắc xứ mà mắt đã thấy, mắt đang thấy, mắt sẽ thấy; hoặc còn có sắc xứ bỉ đồng phần khác.

Sắc xứ bỉ đồng phần là gì? Sắc xứ bỉ đồng phần hoặc quá khứ, hoặc vị lai, hoặc hiện tại. Sắc xứ bỉ đồng phần quá khứ là gì? Những gì là sắc xứ mà mắt không thấy, đã diệt. Sắc xứ bỉ đồng phần vị lai là gì? Những gì là sắc xứ hoặc nhất định sẽ không sinh khởi ở vị lai, hoặc sẽ sinh khởi mà mắt không thấy, sẽ diệt. Sắc xứ bỉ đồng phần hiện tại là gì? Những gì là sắc xứ mà mắt không thấy,[394] đang diệt. Như nhãn xứ, sắc xứ; nhĩ xứ, thanh xứ; tỉ xứ, hương xứ; thiệt xứ, vị xứ; thân xứ, xúc xứ cũng vậy.

14.3. Ý Xứ

Ý xứ là gì? Những gì là ý xứ đã nhận thức pháp, đang nhận thức pháp, sẽ nhận thức pháp; và **[589a01]** những gì còn lại, là ý xứ bỉ đồng phần.

---

[393] *Tì-bà-sa 71*, tr. 368a24: Các Luận sư *Kaśmīra* nói, bỉ đồng phần có bốn trường hợp. 1. Mắt quá khứ bỉ đồng phần, nhãn giới không nhìn sắc nhưng đã diệt; 2. hiện tại...; 3. vị lai..., 4. nhãn giới vị lai tuyệt đối không sinh khởi.

[394] *Câu-xá i*, tụng 39, Skt. *tatsabhāgāni caturvidhāni| yāny adṛṣṭāny eva niruddhāni nirudhyante nirutsyante vā yāni cānutpattidharmīṇi|* Sắc giới là bỉ đồng phần có bốn trường hợp: những sắc không được nhìn thấy, là đã diệt, đang diệt và sẽ diệt, hay thuộc pháp không sinh khởi. *Tì-bà-sa 71*, T27n1545_p0368c11: sắc bỉ đồng phần, có bốn trường hợp. 1. Sắc quá khứ bỉ đồng phần, sắc giới đã diệt, không được nhìn thấy bởi mắt; 2. Sắc hiện tại đang diệt, không được thấy bởi mắt; 3. Sắc vị lai sẽ diệt, không được thấy bởi mắt; 4. Sắc giới vị lai tuyệt đối không sinh.

Ý xứ bỉ đồng phần là gì? Những gì là ý xứ nhất định sẽ không sinh ở thời vị lai.[395] Không có ý xứ bỉ đồng phần thuộc quá khứ, hiện tại. Không có pháp xứ bỉ đồng phần.

14.4. Mắt và Sắc

Mắt quá khứ, đối với sắc, có hai trường hợp: mắt quá khứ, đối với sắc, hoặc đã thấy chứ không phải đang thấy, không phải sẽ thấy; hoặc không phải đã thấy, không phải đang thấy, không phải sẽ thấy.

Mắt vị lai, đối với sắc, có ba trường hợp: mắt vị lai, đối với sắc, hoặc không phải đã thấy, không phải đang thấy, không phải sẽ thấy; hoặc không phải đã thấy, không phải đang thấy, mà sẽ thấy; hoặc không phải đã thấy, không phải đang thấy, mà hoặc sẽ thấy, hoặc không phải sẽ thấy.

Mắt hiện tại, đối với sắc, có mười hai trường hợp: (1) mắt hiện tại, đối với sắc, hoặc đã thấy, không đang thấy, không sẽ thấy; (2) hoặc đang thấy, không phải đã thấy, không phải sẽ thấy; (3) hoặc sẽ thấy, không phải đã thấy, không phải đang thấy; (4) hoặc đã thấy và đang thấy, không phải sẽ thấy; (5) hoặc đã thấy và sẽ thấy, không phải đang thấy, (6) hoặc đang thấy và sẽ thấy, không phải đã thấy; (7) hoặc đã thấy, không phải đang thấy, hoặc sẽ thấy hoặc không phải sẽ thấy; (8) hoặc đang thấy, không phải đã thấy, hoặc sẽ thấy hoặc không phải sẽ thấy; (9) hoặc không phải đã thấy, không phải đang thấy, hoặc sẽ thấy hoặc không phải sẽ thấy; (10) hoặc đã thấy đang thấy hoặc sẽ thấy hoặc không phải sẽ thấy; (11) hoặc đã thấy, đang thấy, sẽ thấy; (12) hoặc không phải đã thấy, không phải đang thấy, không phải sẽ thấy.

14.5. Mắt và Duyên

Có chăng mắt duyên trung,[396] duyên thượng[397]; mắt này duyên đến duyên gì để nói là mắt địa dưới?

---

[395] *Thuận chánh lý 6* T29n1562_p0362a25: Ý bỉ đồng phần chỉ có một: pháp không sinh (*anutpādharma*).

[396] *Duyên trung*: duyên tự địa.

[397] *Duyên thượng*: duyên thượng giới.

Đáp: Có. Đó là duyên tự địa và thượng địa.[398]

Có chăng khởi sơ duyên cho mắt không phải là duyên này; không phải duyên này là gì? Đó là nghiệp và đại chủng[399]

Đáp: Có. Đó là, mắt duyên hạ, trung, thượng địa.[400]

Cũng như mắt, tai, mũi, lưỡi, thân cũng vậy.

14.6. Ý và Duyên

Có chăng ý duyên trung, hay duyên thượng? Ý này duyên đến duyên gì để nói là ý duyên hạ địa?

Đáp: Có. Đó là ý duyên trung và thượng địa. Phải chăng khởi sơ ý duyên đến không phải là duyên này? Không phải duyên này là gì? Là nghiệp[401] và phiền não.

Đáp: Có. Đó là, ý duyên hạ địa, trung địa, thượng địa.

---

[398] *Câu-xá i,* tụng 46: Sắc thuộc giới địa cao hơn không thể được nhận thức bởi thức thuộc địa giới thấp hơn. Thức thượng địa không y chỉ mắt hạ địa để thấy sắc. Sắc, đối tượng của nhãn thức, thông cả thượng, hạ và giới địa bản thân (tự địa). Tất nhiên, mắt thượng, trung có thể duyên đến đối tướng hạ địa.

[399] Mắt duyên sắc, nhưng chỉ duyên sắc sở tạo (*upādāyarūpam*) chứ không duyên sắc đại chủng. Vô biểu sắc, thể của nghiệp, thuộc sắc sở tạo. *Câu-xá i,* tụng 11: *mahābhūtāny upādāya sa hy avijñaptir ucyate.*

[400] *Câu-xá iv,* tụng 5ac. Nghiệp thân và ngữ hữu lậu hệ thuộc Dục giới y đại chủng tự địa. Cho đến tứ thiên địa cũng vậy; thuộc địa giới nào, y chỉ đại chủng của địa giới ấy. Nghiệp thân và ngữ vô lậu, sinh vào địa giới nào, đại chủng sở tạo thuộc địa giới đó.

[401] Nghiệp, đây chỉ vô biểu sắc (*avijñaptirūpa*), thể của nghiệp, một phần trong pháp xứ (*dharmāyatana*), pháp giới (*dharmadhātu*). Ý duyên pháp, nhưng không duyên đại chủng vô biểu. *Câu-xá iv,* tụng 4, vô biểu phát sanh từ đại chủng quá khứ thuộc Dục giới (*avijñaptiḥ kāmāptātītabhūtajā*).

TIẾT 15. MƯỜI TÁM GIỚI

Có mười tám giới: nhãn giới, sắc giới, nhãn thức giới; nhĩ giới, thanh giới, nhĩ thức giới; tỉ giới, hương giới, tỉ thức giới; thiệt giới, vị giới, thiệt thức giới; thân giới, xúc giới, thân thức giới; ý giới, pháp giới, ý thức giới. [402]

15.1. Nhãn giới và sắc giới

Có chăng nhãn giới đã đoạn, đã biến tri,[403] sắc giới cũng vậy? Nếu sắc giới đã đoạn, đã biến tri, nhãn giới cũng vậy chăng?

Phải chăng nhãn giới đã đoạn, đã biến tri, *cho đến* ý thức giới cũng vậy? Nếu ý thức giới đã đoạn, đã biến tri, nhãn giới cũng vậy chăng? *Cho đến* pháp giới đã đoạn, đã biến tri, ý thức giới cũng vậy chăng? **[589b01]** Nếu ý thức giới đã đoạn, đã biến tri, pháp giới cũng vậy chăng?

Phải nhãn giới đã đoạn, đã biến tri, sắc giới cũng vậy?

Đáp: Đúng vậy.

Nếu sắc giới đã đoạn đã biến tri, nhãn giới cũng vậy chăng?

Đáp: Đúng vậy.

Như nhãn giới đối với sắc giới, nhĩ giới đối với thanh giới, tỉ giới đối với hương giới, thiệt giới đối với vị giới, thân giới đối với xúc giới cũng như vậy.

Phải chăng nhãn giới đã đoạn đã biến tri, nhãn thức giới cũng vậy?

---

[402] Mười tám giới, *Câu-xá i*, tụng 17cd (*dhātavo'ṣṭādaśa smṛtāḥ*) Nhãn giới (*cakṣurdhātu*), ... ý giới (*manodhātu*); sắc giới (*rūpadhātu*), ... pháp giới (*dharmadhātu*); nhãn thức giới (*cakṣurvijñānadhātu*), ..., ý thức giới (*manovijñānadhātu*).

[403] 遍知, Skt. *parijñā*, nhận thức thông suốt, triệt để. *Câu-xá v* (tùy miên): biến tri có hai: đoạn biến tri (*prahāṇaparijñā*), biến tri do đoạn trừ; trí biến tri (*jñānaparijñā*), biến tri do trí vô lậu. *Phát trí 2*, T26n1544_p0924b28. *Tì-bà-sa 34*, T27n1545, tr. 0175a09.

Đáp: Nếu nhãn giới đã đoạn đã biến tri, nhãn thức giới cũng vậy. Hoặc nhãn thức giới đã đoạn đã biến tri, chứ không phải nhãn giới, nghĩa là đã ly tham Phạm thế, chưa ly tham giới trên. Cũng như nhãn giới đối với nhãn thức giới, nhĩ giới đối với nhĩ thức giới, thân giới đối với thân thức giới cũng vậy.

Phải chăng nhãn giới đã đoạn đã biến tri, hương giới cũng vậy?

Đáp: Nếu nhãn giới đã đoạn đã biến tri, thì hương giới cũng vậy. Hoặc hương giới đã đoạn đã biến tri, chứ không phải nhãn giới, nghĩa là đã ly tham Dục giới, chưa ly tham giới trên[404]. Như nhãn giới đối với hương giới, đối với vị giới, tỉ thức giới, thiệt thức giới cũng vậy.

15.2. Nhãn giới và ý giới

Phải chăng nhãn giới đã đoạn đã biến tri, ý giới cũng vậy?

Đáp: Nếu ý giới đã đoạn đã biến tri, nhãn giới cũng vậy. Hoặc nhãn giới đã đoạn đã biến tri, chứ không phải ý giới, nghĩa là đã ly tham Sắc giới, chưa ly tham giới trên.

Như nhãn giới đối với ý giới, đối với pháp giới, ý thức giới cũng vậy. Như đã nói rộng về nhãn giới, sắc giới, nhĩ giới, thanh giới, tỉ giới, thiệt giới, thân giới, xúc giới, cũng nói rộng như vậy.

15.3. Nhãn thức giới

Phải nhãn thức giới đã đoạn đã biến tri, nhĩ thức giới cũng vậy?

Đáp: Đúng vậy.

Nếu nhĩ thức giới đã đoạn đã biến tri, nhãn thức giới cũng vậy chăng?

Đáp: Đúng vậy.

Như nhãn thức giới đối với nhĩ thức giới, đối với thân thức giới cũng vậy.

---

[404] Ly tham Vô sắc giới.

Phải chăng nhãn thức giới đã đoạn đã biến tri, hương giới cũng vậy chăng?

Đáp: Nếu nhãn thức giới đã đoạn đã biến tri, hương giới cũng vậy. Hoặc hương giới đã đoạn đã biến tri, chứ không phải nhãn thức giới, nghĩa là đã ly tham Dục giới, chưa ly tham Phạm thế. Như nhãn thức giới đối với hương giới, đối với vị giới, tỉ thức giới, thiệt thức giới cũng vậy.

Phải chăng nhãn thức giới đã đoạn đã biến tri, ý giới cũng vậy chăng?

Đáp: Nếu ý giới đã đoạn đã biến tri, nhãn thức giới cũng vậy. Hoặc nhãn thức giới đã đoạn đã biến tri, chứ không phải ý giới, nghĩa là đã ly tham Phạm thế, chưa ly tham giới trên.

Như nhãn thức giới đối với ý giới, đối với pháp giới, ý thức giới cũng vậy.

Như đã nói chi tiết về nhãn thức giới, nhĩ thức giới, thân thức giới nói chi tiết **[589c01]** cũng vậy.

15.4. Hương giới và vị giới

Phải chăng hương giới đã đoạn đã biến tri, vị giới cũng vậy?

Đáp: Đúng vậy.

Nếu vị giới đã đoạn đã biến tri, hương giới cũng vậy chăng?

Đáp: Đúng vậy.

Như hương giới đối với vị giới, đối với tỉ thức giới, thiệt thức giới cũng vậy.

15.5. Hương giới và ý giới

Phải chăng hương giới đã đoạn đã biến tri, ý giới cũng vậy?

Đáp: Nếu ý giới đã đoạn đã biến tri, hương giới cũng vậy. Hoặc hương giới đã đoạn đã biến tri, chứ không phải ý giới, nghĩa là đã ly tham Dục giới, chưa ly tham giới trên.

Như hương giới đối với ý giới, đối với pháp giới, ý thức giới cũng vậy.

Như đã rộng nói về hương giới, vị giới, tỉ thức giới, thiệt thức giới cũng rộng nói như vậy.

Phải chăng ý giới đã đoạn đã biến tri, pháp giới cũng vậy?

Đáp: Đúng vậy.

Nếu pháp giới đã đoạn đã biến tri, ý giới cũng vậy chăng?

Đáp: Đúng vậy.

Như ý giới đối với pháp giới, đối với ý thức giới cũng vậy.

Phải chăng pháp giới đã đoạn đã biến tri, ý thức giới cũng vậy?

Đáp: Đúng vậy.

Nếu ý thức giới đã đoạn đã biến tri, pháp giới cũng vậy chăng?

Đáp: Đúng vậy.

TIẾT 16. NHẬN THỨC BA THỜI

Có mười hai tâm: tâm thiện, tâm bất thiện, tâm hữu phú vô ký, tâm vô phú vô ký hệ thuộc Dục giới; tâm thiện, tâm hữu phú vô ký, tâm vô phú vô ký hệ thuộc Sắc giới; tâm thiện, tâm hữu phú vô ký, tâm vô phú vô ký hệ thuộc Vô sắc giới; tâm Hữu học, tâm Vô học. Mười hai tâm này, hoặc quá khứ, hoặc vị lai, hoặc hiện tại.

16.1. Tâm Dục giới

a. Tâm thiện

Tâm thiện quá khứ Dục giới có bốn trường hợp: (1) hoặc đã nhận thức, không phải đang nhận thức, không phải sẽ nhận thức; (2) hoặc đã nhận thức, sẽ nhận thức, không phải đang nhận thức; (3) hoặc đã nhận thức, đang nhận thức, không phải sẽ nhận thức; (4) hoặc đã nhận thức, đang nhận thức, sẽ nhận thức.

(1) *Đã nhận thức, không phải đang nhận thức, không phải sẽ nhận thức:* các Thánh bổ-đặc-già-la sinh trong Sắc giới và Vô sắc giới.[405]

(2) *Đã nhận thức, sẽ nhận thức, không phải đang nhận thức:* bổ-đặc-già-la đã đoạn thiện căn, và dị sinh trong Sắc giới và Vô sắc giới.[406]

(3) *Đã nhận thức, đang nhận thức, không phải sẽ nhận thức:* các Thánh giả Bất Hoàn sinh trong Dục giới, trụ tâm thiện tối hậu, đang hướng đến tái sanh Sắc giới, Vô sắc giới.

(4) *Đã nhận thức, đang nhận thức, sẽ nhận thức:* sinh trong Dục giới, thiện căn không bị đoạn, trụ bản tính.[407]

Như quá khứ, vị lai cũng vậy.

Tâm thiện chưa từng đắc thuộc Dục giới có bốn trường hợp: (1) hoặc không phải đã nhận thức, không phải đang nhận thức, không phải sẽ nhận thức; **[0590a01]** (2) hoặc không phải đã nhận thức, không phải đang nhận thức, sẽ nhận thức; (3) hoặc không phải đã nhận thức, không phải đang nhận thức, hoặc sẽ nhận thức hoặc không phải sẽ nhận thức; (4) hoặc đang nhận thức, sẽ nhận thức, không phải đã nhận thức.

(1) *Không phải đã nhận thức, không phải đang nhận thức, không phải sẽ nhận thức:* trước chưa từng đắc, nhất định không phải sẽ đắc.

(2) *Không phải đã nhận thức, không phải đang nhận thức, sẽ nhận thức:* trước chưa từng đắc, quyết định sẽ đắc.

---

[405] Các Thánh giả Bất Hoàn (*ānāgamin*) sanh Sắc giới, Vô sắc giới, những gì được nhận thức trong Dục giới đã trở thành quá khứ.

[406] Dị sinh (*pṛthagjana*, chúng sanh), không phải Thánh giả, đã đắc các thiền và định.

[407] 住自性, trụ tự tính = trụ bản tính, Skt. *prakṛtistha*, giữ nguyên bản tính nguyên thủy; đây chỉ tự tính bản hữu của dị sanh (phàm phu) Dục giới.

(3) *Không phải đã nhận thức, không phải đang nhận thức, hoặc sẽ nhận thức hoặc không phải sẽ nhận thức*: trước chưa từng đắc, hoặc sẽ đắc, hoặc không phải sẽ đắc.

(4) *Đang nhận thức, sẽ nhận thức, không phải đã nhận thức*: trước chưa từng đắc, tối sơ hiện tiền.

Tâm thiện hiện tại thuộc Dục giới có ba trường: (1) hoặc đã nhận thức, đang nhận thức, không phải sẽ nhận thức; (2) hoặc không phải đã nhận thức, đang nhận thức, sẽ nhận thức; (3) hoặc đã nhận thức, đang nhận thức, sẽ nhận thức.

(1) *Đã nhận thức, đang nhận thức, không phải sẽ nhận thức*: các Bất Hoàn sinh trong Dục giới trụ tâm thiện tối hậu, đang hướng đến tái sinh Sắc giới, Vô sắc giới.

(2) *Không phải đã nhận thức, đang nhận thức, sẽ nhận thức*: trước chưa từng đắc, tối sơ hiện tiền.

(3) *Đã nhận thức, đang nhận thức, sẽ nhận thức*: trước đã từng đắc, nay hiện tiền.

b. Tâm bất thiện

Tâm bất thiện quá khứ có bảy trường hợp: (1) hoặc đã nhận thức, không phải đang nhận thức, không phải sẽ nhận thức; (2) hoặc đã nhận thức, không phải đang nhận thức, sẽ nhận thức; (3) hoặc đã nhận thức, không phải đang nhận thức, hoặc sẽ nhận thức hoặc không phải sẽ nhận thức; (4) hoặc đã nhận thức, đang nhận thức, không phải sẽ nhận thức; (5) hoặc đã nhận thức, đang nhận thức, sẽ nhận thức; (6) hoặc đã nhận thức, đang nhận thức, hoặc sẽ nhận thức, hoặc không phải sẽ nhận thức; (7) hoặc đã nhận thức, đang nhận thức, sẽ nhận thức.

(1) *Đã nhận thức, không phải đang nhận thức, không phải sẽ nhận thức*: đã ly tham Dục giới, nhất định không phải sẽ thoái đọa khỏi ly

tham Dục giới.[408]

(2) *Đã nhận thức, không phải đang nhận thức, sẽ nhận thức*: đã ly tham Dục giới, nhất định sẽ thoái đọa khỏi ly tham Dục giới.

(3) *Đã nhận thức, không phải đang nhận thức, hoặc sẽ nhận thức hoặc không phải sẽ nhận thức*: đã ly tham Dục giới, hoặc sẽ thoái chuyển hoặc không phải sẽ thoái chuyển khỏi ly tham Dục giới.

(4) *Đã nhận thức, đang nhận thức, không phải sẽ nhận thức*: trụ ly tham Dục giới; trong vô gián đạo[409] đắc ly Dục tham,[410] nhất định không phải sẽ thoái chuyển khỏi ly Dục tham.

(5) *Đã nhận thức, đang nhận thức, sẽ nhận thức*: trụ ly tham Dục giới, trong vô gián đạo đắc ly tham Dục giới, nhất định sẽ thoái chuyển khỏi ly tham Dục giới.[411]

(6) **[590b01]** *Đã nhận thức, đang nhận thức, hoặc sẽ nhận thức hoặc không phải sẽ nhận thức*: trụ ly tham Dục giới, trong vô gián đạo đắc ly tham Dục giới, hoặc sẽ thoái chuyển hoặc không phải sẽ thoái chuyển khỏi ly tham Dục giới.

(7) *Đã nhận thức, đang nhận thức, sẽ nhận thức*: chưa ly tham Dục giới, trụ bản tính.[412]

Như quá khứ, vị lai cũng vậy.

---

[408] Chỉ các Thánh giả Bất Hoàn đã ly tham Dục giới sẽ không thoái quả, rơi trở lại Dục giới.

[409] Vô gián đạo (*anantaryamārga*); các nhẫn (*kṣānti*) trong 16 tâm hiện quán Thánh đế, giai đoạn các phiền não được trừ, gọi là vô gián đạo. Vì không có khả năng nào có thể làm gián cách, chướng ngại sự đoạn trừ các phiền não nên nó được gọi là vô gián.

[410] Ly Dục tham = ly tham Dục giới (*kāmavitarāga*); đắc quả Bất Hoàn, sẽ không thoái chuyển trở lại Dục giới.

[411] Thoái quả Bất Hoàn.

[412] *Trụ tự tính*, xem cht. 407 trước.

Tâm bất thiện hiện tại có một trường hợp: tức *đã nhận thức, đang nhận thức, sẽ nhận thức*: đó là khi tâm bất thiện đang hiện tiền.

c. Tâm hữu phú vô ký

Tâm hữu phú vô ký quá khứ thuộc Dục giới có bảy trường hợp: (1) hoặc đã nhận thức, không phải đang nhận thức, không phải sẽ nhận thức; (2) hoặc đã nhận thức, không phải đang nhận thức, sẽ nhận thức; (3) hoặc đã nhận thức, không phải đang nhận thức, hoặc sẽ nhận thức hoặc không phải sẽ nhận thức; (4) hoặc đã nhận thức, đang nhận thức, không phải sẽ nhận thức; (5) hoặc đã nhận thức, đang nhận thức, sẽ nhận thức; (6) hoặc đã nhận thức, đang nhận thức, hoặc sẽ nhận thức hoặc không phải sẽ nhận thức; (7) hoặc đã nhận thức, đang nhận thức, sẽ nhận thức.

(1) *Đã nhận thức, không phải đang nhận thức, không phải sẽ nhận thức*: dị sinh đã ly tham Dục giới[413], nhất định không phải sẽ thoái chuyển khỏi ly tham Dục giới; và Thánh giả chưa ly tham Dục giới,[414] hiện quán biên[415] khổ pháp trí đã sinh.

(2) *Đã nhận thức, không phải đang nhận thức, sẽ nhận thức*: dị sinh đã ly tham Dục giới, nhất định sẽ thoái chuyển khỏi ly tham Dục giới.

(3) *Đã nhận thức, không phải đang nhận thức, hoặc sẽ nhận thức hoặc không phải sẽ nhận thức*: dị sinh đã ly tham Dục giới, hoặc sẽ thoái chuyển hoặc không phải sẽ thoái chuyển khỏi ly tham Dục giới.

---

[413] Vị Bất Hoàn siêu chứng, từ dị sanh (phàm phu) trực tiếp đắc quả Bất Hoàn, không qua Dự Lưu và Nhất Lai.

[414] Thánh giả Dự Lưu, Nhất Lai.

[415] Hiện quán biên, Skt *abhisamayāntika. Câu-xá vii*, tụng 21a. Việt dịch, TVI tập 20, cht 273, tr. 473: Vì bấy giờ Sắc, Vô sắc giới khổ chưa được biến tri, tập chưa đoạn, diệt chưa chứng, đạo chưa tu. *Tì-bà-sa 36*, tr. 186a27: "Vì pháp trí ở *trong* hiện quán chứ không phải *cuối* hiện quán. Lại nữa, trí này có được do vượt kiến sở đoạn thuộc Hữu đảnh mà pháp trí không thể vượt. Lại nữa, trong mỗi một đế điều cần làm đã làm xong, khi gia hành ngưng nghỉ mới có thể tu trí này..."

(4) *Đã nhận thức, đang nhận thức, không phải sẽ nhận thức :* các dị sinh trụ ly tham Dục giới, trong vô gián đạo đắc ly tham Dục giới, nhất định sẽ không thoái chuyển khỏi ly tham Dục giới; và Thánh giả chưa ly tham Dục giới, hiện quán biên khổ pháp trí chưa sinh.

(5) *Đã nhận thức, đang nhận thức, sẽ nhận thức:* các dị sinh trụ ly tham Dục giới, trong vô gián đạo đắc ly tham Dục giới, quyết định sẽ thoái chuyển khỏi ly tham Dục giới.

(6) *Đã nhận thức, đang nhận thức, hoặc sẽ nhận thức hoặc không phải sẽ nhận thức*: các dị sinh trụ ly tham Dục giới, trong vô gián đạo đắc ly tham Dục giới, hoặc sẽ thoái chuy hoặc không phải sẽ thoái chuyển khỏi ly tham Dục giới.

(7) *Đã nhận thức, đang nhận thức, sẽ nhận thức*: dị sinh chưa ly tham Dục giới, trụ bản tính.

Như quá khứ, vị lai cũng vậy.

Tâm hữu phú vô ký hiện tại hệ thuộc Dục giới có một trường hợp: đã nhận thức, đang nhận thức, sẽ nhận thức, đó là khi tâm hữu phú [590c01] vô ký của các dị sinh thuộc Dục giới đang hiện tiền.

d. Tâm vô phú vô ký

Tâm vô phú vô ký quá khứ thuộc Dục giới có bốn trường hợp: (1) hoặc đã nhận thức, không phải đang nhận thức, không phải sẽ nhận thức; (2) hoặc đã nhận thức, không phải đang nhận thức, sẽ nhận thức; (3) hoặc đã nhận thức, đang nhận thức, không phải sẽ nhận thức; (4) hoặc đã nhận thức, đang nhận thức, sẽ nhận thức.

(1*) Đã nhận thức, không phải đang nhận thức, không phải sẽ nhận thức*: các Thánh bổ-đặc-già-la sinh trong Vô sắc giới.

(2) *Đã nhận thức, không đang nhận thức, sẽ nhận thức*: dị sinh, sinh trong Vô sắc giới.

(3) *Đã nhận thức, đang nhận thức, không phải sẽ nhận thức*: các Bất Hoàn sinh trong Dục giới và Sắc giới trụ tâm tối hậu, hướng đến tái sinh Vô sắc giới.

(4) *Đã nhận thức, đang nhận thức, sẽ nhận thức*: sinh trong Dục giới và Sắc giới, trụ bản tính.

Như quá khứ, vị lai cũng vậy.

Tâm vô phú vô ký chưa từng đắc thuộc Dục giới có bốn trường hợp: (1) hoặc không phải đã nhận thức, không phải đang nhận thức, không phải sẽ nhận thức; (2) hoặc không phải đã nhận thức, không phải đang nhận thức, sẽ nhận thức; (3) hoặc không phải đã nhận thức, không phải đang nhận thức, hoặc sẽ nhận thức hoặc không phải sẽ nhận thức; (4) hoặc không phải đã nhận thức, đang nhận thức, sẽ nhận thức.

(1) *Không phải đã nhận thức, không phải đang nhận thức, không phải sẽ nhận thức*: trước chưa từng đắc, nhất định sẽ không đắc.

(2) *Không phải đã nhận thức, không phải đang nhận thức, sẽ nhận thức*: trước chưa từng đắc, nhất định sẽ đắc.

(3) *Không phải đã nhận thức, không phải đang nhận thức, hoặc sẽ nhận thức hoặc không phải sẽ nhận thức*: trước chưa từng đắc hoặc sẽ đắc hoặc sẽ không đắc.

(4) *Không phải đã nhận thức, đang nhận thức, sẽ nhận thức*: trước chưa từng đắc, tối sơ hiện tiền.

Tâm vô phú vô ký hiện tại thuộc Dục giới có ba trường hợp: (1) hoặc đã nhận thức, đang nhận thức, không phải sẽ nhận thức; (2) hoặc không phải đã nhận thức, đang nhận thức, sẽ nhận thức; (3) hoặc đã nhận thức, đang nhận thức, sẽ nhận thức.

(1) *Đã nhận thức, đang nhận thức, không phải sẽ nhận thức*: các Bất Hoàn sinh trong Dục giới, Sắc giới trụ tâm vô phú vô ký tối hậu, đang hướng đến sinh Vô sắc giới.

(2) *Không phải đã nhận thức, đang nhận thức, sẽ nhận thức*: trước chưa từng đắc, tối sơ hiện tiền.

(3) *Đã nhận thức, đang nhận thức, sẽ nhận thức*: trước đã từng đắc, nay hiện tiền.

16.2. Tâm Sắc giới

a. Tâm thiện

Tâm thiện quá khứ thuộc Sắc giới có bốn trường hợp: (1) hoặc đã nhận thức, không phải đang nhận thức, không phải sẽ nhận thức; (2) hoặc đã nhận thức, không phải đang nhận thức, sẽ nhận thức; (3) hoặc đã nhận thức, đang nhận thức, không phải sẽ nhận thức; (4) **[591a01]** hoặc đã nhận thức, đang nhận thức, sẽ nhận thức.

(1) *Đã nhận thức, không phải đang nhận thức, không phải sẽ nhận thức*: các Thánh bổ-đặc-già-la sinh trong Vô sắc giới.[416]

(2) *Đã nhận thức, không phải đang nhận thức, sẽ nhận thức*: dị sinh, sinh trong Dục giới chưa đắc tâm thiện Sắc giới, và dị sinh, sinh trong Vô sắc giới.

(3) *Đã nhận thức, đang nhận thức, không phải sẽ nhận thức*: các Bất Hoàn sinh trong Dục giới, Sắc giới trụ tâm tối hậu đang hướng đến sinh Vô sắc giới.

(4) *Đã nhận thức, đang nhận thức, sẽ nhận thức*: sinh trong Dục giới đắc tâm thiện Sắc giới, trụ bản tính, và sinh trong Sắc giới, trụ bản tính.

Như quá khứ, vị lai cũng vậy.

Tâm thiện chưa từng đắc thuộc Sắc giới có bốn trường hợp: (1) hoặc không phải đã nhận thức, không phải đang nhận thức, không phải sẽ nhận thức; (2) hoặc không phải đã nhận thức, không phải đang nhận thức, sẽ nhận thức; (3) hoặc không phải đã nhận thức, không phải đang nhận thức, hoặc sẽ nhận thức hoặc không phải sẽ nhận thức; (4) hoặc không phải đã nhận thức, đang nhận thức, sẽ nhận thức.

(1) *Không phải đã nhận thức, không phải đang nhận thức, không phải sẽ nhận thức*: trước chưa từng đắc, nhất định sẽ không đắc.

---

[416] Thánh giả Bất Hoàn (*ānāgamin*).

(2) *Không phải đã nhận thức, không phải đang nhận thức, sẽ nhận thức*: trước chưa từng đắc, quyết định sẽ đắc.

(3) *Không phải đã nhận thức, không phải đang nhận thức, hoặc sẽ nhận thức hoặc không phải sẽ nhận thức*: trước chưa từng đắc, hoặc sẽ đắc hoặc sẽ không đắc.

(4) *Không phải đã nhận thức, đang nhận thức, sẽ nhận thức*: trước chưa từng đắc, tối sơ hiện tiền.

Tâm thiện hiện tại thuộc Sắc giới có ba trường hợp: (1) hoặc đã nhận thức, đang nhận thức, không phải sẽ nhận thức; (2) hoặc không phải đã nhận thức, đang nhận thức, sẽ nhận thức; (3) hoặc đã nhận thức, đang nhận thức, sẽ nhận thức.

(1) *Đã nhận thức, đang nhận thức, không phải sẽ nhận thức*: các Bất Hoàn sinh trong Sắc giới trụ tâm thiện tối hậu, đang hướng đến sinh Vô sắc giới.

(2) *Không phải đã nhận thức, đang nhận thức, sẽ nhận thức*: trước chưa từng đắc, tối sơ hiện tiền.

(3) *Đã nhận thức, đang nhận thức, sẽ nhận thức*: trước đã từng đắc, nay hiện tiền.

b. Tâm hữu phú vô ký

Tâm hữu phú vô ký quá khứ thuộc Sắc giới có bảy trường hợp: (1) hoặc đã nhận thức, không phải đang nhận thức, không phải sẽ nhận thức; (2) hoặc đã nhận thức, không phải đang nhận thức, sẽ nhận thức; (3) hoặc đã nhận thức, không phải đang nhận thức, hoặc sẽ nhận thức hoặc không phải sẽ nhận thức; (4) hoặc đã nhận thức, đang nhận thức, không phải sẽ nhận thức; (5) hoặc đã nhận thức, **[591b01]** đang nhận thức, sẽ nhận thức; (6) hoặc đã nhận thức, đang nhận thức, hoặc sẽ nhận thức hoặc không phải sẽ nhận thức; (7) hoặc đã nhận thức, đang nhận thức, sẽ nhận thức.

(1) *Đã nhận thức, không phải đang nhận thức, không phải sẽ nhận thức*: đã ly tham Sắc giới, nhất định sẽ không thoái chuyển khỏi ly tham Sắc giới.

(2) *Đã nhận thức, không phải đang nhận thức, sẽ nhận thức*: đã ly tham Sắc giới, quyết định sẽ thoái thất khỏi ly tham Sắc giới.

(3) *Đã nhận thức, không phải đang nhận thức, hoặc sẽ nhận thức hoặc không phải sẽ nhận thức*: đã ly tham Sắc giới, hoặc sẽ thoái thất hoặc sẽ không thoái thất khỏi ly tham Sắc giới.

(4) *Đã nhận thức, đang nhận thức, không phải sẽ nhận thức*: trụ ly tham Sắc giới, trong vô gián đạo đắc ly tham Sắc giới, nhất định sẽ không thoái chuyển khỏi ly tham Sắc giới.

(5) *Đã nhận thức, đang nhận thức, sẽ nhận thức*: trụ ly tham Sắc giới, trong vô gián đạo đắc ly tham Sắc giới, quyết định sẽ thoái thất khỏi ly tham Sắc giới.

(6) *Đã nhận thức, đang nhận thức, hoặc sẽ nhận thức hoặc không phải sẽ nhận thức*: trụ ly tham Sắc giới, trong vô gián đạo đắc ly tham Sắc giới, hoặc sẽ thoái thất hoặc sẽ không thoái thất khỏi ly tham Sắc giới.

(7) *Đã nhận thức, đang nhận thức, sẽ nhận thức*: chưa ly tham Sắc giới, trụ bản tính.

Như quá khứ, vị lai cũng vậy.

Tâm hữu phú vô ký hiện tại thuộc Sắc giới có một trường hợp: đã nhận thức, đang nhận thức, sẽ nhận thức, đó là khi tâm hữu phú vô ký thuộc Sắc giới đang hiện tiền.

c. Tâm vô phú vô ký

Tâm vô phú vô ký quá khứ thuộc Sắc giới có bốn trường hợp: (1) hoặc đã nhận thức, không phải đang nhận thức, không phải sẽ nhận thức; (2) hoặc đã nhận thức, không phải đang nhận thức, sẽ nhận thức; (3) hoặc đã nhận thức, đang nhận thức, không phải sẽ nhận thức; (4) hoặc đã nhận thức, đang nhận thức, sẽ nhận thức.

(1) *Đã nhận thức, không phải đang nhận thức, không phải sẽ nhận thức*: các Thánh bổ-đặc-già-la sinh trong Vô sắc giới.

(2) *Đã nhận thức, không phải đang nhận thức, sẽ nhận thức*: dị sinh, sinh trong Dục giới chưa ly tham Dục giới, và dị sinh, sinh trong Vô sắc giới.

(3) *Đã nhận thức, đang nhận thức, không phải sẽ nhận thức*: các Bất Hoàn sinh trong Dục giới và Sắc giới trụ tâm tối hậu, đang hướng đến sinh Vô sắc giới.

(4) *Đã nhận thức, đang nhận thức, sẽ nhận thức*: sinh trong Dục giới, đã ly tham Dục giới, và sinh trong Sắc giới, trụ bản tính.

Như quá khứ, vị lai cũng vậy.

Tâm vô phú vô ký chưa từng đắc thuộc Sắc giới có bốn trường hợp: (1) hoặc không phải đã nhận thức, không phải đang nhận thức, không phải sẽ nhận thức; (2) hoặc không phải đã nhận thức, không phải đang nhận thức, sẽ nhận thức; (3) **[591c01]** hoặc không phải đã nhận thức, không phải đang nhận thức, hoặc sẽ nhận thức hoặc không phải sẽ nhận thức; (4) hoặc không phải đã nhận thức, đang nhận thức, sẽ nhận thức.

(1) *Không phải đã nhận thức, không phải đang nhận thức, không phải sẽ nhận thức*: trước chưa từng đắc, nhất định sẽ không đắc.

(2) *Không phải đã nhận thức, không phải đang nhận thức, sẽ nhận thức*: trước chưa từng đắc, quyết định sẽ đắc.

(3) *Không phải đã nhận thức, không phải đang nhận thức, hoặc sẽ nhận thức hoặc không phải sẽ nhận thức*: trước chưa từng đắc, hoặc sẽ đắc hoặc không phải sẽ đắc.

(4) *Không phải đã nhận thức, đang nhận thức, sẽ nhận thức*: trước chưa từng đắc, tối sơ hiện tiền.

Tâm vô phú vô ký hiện tại thuộc Sắc giới có ba trường hợp: (1) hoặc đã nhận thức, đang nhận thức, không phải sẽ nhận thức; (2) hoặc không phải đã nhận thức, đang nhận thức, sẽ nhận thức; (3) hoặc đã nhận thức, đang nhận thức, sẽ nhận thức.

(1) *Đã nhận thức, đang nhận thức, không phải sẽ nhận thức*: các Bất Hoàn sinh trưởng trong Sắc giới, trụ tâm vô phú vô ký tối hậu, đang hướng đến sinh Vô sắc giới.

(2) *Không phải đã nhận thức, đang nhận thức, sẽ nhận thức*: trước chưa từng đắc, tối sơ hiện tiền.

(3) *Đã nhận thức, đang nhận thức, sẽ nhận thức*: trước đã từng đắc, nay hiện tiền.

16.3. Tâm Vô sắc giới

a. Tâm thiện quá khứ

Tâm thiện quá khứ thuộc Vô sắc giới có hai trường hợp: (1) hoặc đã nhận thức, không phải đang nhận thức, sẽ nhận thức; (2) hoặc đã nhận thức, đang nhận thức, sẽ nhận thức.

(1) *Đã nhận thức, không phải đang nhận thức, sẽ nhận thức*: tâm thiện chưa đắc thuộc Vô sắc giới.

2) *Đã nhận thức, đang nhận thức, sẽ nhận thức*: tâm thiện đã đắc thuộc Vô sắc giới.

Như quá khứ, vị lai cũng vậy.

b. Tâm thiện chưa từng đắc

Tâm thiện chưa từng đắc thuộc Vô sắc giới có bốn trường hợp: (1) hoặc không phải đã nhận thức, không phải đang nhận thức, không phải sẽ nhận thức; (2) hoặc không phải đã nhận thức, không phải đang nhận thức, sẽ nhận thức; (3) hoặc không phải đã nhận thức, không phải đang nhận thức, hoặc sẽ nhận thức hoặc không phải sẽ nhận thức; (4) hoặc không phải đã nhận thức, đang nhận thức, sẽ nhận thức.

(1) *Không phải đã nhận thức, không phải đang nhận thức, không phải sẽ nhận thức*: trước chưa từng đắc, nhất định sẽ không đắc.

(2) *Không phải đã nhận thức, không phải đang nhận thức, sẽ nhận thức*: trước chưa từng đắc, quyết định sẽ đắc.

(3) *Không phải đã nhận thức, không phải đang nhận thức, hoặc sẽ nhận thức hoặc không phải sẽ nhận thức:* trước chưa từng đắc, hoặc sẽ đắc hoặc sẽ không đắc.

(4) *Không phải đã nhận thức, đang nhận thức, sẽ nhận thức:* trước chưa từng đắc, tối sơ hiện tiền.

c. Tâm thiện hiện tại

Tâm thiện hiện tại thuộc Vô sắc giới có hai trường hợp: (1) hoặc không phải đã nhận thức, đang nhận thức, sẽ nhận thức; (2) **[592a01]** hoặc đã nhận thức, đang nhận thức, sẽ nhận thức.

(1) *Không phải đã nhận thức, đang nhận thức, sẽ nhận thức:* trước chưa từng đắc, tối sơ hiện tiền.

(2) *Đã nhận thức, đang nhận thức, sẽ nhận thức:* trước đã từng đắc, nay hiện tiền.

d. Tâm hữu phú vô ký quá khứ

Tâm hữu phú vô ký quá khứ thuộc Vô sắc giới có bảy trường hợp: (1) hoặc đã nhận thức, không phải đang nhận thức, không phải sẽ nhận thức; (2) hoặc đã nhận thức, không phải đang nhận thức, sẽ nhận thức; (3) hoặc đã nhận thức, không phải đang nhận thức, hoặc sẽ nhận thức hoặc không phải sẽ nhận thức; (4) hoặc đã nhận thức, đang nhận thức, không phải sẽ nhận thức; (5) hoặc đã nhận thức, đang nhận thức, sẽ nhận thức; (6) hoặc đã nhận thức, đang nhận thức, hoặc sẽ nhận thức hoặc không phải sẽ nhận thức; (7) hoặc đã nhận thức, đang nhận thức, sẽ nhận thức.

(1) *Đã nhận thức, không phải đang nhận thức, không phải sẽ nhận thức:* đã ly tham Vô sắc giới, quyết định sẽ không thoái thất khỏi ly tham Vô sắc giới.

(2) *Đã nhận thức, không phải đang nhận thức, sẽ nhận thức:* đã ly tham Vô sắc giới, quyết định sẽ thoái thất khỏi ly tham Vô sắc giới.

(3) *Đã nhận thức, không phải đang nhận thức, hoặc sẽ nhận thức hoặc không phải sẽ nhận thức:* đã ly tham Vô sắc giới, hoặc sẽ thoái thất hoặc sẽ không thoái thất khỏi ly tham Vô sắc giới.

(4) *Đã nhận thức, đang nhận thức, không phải sẽ nhận thức*: trụ ly tham Vô sắc giới, trong vô gián đạo đắc ly tham Vô sắc giới, nhất định sẽ không thoái thất khỏi ly tham Vô sắc giới.

(5) *Đã nhận thức, đang nhận thức, hoặc sẽ nhận thức hoặc không phải sẽ nhận thức*: trụ ly tham Vô sắc giới, trong vô gián đạo đắc ly tham Vô sắc giới, hoặc sẽ thoái thất hoặc sẽ không thoái thất khỏi ly tham Vô sắc giới.

6) *Hoặc đã nhận thức, đang nhận thức, hoặc sẽ nhận thức hoặc không phải sẽ nhận thức*: trong Vô gián đạo đắc ly tham Vô sắc, trụ ly tham Vô sắc, sẽ thoái thất hoặc sẽ không thoái thất ly tham Vô sắc.

(7) *Đã nhận thức, đang nhận thức, sẽ nhận thức*: chưa ly tham Vô sắc giới, trụ bản tính.

Như quá khứ, vị lai cũng vậy.

e. Tâm hữu phú vô ký hiện tại

Tâm hữu phú vô ký hiện tại thuộc Vô sắc giới có một trường hợp: đã nhận thức, đang nhận thức, sẽ nhận thức, tức tâm hữu phú vô ký thuộc Vô sắc giới đang hiện tiền.

f. Tâm vô phú vô ký quá khứ

Tâm vô phú vô ký quá khứ thuộc Vô sắc giới có một trường hợp: Đã nhận thức, không phải đang nhận thức, không phải sẽ nhận thức, tức tâm dị thục đã diệt.

Như quá khứ, vị lai cũng vậy.

g. Tâm vô phú vô ký chưa từng đắc

Tâm vô phú vô ký chưa từng đắc thuộc Vô sắc giới có ba trường hợp: (1) hoặc không phải đã nhận thức, không phải đang nhận thức, không phải sẽ nhận thức; (2) hoặc không phải đã nhận thức, không phải đang nhận thức, sẽ nhận thức; (3) hoặc không phải đã nhận thức, không phải đang nhận thức, sẽ nhận thức hoặc không phải sẽ nhận thức.

(1) *Không phải đã nhận thức, không phải đang nhận thức,* [592b01] *không phải sẽ nhận thức*: trước chưa từng đắc, nhất định

sẽ không đắc.

(2) *Không phải đã nhận thức, không phải đang nhận thức, sẽ nhận thức*: trước chưa từng đắc, quyết định sẽ đắc.

(3) *Không phải đã nhận thức, không phải đang nhận thức, hoặc sẽ nhận thức hoặc không phải sẽ nhận thức*: trước chưa từng đắc, hoặc sẽ đắc, hoặc sẽ không đắc.

h. Tâm vô phú vô ký hiện tại

Tâm vô phú vô ký hiện tại thuộc Vô sắc giới có một trường hợp: không phải đã nhận thức, đang nhận thức, không phải sẽ nhận thức, tức tâm dị thục đang hiện tiền.

16.4. Tâm Hữu học

a. Quá khứ

Tâm Hữu học quá khứ có bảy trường hợp: (1) hoặc đã nhận thức, không phải đang nhận thức, không phải sẽ nhận thức; (2) hoặc đã nhận thức, không phải đang nhận thức, sẽ nhận thức; (3) hoặc đã nhận thức, không phải đang nhận thức, hoặc sẽ nhận thức hoặc không phải sẽ nhận thức; (4) hoặc đã nhận thức, nay nhận thức, không phải sẽ nhận thức; (5) hoặc đã nhận thức, đang nhận thức, sẽ nhận thức; (6) hoặc đã nhận thức, đang nhận thức, hoặc sẽ nhận thức hoặc không phải sẽ nhận thức; (7) hoặc đã nhận thức, đang nhận thức, sẽ nhận thức;

(1) *Đã nhận thức, không phải đang nhận thức, không phải sẽ nhận thức*: A-la-hán nhất định sẽ không thoái chuyển khỏi quả A-la-hán.

(2) *Đã nhận thức, không phải đang nhận thức, sẽ nhận thức*: A-la-hán quyết định sẽ thoái thất khỏi quả A-la-hán.[417]

(3) *Đã nhận thức, không phải đang nhận thức, sẽ nhận thức hoặc không phải sẽ nhận thức*: A-la-hán từ quả A-la-hán hoặc sẽ thoái thất hoặc sẽ không thoái thất khỏi quả A-la-hán.

---

[417] A-la-hán thối thất hay không thối thất quả, *Câu-xá vi*, tụng 58.

(4) *Đã nhận thức, nay nhận thức, không phải sẽ nhận thức*: trụ quả A-la-hán, trong vô gián đạo đắc quả A-la-hán, nhất định không phải sẽ thoái chuyển khỏi quả A-la-hán.

(5) *Đã nhận thức, nay nhận thức, sẽ nhận thức*: trụ quả A-la-hán, trong vô gián đạo, đắc quả A-la-hán, quyết định sẽ thoái thất khỏi quả A-la-hán.

(6) *Đã nhận thức, nay nhận thức, sẽ nhận thức hoặc không phải sẽ nhận thức*: trụ A-la-hán quả, trong vô gián đạo đắc quả A-la-hán, hoặc sẽ thoái thất hoặc không phải sẽ thoái thất khỏi quả A-la-hán.

(7) *Đã nhận thức, nay nhận thức, sẽ nhận thức*: các Hữu học trụ bản tính vị.

Như quá khứ, vị lai cũng vậy.

b. Tâm chưa từng đắc

Tâm Hữu học chưa từng đắc có bốn trường hợp: (1) hoặc không phải đã nhận thức, không phải đang nhận thức, không phải sẽ nhận thức; (2) hoặc không phải đã nhận thức, không phải đang nhận thức, sẽ nhận thức; (3) hoặc không phải đã nhận thức, không phải đang nhận thức, hoặc sẽ nhận thức hoặc không phải sẽ nhận thức; (4) hoặc không phải đã nhận thức, đang nhận thức, sẽ nhận thức.

(1) *Không phải đã nhận thức, không phải đang nhận thức, không phải sẽ nhận thức*: **[592c01]** trước chưa từng đắc, nhất định sẽ không đắc.

(2) *Không phải đã nhận thức, không phải đang nhận thức, sẽ nhận thức*: trước chưa từng đắc, quyết định sẽ đắc.

(3) *Không phải đã nhận thức, không phải đang nhận thức, hoặc sẽ nhận thức hoặc không phải sẽ nhận thức*: trước chưa từng đắc, hoặc sẽ đắc hoặc sẽ không đắc.

(4) *Không phải đã nhận thức, đang nhận thức, sẽ nhận thức*: trước chưa từng đắc, tối sơ hiện tiền.

c. Tâm hiện tại

Tâm Hữu học hiện tại có tám trường hợp: (1) hoặc không phải đã nhận thức, đang nhận thức, không phải sẽ nhận thức; (2) hoặc không phải đã nhận thức, đang nhận thức, sẽ nhận thức; (3) hoặc không phải đã nhận thức, đang nhận thức, hoặc sẽ nhận thức hoặc không phải sẽ nhận thức; (4) hoặc đã nhận thức, đang nhận thức, không phải sẽ nhận thức; (5) hoặc đã nhận thức, đang nhận thức, sẽ nhận thức; (6) hoặc đã nhận thức, đang nhận thức, hoặc sẽ nhận thức hoặc không phải sẽ nhận thức; (7) hoặc không phải đã nhận thức, đang nhận thức, sẽ nhận thức; (8) hoặc đã nhận thức, đang nhận thức, sẽ nhận thức.

(1) *Không phải đã nhận thức, đang nhận thức, không phải sẽ nhận thức*: trước không thoái chuyển quả A-la-hán, trụ quả A-la-hán, trong vô gián đạo đắc quả A-la-hán, nhất định sẽ không thoái chuyển khỏi quả A-la-hán.

(2) *Không phải đã nhận thức, đang nhận thức, sẽ nhận thức*: trước không thoái chuyển quả A-la-hán, trụ quả A-la-hán, trong vô gián đạo đắc quả A-la-hán, quyết định sẽ thoái thất quả A-la-hán.

(3) *Không phải đã nhận thức, đang nhận thức, hoặc sẽ nhận thức hoặc không phải sẽ nhận thức*: trước không thoái thất quả A-la-hán, trụ quả A-la-hán, trong vô gián đạo đắc quả A-la-hán, hoặc sẽ thoái thất hoặc sẽ không thoái thất quả A-la-hán.

(4) *Đã nhận thức, đang nhận thức, không phải sẽ nhận thức*: trước đã thoái thất quả A-la-hán, trụ quả A-la-hán, trong vô gián đạo đắc quả A-la-hán, nhất định sẽ không thoái thất quả A-la-hán.

(5) *Đã nhận thức, đang nhận thức, sẽ nhận thức*: trước đã thoái quả A-la-hán, trụ quả A-la-hán, trong vô gián đạo đắc quả A-la-hán, quyết định sẽ thoái thất quả A-la-hán.

(6) *Đã nhận thức, đang nhận thức, hoặc sẽ nhận thức hoặc không phải sẽ nhận thức*: trước đã thoái thất quả A-la-hán, trụ quả A-la-hán, trong vô gián đạo đắc quả A-la-hán, hoặc sẽ thoái thất hoặc sẽ không thoái thất khỏi quả A-la-hán.

(7) *Không phải đã nhận thức, đang nhận thức, sẽ nhận thức*: trước chưa từng đắc, tối sơ hiện tiền.

(8) *Đã nhận thức, đang nhận thức, sẽ nhận thức*: trước đã từng đắc, nay hiện tiền.

16.5. Tâm Vô học

a. Quá khứ

Tâm Vô học quá khứ có **[593a01]** bốn trường hợp: (1) hoặc đã nhận thức, không phải đang nhận thức, không phải sẽ nhận thức; (2) hoặc đã nhận thức, không phải đang nhận thức, sẽ nhận thức; (3) hoặc đã nhận thức, đang nhận thức, không phải sẽ nhận thức; (4) hoặc đã nhận thức, đang nhận thức, sẽ nhận thức.

(1) *Đã nhận thức, không phải đang nhận thức, không phải sẽ nhận thức*: quả A-la-hán thời giải thoát,[418] đã nhập bất động.[419]

(2) *Đã nhận thức, không phải đang nhận thức, sẽ nhận thức*: A-la-hán đã thoái quả A-la-hán.

(3) *Đã nhận thức, đang nhận thức, không phải sẽ nhận thức*: A-la-hán thời giải thoát, trụ trong vô gián đạo đắc bất động.

(4) *Đã nhận thức, đang nhận thức, sẽ nhận thức*: các Vô học trụ bản tính.

Như quá khứ, vị lai cũng vậy.

---

[418] Thời giải thoát Skt. (*samayavimukta*) hay thời ái tâm giải thoát (*sāmayikī kāntā cetovimuktiḥ*), giải thoát lệ thuộc thời cơ, thuận duyên. *Câu-xá* vi, tụng 56c. Pradhan 373⁴, *samayāpekṣāś caite'dhimuktāś ceti samayavimuktā madhyapadalopāt ghṛtaghaṭavat*, giải thoát cần đợi thời cơ; lược bỏ từ giữa (*upekṣa*: cần đợi), thành *thời giải thoát*; như [hủ đựng bơ] nói là "hủ bơ".

[419] A-la-hán thời giải thoát chỉ chung năm hạng độn căn A-la-hán có khả năng thoái thất, sau khi đã được luyện căn (*uttāpanāgata*), chuyển căn thành hạng lợi căn bất động pháp A-la-hán (*akopyākopyadharmaṇa*), *Câu-xá* vi, tụng 57cd.

b. Tâm chưa từng đắc

Tâm Vô học chưa từng đắc có bốn trường hợp: (1) hoặc không phải đã nhận thức, không phải đang nhận thức, không phải sẽ nhận thức; (2) hoặc không phải đã nhận thức, không phải đang nhận thức, sẽ nhận thức; (3) hoặc không phải đã nhận thức, không phải đang nhận thức, hoặc sẽ nhận thức hoặc không phải sẽ nhận thức; (4) hoặc không phải đã nhận thức, đang nhận thức, sẽ nhận thức.

(1) *Không phải đã nhận thức, không phải đang nhận thức, không phải sẽ nhận thức*: trước chưa từng đắc, nhất định sẽ không đắc.

(2) *Không phải đã nhận thức, không phải đang nhận thức, sẽ nhận thức*: trước chưa từng đắc, quyết định sẽ đắc.

(3) *Không phải đã nhận thức, không phải đang nhận thức, hoặc sẽ nhận thức hoặc không phải sẽ nhận thức*: trước chưa từng đắc, hoặc sẽ đắc hoặc sẽ không đắc.

(4) *Không phải đã nhận thức, đang nhận thức, sẽ nhận thức*: trước chưa từng đắc, tối sơ hiện tiền.

c. Tâm hiện Tại

Tâm Vô học hiện tại có ba trường hợp: (1) hoặc đã nhận thức, đang nhận thức, không phải sẽ nhận thức; (2) hoặc không phải đã nhận thức, đang nhận thức, sẽ nhận thức; (3) hoặc đã nhận thức, đang nhận thức, sẽ nhận thức.

(1) *Đã nhận thức, đang nhận thức, không phải sẽ nhận thức*: A-la-hán thời giải thoát, trụ trong vô gián đạo đắc bất động.

(2) *Không phải đã nhận thức, đang nhận thức, sẽ nhận thức*: trước chưa từng đắc, tối sơ hiện tiền.

(3) *Đã nhận thức, đang nhận thức, sẽ nhận thức*: trước đã từng đắc, nay hiện tiền.[420]

---

[420] Hết quyển 12.

CHƯƠNG VI: UẨN THÀNH TỰU

TỤNG TỔNG NHIẾP

Sơ thành, bất thành, và xả đắc,
Chưa đoạn, đã đoạn, hai loại tâm,
Hai Bổ-đặc-già-la, Phạm Thế,
Học, Vô học, hai tâm cuối cùng.

TIẾT 1. THÀNH TỰU

[593b09] Có mười hai tâm: tâm thiện, tâm bất thiện, tâm hữu phú vô ký, tâm vô phú vô ký thuộc Dục giới; tâm thiện, tâm hữu phú vô ký, tâm vô phú vô ký thuộc Sắc giới; tâm thiện, tâm hữu phú vô ký, tâm vô phú vô ký thuộc Vô sắc giới; tâm Hữu học, tâm Vô học.

Nếu thành tựu[421] tâm thiện Dục giới, cũng thành tựu tâm bất thiện chăng? Nếu thành tựu tâm bất thiện, cũng thành tựu tâm thiện này chăng? Nếu thành tựu tâm thiện Dục giới, cho đến cũng thành tựu tâm Vô học chăng? Nếu thành tựu tâm Vô học, cũng thành tựu tâm thiện này chăng? Cho đến nếu thành tựu tâm Hữu học, cũng thành tựu tâm Vô học chăng? Nếu thành tựu tâm Vô học, cũng thành tựu tâm Hữu học chăng?

---

[421] Thành tựu, Skt *samanvāgata/samanvaya:* tùy hành, tiềm tại, luôn luôn đi theo; xem cht. 349.

1.1. Tâm Thiện Dục giới

a. Bất thiện

Nếu thành tựu tâm thiện thuộc Dục giới, cũng thành tựu tâm bất thiện chăng? (1) Hoặc thành tựu tâm thiện Dục giới, không thành tựu tâm bất thiện; (2) hoặc thành tựu tâm bất thiện, không thành tựu tâm thiện này; (3) hoặc thành tựu tâm thiện này, cũng thành tựu tâm bất thiện; (4) hoặc không thành tựu tâm thiện này, cũng không thành tựu tâm bất thiện.

(1) *Thành tựu tâm thiện Dục giới, không thành tựu tâm bất thiện,* đó là bổ-đặc-già-la sinh trong Dục giới, đã ly tham Dục giới.[422]

(2) *Thành tựu tâm bất thiện, không thành tựu tâm thiện này,* đó là bổ-đặc-già-la mà thiện căn đã đoạn.

(3) *Thành tựu tâm thiện này, cũng thành tựu tâm bất thiện,* đó là bổ-đặc-già-la sinh trong Dục giới, không đoạn thiện căn, chưa ly tham Dục giới.

(4) *Không thành tựu tâm thiện này, cũng không thành tựu tâm bất thiện,* đó là bổ-đặc-già-la sinh trong Sắc giới và Vô sắc giới.

b. Hữu phú vô ký

Nếu thành tựu tâm thiện Dục giới, cũng thành tựu tâm hữu phú vô ký Dục giới chăng? (1) Hoặc thành tựu tâm thiện Dục giới, không thành tựu tâm hữu phú vô ký Dục giới; (2) hoặc thành tựu tâm hữu phú vô ký Dục giới, không thành tựu **[593c01]** tâm thiện Dục giới; (3) hoặc thành tựu tâm thiện này, cũng thành tựu tâm hữu phú vô ký này; (4) hoặc không thành tựu tâm thiện này, cũng không thành tựu tâm hữu phú vô ký này.

(1) *Thành tựu tâm thiện Dục giới, không thành tựu tâm hữu phú vô ký Dục giới:* đó là dị sinh, Thánh giả, sinh trong Dục giới, đã ly tham Dục giới,[423] và Thánh giả chưa ly tham Dục giới, hiện quán biên khổ

---

[422] Đã đắc quả Bất Hoàn (*ānāgamin*).

[423] Thánh giả ly tham Dục giới: Thánh giả Bất Hoàn.

pháp trí đã sinh.[424]

(2) *Thành tựu tâm hữu phú vô ký Dục giới, không thành tựu tâm thiện Dục giới*: bổ-đặc-già-la mà thiện căn đã đoạn.

(3) *Thành tựu tâm thiện Dục giới, cũng thành tựu tâm hữu phú vô ký Dục giới*: đó là dị sinh, sinh trong Dục giới, không đoạn thiện căn, chưa ly tham Dục giới, và Thánh giả chưa ly tham Dục giới, hiện quán biên khổ pháp trí chưa sinh.[425]

(4) *Không thành tựu tâm thiện Dục giới, cũng không thành tựu tâm hữu phú vô ký Dục giới*, đó là bổ-đặc-già-la sinh trong Sắc giới và Vô sắc giới.

c. Vô phú vô ký

Nếu thành tựu tâm thiện Dục giới, cũng thành tựu tâm vô phú vô ký Dục giới chăng?

Nếu thành tựu tâm thiện Dục giới, nhất định thành tựu tâm vô phú vô ký Dục giới. Hoặc thành tựu tâm vô phú vô ký Dục giới, không thành tựu tâm thiện Dục giới, đó là bổ-đặc-già-la mà thiện căn đã đoạn và sinh trong Sắc giới.

d. Sắc giới thiện

Nếu thành tựu tâm thiện Dục giới, cũng thành tựu tâm thiện Sắc giới chăng? (1) Hoặc thành tựu tâm thiện Dục giới, không thành tựu tâm thiện Sắc giới; (2) hoặc thành tựu tâm thiện Sắc giới, không thành tựu tâm thiện Dục giới; (3) hoặc thành tựu tâm thiện Dục giới, cũng thành tựu tâm thiện Sắc giới; (4) hoặc không thành tựu tâm thiện Dục giới, cũng không thành tựu tâm thiện Sắc giới.

(1) *Thành tựu tâm thiện Dục giới, không thành tựu tâm thiện Sắc giới*, đó là bổ-đặc-già-la sinh trong Dục giới, không đoạn thiện căn, chưa đắc tâm thiện Sắc giới.

---

[424] Thánh giả Dự Lưu hướng.

[425] Thánh giả cụ phược, **xem cht. 154.**

(2) *Thành tựu tâm thiện Sắc giới, không thành tựu tâm thiện Dục giới*, đó là bổ-đặc-già-la sinh trong Sắc giới.

(3) *Thành tựu tâm thiện Dục giới, cũng thành tựu tâm thiện Sắc giới*, đó là bổ-đặc-già-la sinh trong Dục giới, đã đắc tâm thiện Sắc giới.

(4) *Không thành tựu tâm thiện Dục giới, cũng không thành tựu tâm thiện Sắc giới*, đó là bổ-đặc-già-la mà thiện căn đã đoạn và sinh trong Vô sắc giới.

e. Sắc giới hữu phú vô ký

Nếu thành tựu tâm thiện Dục giới, cũng thành tựu tâm hữu phú vô ký Sắc giới chăng? (1) Hoặc thành tựu tâm thiện Dục giới, không thành tựu tâm hữu phú vô ký Sắc giới; (2) hoặc thành tựu tâm **[594a01]** hữu phú vô ký Sắc giới, không thành tựu tâm thiện Dục giới; (3) hoặc thành tựu tâm thiện Dục giới, cũng thành tựu tâm hữu phú vô ký Sắc giới; (4) hoặc không thành tựu tâm thiện Dục giới, cũng không thành tựu tâm hữu phú vô ký Sắc giới.

(1) Thành tựu tâm thiện Dục giới, không thành tựu tâm hữu phú vô ký Sắc giới, đó là bổ-đặc-già-la sinh trong Dục giới, đã ly tham Sắc giới.

(2) Thành tựu tâm hữu phú vô ký Sắc giới, không thành tựu tâm thiện Dục giới, đó là bổ-đặc-già-la mà thiện căn đã đoạn và sinh trong Sắc giới, chưa ly tham Sắc giới.

(3) Thành tựu tâm thiện Dục giới, cũng thành tựu tâm hữu phú vô ký Sắc giới, đó là bổ-đặc-già-la sinh trong Dục giới, không đoạn thiện căn, chưa ly tham Sắc giới.

(4) Không thành tựu tâm thiện Dục giới, cũng không thành tựu tâm hữu phú vô ký Sắc giới, đó là bổ-đặc-già-la sinh trong Sắc giới, đã ly tham Sắc giới, và sinh trong Vô sắc giới.

f. Sắc giới vô phú vô ký

Nếu thành tựu tâm thiện Dục giới, cũng thành tựu tâm vô phú vô ký Sắc giới chăng? (1) Hoặc thành tựu tâm thiện Dục giới, không thành tựu tâm vô phú vô ký Sắc giới; (2) hoặc thành tựu tâm vô phú vô ký Sắc giới, không thành tựu tâm thiện Dục giới; (3) hoặc thành tựu tâm thiện Dục giới, cũng thành tựu tâm vô phú vô ký Sắc giới; (4) hoặc không thành tựu tâm thiện Dục giới, cũng không thành tựu tâm vô phú vô ký Sắc giới.

(1) Thành tựu tâm thiện Dục giới, không thành tựu tâm vô phú vô ký Sắc giới, đó là bổ-đặc-già-la sinh trong Dục giới, không đoạn thiện căn, chưa ly tham Dục giới.

(2) Thành tựu tâm vô phú vô ký Sắc giới, không thành tựu tâm thiện Dục giới, đó là bổ-đặc-già-la sinh trong Sắc giới.

(3) Thành tựu tâm thiện Dục giới, cũng thành tựu tâm vô phú vô ký Sắc giới, đó là bổ-đặc-già-la sinh trong Dục giới, đã ly tham Dục giới.

(4) Không thành tựu tâm thiện Dục giới, cũng không thành tựu tâm vô phú vô ký Sắc giới, đó là bổ-đặc-già-la mà thiện căn đã đoạn và sinh trong Vô sắc giới.

g. Vô sắc giới Thiện

Nếu thành tựu tâm thiện Dục giới, cũng thành tựu tâm thiện Vô sắc giới chăng? (1) Hoặc thành tựu tâm thiện Dục giới, không thành tựu tâm thiện Vô sắc giới; (2) hoặc thành tựu tâm thiện Vô sắc giới, không thành tựu tâm thiện Dục giới; (3) hoặc thành tựu tâm thiện Dục giới, cũng tâm thiện Vô sắc giới; (4) hoặc không thành tựu tâm thiện Dục giới, cũng không thành tựu tâm thiện Vô sắc giới.

(1) Thành tựu tâm thiện Dục giới, **[594b01]** không thành tựu tâm thiện Vô sắc giới, đó là bổ-đặc-già-la sinh trong Dục giới, không đoạn thiện căn, chưa đắc tâm thiện Vô sắc giới.

(2) Thành tựu tâm thiện Vô sắc giới, không thành tựu tâm thiện Dục giới, đó là bổ-đặc-già-la sinh trong Sắc giới, đã đắc tâm thiện Vô sắc giới, và sinh trong Vô sắc giới.

(3) Thành tựu tâm thiện Dục giới, cũng thành tựu tâm thiện Vô sắc giới, đó là bổ-đặc-già-la sinh trong Dục giới, đã đắc tâm thiện Vô sắc giới.

(4) Không thành tựu tâm thiện Dục giới, cũng không thành tựu tâm thiện Vô sắc giới, đó là bổ-đặc-già-la mà thiện căn đã đoạn, và sinh trong Sắc giới, chưa đắc tâm thiện Vô sắc giới.

h. Vô sắc giới hữu phú vô ký

Nếu thành tựu tâm thiện Dục giới, cũng thành tựu tâm hữu phú vô ký thuộc Vô sắc giới chăng? (1) Hoặc thành tựu tâm thiện Dục giới, không thành tựu tâm hữu phú vô ký thuộc Vô sắc giới; (2) hoặc thành tựu tâm hữu phú vô ký Vô sắc giới, không thành tựu tâm thiện Dục giới; (3) hoặc thành tựu tâm thiện Dục giới, cũng thành tựu tâm hữu phú vô ký Vô sắc giới; (4) hoặc không thành tựu tâm thiện Dục giới, cũng không thành tựu tâm hữu phú vô ký Vô sắc giới.

(1) Thành tựu tâm thiện Dục giới, không thành tựu tâm hữu phú vô ký thuộc Vô sắc giới, đó là A-la-hán sinh trong Dục giới.

(2) Thành tựu tâm hữu phú vô ký Vô sắc giới, không thành tựu tâm thiện Dục giới, đó là Hữu học, dị sinh, bổ-đặc-già-la mà thiện căn đã đoạn, và sinh trong Sắc giới và Vô sắc giới.

(3) Thành tựu tâm thiện Dục giới, cũng thành tựu tâm hữu phú vô ký Vô sắc giới, đó là Hữu học và dị sinh, sinh trong Dục giới và bổ-đặc-già-la không đoạn thiện căn.

(4) Không thành tựu tâm thiện Dục giới, cũng không thành tựu tâm hữu phú vô ký Vô sắc giới, đó là A-la-hán sinh trong Sắc giới và Vô sắc giới.

i. Vô sắc giới vô phú vô ký

Nếu thành tựu tâm thiện Dục giới, cũng thành tựu tâm vô phú vô ký Vô sắc giới chăng?

Nếu thành tựu tâm thiện Dục giới, nhất định không thành tựu tâm vô phú vô ký thuộc Vô sắc giới.

Nếu thành tựu tâm vô phú vô ký Vô sắc giới, nhất định không thành tựu tâm thiện Dục giới, Tâm Hữu học

k. Hữu học

Nếu thành tựu tâm thiện Dục giới, cũng thành tựu tâm Hữu học chăng? (1) Hoặc thành tựu tâm thiện Dục giới, không thành tựu tâm Hữu học; (2) hoặc thành tựu tâm Hữu học, không thành tựu tâm thiện Dục giới; (3) hoặc thành tựu tâm thiện Dục giới, cũng thành tựu tâm Hữu học; (4) hoặc không thành tựu tâm thiện Dục giới, cũng không thành tựu tâm Hữu học.

(1) *Thành tựu* [594c01] *tâm thiện Dục giới, không thành tựu tâm Hữu học*, đó là A-la-hán sinh trong Dục giới, và bổ-đặc-già-la dị sinh không đoạn thiện căn.

(2) *Thành tựu tâm Hữu học, không thành tựu tâm thiện Dục giới*, đó là bổ-đặc-già-la Hữu học sinh trong Sắc giới, Vô sắc giới.

(3) *Thành tựu tâm thiện Dục giới, cũng thành tựu tâm Hữu học*, đó là bổ-đặc-già-la Hữu học sinh trong Dục giới.

(4) *Không thành tựu tâm thiện Dục giới, cũng không thành tựu tâm Hữu học*, đó là bổ-đặc-già-la dị sanh mà thiện căn đã đoạn, và A-la-hán sinh trong Sắc giới, Vô sắc giới.

l. Vô học

Nếu thành tựu tâm thiện Dục giới, cũng thành tựu tâm Vô học chăng? (1) Hoặc thành tựu tâm thiện Dục giới, không thành tựu tâm Vô học; (2) hoặc thành tựu tâm Vô học, không thành tựu tâm thiện Dục giới; (3) hoặc thành tựu tâm thiện Dục giới, cũng thành tựu tâm Vô học; (4) hoặc không thành tựu tâm thiện Dục giới, cũng không thành tựu tâm Vô học.

(1) *Thành tựu tâm thiện Dục giới, không thành tựu tâm Vô học*, đó là bổ-đặc-già-la Hữu học sinh trong Dục giới, và bổ-đặc-già-la dị sinh mà thiện căn không đoạn.

(2) *Thành tựu tâm Vô học, không thành tựu tâm thiện Dục giới*, đó là A-la-hán sinh trong Sắc giới và Vô sắc giới.

(3) *Thành tựu tâm thiện Dục giới, cũng thành tựu tâm Vô học*, đó là A-la-hán sinh trong Dục giới.

(4) *Không thành tựu tâm thiện Dục giới, cũng không thành tựu tâm Vô học*, đó là bổ-đặc-già-la dị sinh mà thiện căn đã đoạn, và bổ-đặc-già-la Hữu học sinh trong Sắc giới, Vô sắc giới.

1.2. Tâm bất thiện Dục giới

a. Dục giới

Nếu thành tựu tâm bất thiện, cũng thành tựu tâm hữu phú vô ký thuộc Dục giới chăng?

Nếu thành tựu tâm hữu phú vô ký Dục giới, nhất định thành tựu tâm bất thiện; hoặc thành tựu tâm bất thiện, không thành tựu tâm hữu phú vô ký Dục giới. Đó là Thánh giả chưa ly tham Dục giới, hiện quán biên khổ pháp trí đã sinh.

Nếu thành tựu tâm bất thiện, cũng thành tựu tâm vô phú vô ký Dục giới chăng?

Nếu thành tựu tâm bất thiện, nhất định thành tựu tâm vô phú vô ký Dục giới. Hoặc thành tựu tâm vô phú vô ký Dục giới, nhưng không thành tựu tâm bất thiện, đó là bổ-đặc-già-la sinh trong Dục giới, đã ly tham Dục giới; hoặc bổ-đặc-già-la sinh trong Sắc giới.

b. Sắc giới

Nếu thành tựu tâm bất thiện, cũng thành tựu tâm thiện Sắc giới chăng? (1) Hoặc thành tựu tâm bất thiện, không thành tựu tâm thiện Sắc giới; (2) hoặc thành tựu tâm thiện Sắc giới, không thành tựu tâm bất thiện; (3) hoặc thành tựu tâm bất thiện, cũng thành tựu tâm thiện Sắc giới; (4) hoặc không thành tựu tâm bất thiện, cũng không thành tựu tâm thiện Sắc giới.

(1) *Thành tựu tâm bất thiện, không thành tựu* [595a01] *tâm thiện Sắc giới,* đó là bổ-đặc-già-la sinh trong Dục giới, chưa đắc tâm thiện Sắc giới.

(2) *Thành tựu tâm thiện Sắc giới, không thành tựu tâm bất thiện,* đó là bổ-đặc-già-la sinh trong Dục giới, đã ly tham Dục giới; và bổ-đặc-già-la sinh trong Sắc giới.

(3) *Thành tựu tâm bất thiện, cũng thành tựu tâm thiện Sắc giới,* đó là bổ-đặc-già-la sinh trong Dục giới, chưa ly tham Dục giới, đã đắc tâm thiện Sắc giới.

(4) *Không thành tựu tâm bất thiện, cũng không thành tựu tâm thiện Sắc giới*, đó là bổ-đặc-già-la sinh trong Vô sắc giới.

Nếu thành tựu tâm bất thiện, cũng thành tựu tâm hữu phú vô ký Sắc giới chăng?

Nếu thành tựu tâm bất thiện, nhất định thành tựu tâm hữu phú vô ký Sắc giới. Hoặc thành tựu tâm hữu phú vô ký Sắc giới, không thành tựu tâm bất thiện, đó là bổ-đặc-già-la sinh trong Dục giới, đã ly tham Dục giới, chưa ly tham Sắc giới; và bổ-đặc-già-la sinh trong Sắc giới, chưa ly tham Sắc giới.

Nếu thành tựu tâm bất thiện, cũng thành tựu tâm vô phú vô ký Sắc giới chăng?

Nếu thành tựu tâm bất thiện, nhất định không thành tựu tâm vô phú vô ký Sắc giới. Nếu thành tựu tâm vô phú vô ký Sắc giới, nhất định không thành tựu tâm bất thiện.

e. Vô sắc giới

Nếu thành tựu tâm bất thiện, cũng thành tựu tâm thiện Vô sắc giới chăng? Nếu thành tựu tâm bất thiện, nhất định không thành tựu tâm thiện Vô sắc giới. Nếu thành tựu tâm thiện Vô sắc giới, nhất định không thành tựu tâm bất thiện.

Nếu thành tựu tâm bất thiện, cũng thành tựu tâm hữu phú vô ký Vô sắc giới chăng?

Nếu thành tựu tâm bất thiện, nhất định thành tựu tâm hữu phú vô ký Vô sắc giới. Hoặc thành tựu tâm hữu phú vô ký Vô sắc giới, không thành tựu tâm bất thiện, đó là Hữu học, dị sinh, đã ly tham Dục giới.

Nếu thành tựu tâm bất thiện, nhất định không thành tựu tâm vô phú vô ký Vô sắc giới. Nếu tâm Vô học hoặc thành tựu tâm vô phú vô ký Vô sắc giới; nếu tâm Vô học nhất định không thành tựu tâm bất thiện.

f. Hữu học

Nếu thành tựu tâm bất thiện, cũng thành tựu tâm Hữu học chăng? (1) Hoặc thành tựu tâm bất thiện, không thành tựu tâm Hữu học; (2) hoặc thành tựu tâm Hữu học, không thành tựu tâm bất thiện; (3) hoặc thành tựu tâm bất thiện, cũng thành tựu tâm Hữu học; (4) hoặc không thành tựu tâm bất thiện, cũng không thành tựu tâm Hữu học.

(1) *Thành tựu tâm bất thiện, không thành tựu tâm Hữu học*, đó là dị sinh, sinh trong Dục giới, chưa ly tham Dục giới.

(2) *Thành tựu tâm Hữu học, không thành tựu tâm bất thiện*, đó là các Hữu học đã ly tham Dục giới.

(3) **[595b01]** *Thành tựu tâm bất thiện, cũng thành tựu tâm Hữu học*, đó là các Hữu học chưa ly tham Dục giới.

(4) *Không thành tựu tâm bất thiện, cũng không thành tựu tâm Hữu học*, đó là A-la-hán và các dị sinh đã ly tham Dục giới.

1.3. Tâm hữu phú vô ký Dục giới

Nếu thành tựu tâm hữu phú vô ký thuộc Dục giới, cũng thành tựu tâm vô phú vô ký Dục giới chăng?

Nếu thành tựu tâm hữu phú vô ký Dục giới, nhất định thành tựu tâm vô phú vô ký Dục giới. Hoặc thành tựu tâm vô phú vô ký Dục giới, không thành tựu tâm hữu phú vô ký Dục giới, đó là Thánh giả sinh trong Dục giới, đã ly tham Dục giới, và chưa ly tham Dục giới, hiện quán biên khổ pháp trí đã sinh; hoặc bổ-đặc-già-la sinh trong Sắc giới.

a. Sắc giới

Nếu thành tựu tâm hữu phú vô ký Dục giới, cũng thành tựu tâm thiện Sắc giới chăng? (1) Hoặc thành tựu tâm hữu phú vô ký Dục giới, không thành tựu tâm thiện Sắc giới; (2) hoặc thành tựu tâm thiện Sắc giới, không thành tựu tâm hữu phú vô ký Dục giới; (3) hoặc thành tựu tâm hữu phú vô ký Dục giới, cũng thành tựu tâm thiện Sắc giới; (4) hoặc không thành tựu tâm hữu phú vô ký Dục giới, cũng không thành tựu tâm thiện Sắc giới.

(1) Thành tựu tâm hữu phú vô ký Dục giới, không thành tựu tâm thiện Sắc giới, đó là bổ-đặc-già-la sinh trong Dục giới, chưa đắc tâm thiện Sắc giới.

(2) Thành tựu tâm thiện Sắc giới, không thành tựu tâm hữu phú vô ký Dục giới, đó là dị sinh, sinh trong Dục giới, đã ly tham Dục giới, và Thánh giả chưa ly tham Dục giới, hiện quán biên khổ pháp trí đã sinh, hoặc bổ-đặc-già-la sinh trong Sắc giới.

(3) Thành tựu tâm hữu phú vô ký Dục giới, cũng thành tựu tâm thiện Sắc giới, đó là dị sinh, sinh trong Dục giới, chưa ly tham Dục giới, đã đắc tâm thiện Sắc giới, và Thánh giả chưa ly tham Dục giới, hiện quán biên khổ pháp trí chưa sinh.

(4) Không thành tựu tâm hữu phú vô ký Dục giới, cũng không thành tựu tâm thiện Sắc giới, đó là bổ-đặc-già-la sinh trong Vô sắc giới.

Nếu thành tựu tâm hữu phú vô ký Dục giới, cũng thành tựu tâm hữu phú vô ký Sắc giới chăng?

Nếu thành tựu tâm hữu phú vô ký Dục giới, nhất định thành tựu tâm hữu phú vô ký Sắc giới. Hoặc thành tựu tâm hữu phú vô ký Sắc giới, không thành tựu tâm hữu phú vô ký Dục giới, đó là Hữu học, dị sinh, sinh trong Dục giới, đã ly tham Dục giới,[426] chưa ly tham Sắc giới, và Thánh giả chưa ly tham Dục giới, **[595c01]** hiện quán biên khổ pháp trí đã sinh, hoặc bổ-đặc-già-la sinh trong Sắc giới, chưa ly tham Sắc giới.

Nếu thành tựu tâm hữu phú vô ký Dục giới, nhất định không thành tựu tâm vô phú vô ký Sắc giới, hoặc tâm thiện Vô sắc giới.

Nếu thành tựu tâm vô phú vô ký Sắc giới, hoặc tâm thiện Vô sắc giới, nhất định không thành tựu tâm hữu phú vô ký Dục giới.

b. Vô sắc giới

Nếu thành tựu tâm hữu phú vô ký Dục giới, cũng thành tựu tâm hữu phú vô ký Vô sắc giới chăng?

---

[426] Dị sanh ly tham Dục giới: Thánh giả Bất Hoàn siêu chứng.

Nếu thành tựu tâm hữu phú vô ký Dục giới, nhất định thành tựu tâm hữu phú vô ký Vô sắc giới. Hoặc thành tựu tâm hữu phú vô ký Vô sắc giới, không thành tựu tâm hữu phú vô ký Dục giới, đó là Hữu học, dị sinh, đã ly tham Dục giới, và Thánh giả chưa ly tham Dục giới, hiện quán biên khổ pháp trí đã sinh.

Nếu thành tựu tâm hữu phú vô ký Dục giới, nhất định không thành tựu tâm vô phú vô ký Vô sắc giới, hoặc tâm Vô học.

Nếu thành tựu tâm vô phú vô ký Vô sắc giới, hoặc tâm Vô học, nhất định không thành tựu tâm hữu phú vô ký Dục giới.

c. Hữu học

Nếu thành tựu tâm hữu phú vô ký Dục giới, cũng thành tựu tâm Hữu học chăng? (1) Hoặc thành tựu tâm hữu phú vô ký Dục giới, không thành tựu tâm Hữu học; (2) hoặc thành tựu tâm Hữu học, không thành tựu tâm hữu phú vô ký Dục giới; (3) hoặc thành tựu tâm hữu phú vô ký Dục giới, cũng thành tựu tâm Hữu học; (4) hoặc không thành tựu tâm hữu phú vô ký Dục giới, cũng không thành tựu tâm Hữu học.

(1) *Thành tựu tâm hữu phú vô ký Dục giới, không thành tựu tâm Hữu học*, đó là dị sinh, sinh trong Dục giới, chưa ly tham Dục giới.

(2) *Thành tựu tâm Hữu học, không thành tựu tâm hữu phú vô ký Dục giới*, đó là các Hữu học hiện quán biên khổ pháp trí đã sinh.

(3) *Thành tựu tâm hữu phú vô ký Dục giới, cũng thành tựu tâm Hữu học*, đó là Thánh giả chưa ly tham Dục giới, hiện quán biên khổ pháp trí chưa sinh.

(4) *Không thành tựu tâm hữu phú vô ký Dục giới, cũng không thành tựu tâm Hữu học*, đó là A-la-hán và các dị sinh đã ly tham Dục giới.

1.4. Tâm vô phú vô ký Dục giới

a. Sắc giới

Nếu thành tựu tâm vô phú vô ký Dục giới, cũng thành tựu tâm thiện Sắc giới chăng?

Nếu thành tựu tâm thiện Sắc giới, nhất định thành tựu tâm vô phú vô ký Dục giới. Hoặc thành tựu tâm vô phú vô ký Dục giới, không thành tựu tâm thiện Sắc giới, đó là bổ-đặc-già-la sinh trong Dục giới, chưa đắc tâm thiện Sắc giới.

[596a01] Nếu thành tựu tâm vô phú vô ký Dục giới, cũng thành tựu tâm hữu phú vô ký Sắc giới chăng?

Nếu thành tựu tâm hữu phú vô ký Sắc giới, nhất định thành tựu tâm vô phú vô ký Dục giới. Hoặc thành tựu tâm vô phú vô ký Dục giới, không thành tựu tâm hữu phú vô ký Sắc giới, đó là bổ-đặc-già-la sinh trong Dục giới và Sắc giới, đã ly tham Sắc giới.

Nếu thành tựu tâm vô phú vô ký Dục giới, cũng thành tựu tâm vô phú vô ký Sắc giới chăng?

Nếu thành tựu tâm vô phú vô ký Sắc giới, nhất định thành tựu tâm vô phú vô ký Dục giới. Hoặc thành tựu tâm vô phú vô ký Dục giới, không thành tựu tâm vô phú vô ký Sắc giới, đó là bổ-đặc-già-la sinh trong Dục giới, chưa ly tham Dục giới.

b. Vô sắc giới

Nếu thành tựu tâm vô phú vô ký Dục giới, cũng thành tựu tâm thiện Vô sắc giới chăng? (1) Hoặc thành tựu tâm vô phú vô ký Dục giới, không thành tựu tâm thiện Vô sắc giới; (2) hoặc thành tựu tâm thiện Vô sắc giới, không thành tựu tâm vô phú vô ký Dục giới; (3) hoặc thành tựu tâm vô phú vô ký Dục giới, cũng thành tựu tâm thiện Vô sắc giới; (4) hoặc không thành tựu tâm vô phú vô ký Dục giới, cũng không thành tựu tâm thiện Vô sắc giới.

(1) Thành tựu tâm vô phú vô ký Dục giới, không thành tựu tâm thiện Vô sắc giới, đó là bổ-đặc-già-la sinh trong Dục giới, Sắc giới, chưa đắc tâm thiện Vô sắc giới.

(2) Thành tựu tâm thiện Vô sắc giới, không thành tựu tâm vô phú vô ký Dục giới, đó là bổ-đặc-già-la sinh trong Vô sắc giới.

(3) Thành tựu tâm vô phú vô ký Dục giới, cũng thành tựu tâm thiện Vô sắc giới, đó là bổ-đặc-già-la sinh trong Dục giới, Sắc giới, đã

đắc tâm thiện Vô sắc giới.

(4) Không thành tựu tâm vô phú vô ký Dục giới, cũng không thành tựu tâm thiện Vô sắc giới. Không có trường hợp này.

Nếu thành tựu tâm vô phú vô ký Dục giới, cũng thành tựu tâm hữu phú vô ký Vô sắc giới chăng? (1) Hoặc thành tựu tâm vô phú vô ký Dục giới, không thành tựu tâm hữu phú vô ký Vô sắc giới; (2) hoặc thành tựu tâm hữu phú vô ký Vô sắc giới, không thành tựu tâm vô phú vô ký Dục giới; (3) hoặc thành tựu tâm vô phú vô ký Dục giới, cũng thành tựu tâm hữu phú vô ký Vô sắc giới; (4) hoặc không thành tựu tâm vô phú vô ký Dục giới, cũng không thành tựu tâm hữu phú vô ký Vô sắc giới.

(1) *Thành tựu* **[596b01]** *tâm vô phú vô ký Dục giới, không thành tựu tâm hữu phú vô ký Vô sắc giới*, đó là các A-la-hán sinh trong Dục giới, Sắc giới.

(2) *Thành tựu tâm hữu phú vô ký Vô sắc giới, không thành tựu tâm vô phú vô ký Dục giới*, đó là Hữu học, dị sinh, sinh trong Vô sắc giới.

(3) *Thành tựu tâm vô phú vô ký Dục giới, cũng thành tựu tâm hữu phú vô ký Vô sắc giới*, đó là Hữu học, dị sinh, sinh trong Dục giới, Sắc giới.

(4) *Không thành tựu tâm vô phú vô ký Dục giới, cũng không thành tựu tâm hữu phú vô ký Vô sắc giới*, đó là các A-la-hán sinh trong Vô sắc giới.

Nếu thành tựu tâm vô phú vô ký Dục giới, nhất định không thành tựu tâm vô phú vô ký Vô sắc giới.

Nếu thành tựu tâm vô phú vô ký Vô sắc giới, nhất định không thành tựu tâm vô phú vô ký Dục giới.

c. Hữu học

Nếu thành tựu tâm vô phú vô ký Dục giới, cũng thành tựu tâm Hữu học chăng? (1) Hoặc thành tựu tâm vô phú vô ký Dục giới, không thành tựu tâm Hữu học; (2) hoặc thành tựu tâm Hữu học, không thành tựu tâm vô phú vô ký Dục giới; (3) hoặc thành tựu tâm vô phú vô ký Dục giới, cũng thành tựu tâm Hữu học; (4) hoặc không thành tựu tâm vô phú vô ký Dục giới, cũng không thành tựu tâm Hữu học.

(1) Thành tựu tâm vô phú vô ký Dục giới, không thành tựu tâm Hữu học, đó là A-la-hán và các dị sinh, sinh trong Dục giới, Sắc giới.

(2) Thành tựu tâm Hữu học, không thành tựu tâm vô phú vô ký Dục giới, đó là bổ-đặc-già-la Hữu học sinh trong Vô sắc giới.

(3) Thành tựu tâm vô phú vô ký Dục giới, cũng thành tựu tâm Hữu học, đó là bổ-đặc-già-la Hữu học sinh trong Dục giới, Sắc giới.

(4) Không thành tựu tâm vô phú vô ký Dục giới, cũng không thành tựu tâm Hữu học, đó là A-la-hán và các dị sinh, sinh trong Vô sắc giới.

d. Vô học

Nếu thành tựu tâm vô phú vô ký Dục giới, cũng thành tựu tâm Vô học chăng? Hoặc thành tựu tâm vô phú vô ký Dục giới, không thành tựu tâm Vô học, nói chi tiết có bốn trường hợp:

(1) *Thành tựu tâm vô phú vô ký Dục giới, không thành tựu tâm Vô học*, đó là Hữu học và các dị sinh, sinh trong Dục giới, Sắc giới.

(2) *Thành tựu tâm Vô học, không thành tựu tâm vô phú vô ký Dục giới*, đó là các A-la-hán sinh trong Vô sắc giới.

(3) *Thành tựu tâm vô phú vô ký Dục giới, cũng thành tựu tâm Vô học*, đó là các A-la-hán sinh trong Dục giới, Sắc giới.

(4) *Không thành tựu tâm vô phú vô ký Dục giới, [596c01] cũng không thành tựu tâm Vô học*, đó là Hữu học và các dị sinh, sinh trong Vô sắc giới.

1.5. Tâm thiện Sắc giới

a. Sắc giới

Nếu thành tựu tâm thiện Sắc giới, cũng thành tựu tâm hữu phú vô ký Sắc giới chăng? Hoặc thành tựu tâm thiện Sắc giới, không thành tựu tâm hữu phú vô ký Sắc giới; nói chi tiết có bốn trường hợp:

(1) *Thành tựu tâm thiện Sắc giới, không thành tựu tâm hữu phú vô ký Sắc giới*, đó là bổ-đặc-già-la sinh trong Dục giới, Sắc giới, đã ly

tham Sắc giới.

(2) *Thành tựu tâm hữu phú vô ký Sắc giới, không thành tựu tâm thiện Sắc giới,* đó là bổ-đặc-già-la sinh trong Dục giới, chưa đắc tâm thiện Sắc giới.

(3) *Thành tựu tâm thiện Sắc giới, cũng thành tựu tâm hữu phú vô ký Sắc giới,* đó là bổ-đặc-già-la sinh trong Dục giới, đã đắc tâm thiện Sắc giới, chưa ly tham Sắc giới; và bổ-đặc-già-la sinh trong Sắc giới, chưa ly tham Sắc giới.

(4) *Không thành tựu tâm thiện Sắc giới, cũng không thành tựu tâm hữu phú vô ký Sắc giới,* đó là bổ-đặc-già-la sinh trong Vô sắc giới.

Nếu thành tựu tâm thiện Sắc giới, cũng thành tựu tâm vô phú vô ký Sắc giới chăng?

Nếu thành tựu tâm vô phú vô ký Sắc giới, nhất định thành tựu tâm thiện Sắc giới. Hoặc thành tựu tâm thiện Sắc giới, không thành tựu tâm vô phú vô ký Sắc giới, đó là bổ-đặc-già-la sinh trong Dục giới, chưa ly tham Dục giới, đã đắc tâm thiện Sắc giới.

b. Vô sắc giới

Nếu thành tựu tâm thiện Sắc giới, cũng thành tựu tâm thiện Vô sắc giới chăng? Hoặc thành tựu tâm thiện Sắc giới, không thành tựu tâm thiện Vô sắc giới; nói chi tiết có bốn trường hợp:

(1) *Thành tựu tâm thiện Sắc giới, không thành tựu tâm thiện Vô sắc giới,* đó là bổ-đặc-già-la sinh trong Dục giới, đã đắc tâm thiện Sắc giới, chưa đắc tâm thiện Vô sắc giới, và bổ-đặc-già-la sinh trong Sắc giới, chưa đắc tâm thiện Vô sắc giới.

(2) *Thành tựu tâm thiện Vô sắc giới, không thành tựu tâm thiện Sắc giới,* đó là bổ-đặc-già-la sinh trong Vô sắc giới.

(3) *Thành tựu tâm thiện Sắc giới, cũng thành tựu tâm thiện Vô sắc giới,* đó là bổ-đặc-già-la sinh trong Dục giới, Sắc giới, đã đắc tâm thiện Vô sắc giới.

(4) *Không thành tựu tâm thiện Sắc giới, cũng không thành tựu tâm thiện Vô sắc giới*, đó là bổ-đặc-già-la sinh trong Dục giới, chưa đắc tâm thiện Sắc giới.

Nếu thành tựu tâm thiện Sắc giới, cũng thành tựu tâm hữu phú vô ký Vô sắc giới chăng? Hoặc thành tựu tâm thiện Sắc giới, không thành tựu tâm **[597a01]** hữu phú vô ký Vô sắc giới; nói chi tiết có bốn trường hợp:

(1) *Thành tựu tâm thiện Sắc giới, không thành tựu tâm hữu phú vô ký Vô sắc giới*, đó là các A-la-hán sinh trong Dục giới, Sắc giới.

(2) *Thành tựu tâm hữu phú vô ký Vô sắc giới, không thành tựu tâm thiện Sắc giới*, đó là Hữu học, dị sinh, sinh trong Dục giới, chưa đắc tâm thiện Sắc giới; và Hữu học, dị sinh, sinh trong Vô sắc giới.

(3) *Thành tựu tâm thiện Sắc giới, cũng thành tựu tâm hữu phú vô ký Vô sắc giới*, đó là Hữu học, dị sinh, sinh trong Dục giới, đã đắc tâm thiện Sắc giới; và Hữu học, dị sinh, sinh trong Sắc giới.

(4) *Không thành tựu tâm thiện Sắc giới, cũng không thành tựu tâm hữu phú vô ký Vô sắc giới*, đó là các A-la-hán sinh trong Vô sắc giới.

Nếu thành tựu tâm thiện Sắc giới, nhất định không thành tựu tâm vô phú vô ký Vô sắc giới. Nếu thành tựu tâm vô phú vô ký Vô sắc giới, nhất định không thành tựu tâm thiện Sắc giới.

c. Hữu học

Nếu thành tựu tâm thiện Sắc giới, cũng thành tựu tâm Hữu học chăng? Hoặc thành tựu tâm thiện Sắc giới, không thành tựu tâm Hữu học; nói chi tiết có bốn trường hợp:

(1) *Thành tựu tâm thiện Sắc giới, không thành tựu tâm Hữu học*, đó là A-la-hán sinh trong Dục giới, và các dị sinh đã đắc tâm thiện Sắc giới, hoặc A-la-hán và các dị sinh, sinh trong Sắc giới.

(2) *Thành tựu tâm Hữu học, không thành tựu tâm thiện Sắc giới*, đó là bổ-đặc-già-la Hữu học sinh trong Vô sắc giới.

(3) *Thành tựu tâm thiện Sắc giới, cũng thành tựu tâm Hữu học*, đó là bổ-đặc-già-la Hữu học sinh trong Dục giới, Sắc giới.

(4) *Không thành tựu tâm thiện Sắc giới, cũng không thành tựu tâm Hữu học*, đó là A-la-hán và các dị sinh, sinh trong Dục giới, chưa đắc tâm thiện Sắc giới, và sinh trong Vô sắc giới.

d. Vô học

Nếu thành tựu tâm thiện Sắc giới, cũng thành tựu tâm Vô học chăng? Hoặc thành tựu tâm thiện Sắc giới, không thành tựu tâm Vô học; nói chi tiết có bốn trường hợp:

(1) *Thành tựu tâm thiện Sắc giới, không thành tựu tâm Vô học*, đó là Hữu học, dị sinh, sinh trong Dục giới, đã đắc tâm thiện Sắc giới, và Hữu học, dị sinh, sinh trong Sắc giới.

(2) *Thành tựu tâm Vô học, không thành tựu tâm thiện Sắc giới*, đó là các A-la-hán sinh trong Vô sắc giới.

(3) *Thành tựu tâm thiện Sắc giới, cũng thành tựu tâm Vô học*, đó là các A-la-hán sinh trong Dục giới, Sắc giới.

(4) *Không thành tựu tâm thiện Sắc giới, cũng không thành tựu tâm Vô học*, đó là Hữu học, dị sinh, sinh trong Dục giới, chưa đắc thiện tâm Sắc giới, và **[597b01]** Hữu học, dị sinh, sinh trong Vô sắc giới.

1.6. Tâm hữu phú vô ký Sắc Giới

a. Hữu phú vô ký

Nếu thành tựu tâm hữu phú vô ký Sắc giới, cũng thành tựu tâm vô phú vô ký Sắc giới chăng? Hoặc thành tựu tâm hữu phú vô ký Sắc giới, không thành tựu tâm vô phú vô ký Sắc giới; nói chi tiết có bốn trường hợp:

(1) *Thành tựu tâm hữu phú vô ký Sắc giới, không thành tựu tâm vô phú vô ký Sắc giới*, đó là bổ-đặc-già-la sinh trong Dục giới, chưa ly tham Dục giới.

(2) *Thành tựu tâm vô phú vô ký Sắc giới, không thành tựu tâm hữu phú vô ký Sắc giới*, đó là bổ-đặc-già-la sinh trong Dục giới, Sắc giới, đã ly tham Sắc giới.

(3) *Thành tựu tâm hữu phú vô ký Sắc giới, cũng thành tựu tâm vô phú vô ký Sắc giới*, đó là bổ-đặc-già-la sinh trong Dục giới, đã ly tham Dục giới, chưa ly tham Sắc giới; và bổ-đặc-già-la sinh trong Sắc giới, chưa ly tham Sắc giới.

(4) *Không thành tựu tâm hữu phú vô ký Sắc giới, cũng không thành tựu tâm vô phú vô ký Sắc giới*, đó là bổ-đặc-già-la sinh trong Vô sắc giới.

b. Vô sắc giới

Nếu thành tựu tâm hữu phú vô ký Sắc giới, cũng thành tựu tâm thiện Vô sắc giới chăng? Hoặc thành tựu tâm hữu phú vô ký Sắc giới, không thành tựu tâm thiện Vô sắc giới; nói chi tiết có bốn trường hợp:

(1) *Thành tựu tâm hữu phú vô ký Sắc giới, không thành tựu tâm thiện Vô sắc giới*, đó là bổ-đặc-già-la sinh trong Dục giới, Sắc giới, chưa đắc tâm thiện Vô sắc giới.

(2) *Thành tựu tâm thiện Vô sắc giới, không thành tựu tâm hữu phú vô ký Sắc giới*, đó là bổ-đặc-già-la sinh trong Dục giới, Sắc giới, đã ly tham Sắc giới; và bổ-đặc-già-la sinh trong Vô sắc giới.

(3) *Thành tựu tâm hữu phú vô ký Sắc giới, cũng thành tựu tâm thiện Vô sắc giới*, đó là bổ-đặc-già-la sinh trong Dục giới, Sắc giới, chưa ly tham Sắc giới, đã đắc tâm thiện Vô sắc giới.

(4) *Không thành tựu tâm hữu phú vô ký Sắc giới, cũng không thành tựu tâm thiện Vô sắc giới*: không có trường hợp này.

Nếu thành tựu tâm hữu phú vô ký Sắc giới, cũng thành tựu tâm hữu phú vô ký Vô sắc giới chăng?

Nếu thành tựu tâm hữu phú vô ký Sắc giới, nhất định thành tựu tâm hữu phú vô ký Vô sắc giới. Hoặc thành tựu tâm hữu phú vô ký Vô sắc giới, không thành tựu tâm hữu phú vô ký Sắc giới, đó là Hữu học, dị sinh, đã ly tham Sắc giới.

Nếu thành tựu tâm hữu phú vô ký Sắc giới, nhất định không thành tựu tâm vô phú vô ký Vô sắc giới, hoặc tâm Vô học.

Nếu thành tựu [597c01] tâm vô phú vô ký Vô sắc giới, hoặc tâm Vô học, nhất định không thành tựu tâm hữu phú vô ký Sắc giới.

c. Hữu học

Nếu thành tựu tâm hữu phú vô ký Sắc giới, cũng thành tựu tâm Hữu học chăng? Hoặc thành tựu tâm hữu phú vô ký Sắc giới, không thành tựu tâm Hữu học; nói chi tiết có bốn trường hợp:

(1) Thành tựu tâm hữu phú vô ký Sắc giới, không thành tựu tâm Hữu học, đó là các dị sinh chưa ly tham Sắc giới.

(2) Thành tựu tâm Hữu học, không thành tựu tâm hữu phú vô ký Sắc giới, đó là các Hữu học đã ly tham Sắc giới.

(3) Thành tựu tâm hữu phú vô ký Sắc giới, cũng thành tựu tâm Hữu học, đó là các Hữu học chưa ly tham Sắc giới.

(4) Không thành tựu tâm hữu phú vô ký Sắc giới, cũng không thành tựu tâm Hữu học, đó là A-la-hán và các dị sinh đã ly tham Sắc giới.

1.7. Tâm vô phú vô ký Sắc Giới

a. Vô sắc giới

Nếu thành tựu tâm vô phú vô ký Sắc giới, cũng thành tựu tâm thiện Vô sắc giới chăng? Hoặc thành tựu tâm vô phú vô ký Sắc giới, không thành tựu tâm thiện Vô sắc giới; nói chi tiết có bốn trường hợp:

(1) Thành tựu tâm vô phú vô ký Sắc giới, không thành tựu tâm thiện Vô sắc giới, đó là bổ-đặc-già-la sinh trong Dục giới, đã ly tham Dục giới, chưa đắc tâm thiện Vô sắc giới, và bổ-đặc-già-la sinh trong Sắc giới, chưa đắc tâm thiện Vô sắc giới.

(2) Thành tựu tâm thiện Vô sắc giới, không thành tựu tâm vô phú vô ký Sắc giới, đó là bổ-đặc-già-la sinh trong Vô sắc giới.

(3) Thành tựu tâm vô phú vô ký Sắc giới, cũng thành tựu tâm thiện Vô sắc giới, đó là bổ-đặc-già-la sinh trong Dục giới, Sắc giới, đã đắc tâm thiện Vô sắc giới.

(4) Không thành tựu tâm vô phú vô ký Sắc giới, cũng không thành tựu tâm thiện Vô sắc giới, đó là bổ-đặc-già-la sinh trong Dục giới,

chưa ly tham Dục giới.

Nếu thành tựu tâm vô phú vô ký Sắc giới, cũng thành tựu tâm hữu phú vô ký Vô sắc giới chăng? Hoặc thành tựu tâm vô phú vô ký Sắc giới, không thành tựu tâm hữu phú vô ký Vô sắc giới; nói chi tiết có bốn trường hợp:

(1) *Thành tựu tâm vô phú vô ký Sắc giới, không thành tựu tâm hữu phú vô ký Vô sắc giới*, đó là các A-la-hán sinh trong Dục giới, Sắc giới.

(2) *Thành tựu tâm hữu phú vô ký Vô sắc giới, không thành tựu tâm vô phú vô ký Sắc giới*, đó là Hữu học, dị sinh, sinh trong Dục giới, chưa ly tham Dục giới, và Hữu học, dị sinh, sinh trong Vô sắc giới.

(3) *Thành tựu tâm vô phú vô ký Sắc giới, cũng thành tựu* **[598a01]** *tâm hữu phú vô ký Vô sắc giới*, đó là Hữu học, dị sanh, sinh trong Dục giới, đã ly tham Dục giới, và Hữu học, dị sinh, sinh trong Sắc giới.

(4) *Không thành tựu tâm vô phú vô ký Sắc giới, cũng không thành tựu tâm hữu phú vô ký Vô sắc giới*, đó là các A-la-hán sinh trong Vô sắc giới.

Nếu thành tựu tâm vô phú vô ký Sắc giới, nhất định không thành tựu tâm vô phú vô ký Vô sắc giới.

Nếu thành tựu tâm vô phú vô ký Vô sắc giới, nhất định không thành tựu tâm vô phú vô ký Sắc giới.

b. Hữu học

Nếu thành tựu tâm vô phú vô ký Sắc giới, cũng thành tựu tâm Hữu học chăng? Hoặc thành tựu tâm vô phú vô ký Sắc giới, không thành tựu tâm Hữu học; nói chi tiết có bốn trường hợp:

(1) *Thành tựu tâm vô phú vô ký Sắc giới, không thành tựu tâm Hữu học*, đó là các A-la-hán sinh trong Dục giới, và các dị sinh đã ly tham Dục giới; hoặc các A-la-hán và các dị sinh, sinh trong Sắc giới.

(2) *Thành tựu tâm Hữu học, không thành tựu tâm vô phú vô ký Sắc giới*, đó là Hữu học sinh trong Dục giới, chưa ly tham Dục giới, và bổ-đặc-già-la Hữu học sinh trong Vô sắc giới.

(3) *Thành tựu tâm vô phú vô ký Sắc giới, cũng thành tựu tâm Hữu học*, đó là Hữu học sinh trong Dục giới, đã ly tham Dục giới, và bổ-đặc-già-la Hữu học sinh trong Sắc giới.

(4) *Không thành tựu tâm vô phú vô ký Dục giới, cũng không thành tựu tâm Hữu học*, đó là dị sinh, sinh trong Dục giới, chưa ly tham Dục giới, và các A-la-hán, các dị sinh, sinh trong Vô sắc giới.

c. Vô học

Nếu thành tựu tâm vô phú vô ký Sắc giới, cũng thành tựu tâm Vô học chăng? Hoặc thành tựu tâm vô phú vô ký Sắc giới, không thành tựu tâm Vô học; nói chi tiết có bốn trường hợp:

(1) *Thành tựu tâm vô phú vô ký Sắc giới, không thành tựu tâm Vô học*, đó là Hữu học, dị sinh, sinh trong Dục giới, đã ly tham Dục giới, và Hữu học, dị sinh, sinh trong Sắc giới.

(2) *Thành tựu tâm Vô học, không thành tựu tâm vô phú vô ký Sắc giới*, đó là các A-la-hán sinh trong Vô sắc giới.

(3) *Thành tựu tâm vô phú vô ký Sắc giới, cũng thành tựu tâm Vô học*, đó là các A-la-hán sinh trong Dục giới, Sắc giới.

(4) *Không thành tựu tâm vô phú vô ký Sắc giới, cũng không thành tựu tâm Vô học*, đó là Hữu học, dị sinh, sinh trong Dục giới, chưa ly tham Dục giới; và Hữu học, dị sinh, sinh trong Vô sắc giới. **[598b01]**[427]

1.8. Tâm thiện Vô sắc giới

a. Vô sắc Giới

Nếu thành tựu tâm thiện Vô sắc giới, cũng thành tựu tâm hữu phú vô ký Vô sắc giới chăng? Hoặc thành tựu tâm thiện Vô sắc giới, không thành tựu tâm hữu phú vô ký Vô sắc giới; nói chi tiết có bốn trường hợp:

(1) *Thành tựu tâm thiện Vô sắc giới, không thành tựu tâm hữu phú vô ký Vô sắc giới*, đó là A-la-hán.

---

[427] Hết quyển 13.

(2) *Thành tựu tâm hữu phú vô ký Vô sắc giới, không thành tựu tâm thiện Vô sắc giới*, đó là các Hữu học, dị sinh, chưa đắc tâm thiện Vô sắc giới.

(3) *Thành tựu tâm thiện Vô sắc giới, cũng thành tựu tâm hữu phú vô ký Vô sắc giới*, đó là các Hữu học, dị sinh, đã đắc tâm thiện Vô sắc giới.

(4) *Không thành tựu tâm thiện Vô sắc giới, cũng không thành tựu tâm hữu phú vô ký Vô sắc giới*: không có trường hợp này.

Nếu thành tựu tâm thiện Vô sắc giới, cũng thành tựu tâm vô phú vô ký Vô sắc giới chăng?

Nếu thành tựu tâm vô phú vô ký Vô sắc giới, nhất định thành tựu tâm thiện Vô sắc giới. Hoặc thành tựu tâm thiện Vô sắc giới, không thành tựu tâm vô phú vô ký Vô sắc giới, đó là bổ-đặc-già-la sinh trong Dục giới, Sắc giới, đã đắc tâm thiện Vô sắc giới, và bổ-đặc-già-la sinh trong Vô sắc giới, tâm của quả dị thục không hiện tiền.

b. Hữu học

Nếu thành tựu tâm thiện Vô sắc giới, cũng thành tựu tâm Hữu học chăng? Hoặc thành tựu tâm thiện Vô sắc giới, không thành tựu tâm Hữu học; nói chi tiết có bốn trường hợp:

(1) *Thành tựu tâm thiện Vô sắc giới, không thành tựu tâm Hữu học*, đó là A-la-hán, và các dị sinh đã đắc tâm thiện Vô sắc giới.

(2) *Thành tựu tâm Hữu học, không thành tựu tâm thiện Vô sắc giới*, đó là các Hữu học chưa đắc tâm thiện Vô sắc giới.

(3) *Thành tựu tâm thiện Vô sắc giới, cũng thành tựu tâm Hữu học*, đó là các Hữu học đã đắc tâm thiện Vô sắc giới.

(4) *Không thành tựu tâm thiện Vô sắc giới, cũng không thành tựu tâm Hữu học*, **[598c01]** đó là các dị sinh chưa đắc tâm thiện Vô sắc giới.

c. Vô học

Nếu thành tựu tâm thiện Vô sắc giới, cũng thành tựu tâm Vô học chăng?

Nếu thành tựu tâm Vô học, nhất định thành tựu tâm thiện Vô sắc giới. Hoặc thành tựu tâm thiện Vô sắc giới, không thành tựu tâm Vô học, đó là các dị sinh Hữu học đã đắc tâm thiện Vô sắc giới.

1.9. Tâm hữu phú vô ký Vô sắc giới

a. Vô sắc Giới

Nếu thành tựu tâm hữu phú vô ký Vô sắc giới, cũng thành tựu tâm vô phú vô ký Vô sắc giới chăng? Hoặc thành tựu tâm hữu phú vô ký Vô sắc giới, không thành tựu tâm vô phú vô ký Vô sắc giới; nói chi tiết có bốn trường hợp:

(1) *Thành tựu tâm hữu phú vô ký Vô sắc giới, không thành tựu tâm vô phú vô ký Vô sắc giới*, đó là các Hữu học, dị sinh, sinh trong Dục giới, Sắc giới; và Hữu học, dị sinh, sinh trong Vô sắc giới, tâm của quả dị thục không hiện tiền.

(2) *Thành tựu tâm vô phú vô ký Vô sắc giới, không thành tựu tâm hữu phú vô ký Vô sắc giới*, đó là các A-la-hán sinh trong Vô sắc giới, tâm của quả dị thục đang hiện tiền.

(3) *Thành tựu tâm hữu phú vô ký Vô sắc giới, cũng thành tựu tâm vô phú vô ký Vô sắc giới*, đó là Hữu học, dị sinh, sinh trong Vô sắc giới, tâm của quả dị thục đang hiện tiền.

(4) *Không thành tựu tâm hữu phú vô ký Vô sắc giới, cũng không thành tựu tâm vô phú vô ký Vô sắc giới*, đó là các A-la-hán sinh trong Dục giới, Sắc giới; và các A-la-hán sinh trong Vô sắc giới, tâm của quả dị thục không hiện tiền.

b. Hữu học

Nếu thành tựu tâm hữu phú vô ký Vô sắc giới, cũng thành tựu tâm Hữu học chăng?

Nếu thành tựu tâm Hữu học, nhất định thành tựu tâm hữu phú vô ký Vô sắc giới. Hoặc thành tựu tâm hữu phú vô ký Vô sắc giới, không thành tựu tâm Hữu học, đó là các dị sinh nếu thành tựu tâm hữu phú vô ký Vô sắc giới, nhất định không thành tựu tâm Vô học; nếu thành tựu tâm Vô học, nhất định không thành tựu tâm hữu phú vô ký Vô sắc giới.

1.10. Tâm vô phú vô ký Vô sắc giới

a. Hữu học

Nếu thành tựu tâm vô phú vô ký Vô sắc giới, cũng thành tựu tâm Hữu học chăng? Hoặc thành tựu tâm vô phú vô ký Vô sắc giới, không thành tựu tâm Hữu học; nói chi tiết có bốn trường hợp:

(1) *Thành tựu tâm vô phú vô ký Vô sắc giới, không thành tựu tâm Hữu học*, đó là A-la-hán, dị sinh, sinh trong Vô sắc giới, tâm của quả dị thục đang hiện tiền.

(2) **[599a01]** *Thành tựu tâm Hữu học, không thành tựu tâm vô phú vô ký Vô sắc giới*, đó là Hữu học sinh trong Dục giới, Sắc giới; và Hữu học sinh trong Vô sắc giới, tâm của quả dị thục không hiện tiền.

(3) *Thành tựu tâm vô phú vô ký Vô sắc giới, cũng thành tựu tâm Hữu học*, đó là Hữu học sinh trong Vô sắc giới, tâm của quả dị thục đang hiện tiền.

(4) *Không thành tựu tâm vô phú vô ký Vô sắc giới, cũng không thành tựu tâm Hữu học*, đó là A-la-hán, dị sinh, sinh trong Dục giới, Sắc giới; và A-la-hán, dị sinh, sinh trong Vô sắc giới, tâm của quả dị thục không hiện tiền.

b. Vô học

Nếu thành tựu tâm vô phú vô ký Vô sắc giới, cũng thành tựu tâm Vô học chăng? (1) Hoặc thành tựu tâm vô phú vô ký Vô sắc giới, không thành tựu tâm Vô học; (2) hoặc thành tựu tâm Vô học, không thành tựu tâm vô phú vô ký Vô sắc giới; (3) hoặc thành tựu tâm vô phú vô ký Vô sắc giới, cũng thành tựu tâm Vô học; (4) hoặc không thành tựu tâm vô phú vô ký Vô sắc giới, cũng không thành tựu tâm Vô học.

(1) *Thành tựu tâm vô phú vô ký Vô sắc giới, không thành tựu tâm Vô học*, đó là Hữu học, dị sinh, sinh trong Vô sắc giới, tâm của quả dị thục đang hiện tiền.

(2) *Thành tựu tâm Vô học, không thành tựu tâm vô phú vô ký Vô sắc giới*, đó là các A-la-hán sinh trong Dục giới, Sắc giới; và các A-la-hán sinh trong Vô sắc giới, tâm của quả dị thục không hiện tiền.

(3) *Thành tựu tâm vô phú vô ký Vô sắc giới, cũng thành tựu tâm Vô học*, đó là các A-la-hán sinh trong Vô sắc giới, tâm của quả dị thục đang hiện tiền.

(4) *Không thành tựu tâm vô phú vô ký Vô sắc giới, cũng không thành tựu tâm Vô học*, đó là Hữu học, dị sinh, sinh trong Dục giới, Sắc giới; và Hữu học, dị sinh, sinh trong Vô sắc giới, tâm của quả dị thục không hiện tiền. Nếu thành tựu tâm Hữu học, nhất định không thành tựu tâm Vô học. Nếu thành tựu tâm Vô học, nhất định không thành tựu tâm Hữu học.

TIẾT 2. BẤT THÀNH TỰU[428]

Có mười hai tâm: tâm thiện, tâm bất thiện, tâm hữu phú vô ký, tâm vô phú vô ký thuộc Dục giới; tâm thiện, tâm hữu phú vô ký, tâm vô phú vô ký thuộc Sắc giới; tâm thiện, tâm hữu phú vô ký, tâm vô phú vô ký thuộc Vô sắc giới; tâm Hữu học, tâm Vô học.

Nếu không thành tựu tâm thiện Dục giới, cũng không thành tựu tâm bất thiện chăng? Nếu không thành tựu tâm bất thiện, cũng không thành tựu tâm thiện Dục giới chăng? Nếu không thành tựu tâm thiện Dục giới, **[599b01]** *cho đến* cũng không thành tựu tâm Vô học chăng? Nếu không thành tựu tâm Vô học, cũng không thành tựu tâm thiện

---

[428] Bất thành tựu, ^{Skt.} *asamanvāgata*: không tiềm tại, không tùy hành, những gì đã đắc (*prāpta*) mà chưa mất gọi là thành tựu (*samanvāgata*); đã đắc và đã mất, gọi là bất thành tựu. Hoặc, những gì trước chưa đắc và nay cũng không đắc, gọi là bất thành tựu. Như nói: "Dị sanh (phàm phu) không thành tựu Thánh tính" tức Thánh tính không có nơi phàm phu.

Dục giới chăng? Cho đến nếu không thành tựu tâm Hữu học, cũng không thành tựu tâm Vô học chăng? Nếu không thành tựu tâm Vô học, cũng không thành tựu tâm Hữu học chăng?

2.1. Tâm thiện Dục giới

a. Dục giới

Nếu không thành tựu tâm thiện Dục giới, cũng không thành tựu tâm bất thiện chăng? (1) Hoặc không thành tựu tâm thiện Dục giới, nhưng không phải không thành tựu tâm bất thiện; (2) hoặc không thành tựu tâm bất thiện, nhưng không phải không thành tựu tâm thiện Dục giới; (3) hoặc không thành tựu tâm thiện Dục giới, cũng không thành tựu tâm bất thiện; (4) hoặc không phải không thành tựu tâm thiện Dục giới, cũng không phải không thành tựu tâm bất thiện.

(1) *Không thành tựu tâm thiện Dục giới, nhưng không phải không thành tựu tâm bất thiện*, đó là bổ-đặc-già-la mà thiện căn đã đoạn.

(2) *Không thành tựu tâm bất thiện, nhưng không phải không thành tựu tâm thiện Dục giới*, đó là bổ-đặc-già-la sinh trong Dục giới, đã ly tham Dục giới.

(3) *Không thành tựu tâm thiện Dục giới, cũng không thành tựu tâm bất thiện*, đó là bổ-đặc-già-la sinh trong Sắc giới, Vô sắc giới.

(4) *Không phải không thành tựu tâm thiện Dục giới, cũng không phải không thành tựu tâm bất thiện*, đó là bổ-đặc-già-la không đoạn thiện căn, chưa ly tham Dục giới.

Nếu không thành tựu tâm thiện Dục giới, cũng không thành tựu tâm hữu phú vô ký Dục giới chăng? Hoặc không thành tựu tâm thiện Dục giới, không phải không thành tựu tâm hữu phú vô ký Dục giới; nói chi tiết có bốn trường hợp:

(1) *Không thành tựu tâm thiện Dục giới, không phải không thành tựu tâm hữu phú vô ký Dục giới*, đó là bổ-đặc-già-la mà thiện căn đã đoạn.

(2) *Không thành tựu tâm hữu phú vô ký Dục giới, không phải không thành tựu tâm thiện Dục giới*, đó là dị sinh, sinh trong Dục giới, đã ly

tham Dục giới, và Thánh giả chưa ly tham Dục giới, hiện quán biên khổ pháp trí đã sinh.

(3) *Không thành tựu tâm thiện Dục giới, cũng không thành tựu tâm hữu phú vô ký Dục giới, đó là bổ-đặc-già-la sinh trong Sắc giới, Vô sắc giới.*

(4) *Không phải không thành tựu tâm thiện Dục giới, cũng không phải không thành tựu tâm hữu phú vô ký Dục giới, đó là dị sinh, sinh trong Dục giới, không đoạn thiện căn, chưa ly tham Dục giới; và Thánh giả chưa ly tham Dục giới, hiện quán biên khổ pháp trí chưa sinh.*

Nếu không thành tựu tâm thiện Dục giới, cũng không thành tựu tâm vô phú vô ký Dục giới chăng?

Nếu không thành tựu tâm vô phú vô ký Dục giới, nhất định không thành tựu tâm thiện Dục giới; hoặc không thành tựu tâm thiện Dục giới, **[599c01]** không phải không thành tựu tâm vô phú vô ký Dục giới, đó là bổ-đặc-già-la mà thiện căn đã đoạn, và bổ-đặc-già-la sinh trong Sắc giới.

b. Sắc giới

Nếu không thành tựu tâm thiện Dục giới, cũng không thành tựu tâm thiện Sắc giới chăng? Hoặc không thành tựu tâm thiện Dục giới, không phải không thành tựu tâm thiện Sắc giới; nói chi tiết có bốn trường hợp:

(1) *Không thành tựu tâm thiện Dục giới, không phải không thành tựu tâm thiện Sắc giới, đó là bổ-đặc-già-la sinh trong Sắc giới.*

(2) *Không thành tựu tâm thiện Sắc giới, không phải không thành tựu tâm thiện Dục giới, đó là bổ-đặc-già-la sinh trong Dục giới, không đoạn thiện căn, chưa đắc tâm thiện Sắc giới.*

(3) *Không thành tựu tâm thiện Dục giới, cũng không thành tựu tâm thiện Sắc giới, đó là bổ-đặc-già-la mà thiện căn đã đoạn, và bổ-đặc-già-la sinh trong Vô sắc giới.*

(4) *Không phải không thành tựu tâm thiện Dục giới, cũng không phải không thành tựu tâm thiện Sắc giới, đó là bổ-đặc-già-la sinh*

trong Dục giới, đã đắc tâm thiện Sắc giới.

Nếu không thành tựu tâm thiện Dục giới, cũng không thành tựu tâm hữu phú vô ký Sắc giới chăng? Hoặc không thành tựu tâm thiện Dục giới, không phải không thành tựu tâm hữu phú vô ký Sắc giới; nói chi tiết có bốn trường hợp:

(1) *Không thành tựu tâm thiện Dục giới, không phải không thành tựu tâm hữu phú vô ký Sắc giới*, đó là bổ-đặc-già-la mà thiện căn đã đoạn, và bổ-đặc-già-la sinh trong Sắc giới, chưa ly tham Sắc giới.

(2) *Không thành tựu tâm hữu phú vô ký Sắc giới, không phải không thành tựu tâm thiện Dục giới*, đó là bổ-đặc-già-la sinh trong Dục giới, đã ly tham Sắc giới.

(3) *Không thành tựu tâm thiện Dục giới, cũng không thành tựu tâm hữu phú vô ký Sắc giới*, đó là bổ-đặc-già-la sinh trong Sắc giới, đã ly tham Sắc giới; và bổ-đặc-già-la sinh trong Vô sắc giới.

(4) *Không phải không thành tựu tâm thiện Dục giới, cũng không phải không thành tựu tâm hữu phú vô ký Sắc giới*, đó là bổ-đặc-già-la sinh trong Dục giới, không đoạn thiện căn, chưa ly tham Sắc giới.

Nếu không thành tựu tâm thiện Dục giới, cũng không thành tựu tâm vô phú vô ký Sắc giới chăng? Hoặc không thành tựu tâm thiện Dục giới, không phải không thành tựu tâm vô phú vô ký Sắc giới; nói chi tiết có bốn trường hợp:

(1) *Không thành tựu tâm thiện Dục giới, không phải không thành tựu tâm vô phú vô ký Sắc giới*, đó là bổ-đặc-già-la sinh trong Sắc giới.

(2) *Không thành tựu tâm vô phú vô ký Sắc giới, không phải không thành tựu tâm thiện Dục giới*, đó là bổ-đặc-già-la sinh trong Dục giới, không đoạn thiện căn, chưa ly tham Dục giới.

(3) *Không thành tựu tâm thiện Dục giới, cũng không thành tựu* **[600a01]** *tâm vô phú vô ký Sắc giới*, đó là bổ-đặc-già-la mà thiện căn đã đoạn, và bổ-đặc-già-la sinh trong Vô sắc giới.

(4) *Không phải không thành tựu tâm thiện Dục giới, cũng không phải không thành tựu tâm vô phú vô ký Sắc giới*, đó là bổ-đặc-già-la sinh trong Dục giới, đã ly tham Dục giới.

c. Vô sắc giới

Nếu không thành tựu tâm thiện Dục giới, cũng không thành tựu tâm thiện Vô sắc giới chăng? Hoặc không thành tựu tâm thiện Dục giới, không phải không thành tựu tâm thiện Vô sắc giới; nói chi tiết có bốn trường hợp:

(1) *Không thành tựu tâm thiện Dục giới, không phải không thành tựu tâm thiện Vô sắc giới*, đó là bổ-đặc-già-la sinh trong Sắc giới, đã đắc tâm thiện Vô sắc giới, và bổ-đặc-già-la sinh trong Vô sắc giới.

(2) *Không thành tựu tâm thiện Vô sắc giới, không phải không thành tựu tâm thiện Dục giới*, đó là bổ-đặc-già-la sinh trong Dục giới, không đoạn thiện căn, chưa đắc tâm thiện Vô sắc giới.

(3) *Không thành tựu tâm thiện Dục giới, cũng không thành tựu tâm thiện Vô sắc giới*, đó là bổ-đặc-già-la mà thiện căn đã đoạn, và bổ-đặc-già-la sinh trong Sắc giới, chưa đắc tâm thiện Vô sắc giới.

(4) *Không phải không thành tựu tâm thiện Dục giới, cũng không phải không thành tựu tâm thiện Vô sắc giới*, đó là bổ-đặc-già-la sinh trong Dục giới, đã đắc tâm thiện Vô sắc giới.

Nếu không thành tựu tâm thiện Dục giới, cũng không thành tựu tâm hữu phú vô ký Vô sắc giới chăng? Hoặc không thành tựu tâm thiện Dục giới, không phải không thành tựu tâm hữu phú vô ký Vô sắc giới; nói chi tiết có bốn trường hợp:

(1) *Không thành tựu tâm thiện Dục giới, không phải không thành tựu tâm hữu phú vô ký Vô sắc giới*, đó là Hữu học, dị sinh, mà thiện căn đã đoạn, và Hữu học, dị sanh, sinh trong Sắc giới, Vô sắc giới.

(2) *Không thành tựu tâm hữu phú vô ký Vô sắc giới, không phải không thành tựu tâm thiện Dục giới*, đó là các A-la-hán sinh trong Dục giới.

(3) *Không thành tựu tâm thiện Dục giới, cũng không thành tựu tâm hữu phú vô ký Vô sắc giới*, đó là các A-la-hán sinh trong Sắc giới, Vô sắc giới.

(4) *Không phải không thành tựu tâm thiện Dục giới, cũng không phải không thành tựu tâm hữu phú vô ký Vô sắc giới*, đó là Hữu học sinh trong Dục giới, và dị sinh không đoạn thiện căn.

Nếu không thành tựu tâm thiện Dục giới, cũng không thành tựu tâm vô phú vô ký Vô sắc giới chăng? Hoặc không thành tựu tâm thiện Dục giới, không phải không thành tựu tâm vô phú vô ký Vô sắc giới; nói chi tiết có bốn trường hợp:

(1) *Không thành tựu tâm thiện Dục giới, không phải không thành tựu tâm vô phú vô ký Vô sắc giới*, đó là sinh trong Vô sắc giới, tâm của quả dị thục đang **[600b01]** hiện tiền.

(2) *Không thành tựu tâm vô phú vô ký Vô sắc giới, không phải không thành tựu tâm thiện Dục giới*, đó là sinh trong Dục giới, không đoạn thiện căn.

(3) *Không thành tựu tâm thiện Dục giới, cũng không thành tựu tâm vô phú vô ký Vô sắc giới*, đó là bổ-đặc-già-la mà thiện căn đã đoạn, và bổ-đặc-già-la sinh trong Sắc giới, hoặc sinh trong Vô sắc giới, tâm của quả dị thục không hiện tiền.

(4) *Không phải không thành tựu tâm thiện Dục giới, cũng không phải không thành tựu tâm vô phú vô ký Vô sắc giới*: không có trường hợp này.

d. Hữu học

Nếu không thành tựu tâm thiện Dục giới, cũng không thành tựu tâm Hữu học chăng? Hoặc không thành tựu tâm thiện Dục giới, không phải không thành tựu tâm Hữu học; nói chi tiết có bốn trường hợp:

(1) *Không thành tựu tâm thiện Dục giới, không phải không thành tựu tâm Hữu học*, đó là Hữu học sinh trong Sắc giới, Vô sắc giới.

(2) *Không thành tựu tâm Hữu học, không phải không thành tựu tâm thiện Dục giới*, đó là các A-la-hán sinh trong Dục giới, và các dị

sinh không đoạn thiện căn.

(3) *Không thành tựu tâm thiện Dục giới, cũng không thành tựu tâm Hữu học*, đó là các dị sinh mà thiện căn đã đoạn; và các A-la-hán, các dị sinh, sinh trong Sắc giới, Vô sắc giới.

(4) *Không phải không thành tựu tâm thiện Dục giới, cũng không phải không thành tựu tâm Hữu học*, đó là Hữu học sinh trong Dục giới.

e. Vô học

Nếu không thành tựu tâm thiện Dục giới, cũng không thành tựu tâm Vô học chăng? Hoặc không thành tựu tâm thiện Dục giới, không phải không thành tựu tâm Vô học; nói chi tiết có bốn trường hợp:

(1) *Không thành tựu tâm thiện Dục giới, không phải không thành tựu tâm Vô học*, đó là các A-la-hán sinh trong Sắc giới, Vô sắc giới.

(2) *Không thành tựu tâm Vô học, không phải không thành tựu tâm thiện Dục giới*, đó là Hữu học, dị sinh, sinh trong Dục giới, không đoạn thiện căn.

(3) *Không thành tựu tâm thiện Dục giới, cũng không thành tựu tâm Vô học*, đó là Hữu học, dị sinh, mà thiện căn đã đoạn, và Hữu học, dị sinh, sinh trong Sắc giới, Vô sắc giới.

(4) *Không phải không thành tựu tâm thiện Dục giới, cũng không phải không thành tựu tâm Vô học*, đó là các A-la-hán sinh trong Dục giới.

2.2. Tâm bất thiện Dục giới

a. Dục giới

Nếu không thành tựu tâm bất thiện, cũng không thành tựu tâm hữu phú vô ký Dục giới chăng?

Nếu không thành tựu tâm bất thiện, nhất định không thành tựu tâm hữu phú vô ký Dục giới. Hoặc không thành tựu tâm hữu phú vô ký Dục giới, không phải không thành tựu tâm bất thiện, đó là Thánh giả chưa ly tham Dục giới, hiện quán biên khổ pháp trí đã sinh.

Nếu không thành tựu tâm bất thiện, cũng không thành tựu tâm vô phú vô ký Dục giới chăng?

Nếu không thành tựu tâm vô phú vô ký Dục giới, nhất định không thành tựu tâm bất thiện. Hoặc không thành tựu tâm bất thiện, không phải **[600c01]** không thành tựu tâm vô phú vô ký Dục giới, đó là bổ-đặc-già-la sinh trong Dục giới, đã ly tham Dục giới; và bổ-đặc-già-la sinh trong Sắc giới.

b. Sắc giới

Nếu không thành tựu tâm bất thiện, cũng không thành tựu tâm thiện Sắc giới chăng? Hoặc không thành tựu tâm bất thiện, không phải không thành tựu tâm thiện Sắc giới; nói chi tiết có bốn trường hợp:

(1) *Không thành tựu tâm bất thiện, không phải không thành tựu tâm thiện Sắc giới*, đó là bổ-đặc-già-la sinh trong Dục giới, đã ly tham Dục giới, và bổ-đặc-già-la sinh trong Sắc giới.

(2) *Không thành tựu tâm thiện Sắc giới, không phải không thành tựu tâm bất thiện*, đó là bổ-đặc-già-la sinh trong Dục giới, chưa đắc tâm thiện Sắc giới.

(3) *Không thành tựu tâm bất thiện, cũng không thành tựu tâm thiện Sắc giới*, đó là bổ-đặc-già-la sinh trong Vô sắc giới.

(4) *Không phải không thành tựu tâm bất thiện, cũng không phải không thành tựu tâm thiện Sắc giới*, đó là bổ-đặc-già-la sinh trong Dục giới, chưa ly tham Dục giới, đã đắc tâm thiện Sắc giới.

Nếu không thành tựu tâm bất thiện, cũng không thành tựu tâm hữu phú vô ký Sắc giới chăng?

Nếu không thành tựu tâm hữu phú vô ký Sắc giới, nhất định không thành tựu tâm bất thiện. Hoặc không thành tựu tâm bất thiện, không phải không thành tựu tâm hữu phú vô ký Sắc giới, đó là bổ-đặc-già-la sinh trong Dục giới, đã ly tham Dục giới, chưa ly tham Sắc giới, và bổ-đặc-già-la sinh trong Sắc giới, chưa ly tham Sắc giới.

Nếu không thành tựu tâm bất thiện, cũng không thành tựu tâm vô phú vô ký Sắc giới chăng? Hoặc không thành tựu tâm bất thiện, không phải không thành tựu tâm vô phú vô ký Sắc giới; nói chi tiết có bốn trường hợp:

(1) *Không thành tựu tâm bất thiện, không phải không thành tựu tâm vô phú vô ký Sắc giới*, đó là bổ-đặc-già-la sinh trong Dục giới, đã ly tham Dục giới; và bổ-đặc-già-la sinh trong Sắc giới.

(2) *Không thành tựu tâm vô phú vô ký Sắc giới, không phải không thành tựu tâm bất thiện*, đó là bổ-đặc-già-la sinh trong Dục giới, chưa ly tham Dục giới.

(3) *Không thành tựu tâm bất thiện, cũng không thành tựu tâm vô phú vô ký Sắc giới*, đó là bổ-đặc-già-la sinh trong Vô sắc giới.

(4) Không phải không thành tựu tâm bất thiện, cũng không phải không thành tựu tâm vô phú vô ký Sắc giới: không có trường hợp này.

c. Vô sắc giới

Nếu không thành tựu tâm bất thiện, cũng không thành tựu tâm thiện Vô sắc giới chăng? Hoặc không thành tựu tâm bất thiện, không phải không thành tựu tâm thiện Vô sắc giới; nói chi tiết có bốn trường hợp:

(1) *Không thành tựu tâm bất thiện, không phải không thành tựu tâm thiện Vô sắc giới*, đó là bổ-đặc-già-la sinh trong Dục giới, Sắc giới, đã đắc tâm thiện Vô sắc giới; và **[601a01]** bổ-đặc-già-la sinh trong Vô sắc giới.

(2) *Không thành tựu tâm thiện Vô sắc giới, không phải không thành tựu tâm bất thiện*, đó là bổ-đặc-già-la sinh trong Dục giới, chưa ly tham Dục giới.

(3) *Không thành tựu tâm bất thiện, cũng không thành tựu tâm thiện Vô sắc giới*, đó là bổ-đặc-già-la sinh trong Dục giới, đã ly tham Dục giới, chưa đắc tâm thiện Vô sắc giới, và bổ-đặc-già-la sinh trong Sắc giới, chưa đắc tâm thiện Vô sắc giới.

(4) *Không phải không thành tựu tâm bất thiện, cũng không phải không thành tựu tâm thiện Vô sắc giới*: không có trường hợp này.

Nếu không thành tựu tâm bất thiện, cũng không thành tựu tâm hữu phú vô ký Vô sắc giới chăng?

Nếu không thành tựu tâm hữu phú vô ký Vô sắc giới, nhất định không thành tựu tâm bất thiện. Hoặc không thành tựu tâm bất thiện, không phải không thành tựu tâm hữu phú vô ký Vô sắc giới, đó là Hữu học, dị sinh, đã ly tham Dục giới.

Nếu không thành tựu tâm bất thiện, cũng không thành tựu tâm vô phú vô ký Vô sắc giới chăng? Hoặc không thành tựu tâm bất thiện, không phải không thành tựu tâm vô phú vô ký Vô sắc giới; nói chi tiết có bốn trường hợp:

(1) *Không thành tựu tâm bất thiện, không phải không thành tựu tâm vô phú vô ký Vô sắc giới*, đó là sinh trong Vô sắc giới, tâm của quả dị thục đang hiện tiền.

(2) *Không thành tựu tâm vô phú vô ký Vô sắc giới, không phải không thành tựu tâm bất thiện*, đó là bổ-đặc-già-la sinh trong Dục giới, chưa ly tham Dục giới.

(3) *Không thành tựu tâm bất thiện, cũng không thành tựu tâm vô phú vô ký Vô sắc giới*, đó là sinh trong Dục giới, đã ly tham Dục giới, và sinh trong Sắc giới, hoặc sinh trong Vô sắc giới, tâm của quả dị thục không hiện tiền.

(4) *Không phải không thành tựu tâm bất thiện, cũng không phải không thành tựu tâm vô phú vô ký Vô sắc giới*: không có trường hợp này.

d. Hữu học

Nếu không thành tựu tâm bất thiện, cũng không thành tựu tâm Hữu học chăng? Hoặc không thành tựu tâm bất thiện, không phải không thành tựu tâm Hữu học; nói chi tiết có bốn trường hợp:

(1) *Không thành tựu tâm bất thiện, không phải không thành tựu tâm Hữu học*, đó là các Hữu học đã ly tham Dục giới.

(2) *Không thành tựu tâm Hữu học, không phải không thành tựu tâm bất thiện*, đó là dị sinh, sinh trong Dục giới, chưa ly tham Dục giới.

(3) *Không thành tựu tâm bất thiện, cũng không thành tựu tâm Hữu học*, đó là A-la-hán, và các dị sinh đã ly tham Dục giới.

(4*) Không phải không thành tựu tâm bất thiện, cũng không phải không thành tựu tâm Hữu học*, đó là các Hữu học chưa ly tham Dục giới.

e. Vô học

Nếu không thành tựu tâm bất thiện, cũng không thành tựu tâm Vô học chăng? Hoặc không thành tựu tâm bất thiện, không phải không thành tựu tâm Vô học; nói chi tiết có bốn trường hợp:

(1) *Không thành tựu tâm bất thiện, không phải không thành tựu* **[601b01]** *tâm Vô học*, đó là A-la-hán.

(2) *Không thành tựu tâm Vô học, không phải không thành tựu tâm bất thiện*, đó là Hữu học, dị sinh, chưa ly tham Dục giới.

(3) *Không thành tựu tâm bất thiện, cũng không thành tựu tâm Vô học*, đó là Hữu học, dị sinh, đã ly tham Dục giới.

(4) *Không phải không thành tựu tâm bất thiện, cũng không phải không thành tựu tâm Vô học*: không có trường hợp này.

2.3. Tâm hữu phú vô ký Dục giới

a. Dục giới

Nếu không thành tựu tâm hữu phú vô ký Dục giới, cũng không thành tựu tâm vô phú vô ký Dục giới chăng?

Nếu không thành tựu tâm vô phú vô ký Dục giới, nhất định không thành tựu tâm hữu phú vô ký Dục giới.

Hoặc không thành tựu tâm hữu phú vô ký Dục giới, không phải không thành tựu tâm vô phú vô ký Dục giới, đó là dị sinh, sinh trong Dục giới, đã ly tham Dục giới; và Thánh giả chưa ly tham Dục giới, hiện quán biên khổ pháp trí đã sinh; hoặc bổ-đặc-già-la sinh trong Sắc giới.

b. Sắc giới

Nếu không thành tựu tâm hữu phú vô ký Dục giới, cũng không thành tựu tâm thiện Sắc giới chăng? Hoặc không thành tựu tâm hữu phú vô ký Dục giới, không phải không thành tựu tâm thiện Sắc giới; nói chi tiết có bốn trường hợp:

(1) *Không thành tựu tâm hữu phú vô ký Dục giới, không phải không thành tựu tâm thiện Sắc giới*, đó là dị sinh, sinh trong Dục giới, đã ly tham Dục giới, và Thánh giả chưa ly tham Dục giới, hiện quán biên khổ pháp trí đã sinh, hoặc bổ-đặc-già-la sinh trong Sắc giới.

(2) *Không thành tựu tâm thiện Sắc giới, không phải không thành tựu tâm hữu phú vô ký Dục giới*, đó là bổ-đặc-già-la sinh trong Dục giới, chưa đắc tâm thiện Sắc giới.

(3) *Không thành tựu tâm hữu phú vô ký Dục giới, cũng không thành tựu tâm thiện Sắc giới*, đó là bổ-đặc-già-la sinh trong Vô sắc giới.

(4) *Không phải không thành tựu tâm hữu phú vô ký Dục giới, cũng không phải không thành tựu tâm thiện Sắc giới*, đó là dị sinh, sinh trong Dục giới, chưa ly tham Dục giới, đã đắc tâm thiện Sắc giới, và Thánh giả chưa ly tham Dục giới, hiện quán biên khổ pháp trí chưa sinh.

Nếu không thành tựu tâm hữu phú vô ký Dục giới, cũng không thành tựu tâm hữu phú vô ký Sắc giới chăng?

Nếu không thành tựu tâm hữu phú vô ký Sắc giới, nhất định không thành tựu tâm hữu phú vô ký Dục giới. Hoặc không thành tựu tâm hữu phú vô ký Dục giới, không phải không thành tựu tâm hữu phú vô ký Sắc giới, đó là dị sinh, sinh trong Dục giới, đã ly tham Dục giới, chưa **[601c01]** ly tham Sắc giới, và Thánh giả chưa ly tham Sắc giới, hiện quán biên khổ pháp trí đã sinh, hoặc bổ-đặc-già-la sinh trong Sắc giới, chưa ly tham Sắc giới.

Nếu không thành tựu tâm hữu phú vô ký Dục giới, cũng không thành tựu tâm vô phú vô ký Sắc giới chăng? Hoặc không thành tựu tâm hữu phú vô ký Dục giới, không phải không thành tựu tâm vô phú vô ký Sắc giới; nói chi tiết có bốn trường hợp:

(1) *Không thành tựu tâm hữu phú vô ký Dục giới, không phải không thành tựu tâm vô phú vô ký Sắc giới*, đó là bổ-đặc-già-la sinh trong Dục giới, đã ly tham Dục giới, và bổ-đặc-già-la sinh trong Sắc giới.

(2) *Không thành tựu tâm vô phú vô ký Sắc giới, không phải không thành tựu tâm hữu phú vô ký Dục giới*, đó là dị sinh, sinh trong Dục giới, chưa ly tham Dục giới, và Thánh giả chưa ly tham Dục giới, hiện quán biên khổ pháp trí chưa sinh.

(3) *Không thành tựu tâm hữu phú vô ký Dục giới, cũng không thành tựu tâm vô phú vô ký Sắc giới*, đó là bổ-đặc-già-la sinh trong Vô sắc giới.

(4) *Không phải không thành tựu tâm hữu phú vô ký Dục giới, cũng không phải không thành tựu tâm vô phú vô ký Sắc giới*: không có trường hợp này.

c. Vô sắc giới

Nếu không thành tựu tâm hữu phú vô ký Dục giới, cũng không thành tựu tâm thiện Vô sắc giới chăng? Hoặc không thành tựu tâm hữu phú vô ký Dục giới, không phải không thành tựu tâm thiện Vô sắc giới; nói chi tiết có bốn trường hợp:

(1) *Không thành tựu tâm vô phú vô ký Dục giới, không phải không thành tựu tâm thiện Vô sắc giới*, đó là bổ-đặc-già-la sinh trong Dục giới, Sắc giới, đã đắc tâm thiện Vô sắc giới, và bổ-đặc-già-la sinh trong Vô sắc giới.

(2) *Không thành tựu tâm thiện Vô sắc giới, không phải không thành tựu tâm hữu phú vô ký Dục giới*, đó là dị sinh, sinh trong Dục giới, chưa ly tham Dục giới, và Thánh giả chưa ly tham Dục giới, hiện quán biên khổ pháp trí chưa sinh.

(3) *Không thành tựu tâm hữu phú vô ký Dục giới, cũng không thành tựu tâm thiện Vô sắc giới*, đó là dị sinh, sinh trong Dục giới, đã ly tham

Dục giới, chưa đắc tâm thiện Vô sắc giới, và Thánh giả chưa ly tham Dục giới, hiện quán biên khổ pháp trí đã sinh; hoặc bổ-đặc-già-la sinh trong Sắc giới, chưa đắc tâm thiện Vô sắc giới.

(4) *Không phải không thành tựu tâm hữu phú vô ký Dục giới, cũng không phải không thành tựu tâm thiện Vô sắc giới*: không có trường hợp này.

Nếu không thành tựu tâm hữu phú vô ký Dục giới, cũng không thành tựu tâm hữu phú vô ký Vô sắc giới chăng?

[602a01] Nếu không thành tựu tâm hữu phú vô ký Vô sắc giới, nhất định không thành tựu tâm hữu phú vô ký Dục giới. Hoặc không thành tựu tâm hữu phú vô ký Dục giới, không phải không thành tựu tâm hữu phú vô ký Vô sắc giới, đó là dị sinh đã ly tham Dục giới, và Thánh giả chưa ly tham Dục giới, hiện quán biên khổ pháp trí đã sinh.

Nếu không thành tựu tâm hữu phú vô ký Dục giới, cũng không thành tựu tâm vô phú vô ký Vô sắc giới chăng? Hoặc không thành tựu tâm hữu phú vô ký Dục giới, không phải không thành tựu tâm vô phú vô ký Vô sắc giới; nói chi tiết có bốn trường hợp:

(1) *Không thành tựu tâm hữu phú vô ký Dục giới, không phải không thành tựu tâm vô phú vô ký Vô sắc giới*, đó là sinh trong Vô sắc giới, tâm của quả dị thục đang hiện tiền.

(2) *Không thành tựu tâm vô phú vô ký Vô sắc giới, không phải không thành tựu tâm hữu phú vô ký Dục giới*, đó là dị sinh, sinh trong Dục giới, chưa ly tham Dục giới, và Thánh giả chưa ly tham Dục giới, hiện quán biên khổ pháp trí chưa sinh.

(3) *Không thành tựu tâm hữu phú vô ký Dục giới, cũng không thành tựu tâm vô phú vô ký Vô sắc giới*, đó là dị sinh, sinh trong Dục giới, đã ly tham Dục giới, và Thánh giả chưa ly tham Dục giới, hiện quán biên khổ pháp trí đã sinh, hoặc sinh trong Sắc giới, hoặc sinh trong Vô sắc giới, tâm của quả dị thục không hiện tiền.

(4) *Không phải không thành tựu tâm hữu phú vô ký Dục giới, cũng không phải không thành tựu tâm vô phú vô ký Vô sắc giới*: không có trường hợp này.

d. Hữu học

Nếu không thành tựu tâm hữu phú vô ký Dục giới, cũng không thành tựu tâm Hữu học chăng? Hoặc không thành tựu tâm hữu phú vô ký Dục giới, không phải không thành tựu tâm Hữu học; nói chi tiết có bốn trường hợp:

(1) *Không thành tựu tâm hữu phú vô ký Dục giới, không phải không thành tựu tâm Hữu học*, đó là các Hữu học hiện quán biên khổ pháp trí đã sinh.

(2) *Không thành tựu tâm Hữu học, không phải không thành tựu tâm hữu phú vô ký Dục giới*, đó là dị sinh, sinh trong Dục giới, chưa ly tham Dục giới.

(3) *Không thành tựu tâm hữu phú vô ký Dục giới, cũng không thành tựu tâm Hữu học*, đó là A-la-hán và các dị sinh đã ly tham Dục giới.

(4) *Không phải không thành tựu tâm hữu phú vô ký Dục giới, cũng không phải không thành tựu tâm Hữu học*, đó là Thánh giả chưa ly tham Dục giới, hiện quán biên khổ pháp trí chưa sinh.

e. Vô học

Nếu không thành tựu tâm hữu phú vô ký Dục giới, cũng không thành tựu tâm Vô học chăng? Hoặc không thành tựu tâm hữu phú vô ký Dục giới, **[602b01]** không phải không thành tựu tâm Vô học; nói chi tiết có bốn trường hợp:

(1) *Không thành tựu tâm hữu phú vô ký Dục giới, không phải không thành tựu tâm Vô học*, đó là A-la-hán.

(2) *Không thành tựu tâm Vô học, không phải không thành tựu tâm hữu phú vô ký Dục giới*, đó là dị sinh, sinh trong Dục giới, chưa ly tham Dục giới, và Thánh giả chưa ly tham Dục giới, hiện quán biên khổ pháp trí chưa sinh.

(3) *Không thành tựu tâm hữu phú vô ký Dục giới, cũng không thành tựu tâm Vô học*, đó là dị sinh, sinh trong Dục giới, đã ly tham Dục giới, và Thánh giả chưa ly tham Dục giới, hiện quán biên khổ pháp trí đã sinh, hoặc Hữu học, dị sinh, sinh trong Sắc giới, Vô sắc giới.

(4) *Không phải không thành tựu tâm hữu phú vô ký Dục giới, cũng không phải không thành tựu tâm Vô học*: không có trường hợp này.

2.4. Tâm vô phú vô ký Dục giới

a. Sắc giới

Nếu không thành tựu tâm vô phú vô ký Dục giới, cũng không thành tựu tâm thiện Sắc giới chăng?

Nếu không thành tựu tâm vô phú vô ký Dục giới, nhất định không thành tựu tâm thiện Sắc giới. Hoặc không thành tựu tâm thiện Sắc giới, không phải không thành tựu tâm vô phú vô ký Dục giới, đó là bổ-đặc-già-la sinh trong Dục giới, chưa đắc tâm thiện Sắc giới.

Nếu không thành tựu tâm vô phú vô ký Dục giới, cũng không thành tựu tâm hữu phú vô ký Sắc giới chăng? Nếu không thành tựu tâm vô phú vô ký Dục giới, nhất định không thành tựu tâm hữu phú vô ký Sắc giới. Hoặc không thành tựu tâm hữu phú vô ký Sắc giới, không phải không thành tựu tâm vô phú vô ký Dục giới, đó là bổ-đặc-già-la sinh trong Dục giới, Sắc giới, đã ly tham Sắc giới.

Nếu không thành tựu tâm vô phú vô ký Dục giới, cũng không thành tựu tâm vô phú vô ký Sắc giới chăng?

Nếu không thành tựu tâm vô phú vô ký Dục giới, nhất định không thành tựu tâm vô phú vô ký Sắc giới. Hoặc không thành tựu tâm vô phú vô ký Sắc giới, không phải không thành tựu tâm vô phú vô ký Dục giới, đó là bổ-đặc-già-la sinh trong Dục giới, chưa ly tham Dục giới.

b. Vô sắc giới

Nếu không thành tựu tâm vô phú vô ký Dục giới, nhất định không phải không thành tựu tâm thiện Vô sắc giới. Nếu không thành tựu tâm thiện Vô sắc giới, nhất định không phải không thành tựu tâm vô phú vô ký Dục giới.

Nếu không thành tựu tâm vô phú vô ký Dục giới, cũng không thành tựu tâm hữu phú vô ký Vô sắc giới chăng? Hoặc không thành tựu tâm vô phú vô ký Dục giới, không phải không thành tựu tâm hữu phú vô ký Vô sắc giới; [602c01] nói chi tiết có bốn trường hợp:

(1) *Không thành tựu tâm vô phú vô ký Dục giới, không phải không thành tựu tâm hữu phú vô ký Vô sắc giới*, đó là Hữu học, dị sinh, sinh trong Vô sắc giới.

(2) *Không thành tựu tâm hữu phú vô ký Vô sắc giới, không phải không thành tựu tâm vô phú vô ký Dục giới*, đó là các A-la-hán sinh trong Dục giới, Sắc giới.

(3) *Không thành tựu tâm vô phú vô ký Dục giới, cũng không thành tựu tâm hữu phú vô ký Vô sắc giới*, đó là các A-la-hán sinh trong Vô sắc giới.

(4) *Không phải không thành tựu tâm vô phú vô ký Dục giới, cũng không phải không thành tựu tâm hữu phú vô ký Vô sắc giới*, đó là Hữu học, dị sinh, sinh trong Dục giới, Sắc giới.

Nếu không thành tựu tâm vô phú vô ký Dục giới, cũng không thành tựu tâm vô phú vô ký Vô sắc giới chăng? Hoặc không thành tựu tâm vô phú vô ký Dục giới, không phải không thành tựu tâm vô phú vô ký Vô sắc giới; nói chi tiết có bốn trường hợp:

(1) *Không thành tựu tâm vô phú vô ký Dục giới, không phải không thành tựu tâm vô phú vô ký Vô sắc giới*, đó là sinh trong Vô sắc giới, tâm của quả dị thục đang hiện tiền.

(2) *Không thành tựu tâm vô phú vô ký Vô sắc giới, không phải không thành tựu tâm vô phú vô ký Dục giới*, đó là bổ-đặc-già-la sinh trong Dục giới, Sắc giới.

(3) *Không thành tựu tâm vô phú vô ký Dục giới, cũng không thành tựu tâm vô phú vô ký Vô sắc giới*, đó là sinh trong Vô sắc giới, tâm của quả dị thục không hiện tiền.

(4) *Không phải không thành tựu tâm vô phú vô ký Dục giới, cũng không phải không thành tựu tâm vô phú vô ký Vô sắc giới*: không có

trường hợp này.

c. Hữu học

Nếu không thành tựu tâm vô phú vô ký Dục giới, cũng không thành tựu tâm Hữu học chăng? Hoặc không thành tựu tâm vô phú vô ký Dục giới, không phải không thành tựu tâm Hữu học; nói chi tiết có bốn trường hợp:

(1) *Không thành tựu tâm vô phú vô ký Dục giới, không phải không thành tựu tâm Hữu học,* đó là bổ-đặc-già-la Hữu học sinh trong Vô sắc giới.

(2) *Không thành tựu tâm Hữu học, không phải không thành tựu tâm vô phú vô ký Dục giới,* đó là A-la-hán, dị sinh, sinh trong Dục giới, Sắc giới.

(3) *Không thành tựu tâm vô phú vô ký Dục giới, cũng không thành tựu tâm Hữu học,* đó là A-la-hán, dị sinh, sinh trong Vô sắc giới.

(4) *Không phải không thành tựu tâm vô phú vô ký Dục giới, cũng không phải không thành tựu tâm Hữu học,* đó là bổ-đặc-già-la hữu học sinh trong Dục giới, Sắc giới.

d. Vô học

Nếu không thành tựu tâm vô phú vô ký Dục giới, **[603a01]** cũng không thành tựu tâm Vô học chăng? Hoặc không thành tựu tâm vô phú vô ký Dục giới, không phải không thành tựu tâm Vô học; nói chi tiết có bốn trường hợp:

(1) *Không thành tựu tâm vô phú vô ký Dục giới, không phải không thành tựu tâm Vô học,* đó là các A-la-hán sinh trong Vô sắc giới.

(2*) Không thành tựu tâm Vô học, không phải không thành tựu tâm vô phú vô ký Dục giới,* đó là Hữu học, dị sinh, sinh trong Dục giới, Sắc giới.

(3) *Không thành tựu tâm vô phú vô ký Dục giới, cũng không thành tựu tâm Vô học,* đó là Hữu học, dị sinh, sinh trong Vô sắc giới.

(4) *Không phải không thành tựu tâm vô phú vô ký Dục giới, cũng không phải không thành tựu tâm Vô học,* đó là các A-la-hán sinh trong

Dục giới, Sắc giới.[429]

2.5. Tâm thiện Sắc Giới

a. Sắc giới

Nếu không thành tựu tâm thiện Sắc giới, cũng không thành tựu tâm hữu phú vô ký Sắc giới chăng? Hoặc không thành tựu tâm thiện Sắc giới, không phải không thành tựu tâm hữu phú vô ký Sắc giới; nói chi tiết có bốn trường hợp:

(1) *Không thành tựu tâm thiện Sắc giới, không phải không thành tựu tâm hữu phú vô ký Sắc giới*, đó là bổ-đặc-già-la sinh trong Dục giới, chưa đắc tâm thiện Sắc giới.

(2) *Không thành tựu tâm hữu phú vô ký Sắc giới, không phải không thành tựu tâm thiện Sắc giới*, đó là bổ-đặc-già-la sinh trong Dục giới, Sắc giới, đã ly tham Sắc giới.

(3) *Không thành tựu tâm thiện Sắc giới, cũng không thành tựu tâm hữu phú vô ký Sắc giới*, đó là bổ-đặc-già-la sinh trong Vô sắc giới.

(4) *Không phải không thành tựu tâm thiện Sắc giới, cũng không phải không thành tựu tâm hữu phú vô ký Sắc giới*, đó là bổ-đặc-già-la sinh trong Dục giới, đã đắc tâm thiện Sắc giới, chưa ly tham Sắc giới, và bổ-đặc-già-la sinh trong Sắc giới, chưa ly tham Sắc giới.

[603b01] Nếu không thành tựu tâm thiện Sắc giới, cũng không thành tựu tâm vô phú vô ký Sắc giới chăng? Nếu không thành tựu tâm thiện Sắc giới, nhất định không thành tựu tâm vô phú vô ký Sắc giới. Hoặc không thành tựu tâm vô phú vô ký Sắc giới, không phải không thành tựu tâm thiện Sắc giới, đó là bổ-đặc-già-la sinh trong Dục giới, chưa ly tham Dục giới, đã đắc tâm thiện Sắc giới.

b. Vô sắc giới

Nếu không thành tựu tâm thiện Sắc giới, cũng không thành tựu tâm thiện Vô sắc giới chăng? Hoặc không thành tựu tâm thiện Sắc

---

[429] Hết quyển 14.

giới, không phải không thành tựu tâm thiện Vô sắc giới; nói chi tiết có bốn trường hợp:

(1) *Không thành tựu tâm thiện Sắc giới, không phải không thành tựu tâm thiện Vô sắc giới*, đó là bổ-đặc-già-la sinh trong Vô sắc giới.

(2) *Không thành tựu tâm thiện Vô sắc giới, không phải không thành tựu tâm thiện Sắc giới*, đó là bổ-đặc-già-la sinh trong Dục giới, đã đắc tâm thiện Sắc giới, chưa đắc tâm thiện Vô sắc giới; và bổ-đặc-già-la sinh trong Sắc giới, chưa đắc tâm thiện Vô sắc giới.

(3) *Không thành tựu tâm thiện Sắc giới, cũng không thành tựu tâm thiện Vô sắc giới*, đó là bổ-đặc-già-la sinh trong Dục giới, chưa đắc tâm thiện Sắc giới.

(4) *Không phải không thành tựu tâm thiện Sắc giới, cũng không phải không thành tựu tâm thiện Vô sắc giới*, đó là bổ-đặc-già-la sinh trong Dục giới, Sắc giới, đã đắc tâm thiện Vô sắc giới.

Nếu không thành tựu tâm thiện Sắc giới, cũng không thành tựu tâm hữu phú vô ký Vô sắc giới chăng? Hoặc không thành tựu tâm thiện Sắc giới, không phải không thành tựu tâm hữu phú vô ký Vô sắc giới; nói chi tiết có bốn trường hợp:

(1) *Không thành tựu tâm thiện Sắc giới, không phải không thành tựu tâm hữu phú vô ký Vô sắc giới*, đó là Hữu học dị sinh, sinh trong Dục giới, chưa đắc tâm thiện Sắc giới; và Hữu học dị sinh, sinh trong Vô sắc giới.

(2) *Không thành tựu tâm hữu phú vô ký Vô sắc giới, không phải không thành tựu tâm thiện Sắc giới*, đó là các A-la-hán sinh trong Dục giới, Sắc giới.

(3) *Không thành tựu tâm thiện Sắc giới, cũng không thành tựu tâm hữu phú vô ký Vô sắc giới*, đó là các A-la-hán sinh trong Vô sắc giới.

(4) *Không phải không thành tựu tâm thiện Sắc giới, cũng không phải không thành tựu tâm hữu phú vô ký Vô sắc giới*, đó là Hữu học dị sinh, sinh trong Dục giới, đã đắc tâm thiện Sắc giới; và Hữu học dị

sinh, sinh trong Sắc giới.

Nếu không thành tựu tâm thiện Sắc giới, cũng không thành tựu tâm vô phú vô ký Vô sắc giới chăng? Hoặc không thành tựu **[603c01]** tâm thiện Sắc giới, không phải không thành tựu tâm vô phú vô ký Vô sắc giới; nói chi tiết có bốn trường hợp:

(1) *Không thành tựu tâm thiện Sắc giới, không phải không thành tựu tâm vô phú vô ký Vô sắc giới,* đó là sinh trong Vô sắc giới, tâm của quả dị thục đang hiện tiền.

(2) *Không thành tựu tâm vô phú vô ký Vô sắc giới, không phải không thành tựu tâm thiện Sắc giới,* đó là bổ-đặc-già-la sinh trong Dục giới, đã đắc tâm thiện Sắc giới; và bổ-đặc-già-la sinh trong Sắc giới.

(3) *Không thành tựu tâm thiện Sắc giới, cũng không thành tựu tâm vô phú vô ký Vô sắc giới,* đó là sinh trong Dục giới, chưa đắc tâm thiện Sắc giới; và sinh trong Vô sắc giới, tâm của quả dị thục không hiện tiền.

(4) *Không phải không thành tựu tâm thiện Sắc giới, cũng không phải không thành tựu tâm vô phú vô ký Vô sắc giới:* không có trường hợp này.

c. Hữu học

Nếu không thành tựu tâm thiện Sắc giới, cũng không thành tựu tâm Hữu học chăng? Hoặc không thành tựu tâm thiện Sắc giới, không phải không thành tựu tâm Hữu học; nói chi tiết có bốn trường hợp:

(1) *Không thành tựu tâm thiện Sắc giới, không phải không thành tựu tâm Hữu học,* đó là bổ-đặc-già-la Hữu học sinh trong Vô sắc giới.

(2) *Không thành tựu tâm Hữu học, không phải không thành tựu tâm thiện Sắc giới,* đó là A-la-hán, dị sinh, sinh trong Dục giới, đã đắc tâm thiện Sắc giới; và A-la-hán, dị sinh, sinh trong Sắc giới.

(3) *Không thành tựu tâm thiện Sắc giới, cũng không thành tựu tâm Hữu học,* đó là A-la-hán, dị sinh, sinh trong Dục giới, chưa đắc tâm thiện Sắc giới; và A-la-hán, dị sinh, sinh trong Vô sắc giới.

(4) *Không phải không thành tựu tâm thiện Sắc giới, cũng không phải không thành tựu tâm Hữu học*, đó là bổ-đặc-già-la Hữu học sinh trong Dục giới, Sắc giới.

d. Vô học

Nếu không thành tựu tâm thiện Sắc giới, cũng không thành tựu tâm Vô học chăng? Hoặc không thành tựu tâm thiện Sắc giới, không phải không thành tựu tâm Vô học; nói chi tiết có bốn trường hợp:

(1) *Không thành tựu tâm thiện Sắc giới, không phải không thành tựu tâm Vô học*, đó là các A-la-hán sinh trong Vô sắc giới.

(2) *Không thành tựu tâm Vô học, không phải không thành tựu tâm thiện Sắc giới*, đó là Hữu học, dị sinh, sinh trong Dục giới, đã đắc tâm thiện Sắc giới; và Hữu học, dị sinh, sinh trong Sắc giới.

(3) *Không thành tựu tâm thiện Sắc giới, cũng không thành tựu tâm Vô học*, đó là Hữu học, dị sinh, sinh trong Dục giới, chưa đắc tâm thiện Sắc giới; và Hữu học, dị sinh, sinh trong Vô sắc giới.

(4) *Không phải không thành tựu tâm thiện Sắc giới, cũng không phải không thành tựu tâm Vô học*, đó là các A-la-hán sinh trong Dục giới, Sắc giới.

2.6. Tâm hữu phú vô ký Sắc giới

a. Sắc giới

[604a01] Nếu không thành tựu tâm hữu phú vô ký Sắc giới, cũng không thành tựu tâm vô phú vô ký Sắc giới chăng? Hoặc không thành tựu tâm hữu phú vô ký Sắc giới, không phải không thành tựu tâm vô phú vô ký Sắc giới; nói chi tiết có bốn trường hợp:

(1) *Không thành tựu tâm hữu phú vô ký Sắc giới, không phải không thành tựu tâm vô phú vô ký Sắc giới*, đó là bổ-đặc-già-la sinh trưởng Dục giới, Sắc giới, đã ly tham Sắc giới.

(2) *Không thành tựu tâm vô phú vô ký Sắc giới, không phải không thành tựu tâm hữu phú vô ký Sắc giới*, đó là bổ-đặc-già-la sinh trong Dục giới, chưa ly tham Dục giới.

(3) *Không thành tựu tâm hữu phú vô ký Sắc giới, cũng không thành tựu tâm vô phú vô ký Sắc giới,* đó là bổ-đặc-già-la sinh trong Vô sắc giới.

(4) *Không phải không thành tựu tâm hữu phú vô ký Sắc giới, cũng không phải không thành tựu tâm vô phú vô ký Sắc giới,* đó là bổ-đặc-già-la sinh trong Dục giới, đã ly tham Dục giới, chưa ly tham Sắc giới; và bổ-đặc-già-la sinh trong Sắc giới, chưa ly tham Sắc giới.

b. Vô sắc giới

Nếu không thành tựu tâm hữu phú vô ký Sắc giới, nhất định không phải không thành tựu tâm thiện Vô sắc giới.

Nếu không thành tựu tâm thiện Vô sắc giới, nhất định không phải không thành tựu tâm hữu phú vô ký Sắc giới.

Nếu không thành tựu tâm hữu phú vô ký Sắc giới, cũng không thành tựu tâm hữu phú vô ký Vô sắc giới chăng? Nếu không thành tựu tâm hữu phú vô ký Vô sắc giới, nhất định không thành tựu tâm hữu phú vô ký Sắc giới. Hoặc không thành tựu tâm hữu phú vô ký Sắc giới, không phải không thành tựu tâm hữu phú vô ký Vô sắc giới, đó là Hữu học, dị sinh, đã ly tham Sắc giới.

Nếu không thành tựu tâm hữu phú vô ký Sắc giới, cũng không thành tựu tâm vô phú vô ký Vô sắc giới chăng? Hoặc không thành tựu tâm hữu phú vô ký Sắc giới, không phải không thành tựu tâm vô phú vô ký Vô sắc giới; nói chi tiết có bốn trường hợp:

(1) *Không thành tựu tâm hữu phú vô ký Sắc giới, không phải không thành tựu tâm vô phú vô ký Vô sắc giới,* đó là sinh trong Vô sắc giới, tâm của quả dị thục đang hiện tiền.

(2) *Không thành tựu tâm vô phú vô ký Vô sắc giới, không phải tâm không thành tựu hữu phú vô ký Sắc giới,* đó là bổ-đặc-già-la sinh trong Dục giới, Sắc giới, chưa ly tham Sắc giới.

(3) *Không thành tựu tâm hữu phú vô ký Sắc giới, cũng không thành tựu tâm vô phú vô ký Vô sắc giới,* đó là sinh trong Dục giới, Sắc giới, đã ly tham Sắc giới, và **[604b01]** sinh trong Vô sắc giới, tâm của dị thục không hiện tiền.

(4) *Không phải không thành tựu tâm hữu phú vô ký Sắc giới, cũng không phải không thành tựu tâm vô phú vô ký Vô sắc giới:* không có trường hợp này.

c. Hữu học

Nếu không thành tựu tâm hữu phú vô ký Sắc giới, cũng không thành tựu tâm Hữu học chăng? Hoặc không thành tựu tâm hữu phú vô ký Sắc giới, không phải không thành tựu tâm Hữu học; nói chi tiết có bốn trường hợp:

(1) *Không thành tựu tâm hữu phú vô ký Sắc giới, không phải không thành tựu tâm Hữu học,* đó là các Hữu học đã ly tham Sắc giới.

(2) *Không thành tựu tâm Hữu học, không phải không thành tựu tâm hữu phú vô ký Sắc giới,* đó là các dị sinh chưa ly tham Sắc giới.

(3) *Không thành tựu tâm hữu phú vô ký Sắc giới, cũng không thành tựu tâm Hữu học,* đó là A-la-hán, và các dị sinh đã ly tham Sắc giới.

(4) *Không phải không thành tựu tâm hữu phú vô ký Sắc giới, cũng không phải không thành tựu tâm Hữu học,* đó là các Hữu học chưa ly tham Sắc giới.

d. Vô học

Nếu không thành tựu tâm hữu phú vô ký Sắc giới, cũng không thành tựu tâm Vô học chăng? Hoặc không thành tựu tâm hữu phú vô ký Sắc giới, không phải không thành tựu tâm Vô học; nói chi tiết có bốn trường hợp:

(1) *Không thành tựu tâm hữu phú vô ký Sắc giới, không phải không thành tựu tâm Vô học,* đó là A-la-hán.

(2) *Không thành tựu tâm Vô học, không phải không thành tựu tâm hữu phú vô ký Sắc giới,* đó là các Hữu học, dị sinh, chưa ly tham Sắc giới.

(3) *Không thành tựu tâm hữu phú vô ký Sắc giới, cũng không thành tựu tâm Vô học,* đó là Hữu học, dị sinh, đã ly tham Sắc giới.

(4) *Không phải không thành tựu tâm hữu phú vô ký Sắc giới, cũng không phải không thành tựu tâm Vô học:* không có trường hợp này.

2.7. Tâm vô phú vô ký Sắc giới

a. Vô sắc giới

Nếu không thành tựu tâm vô phú vô ký Sắc giới, cũng không thành tựu tâm thiện Vô sắc giới chăng? Hoặc không thành tựu tâm vô phú vô ký Sắc giới, không phải không thành tựu tâm thiện Vô sắc giới; nói chi tiết có bốn trường hợp:

(1) *Không thành tựu tâm vô phú vô ký Sắc giới, không phải không thành tựu tâm thiện Vô sắc giới,* đó là các bổ-đặc-già-la sinh trong Vô sắc giới.

(2) *Không thành tựu tâm thiện Vô sắc giới, không phải không thành tựu tâm vô phú vô ký Sắc giới,* đó là bổ-đặc-già-la sinh trong Dục giới, đã ly tham Dục giới, chưa đắc tâm thiện Vô sắc giới; và bổ-đặc-già-la sinh trong Sắc giới, chưa đắc tâm thiện Vô sắc giới.

(3) *Không thành tựu tâm vô phú vô ký Sắc giới, cũng không thành tựu tâm thiện Vô sắc giới,* đó là bổ-đặc-già-la sinh trong Dục giới, chưa ly tham Dục giới.

(4) *Không phải không thành tựu tâm vô phú vô ký Sắc giới, cũng không phải không thành tựu [604c01] tâm thiện Vô sắc giới,* đó là các bổ-đặc-già-la sinh trong Dục giới, Sắc giới, đã đắc tâm thiện Vô sắc giới.

Nếu thành tựu tâm vô phú vô ký Sắc giới, cũng thành tựu tâm hữu phú vô ký Vô sắc giới chăng? Hoặc không thành tựu tâm vô phú vô ký Sắc giới, không phải không thành tựu tâm hữu phú vô ký Vô sắc giới; nói chi tiết có bốn trường hợp:

(1) *Không thành tựu tâm vô phú vô ký Sắc giới, không phải không thành tựu tâm hữu phú vô ký Vô sắc giới,* đó là Hữu học, dị sinh, sinh trong Dục giới, chưa ly tham Dục giới; và Hữu học, dị sinh, sinh trong Vô sắc giới.

(2) *Không thành tựu tâm hữu phú vô ký Vô sắc giới, không phải không thành tựu tâm vô phú vô ký Sắc giới,* đó là các A-la-hán sinh trong Dục giới, Sắc giới.

(3) *Không thành tựu tâm vô phú vô ký Sắc giới, cũng không thành tựu tâm hữu phú vô ký Vô sắc giới*, đó là các A-la-hán sinh trong Vô sắc giới.

(4) *Không phải không thành tựu tâm vô phú vô ký Sắc giới, cũng không phải không thành tựu tâm hữu phú vô ký Vô sắc giới*, đó là Hữu học, dị sinh, sinh trong Dục giới, đã ly tham Dục giới, và Hữu học, dị sinh, sinh trong Sắc giới.

Nếu không thành tựu tâm vô phú vô ký Sắc giới, cũng không thành tựu tâm vô phú vô ký Vô sắc giới chăng? Hoặc không thành tựu tâm vô phú vô ký Sắc giới, không phải không thành tựu tâm vô phú vô ký Vô sắc giới; nói chi tiết có bốn trường hợp:

(1) *Không thành tựu tâm vô phú vô ký Sắc giới, không phải không thành tựu tâm vô phú vô ký Vô sắc giới*, đó là sinh trong Vô sắc giới, tâm của dị thục đang hiện tiền.

(2) *Không thành tựu vô phú vô ký Vô sắc giới, không phải không thành tựu tâm vô phú vô ký Sắc giới*, đó là bổ-đặc-già-la sinh trong Dục giới, đã ly tham Dục giới; và bổ-đặc-già-la sinh trong Sắc giới.

(3) *Không thành tựu tâm vô phú vô ký Sắc giới, cũng không thành tựu tâm vô phú vô ký Vô sắc giới*, đó là sinh trong Dục giới, chưa ly tham Dục giới, và sinh trong Vô sắc giới, tâm của quả dị thục không hiện tiền.

(4) *Không phải không thành tựu tâm vô phú vô ký Sắc giới, cũng không phải không thành tựu vô phú vô ký Vô sắc giới:* Không có trường hợp này.

b. Hữu học

Nếu không thành tựu tâm vô phú vô ký Sắc giới, cũng không thành tựu tâm Hữu học chăng? Hoặc không thành tựu tâm vô phú vô ký Sắc giới, không phải không thành tựu tâm Hữu học; nói chi tiết có bốn trường hợp:

(1) *Không thành tựu tâm vô phú vô ký Sắc giới, không phải không thành tựu tâm Hữu học*, đó là [605a01] Hữu học sinh trong Dục

giới, chưa ly tham Dục giới; và bổ-đặc-già-la Hữu học sinh trong Vô sắc giới.

(2) *Không thành tựu tâm Hữu học, không phải không thành tựu tâm vô phú vô ký Sắc giới,* đó là các A-la-hán sinh trong Dục giới; và các dị sinh đã ly tham Dục giới; và các A-la-hán, dị sinh, sinh trong Sắc giới.

(3) *Không thành tựu tâm vô phú vô ký Sắc giới, cũng không thành tựu tâm Hữu học,* đó là dị sinh, sinh trong Dục giới, chưa ly tham Dục giới; và A-la-hán, dị sinh, sinh trong Vô sắc giới.

(4) *Không phải không thành tựu tâm vô phú vô ký Sắc giới, cũng không phải không thành tựu tâm Hữu học,* đó là các Hữu học sinh trong Dục giới, đã ly tham Dục giới; và bổ-đặc-già-la Hữu học sinh trong Sắc giới.

c. Vô học

Nếu không thành tựu tâm vô phú vô ký Sắc giới, cũng không thành tựu tâm Vô học chăng? Hoặc không thành tựu tâm vô phú vô ký Sắc giới, không phải không thành tựu tâm Vô học; nói chi tiết có bốn trường hợp:

(1) *Không thành tựu tâm vô phú vô ký Sắc giới, không phải không thành tựu tâm Vô học,* đó là A-la-hán sinh trong Vô sắc giới.

(2) *Không thành tựu tâm Vô học, không phải không thành tựu tâm vô phú vô ký Sắc giới,* đó là Hữu học, dị sinh, sinh trong Dục giới, đã ly tham Dục giới; và Hữu học, dị sinh, sinh trong Sắc giới.

(3) *Không thành tựu tâm vô phú vô ký Sắc giới, cũng không thành tựu tâm Vô học,* đó là Hữu học, dị sinh, sinh trong Dục giới, chưa ly tham Dục giới; và Hữu học, dị sinh, sinh trong Vô sắc giới.

(4) *Không phải không thành tựu tâm vô phú vô ký Sắc giới, cũng không phải không thành tựu tâm Vô học,* đó là các A-la-hán sinh trong Dục giới, Sắc giới.

2.8. Tâm thiện Vô sắc giới

a. Vô sắc giới

Nếu không thành tựu tâm thiện Vô sắc giới, nhất định không phải không thành tựu tâm hữu phú vô ký Vô sắc giới. Nếu không thành tựu tâm hữu phú vô ký Vô sắc giới, nhất định không phải không thành tựu tâm thiện Vô sắc giới.

Nếu không thành tựu tâm thiện Vô sắc giới, cũng không thành tựu tâm vô phú vô ký Vô sắc giới chăng? Nếu không thành tựu tâm thiện Vô sắc giới, nhất định không thành tựu tâm vô phú vô ký Vô sắc giới. Hoặc không thành tựu tâm vô phú vô ký Vô sắc giới, không phải không thành tựu tâm thiện Vô sắc giới, đó là bổ-đặc-già-la sinh trong Dục giới, Sắc giới, đã đắc tâm thiện Vô sắc giới; và bổ-đặc-già-la sinh trong Vô sắc giới, tâm của quả dị thục không hiện tiền.

b. Hữu học

Nếu không thành tựu tâm thiện Vô sắc giới, cũng không thành tựu tâm Hữu học chăng? Hoặc không thành tựu tâm thiện Vô sắc giới, **[605b01]** không phải không thành tựu tâm Hữu học; nói chi tiết có bốn trường hợp:

(1) *Không thành tựu tâm thiện Vô sắc giới, không phải không thành tựu tâm Hữu học,* đó là các Hữu học chưa đắc tâm thiện Vô sắc giới.

(2) *Không thành tựu tâm Hữu học, không phải không thành tựu tâm thiện Vô sắc giới,* đó là A-la-hán, dị sinh đã đắc tâm thiện Vô sắc giới.

(3) Không thành tựu tâm thiện Vô sắc giới, cũng không thành tựu tâm Hữu học, đó là các dị sinh chưa đắc tâm thiện Vô sắc giới.

(4) Không phải không thành tựu tâm thiện Vô sắc giới, cũng không phải không thành tựu tâm Hữu học, đó là các Hữu học sinh trong Dục giới, Sắc giới, đã đắc tâm thiện Vô sắc giới.

c. Vô học

Nếu không thành tựu tâm thiện Vô sắc giới, cũng không thành tựu tâm Vô học chăng? Nếu không thành tựu tâm thiện Vô sắc giới, nhất định không thành tựu tâm Vô học. Hoặc không thành tựu tâm Vô học, không phải không thành tựu tâm thiện Vô sắc giới, đó là Hữu học, dị sinh, đã đắc tâm thiện Vô sắc giới.

2.9. Tâm hữu phú vô ký Vô sắc giới

a. Vô sắc giới

Nếu không thành tựu tâm hữu phú vô ký Vô sắc giới, cũng không thành tựu tâm vô phú vô ký Vô sắc giới chăng? Hoặc không thành tựu tâm hữu phú vô ký Vô sắc giới, không phải không thành tựu tâm vô phú vô ký Vô sắc giới; nói chi tiết có bốn trường hợp:

(1) *Không thành tựu tâm hữu phú vô ký Vô sắc giới, không phải không thành tựu tâm vô phú vô ký Vô sắc giới,* đó là A-la-hán sinh trong Vô sắc giới, tâm của quả dị thục đang hiện tiền.

(2) *Không thành tựu tâm vô phú vô ký Vô sắc giới, không phải không thành tựu tâm hữu phú vô ký Vô sắc giới,* đó là Hữu học, dị sinh, sinh trong Dục giới, Sắc giới; và Hữu học, dị sinh, sinh trong Vô sắc giới, tâm của quả dị thục không hiện tiền.

(3) *Không thành tựu tâm hữu phú vô ký Vô sắc giới, không phải không thành tựu tâm vô phú vô ký Vô sắc giới,* đó là A-la-hán sinh trong Vô sắc giới, tâm của quả dị thục đang hiện tiền.

(4) *Không phải không thành tựu tâm hữu phú vô ký Vô sắc giới, cũng không phải không thành tựu tâm vô phú vô ký Vô sắc giới,* đó là Hữu học, dị sinh, sinh trong Vô sắc giới, tâm của quả dị thục đang hiện tiền.

b. Hữu học và Vô học

Nếu không thành tựu tâm hữu phú vô ký Vô sắc giới, cũng không thành tựu tâm Hữu học chăng? Nếu không thành tựu tâm hữu phú vô ký Vô sắc giới, nhất định không thành tựu tâm Hữu học.

Hoặc không thành tựu tâm Hữu học, không phải không thành tựu tâm hữu phú vô ký Vô sắc giới, đó là các dị sinh, nếu không thành tựu tâm hữu phú vô ký Vô sắc giới, nhất định không phải không thành tựu tâm Vô học. Nếu không thành tựu [605c01] tâm Vô học, nhất định không phải không thành tựu tâm hữu phú vô ký Vô sắc giới.

2.10. Tâm vô phú vô ký Vô sắc giới

a. Hữu học

Nếu không thành tựu tâm vô phú vô ký Vô sắc giới, cũng không thành tựu tâm Hữu học chăng? Hoặc không thành tựu tâm vô phú vô ký Vô sắc giới, không phải không thành tựu tâm Hữu học; nói chi tiết có bốn trường hợp:

(1) *Không thành tựu tâm vô phú vô ký Vô sắc giới, không phải không thành tựu tâm Hữu học*, đó là Hữu học sinh trong Dục giới, Sắc giới; và Hữu học sinh trong Vô sắc giới, tâm của quả dị thục không hiện tiền.

(2) *Không thành tựu tâm Hữu học, không phải không thành tựu tâm vô phú vô ký Vô sắc giới*, đó là A-la-hán, dị sinh, sinh trong Vô sắc giới, tâm của quả dị thục đang hiện tiền.

(3) *Không thành tựu tâm vô phú vô ký Vô sắc giới, cũng không thành tựu tâm Hữu học*, đó là A-la-hán, dị sinh, sinh trong Dục giới, Sắc giới; và A-la-hán, dị sinh, sinh trong Vô sắc giới, tâm của quả dị thục không hiện tiền.

(4) *Không phải không thành tựu tâm vô phú vô ký Vô sắc giới, cũng không phải không thành tựu tâm Hữu học*, đó là Hữu học sinh trong Vô sắc giới, tâm của quả dị thục đang hiện tiền.

b. Vô học

Nếu không thành tựu tâm vô phú vô ký Vô sắc giới, cũng không thành tựu tâm Vô học chăng? Hoặc không thành tựu tâm vô phú vô ký Vô sắc giới, không phải không thành tựu tâm Vô học; nói chi tiết có bốn trường hợp:

(1) *Không thành tựu tâm vô phú vô ký Vô sắc giới, không phải không thành tựu tâm Vô học*, đó là các A-la-hán sinh trong Dục giới, Sắc giới; và các A-la-hán sinh trong Vô sắc giới, tâm của quả dị thục không hiện tiền.

(2) *Không thành tựu tâm Vô học, không phải không thành tựu tâm vô phú vô ký Vô sắc giới*, đó là dị sinh, Hữu học sinh trong Vô sắc giới, tâm của quả dị thục đang hiện tiền.

(3) *Không thành tựu tâm vô phú vô ký Vô sắc giới, cũng không thành tựu tâm Vô học,* đó là dị sinh, Hữu học sinh trong Dục giới, Sắc giới; và dị sinh, Hữu học sinh trong Vô sắc giới, tâm của quả dị thục không hiện tiền.

(4) *Không phải không thành tựu tâm vô phú vô ký Vô sắc giới, cũng không phải không thành tựu tâm Vô học,* đó là A-la-hán sinh trong Vô sắc giới, tâm của quả dị thục đang hiện tiền.

2.11. Tâm Hữu học – Tâm Vô học

Nếu không thành tựu tâm Hữu học, cũng không thành tựu tâm Vô học chăng? (1) Hoặc không thành tựu tâm Hữu học, không phải không thành tựu tâm Vô học; (2) hoặc không thành tựu tâm Vô học, không phải không thành tựu tâm Hữu học; (3) hoặc không thành tựu tâm Hữu học, cũng không thành tựu tâm Vô học; (4) hoặc không phải không thành tựu tâm Hữu học, cũng không phải không thành tựu tâm Vô học.

(1) *Không thành tựu tâm Hữu học, không phải không thành tựu tâm Vô học,* đó là **[606a01]** A-la-hán.

(2) *Không thành tựu tâm Vô học, không phải không thành tựu tâm Hữu học,* đó là các Hữu học.

(3) *Không thành tựu tâm Hữu học, cũng không thành tựu tâm Vô học,* đó là các dị sinh.

(4) *Không phải không thành tựu tâm Hữu học, cũng không phải không thành tựu tâm Vô học:* không có trường hợp này.

TIẾT 3. XẢ THÀNH TỰU ĐẮC BẤT THÀNH TỰU

Có mười hai tâm: tâm thiện, tâm bất thiện, tâm hữu phú vô ký, tâm vô phú vô ký thuộc Dục giới; tâm thiện, tâm hữu phú vô ký, tâm vô phú vô ký thuộc Sắc giới; tâm thiện, tâm hữu phú vô ký, tâm vô phú vô ký thuộc Vô sắc giới; tâm Hữu học, tâm Vô học.

Nếu xả thành tựu đắc bất thành tựu[430] tâm thiện Dục giới, cũng xả thành tựu đắc bất thành tựu tâm bất thiện chăng? Nếu xả thành tựu đắc bất thành tựu tâm bất thiện, cũng xả thành tựu đắc bất thành tựu tâm thiện Dục giới chăng? Nếu xả thành tựu đắc bất thành tựu tâm thiện Dục giới, *cho đến* cũng xả thành tựu đắc bất thành tựu tâm Vô học chăng? Nếu xả thành tựu đắc bất thành tựu tâm Vô học, cũng xả thành tựu đắc bất thành tựu tâm thiện Dục giới chăng? *Cho đến* nếu xả thành tựu đắc bất thành tựu tâm Hữu học, cũng xả thành tựu đắc bất thành tựu tâm Vô học chăng? Nếu xả thành tựu đắc bất thành tựu tâm Vô học, cũng xả thành tựu đắc bất thành tựu tâm Hữu học chăng?

3.1. Tâm thiện Dục giới

a. Dục giới

Nếu xả thành tựu đắc bất thành tựu[431] tâm thiện Dục giới, nhất định không phải xả thành tựu đắc bất thành tựu tâm bất thiện và tâm hữu phú vô ký Dục giới. Nếu xả thành tựu đắc bất thành tựu tâm bất thiện và tâm hữu phú vô ký Dục giới, nhất định không phải xả thành tựu đắc bất thành tựu tâm thiện Dục giới.

Nếu xả thành tựu đắc bất thành tựu[432] tâm thiện Dục giới, cũng xả thành tựu đắc bất thành tựu tâm vô phú vô ký Dục giới chăng? (1) Hoặc xả thành tựu đắc bất thành tựu tâm thiện Dục giới, không phải xả thành tựu đắc bất thành tựu tâm vô phú vô ký Dục giới; (2) hoặc xả thành tựu đắc bất thành tựu tâm vô phú vô ký Dục giới, không

---

[430] Bất thành tựu, Skt *asamanvāgata*. **Xem cht. 428 trước.**

[431] Trong thân sở y của dị sanh (phàm phu) hằng có dị sinh tính tùy hành, gọi là "dị sinh thành tựu dị sinh tính" do đó mà biết nó là một dị sinh. Khi xả dị sinh tính đắc Thánh tính, bấy giờ gọi là xả thành tựu dị sinh tính.

[432] Tâm thiện Dục giới bị xả, không tồn tại trong thân sở y. *Câu-xá ii:* chủng tử trong thân sở y chưa bị tổn hại, gọi là thành tựu; khi nó bị tổn hại, gọi là bất thành tựu (AK. ii. Pradhān 63²⁶, *āśrayasya tadbījabhāvānupaghātāt samanvāgata upaghātād asamanvāgata ucyate*).

phải xả thành tựu đắc bất thành tựu tâm thiện Dục giới; (3) hoặc xả thành tựu đắc bất thành tựu tâm thiện Dục giới, cũng xả thành tựu đắc bất thành tựu tâm vô phú vô ký Dục giới; (4) hoặc không phải xả thành tựu đắc bất thành tựu tâm thiện Dục giới, cũng không phải xả thành tựu đắc bất thành tựu tâm vô phú vô ký Dục giới.

(1) *Xả thành tựu đắc bất thành tựu tâm thiện Dục giới, không phải xả thành tựu đắc bất thành tựu tâm vô phú vô ký Dục giới, đó là lúc đoạn thiện căn, và lúc chết ở Dục giới sinh vào Sắc giới.*

(2) *Xả thành tựu đắc bất thành tựu tâm vô phú vô ký Dục giới, không phải xả thành tựu đắc bất thành tựu tâm thiện Dục giới, đó là lúc chết ở Sắc giới sinh vào* **[606b01]** *Vô sắc giới.*

(3) *Xả thành tựu đắc bất thành tựu tâm thiện Dục giới, cũng xả thành tựu đắc bất thành tựu tâm vô phú vô ký Dục giới, đó là lúc chết ở Dục giới sinh vào Vô sắc giới.*

(4) *Không phải xả thành tựu đắc bất thành tựu tâm thiện Dục giới, cũng không phải xả thành tựu đắc bất thành tựu tâm vô phú vô ký Dục giới, trừ các trường hợp nêu trên.*

b. Sắc giới

Nếu xả thành tựu đắc bất thành tựu tâm thiện Dục giới, cũng xả thành tựu đắc bất thành tựu tâm thiện Sắc giới chăng? Hoặc xả thành tựu đắc bất thành tựu tâm thiện Dục giới, không phải xả thành tựu đắc bất thành tựu tâm thiện Sắc giới; nói chi tiết có bốn trường hợp:

(1) *Xả thành tựu đắc bất thành tựu tâm thiện Dục giới, không phải xả thành tựu đắc bất thành tựu tâm thiện Sắc giới, đó là lúc đoạn thiện căn, và lúc chết ở Dục giới sinh vào Sắc giới.*

(2) *Xả thành tựu đắc bất thành tựu tâm thiện Sắc giới, không phải xả thành tựu đắc bất thành tựu tâm thiện Dục giới, đó là sinh trong Dục giới, đã đắc tâm thiện Sắc giới, lúc trở lại thoái thất khỏi tâm thiện Sắc giới, và lúc chết ở Sắc giới sinh vào Dục giới hoặc Vô sắc giới.*

(3) *Xả thành tựu đắc bất thành tựu tâm thiện Dục giới, cũng xả thành tựu đắc bất thành tựu tâm thiện Sắc giới, đó là lúc chết ở Dục giới sinh vào Vô sắc giới.*

(4) *Không phải xả thành tựu đắc bất thành tựu tâm thiện Dục giới, cũng không phải xả thành tựu đắc bất thành tựu tâm thiện Sắc giới*, trừ các trường hợp nêu trên.

Nếu xả thành tựu đắc bất thành tựu tâm thiện Dục giới, nhất định không phải xả thành tựu đắc bất thành tựu tâm hữu phú vô ký Sắc giới. Nếu xả thành tựu đắc bất thành tựu tâm hữu phú vô ký Sắc giới, nhất định không phải xả thành tựu đắc bất thành tựu tâm thiện Dục giới.

Nếu xả thành tựu đắc bất thành tựu tâm thiện Dục giới, cũng xả thành tựu đắc bất thành tựu tâm vô phú vô ký Sắc giới chăng? Hoặc xả thành tựu đắc bất thành tựu tâm thiện Dục giới, không phải xả thành tựu đắc bất thành tựu tâm vô phú vô ký Sắc giới; nói chi tiết có bốn trường hợp:

(1) *Xả thành tựu đắc bất thành tựu tâm thiện Dục giới, không phải xả thành tựu đắc bất thành tựu tâm vô phú vô ký Sắc giới*, đó là lúc đoạn thiện căn, và lúc chết ở Dục giới sinh vào Sắc giới.

(2) *Xả thành tựu đắc bất thành tựu tâm vô phú vô ký Sắc giới, không phải xả thành tựu đắc bất thành tựu tâm thiện Dục giới*, đó là đã ly tham Dục giới, lúc trở lại thoái thất khỏi ly tham Dục giới, và lúc chết ở Sắc giới sinh vào Dục giới, hoặc lúc chết ở Sắc giới sinh vào Vô sắc giới.

(3) *Xả thành tựu đắc bất thành tựu tâm thiện Dục giới, cũng xả thành tựu đắc bất thành tựu tâm vô phú vô ký Sắc giới*, đó là lúc chết ở Dục giới sinh vào Vô sắc giới.

(4) *Không phải xả thành tựu đắc bất thành tựu tâm thiện Dục giới, cũng không phải xả thành tựu đắc bất thành tựu tâm vô phú vô ký Sắc giới*, trừ các trường hợp **[606c01]** nêu trên.

c. Vô sắc giới

Nếu xả thành tựu đắc bất thành tựu tâm thiện Dục giới, nhất định không phải xả thành tựu đắc bất thành tựu tâm thiện Vô sắc giới.

Nếu xả thành tựu đắc bất thành tựu tâm thiện Vô sắc giới, nhất định không phải xả thành tựu đắc bất thành tựu tâm thiện Dục giới. Từ đây về sau cũng đều không có.

3.2. Tâm bất thiện Dục giới

* Dục giới

Nếu xả thành tựu đắc bất thành tựu tâm bất thiện, cũng xả thành tựu đắc bất thành tựu tâm hữu phú vô ký Dục giới chăng? Hoặc xả thành tựu đắc bất thành tựu tâm bất thiện, không phải xả thành tựu đắc bất thành tựu tâm hữu phú vô ký Dục giới; nói chi tiết có bốn trường hợp:

(1) *Xả thành tựu đắc bất thành tựu tâm bất thiện, không phải xả thành tựu đắc bất thành tựu tâm hữu phú vô ký Dục giới,* đó là lúc các Thánh giả ly tham Dục giới.

(2) *Xả thành tựu đắc bất thành tựu tâm hữu phú vô ký Dục giới, không phải xả thành tựu đắc bất thành tựu tâm bất thiện,* đó là lúc Thánh giả chưa ly tham Dục giới, hiện quán biên khổ pháp trí hiện tiền.

(3) *Xả thành tựu đắc bất thành tựu tâm bất thiện, cũng xả thành tựu đắc bất thành tựu tâm hữu phú vô ký Dục giới,* đó là lúc các dị sinh ly tham Dục giới.

(4) *Không phải xả thành tựu đắc bất thành tựu tâm bất thiện, cũng không phải xả thành tựu đắc bất thành tựu tâm hữu phú vô ký Dục giới,* trừ các trường hợp nêu trên.

Nếu xả thành tựu đắc bất thành tựu tâm bất thiện, nhất định không phải xả thành tựu đắc bất thành tựu tâm vô phú vô ký Dục giới. Nếu xả thành tựu đắc bất thành tựu tâm vô phú vô ký Dục giới, nhất định không phải xả thành tựu đắc bất thành tựu tâm bất thiện. Từ đây về sau cũng đều không có.

3.3. Tâm hữu phú vô ký Dục giới

Nếu xả thành tựu đắc bất thành tựu tâm hữu phú vô ký Dục giới, nhất định không phải xả thành tựu đắc bất thành tựu tâm vô phú vô ký Dục giới.

Nếu xả thành tựu đắc bất thành tựu tâm vô phú vô ký Dục giới, nhất định không phải xả thành tựu đắc bất thành tựu tâm hữu phú vô ký Dục giới. Từ đây trở về sau cũng đều không có.

3.4. Tâm vô phú vô ký Dục giới

a. Sắc giới

Nếu xả thành tựu đắc bất thành tựu vô phú vô ký Dục giới, cũng xả thành tựu đắc bất thành tựu tâm thiện Sắc giới chăng? Nếu xả thành tựu đắc bất thành tựu vô phú vô ký Dục giới, nhất định xả thành tựu đắc bất thành tựu tâm thiện Sắc giới.

Hoặc xả thành tựu đắc bất thành tựu tâm thiện Sắc giới, không phải xả thành tựu đắc bất thành tựu tâm vô phú vô ký Dục giới, đó là sinh trong Dục giới, đã đắc tâm thiện Sắc giới, lúc trở lại thoái thất khỏi tâm thiện Sắc giới, và lúc chết ở Sắc giới sinh vào Dục giới.

Nếu xả thành tựu đắc bất thành tựu tâm vô phú vô ký Dục giới, nhất định không phải xả thành tựu đắc bất thành tựu tâm hữu phú vô ký Sắc giới. Nếu xả thành tựu đắc bất thành tựu tâm hữu phú vô ký Sắc giới, nhất định không phải xả thành tựu đắc bất thành tựu tâm vô phú vô ký Dục giới.

Nếu xả thành tựu đắc bất thành tựu tâm vô phú vô ký Dục giới, [607a01] cũng xả thành tựu đắc bất thành tựu tâm vô phú vô ký Sắc giới chăng? Nếu xả thành tựu đắc bất thành tựu tâm vô phú vô ký Dục giới, nhất định xả thành tựu đắc bất thành tựu tâm vô phú vô ký Sắc giới.

Hoặc xả thành tựu đắc bất thành tựu tâm vô phú vô ký Sắc giới, không phải xả thành tựu đắc bất thành tựu tâm vô phú vô ký Dục giới, đó là đã ly tham Dục giới, lúc trở lại thoái thất khỏi ly tham Dục giới, và lúc chết ở Sắc giới sinh vào Dục giới.

b. Vô sắc giới

Nếu xả thành tựu đắc bất thành tựu tâm vô phú vô ký Dục giới, nhất định không phải xả thành tựu đắc bất thành tựu tâm thiện Vô sắc giới.

Nếu xả thành tựu đắc bất thành tựu tâm thiện Vô sắc giới, nhất định không phải xả thành tựu đắc bất thành tựu tâm vô phú vô ký Dục giới. Từ đây về sau cũng đều không có.

3.5. Tâm thiện Sắc giới

a. Sắc giới

Nếu xả thành tựu đắc bất thành tựu tâm thiện Sắc giới, nhất định không phải xả thành tựu đắc bất thành tựu tâm hữu phú vô ký Sắc giới.

Nếu xả thành tựu đắc bất thành tựu tâm hữu phú vô ký Sắc giới, nhất định không phải xả thành tựu đắc bất thành tựu tâm thiện Sắc giới.

Nếu xả thành tựu đắc bất thành tựu tâm thiện Sắc giới, cũng xả thành tựu đắc bất thành tựu tâm vô phú vô ký Sắc giới chăng? Hoặc xả thành tựu đắc bất thành tựu tâm thiện Sắc giới, không phải xả thành tựu đắc bất thành tựu tâm vô phú vô ký Sắc giới; nói chi tiết có bốn trường hợp:

(1) *Xả thành tựu đắc bất thành tựu tâm thiện Sắc giới, không phải xả thành tựu đắc bất thành tựu tâm vô phú vô ký Sắc giới*, đó là dị sinh, sinh trong Dục giới, chưa ly tham Dục giới, đã đắc tâm thiện Sắc giới, lúc trở lại thoái thất khỏi tâm thiện Sắc giới.

(2) *Xả thành tựu đắc bất thành tựu tâm vô phú vô ký Sắc giới, không phải xả thành tựu đắc bất thành tựu tâm thiện Sắc giới*, đó là Thánh giả đã ly tham Dục giới, lúc trở lại thoái thất khỏi ly tham Dục giới.

(3) *Xả thành tựu đắc bất thành tựu tâm thiện Sắc giới, cũng xả thành tựu đắc bất thành tựu tâm vô phú vô ký Sắc giới*, đó là dị sinh đã ly tham Dục giới, lúc trở lại thoái thất khỏi ly tham Dục giới, và lúc chết ở Dục giới, Sắc giới sinh vào Vô sắc giới, hoặc lúc chết ở Sắc giới sinh vào Dục giới.

(4) Không phải xả thành tựu đắc bất thành tựu tâm thiện Sắc giới, cũng không phải xả thành tựu đắc bất thành tựu tâm vô phú vô ký Sắc giới, trừ các trường hợp nêu trên.

b. Vô sắc giới

Nếu xả thành tựu đắc bất thành tựu tâm thiện Sắc giới, cũng xả thành tựu đắc bất thành tựu tâm thiện Vô sắc giới chăng? Hoặc xả thành tựu đắc bất thành tựu tâm thiện Sắc giới, không phải xả thành tựu đắc bất thành tựu tâm thiện Vô sắc giới; nói chi tiết có bốn trường hợp:

(1) *Xả thành tựu đắc bất thành tựu tâm thiện Sắc giới, không phải xả thành tựu đắc bất thành tựu tâm thiện Vô sắc giới*, đó là sinh trưởng Dục giới, đã đắc tâm thiện Sắc giới, chưa đắc **[607b01]** tâm thiện Vô sắc giới, lúc thoái thất khỏi tâm thiện Sắc giới, và lúc chết ở Sắc giới sinh vào Dục giới hoặc Vô sắc giới, hoặc lúc chết ở Dục giới sinh vào Vô sắc giới.

(2) *Xả thành tựu đắc bất thành tựu tâm thiện Vô sắc giới, không phải xả thành tựu đắc bất thành tựu tâm thiện Sắc giới*, đó là sinh trong Dục giới, đã đắc tâm thiện Vô sắc giới, lúc thoái thất trở lại Sắc giới, và lúc chết ở Vô sắc giới sinh vào Dục giới hoặc Sắc giới.

(3) *Xả thành tựu đắc bất thành tựu tâm thiện Sắc giới, cũng xả thành tựu đắc bất thành tựu tâm thiện Vô sắc giới*, đó là dị sinh, sinh trong Dục giới, đã đắc tâm thiện Vô sắc giới, lúc thoái thất trở lại Dục giới.

(4) *Không phải xả thành tựu đắc bất thành tựu tâm thiện Sắc giới, cũng không phải xả thành tựu đắc bất thành tựu tâm thiện Vô sắc giới*; trừ các trường hợp nêu trên.

Nếu xả thành tựu đắc bất thành tựu tâm thiện Sắc giới, nhất định không phải xả thành tựu đắc bất thành tựu tâm hữu phú vô ký Vô sắc giới.

Nếu xả thành tựu đắc bất thành tựu tâm hữu phú vô ký Vô sắc giới, nhất định không phải xả thành tựu đắc bất thành tựu tâm thiện Sắc giới. Từ đây về sau cũng đều không có.

3.6. Tâm hữu phú hữu kí Sắc giới

Nếu xả thành tựu đắc bất thành tựu tâm hữu phú vô ký Sắc giới, nhất định không phải xả thành tựu đắc bất thành tựu tâm vô phú vô ký Sắc giới.

Nếu xả thành tựu đắc bất thành tựu tâm vô phú vô ký Sắc giới, nhất định không phải xả thành tựu đắc bất thành tựu tâm hữu phú vô ký Sắc giới. Từ đây về sau cũng đều không có.

3.7. Tâm vô phú vô ký Sắc giới

a. Vô sắc giới

Nếu xả thành tựu đắc bất thành tựu tâm vô phú vô ký Sắc giới, cũng xả thành tựu đắc bất thành tựu tâm thiện Vô sắc giới chăng? Hoặc xả thành tựu đắc bất thành tựu tâm vô phú vô ký Sắc giới, không phải xả thành tựu đắc bất thành tựu tâm thiện Vô sắc giới; nói chi tiết có bốn trường hợp:

(1) *Xả thành tựu đắc bất thành tựu tâm vô phú vô ký Sắc giới, không phải xả thành tựu đắc bất thành tựu tâm thiện Vô sắc giới,* đó là sinh trong Dục giới, đã ly tham Dục giới, chưa đắc tâm thiện Sắc giới, lúc thoái thất khỏi ly tham Dục giới, và lúc chết ở Sắc giới hoặc sinh vào Dục giới, hoặc Vô sắc giới.

(2) *Xả thành tựu đắc bất thành tựu tâm thiện Vô sắc giới, không phải xả thành tựu đắc bất thành tựu tâm vô phú vô ký Sắc giới,* đó là sinh trong Dục giới, đã đắc tâm thiện Vô sắc giới, lúc khởi thoái thất trở lại Sắc giới, và lúc chết ở Vô sắc giới hoặc sinh vào Dục giới, hoặc Sắc giới.

(3) *Xả thành tựu đắc bất thành tựu tâm vô phú vô ký Sắc giới, cũng xả thành tựu đắc bất thành tựu tâm thiện Vô sắc giới,* đó là sinh trong Dục giới, đã đắc tâm thiện Vô sắc giới, lúc thoái thất trở lại Dục giới.

(4) *Không [607c01] phải xả thành tựu đắc bất thành tựu tâm vô phú vô ký Sắc giới, cũng không phải xả thành tựu đắc bất thành tựu tâm thiện Vô sắc giới;* trừ các trường hợp nêu trên.

Nếu xả thành tựu đắc bất thành tựu tâm vô phú vô ký Sắc giới, nhất định không phải xả thành tựu đắc bất thành tựu tâm hữu phú vô ký, tâm vô phú vô ký Vô sắc giới, tâm Hữu học.

Nếu xả thành tựu đắc bất thành tựu tâm hữu phú vô ký, tâm vô phú vô ký Vô sắc giới, tâm Hữu học, nhất định không phải xả thành tựu đắc bất thành tựu tâm vô phú vô ký Sắc giới.

b. Vô học

Nếu xả thành tựu đắc bất thành tựu tâm vô phú vô ký Sắc giới, cũng xả thành tựu đắc bất thành tựu tâm Vô học chăng? Hoặc xả thành tựu đắc bất thành tựu tâm vô phú vô ký Sắc giới, không phải xả thành tựu đắc bất thành tựu tâm Vô học; nói chi tiết có bốn trường hợp:

(1) *Xả thành tựu đắc bất thành tựu tâm vô phú vô ký Sắc giới, không phải xả thành tựu đắc bất thành tựu tâm Vô học,* đó là Hữu học, dị sinh, đã ly tham Dục giới, lúc thoái thất khỏi ly tham Dục giới, và lúc chết ở Sắc giới hoặc sinh vào Dục giới hoặc Vô sắc giới, hoặc lúc chết ở Dục giới sinh vào Vô sắc giới.

(2) *Xả thành tựu đắc bất thành tựu tâm Vô học, không phải xả thành tựu đắc bất thành tựu tâm vô phú vô ký Sắc giới,* đó là lúc A-la-hán khởi thoái thất trở lại Sắc giới, Vô sắc giới.[433]

(3) *Xả thành tựu đắc bất thành tựu tâm vô phú vô ký Sắc giới, cũng xả thành tựu đắc bất thành tựu tâm Vô học,* đó là lúc A-la-hán khởi thoái thất trở lại Dục giới.[434]

---

[433] A-la-hán Vô học thối thất quả thành Hữu học Bất hoàn. *Tì-bà-sa 1,* T27n1545, tr. 0003c20: Có năm nhân duyên khiến A-la-hán thời giải thoát (*samayavimukta*) có thoái thất. Kinh bộ nói, không có trường hợp A-la-hán thoái thất. Thế Thân tán đồng quan điểm của Kinh bộ. Nói thoái thất, không phải là thoái thất quả, mà là thoái thất hiện pháp lạc trú.

[434] Thoái thất trở lại Dục giới, có lẽ không nên hiểu là thoái thất trở lại quả Dự Lưu, mà chỉ có thể thoái thất hiện pháp lạc trú tức hạng thời ái giải thoát do thời cơ không thuận, do khất thực thiếu hay bệnh nặng, không thể nhập các thiền, từ sơ thiền cho cho đến tứ thiền.

(4) *Không phải xả thành tựu đắc bất thành tựu tâm vô phú vô ký Sắc giới, cũng không phải xả thành tựu đắc bất thành tựu tâm Vô học;* trừ các trường hợp nêu trên.

3.8. Tâm thiện Vô sắc giới

a. Vô sắc giới

Nếu xả thành tựu đắc bất thành tựu tâm thiện Vô sắc giới, nhất định không phải xả thành tựu đắc bất thành tựu tâm hữu phú vô ký Vô sắc giới.

Nếu xả thành tựu đắc bất thành tựu tâm hữu phú vô ký Vô sắc giới, nhất định không phải xả thành tựu đắc bất thành tựu tâm thiện Vô sắc giới.

Nếu xả thành tựu đắc bất thành tựu tâm thiện Vô sắc giới, cũng xả thành tựu đắc bất thành tựu tâm vô phú vô ký Vô sắc giới chăng? Hoặc xả thành tựu đắc bất thành tựu tâm thiện Vô sắc giới, không phải xả thành tựu đắc bất thành tựu tâm vô phú vô ký Vô sắc giới; nói chi tiết có bốn trường hợp:

(1) *Xả thành tựu đắc bất thành tựu tâm thiện Vô sắc giới, không phải xả thành tựu đắc bất thành tựu tâm vô phú vô ký Vô sắc giới,* đó là sinh trong Dục giới, Sắc giới, đã đắc tâm thiện Vô sắc giới, lúc trở lại thoái thất khỏi tâm thiện Vô sắc giới, và lúc từ tâm thiện, tâm nhiễm ô Vô sắc giới chết, hoặc sinh vào Dục giới hoặc Sắc giới.

(2) *Xả thành tựu đắc bất thành tựu tâm vô phú vô ký Vô sắc giới, không phải xả thành tựu đắc bất thành tựu tâm thiện Vô sắc giới,* **[608a01]** đó là lúc tâm của quả dị thục Vô sắc giới phát sinh đã diệt.

(3) *Xả thành tựu đắc bất thành tựu tâm thiện Vô sắc giới, cũng xả thành tựu đắc bất thành tựu tâm vô phú vô ký Vô sắc giới,* đó là lúc trụ Vô sắc giới, tâm của quả dị thục diệt, hoặc sinh vào Dục giới hoặc Sắc giới.

(4) *Không phải xả thành tựu đắc bất thành tựu tâm thiện Vô sắc giới, cũng không phải xả thành tựu đắc bất thành tựu tâm vô phú vô ký Vô sắc giới;* trừ các trường hợp nêu trên.

b. Hữu học

Nếu xả thành tựu đắc bất thành tựu tâm thiện Vô sắc giới, nhất định không phải xả thành tựu đắc bất thành tựu tâm Hữu học.

Nếu xả thành tựu đắc bất thành tựu tâm Hữu học, nhất định không phải xả thành tựu đắc bất thành tựu tâm thiện Vô sắc giới.

c. Vô học

Nếu xả thành tựu đắc bất thành tựu tâm thiện Vô sắc giới, cũng xả thành tựu đắc bất thành tựu tâm Vô học chăng? Hoặc xả thành tựu đắc bất thành tựu tâm thiện Vô sắc giới, không phải xả thành tựu đắc bất thành tựu tâm Vô học; nói chi tiết có bốn trường hợp:

(1) *Xả thành tựu đắc bất thành tựu tâm thiện Vô sắc giới, không phải xả thành tựu đắc bất thành tựu tâm Vô học,* đó là Hữu học, dị sinh, đã đắc tâm thiện Vô sắc giới, lúc thoái thất khỏi tâm thiện Vô sắc giới, và lúc chết ở Vô sắc giới sinh vào Dục giới hoặc Sắc giới.

(2) *Xả thành tựu đắc bất thành tựu tâm Vô học, không phải xả thành tựu đắc bất thành tựu tâm thiện Vô sắc giới,* đó là lúc A-la-hán khởi thoái thất trở lại Vô sắc giới.

(3) *Xả thành tựu đắc bất thành tựu tâm thiện Vô sắc giới, cũng xả thành tựu đắc bất thành tựu tâm Vô học,* đó là lúc A-la-hán khởi thoái thất trở lại Dục giới, Sắc giới.

(4) *Không phải xả thành tựu đắc bất thành tựu tâm thiện Vô sắc giới, cũng không phải xả thành tựu đắc bất thành tựu tâm Vô học;* trừ các trường hợp nêu trên.

3.9. Tâm hữu phú hữu kí Vô sắc giới

Nếu xả thành tựu đắc bất thành tựu tâm hữu phú vô ký Vô sắc giới, nhất định không phải xả thành tựu đắc bất thành tựu tâm vô phú vô ký Vô sắc giới.

Nếu xả thành tựu đắc bất thành tựu tâm vô phú vô ký Vô sắc giới, nhất định không phải xả thành tựu đắc bất thành tựu tâm hữu phú vô ký Vô sắc giới. Từ đây về sau đều không có.

3.10. Tâm vô phú hữu kí Vô sắc giới

Nếu xả thành tựu đắc bất thành tựu tâm vô phú vô ký Vô sắc giới, nhất định không phải xả thành tựu đắc bất thành tựu tâm Hữu học và tâm Vô học.

Nếu xả thành tựu đắc bất thành tựu tâm Hữu học và tâm Vô học, nhất định không phải xả thành tựu đắc bất thành tựu tâm vô phú vô ký Vô sắc giới.

10.11. Tâm Hữu học – Vô học

Nếu xả thành tựu đắc bất thành tựu tâm Hữu học, nhất định không phải xả thành tựu đắc bất thành tựu tâm Vô học.

Nếu xả thành tựu đắc bất thành tựu tâm Vô học, nhất định không phải xả thành tựu đắc bất thành tựu tâm Hữu học. **[608a28]**[435]

TIẾT 4. XẢ THÀNH TỰU ĐẮC BẤT THÀNH TỰU

Có mười hai tâm: tâm thiện, tâm bất thiện, tâm hữu phú vô ký, tâm vô phú vô ký thuộc Dục giới; tâm thiện, tâm hữu phú vô ký, tâm vô phú vô ký thuộc Sắc giới; tâm thiện, tâm hữu phú vô ký, tâm vô phú vô ký thuộc Vô sắc giới; tâm Hữu học, tâm Vô học.

Nếu xả bất thành tựu đắc thành tựu tâm thiện Dục giới, cũng xả bất thành tựu đắc thành tựu tâm bất thiện chăng? Nếu xả bất thành tựu đắc thành tựu tâm bất thiện, cũng xả bất thành tựu đắc thành tựu tâm thiện Dục giới chăng? Nếu xả bất thành tựu đắc thành tựu tâm thiện Dục giới, *cho đến* xả bất thành tựu đắc thành tựu tâm Vô học chăng? Nếu xả bất thành tựu đắc thành tựu tâm Vô học, cũng xả bất thành tựu đắc thành tựu tâm thiện Dục giới chăng? *Cho đến* nếu xả bất thành tựu đắc thành tựu tâm Hữu học, cũng xả bất thành tựu đắc thành tựu tâm Vô học chăng? Nếu xả bất thành tựu đắc thành tựu

---

[435] Hết quyển 15.

tâm Vô học, cũng xả bất thành tựu đắc thành tựu tâm Hữu học chăng?

4.1. Tâm thiện Dục giới

a. Dục giới

Nếu xả bất thành tựu đắc thành tựu tâm thiện Dục giới, cũng xả bất thành tựu đắc thành tựu tâm bất thiện chăng? Hoặc xả bất thành tựu đắc thành tựu tâm thiện Dục giới, không phải xả bất thành tựu đắc thành tựu tâm bất thiện; nói chi tiết có bốn trường hợp:

(1) *Xả bất thành tựu đắc thành tựu tâm thiện Dục giới, không phải xả bất thành tựu đắc thành tựu tâm bất thiện*, đó là lúc nối lại thiện căn.

(2) *Xả bất thành tựu đắc thành tựu tâm bất thiện, không phải xả bất thành tựu đắc thành tựu tâm thiện Dục giới*, đó là đã ly tham Dục giới, lúc trở lại thoái thất khỏi ly tham Dục giới.

(3) *Xả bất thành tựu đắc thành tựu tâm thiện Dục giới, cũng xả bất thành tựu đắc thành tựu tâm bất thiện*, đó là lúc chết ở Sắc giới, Vô sắc giới sinh vào Dục giới.

(4) *Không phải xả bất thành tựu đắc thành tựu tâm thiện Dục giới, cũng không phải xả bất thành tựu đắc thành tựu tâm bất thiện*; trừ các trường hợp nói trên.

Nếu xả bất thành tựu đắc thành tựu tâm thiện Dục giới, cũng xả bất thành tựu đắc thành tựu tâm hữu phú vô ký Dục giới chăng? Hoặc xả bất thành tựu đắc thành tựu tâm thiện Dục giới, không phải xả bất thành tựu đắc thành tựu [608c01] tâm hữu phú vô ký Dục giới; nói chi tiết có bốn trường hợp:

(1) *Xả bất thành tựu đắc thành tựu tâm thiện Dục giới, không phải xả bất thành tựu đắc thành tựu tâm hữu phú vô ký Dục giới*, đó là lúc nối lại thiện căn.

(2) *Xả bất thành tựu đắc thành tựu tâm hữu phú vô ký Dục giới, không phải xả bất thành tựu đắc thành tựu tâm thiện Dục giới*, đó là dị sinh đã ly tham Dục giới, lúc trở lại thoái thất khỏi ly tham Dục giới.

(3) *Xả bất thành tựu đắc thành tựu tâm thiện Dục giới, cũng xả bất thành tựu đắc thành tựu tâm hữu phú vô ký Dục giới,* đó là lúc chết ở Sắc giới, Vô sắc giới sinh vào Dục giới.

(4) *Không phải xả bất thành tựu đắc thành tựu tâm thiện Dục giới, cũng không phải xả bất thành tựu đắc thành tựu tâm hữu phú vô ký Dục giới;* trừ các trường hợp nói trên.

Nếu xả bất thành tựu đắc thành tựu tâm thiện Dục giới, cũng xả bất thành tựu đắc thành tựu tâm vô phú vô ký Dục giới chăng? Hoặc xả bất thành tựu đắc thành tựu tâm thiện Dục giới, không phải xả bất thành tựu đắc thành tựu tâm vô phú vô ký Dục giới; nói chi tiết có bốn trường hợp:

(1) *Xả bất thành tựu đắc thành tựu tâm thiện Dục giới, không phải xả bất thành tựu đắc thành tựu tâm vô phú vô ký Dục giới,* đó là lúc nối lại thiện căn, và lúc chết ở Sắc giới sinh vào Dục giới.

(2) *Xả bất thành tựu đắc thành tựu tâm vô phú vô ký Dục giới, không phải xả bất thành tựu đắc thành tựu tâm thiện Dục giới,* đó là lúc chết ở Vô sắc giới sinh vào Sắc giới.

(3) *Xả bất thành tựu đắc thành tựu tâm thiện Dục giới, cũng xả bất thành tựu đắc thành tựu tâm vô phú vô ký Dục giới,* đó là lúc chết ở Vô sắc giới sinh vào Dục giới.

(4) *Không phải xả bất thành tựu đắc thành tựu tâm thiện Dục giới, cũng không phải xả bất thành tựu đắc thành tựu tâm vô phú vô ký Dục giới;* trừ các trường hợp nói trên.

b. Sắc giới

Nếu xả bất thành tựu đắc thành tựu tâm thiện Dục giới, nhất định không phải xả bất thành tựu đắc thành tựu tâm thiện Sắc giới.

Nếu xả bất thành tựu đắc thành tựu tâm thiện Sắc giới, nhất định không phải xả bất thành tựu đắc thành tựu tâm thiện Dục giới.

Nếu xả bất thành tựu đắc thành tựu tâm thiện Dục giới, cũng xả bất thành tựu đắc thành tựu tâm hữu phú vô ký Sắc giới chăng? Hoặc xả bất thành tựu đắc thành tựu tâm thiện Dục giới, không phải xả bất thành tựu đắc thành tựu tâm hữu phú vô ký Sắc giới; nói chi tiết có bốn trường hợp:

(1) *Xả bất thành tựu đắc thành tựu tâm thiện Dục giới, không phải xả bất thành tựu đắc thành tựu tâm hữu phú vô ký Sắc giới*, đó là lúc nối lại thiện căn, và lúc chết ở Sắc giới sinh vào Dục giới.

(2) *Xả bất thành tựu đắc thành tựu tâm hữu phú vô ký Sắc giới, không phải xả bất thành tựu đắc thành tựu tâm thiện Dục giới*, đó là đã ly tham Sắc giới, lúc trở lại thoái thất khỏi ly tham Sắc giới, và lúc chết ở **[609a01]** Vô sắc giới sinh vào Sắc giới.

(3) *Xả bất thành tựu đắc thành tựu tâm thiện Dục giới, cũng xả bất thành tựu đắc thành tựu tâm hữu phú vô ký Sắc giới*, đó là lúc chết ở Vô sắc giới sinh vào Dục giới.

(4) *Không phải xả bất thành tựu đắc thành tựu tâm thiện Dục giới, cũng không phải xả bất thành tựu đắc thành tựu tâm hữu phú vô ký Sắc giới;* trừ các trường hợp nói trên.

Nếu xả bất thành tựu đắc thành tựu tâm thiện Dục giới, nhất định không phải xả bất thành tựu đắc thành tựu tâm vô phú vô ký Sắc giới.

Nếu xả bất thành tựu đắc thành tựu tâm vô phú vô ký Sắc giới, nhất định không phải xả bất thành tựu đắc thành tựu tâm thiện Dục giới. Từ đây về sau đều không có.

4.2. Tâm bất thiện Dục giới

a. Dục giới

Nếu xả bất thành tựu đắc thành tựu tâm bất thiện, cũng xả bất thành tựu đắc thành tựu tâm hữu phú vô ký Dục giới chăng? Nếu xả bất thành tựu đắc thành tựu tâm hữu phú vô ký Dục giới, nhất định xả bất thành tựu đắc thành tựu tâm bất thiện. Hoặc xả bất thành tựu đắc thành tựu tâm bất thiện, không phải xả bất thành tựu đắc thành tựu tâm hữu phú vô ký Dục giới, đó là Thánh giả đã ly tham Dục giới, lúc trở lại thoái thất khỏi ly tham Dục giới.

Nếu xả bất thành tựu đắc thành tựu tâm bất thiện, cũng xả bất thành tựu đắc thành tựu tâm vô phú vô ký Dục giới chăng? Hoặc xả bất thành tựu đắc thành tựu tâm bất thiện, không phải xả bất thành tựu đắc thành tựu tâm vô phú vô ký Dục giới; nói chi tiết có bốn trường hợp:

(1) *Xả bất thành tựu đắc thành tựu tâm bất thiện, không phải xả bất thành tựu đắc thành tựu tâm vô phú vô ký Dục giới*, đó là đã ly tham Dục giới, lúc trở lại thoái thất khỏi ly tham Dục giới, và lúc chết ở Sắc giới sinh vào Dục giới.

(2) *Xả bất thành tựu đắc thành tựu tâm vô phú vô ký Dục giới, không phải xả bất thành tựu đắc thành tựu tâm bất thiện*, đó là lúc chết ở Vô sắc giới sinh vào Sắc giới.

(3) *Xả bất thành tựu đắc thành tựu tâm bất thiện, cũng xả bất thành tựu đắc thành tựu tâm vô phú vô ký Dục giới*, đó là lúc chết ở Vô sắc giới sinh vào Dục giới.

(4) *Không phải xả bất thành tựu đắc thành tựu tâm bất thiện, cũng không phải xả bất thành tựu đắc thành tựu tâm vô phú vô ký Dục giới*; trừ các trường hợp nói trên.

b. Sắc giới

Nếu xả bất thành tựu đắc thành tựu tâm bất thiện, nhất định không phải xả bất thành tựu đắc thành tựu tâm thiện Sắc giới.

Nếu xả bất thành tựu đắc thành tựu tâm thiện Sắc giới, nhất định không phải xả bất thành tựu đắc thành tựu tâm bất thiện.

Nếu xả bất thành tựu đắc thành tựu tâm bất thiện, cũng xả bất thành tựu đắc thành tựu tâm hữu phú vô ký Sắc giới chăng? Hoặc xả bất thành tựu đắc thành tựu tâm bất thiện, không phải xả bất thành tựu đắc thành tựu tâm hữu phú vô ký Sắc giới; nói chi tiết có bốn trường hợp:

(1) *Xả bất thành tựu đắc thành tựu tâm bất thiện, không phải xả bất thành tựu đắc thành tựu tâm hữu phú vô ký Sắc giới*, đó là đã ly tham Dục giới, chưa ly tham Sắc giới, lúc trở lại thoái thất khỏi ly

tham Dục giới, và lúc chết ở Sắc giới sinh vào Dục giới.

(2) *Xả bất thành tựu đắc thành tựu tâm hữu phú vô ký Sắc giới, không phải xả bất thành tựu đắc thành tựu tâm bất thiện,* đó là đã ly tham Sắc giới, lúc khởi thoái thất trở lại Sắc giới, và lúc chết ở Vô sắc giới sinh vào Sắc giới.

(3) *Xả bất thành tựu đắc thành tựu tâm bất thiện, cũng xả bất thành tựu đắc thành tựu tâm hữu phú vô ký Sắc giới,* đó là đã ly tham Sắc giới, lúc khởi thoái thất trở lại Dục giới, và lúc chết ở Vô sắc giới sinh vào Dục giới.

(4) *Không phải xả bất thành tựu đắc thành tựu tâm bất thiện, cũng không phải xả bất thành tựu đắc thành tựu tâm hữu phú vô ký Sắc giới;* trừ các trường hợp nói trên.

Nếu xả bất thành tựu đắc thành tựu tâm bất thiện, nhất định không phải xả bất thành tựu đắc thành tựu tâm vô phú vô ký Sắc giới, và tâm thiện Vô sắc giới.

Nếu xả bất thành tựu đắc thành tựu tâm vô phú vô ký Sắc giới và tâm thiện Vô sắc giới, nhất định không phải xả bất thành tựu đắc thành tựu tâm bất thiện.

c. Vô sắc giới

Nếu xả bất thành tựu đắc thành tựu tâm bất thiện, cũng xả bất thành tựu đắc thành tựu tâm hữu phú vô ký Vô sắc giới chăng? Hoặc xả bất thành tựu đắc thành tựu tâm bất thiện, không phải xả bất thành tựu đắc thành tựu tâm hữu phú vô ký Vô sắc giới; nói chi tiết có bốn trường hợp:

(1) *Xả bất thành tựu đắc thành tựu tâm bất thiện, không phải xả bất thành tựu đắc thành tựu tâm hữu phú vô ký Vô sắc giới,* đó là Hữu học, dị sinh, đã ly tham Dục giới, lúc trở lại thoái thất khỏi ly tham Dục giới, và lúc chết ở Sắc giới, Vô sắc giới sinh vào Dục giới.

(2) *Xả bất thành tựu đắc thành tựu tâm hữu phú vô ký Vô sắc giới, không phải xả bất thành tựu đắc thành tựu tâm bất thiện,* đó là lúc

A-la-hán khởi thoái thất trở lại Sắc giới, Vô sắc giới.[436]

(4) *Xả bất thành tựu đắc thành tựu tâm bất thiện, cũng xả bất thành tựu đắc thành tựu tâm hữu phú vô ký Vô sắc giới*, đó là lúc A-la-hán khởi thoái thất trở lại Dục giới.[437]

(d) *Không phải xả bất thành tựu đắc thành tựu tâm bất thiện, cũng không phải xả bất thành tựu đắc thành tựu tâm hữu phú vô ký Vô sắc giới*; trừ các trường hợp nói trên.

Nếu xả bất thành tựu đắc thành tựu tâm bất thiện, nhất định không phải xả bất thành tựu đắc thành tựu tâm vô phú vô ký Vô sắc giới, và tâm Vô học.

Nếu xả bất thành tựu đắc thành tựu tâm vô phú vô ký Vô sắc giới và tâm Vô học, nhất định không phải xả bất thành tựu đắc thành tựu tâm bất thiện.

d. Hữu học

Nếu xả bất thành tựu đắc thành tựu tâm bất thiện, cũng xả bất thành tựu đắc thành tựu tâm Hữu học chăng? Hoặc xả bất thành tựu đắc thành tựu tâm bất thiện, không phải xả bất thành tựu đắc thành tựu tâm Hữu học; nói chi tiết có bốn **[0609c01]** trường hợp:

(1) *Xả bất thành tựu đắc thành tựu tâm bất thiện, không phải xả bất thành tựu đắc thành tựu tâm Hữu học*, đó là Hữu học, dị sinh, đã ly tham Dục giới, lúc trở lại thoái thất khỏi ly tham Dục giới, và lúc chết ở Sắc giới, Vô sắc giới sinh vào Dục giới.

(2) *Xả bất thành tựu đắc thành tựu tâm Hữu học, không phải xả bất thành tựu đắc thành tựu tâm bất thiện*, đó là lúc A-la-hán khởi thoái thất trở lại Sắc giới, Vô sắc giới, và lúc tu gia hành nhập kiến đạo.

(3) *Xả bất thành tựu đắc thành tựu tâm bất thiện, cũng xả bất thành tựu đắc thành tựu tâm Hữu học*, đó là lúc A-la-hán khởi thoái thất trở lại Dục giới.

---

[436] A-la-hán thoái thất, **xem cht. 351.**

[437] **Xem cht. 351.**

(4) *Không phải xả bất thành tựu đắc thành tựu tâm bất thiện, cũng không phải xả bất thành tựu đắc thành tựu tâm Hữu học; trừ các trường hợp nói trên.*

4.3. Tâm hữu phú vô ký Dục giới

a. Dục giới

Nếu xả bất thành tựu đắc thành tựu tâm hữu phú vô ký Dục giới, cũng xả bất thành tựu đắc thành tựu tâm vô phú vô ký Dục giới chăng? Hoặc xả bất thành tựu đắc thành tựu tâm hữu phú vô ký Dục giới, không phải xả bất thành tựu đắc thành tựu tâm vô phú vô ký Dục giới; nói chi tiết có bốn trường hợp:

(1) *Xả bất thành tựu đắc thành tựu tâm hữu phú vô ký Dục giới, không phải xả bất thành tựu đắc thành tựu tâm vô phú vô ký Dục giới,* đó là dị sinh đã ly tham Dục giới, lúc trở lại thoái thất khỏi ly tham Dục giới, và lúc chết ở Sắc giới sinh vào Dục giới.

(2) *Xả bất thành tựu đắc thành tựu tâm vô phú vô ký Dục giới, không phải xả bất thành tựu đắc thành tựu tâm hữu phú vô ký Dục giới,* đó là lúc chết ở Vô sắc giới sinh vào Sắc giới.

(3) *Xả bất thành tựu đắc thành tựu tâm hữu phú vô ký Dục giới, cũng xả bất thành tựu đắc thành tựu tâm vô phú vô ký Dục giới,* đó là lúc chết ở Vô sắc giới sinh vào Dục giới.

(4) *Không phải xả bất thành tựu đắc thành tựu tâm hữu phú vô ký Dục giới, cũng không phải xả bất thành tựu đắc thành tựu tâm vô phú vô ký Dục giới; trừ các trường hợp nói trên.*

b. Sắc giới

Nếu xả bất thành tựu đắc thành tựu tâm hữu phú vô ký Dục giới, nhất định không phải xả bất thành tựu đắc thành tựu tâm thiện Sắc giới.

Nếu xả bất thành tựu đắc thành tựu tâm thiện Sắc giới, nhất định không phải xả bất thành tựu đắc thành tựu tâm hữu phú vô ký Dục giới.

Nếu xả bất thành tựu đắc thành tựu tâm hữu phú vô ký Dục giới, cũng xả bất thành tựu đắc thành tựu tâm hữu phú vô ký Sắc giới chăng? Hoặc xả bất thành tựu đắc thành tựu tâm hữu phú vô ký Dục giới, không phải xả bất thành tựu đắc thành tựu tâm hữu phú vô ký Sắc giới; nói chi tiết có bốn trường hợp:

(1) *Xả bất thành tựu đắc thành tựu tâm hữu phú vô ký Dục giới, không phải xả bất thành tựu đắc thành tựu tâm hữu phú vô ký Sắc giới,* đó là dị sinh đã ly tham Dục giới, chưa ly tham Sắc giới, lúc trở lại thoái thất khỏi ly tham Dục giới, và lúc chết ở Sắc giới sinh vào Dục giới.

(2) **[610a01]** *Xả bất thành tựu đắc thành tựu tâm hữu phú vô ký Sắc giới, không phải xả bất thành tựu đắc thành tựu tâm hữu phú vô ký Dục giới,* đó là đã ly tham Sắc giới, lúc khởi thoái thất trở lại Sắc giới, và lúc chết ở Vô sắc giới sinh vào Sắc giới.

(3) *Xả bất thành tựu đắc thành tựu tâm hữu phú vô ký Dục giới, cũng xả bất thành tựu đắc thành tựu tâm hữu phú vô ký Sắc giới,* đó là dị sinh đã ly tham Sắc giới, lúc khởi thoái thất trở lại Dục giới, và lúc chết ở Vô sắc giới sinh vào Dục giới.

(4) *Không phải xả bất thành tựu đắc thành tựu tâm hữu phú vô ký Dục giới, cũng không phải xả bất thành tựu đắc thành tựu tâm hữu phú vô ký Sắc giới;* trừ các trường hợp nói trên.

Nếu xả bất thành tựu đắc thành tựu tâm hữu phú vô ký Dục giới, nhất định không phải xả bất thành tựu đắc thành tựu tâm vô phú vô ký Sắc giới.

Nếu xả bất thành tựu đắc thành tựu tâm vô phú vô ký Sắc giới, nhất định không phải xả bất thành tựu đắc thành tựu tâm hữu phú vô ký Dục giới. Từ đây về sau đều không có.

4.4. Tâm vô phú vô ký Dục Giới

a. Sắc giới

Nếu xả bất thành tựu đắc thành tựu tâm vô phú vô ký Dục giới, cũng xả bất thành tựu đắc thành tựu tâm thiện Sắc giới chăng? Hoặc xả bất thành tựu đắc thành tựu tâm vô phú vô ký Dục giới, không phải xả bất thành tựu đắc thành tựu tâm thiện Sắc giới; nói chi tiết có bốn trường hợp:

(1) *Xả bất thành tựu đắc thành tựu tâm vô phú vô ký Dục giới, không phải xả bất thành tựu đắc thành tựu tâm thiện Sắc giới,* đó là lúc chết ở Vô sắc giới sinh vào Dục giới.

(2) *Xả bất thành tựu đắc thành tựu tâm thiện Sắc giới, không phải xả bất thành tựu đắc thành tựu tâm vô phú vô ký Dục giới,* đó là lúc tu gia hành tâm thiện Sắc giới tối sơ hiện tiền.

(3) *Xả bất thành tựu đắc thành tựu tâm vô phú vô ký Dục giới, cũng xả bất thành tựu đắc thành tựu tâm thiện Dục giới,* đó là lúc chết ở Vô sắc giới sinh vào Sắc giới.

(4) *Không phải xả bất thành tựu đắc thành tựu tâm vô phú vô ký Dục giới, cũng không phải xả bất thành tựu đắc thành tựu tâm thiện Sắc giới;* trừ các trường hợp nói trên.

Nếu xả bất thành tựu đắc thành tựu tâm vô phú vô ký Dục giới, nhất định xả bất thành tựu đắc thành tựu tâm hữu phú vô ký Sắc giới. Hoặc xả bất thành tựu đắc thành tựu tâm hữu phú vô ký Sắc giới, không phải xả bất thành tựu đắc thành tựu tâm vô phú vô ký Dục giới, đó là đã ly tham Sắc giới, lúc trở lại thoái thất khỏi ly tham Sắc giới.

Nếu xả bất thành tựu đắc thành tựu tâm vô phú vô ký Dục giới, cũng xả bất thành tựu đắc thành tựu tâm vô phú vô ký Sắc giới chăng? Hoặc xả bất thành tựu đắc thành tựu tâm vô phú vô ký Dục giới, không phải xả bất thành tựu đắc thành tựu tâm vô phú vô ký Sắc giới; nói chi tiết có bốn trường hợp:

(1) [610b01] *Xả bất thành tựu đắc thành tựu tâm vô phú vô ký Dục giới, không phải xả bất thành tựu đắc thành tựu tâm vô phú vô ký Sắc giới,* đó là lúc chết ở Vô sắc giới sinh vào Dục giới.

(2) *Xả bất thành tựu đắc thành tựu tâm vô phú vô ký Sắc giới, không phải xả bất thành tựu đắc thành tựu tâm vô phú vô ký Dục giới,* đó là lúc ở trong Dục giới đắc ly tham Dục giới.

(3) *Xả bất thành tựu đắc thành tựu tâm vô phú vô ký Dục giới, cũng xả bất thành tựu đắc thành tựu tâm vô phú vô ký Sắc giới,* đó là lúc chết ở Vô sắc giới sinh vào Sắc giới.

(4) *Không phải xả bất thành tựu đắc thành tựu tâm vô phú vô ký Dục giới, cũng không phải xả bất thành tựu đắc thành tựu tâm vô phú vô ký Sắc giới;* trừ các trường hợp nói trên.

b. Vô sắc giới

Nếu xả bất thành tựu đắc thành tựu tâm vô phú vô ký Dục giới, nhất định không phải xả bất thành tựu đắc thành tựu tâm thiện Vô sắc giới.

Nếu xả bất thành tựu đắc thành tựu tâm thiện Vô sắc giới, nhất định không phải xả bất thành tựu đắc thành tựu tâm vô phú vô ký Dục giới. Từ đây về sau đều không có.

4.5. Tâm thiện Sắc giới

a. Sắc giới

Nếu xả bất thành tựu đắc thành tựu tâm thiện Sắc giới, cũng xả bất thành tựu đắc thành tựu tâm hữu phú vô ký Sắc giới chăng? Hoặc xả bất thành tựu đắc thành tựu tâm thiện Sắc giới, không phải xả bất thành tựu đắc thành tựu tâm hữu phú vô ký Sắc giới; nói chi tiết có bốn trường hợp:

(1) *Xả bất thành tựu đắc thành tựu tâm thiện Sắc giới, không phải xả bất thành tựu đắc thành tựu tâm hữu phú vô ký Sắc giới,* đó là lúc tu gia hành[438] tâm thiện Sắc giới tối sơ hiện tiền.

---

[438] Tu gia hành, Skt. *proyoga,* (a) theo nghĩa phổ thông: khởi sự, nỗ lực tu tập. *Tì-bà-sa 93,* T27n1545_p0480c16: thành tích của Hữu học, vì mục đích đoạn trừ phiền não nên nỗ lực tu gia hành. (b) Gia hành đạo ((*prayoga-mārga*), *Câu-xá vi,* tụng 65bd. Đạo trực tiếp trước khi phát sinh vô gián đạo (AK. vi. Pradhān 382[1], *prayogamārgo yasmād*

(2) *Xả bất thành tựu đắc thành tựu tâm hữu phú vô ký Sắc giới, không phải xả bất thành tựu đắc thành tựu tâm thiện Sắc giới,* đó là đã ly tham Sắc giới, lúc trở lại thoái thất khỏi ly tham Sắc giới, và lúc chết ở Vô sắc giới sinh vào Dục giới.

(3) *Xả bất thành tựu đắc thành tựu tâm thiện Sắc giới, cũng xả bất thành tựu đắc thành tựu tâm hữu phú vô ký Sắc giới,* đó là lúc chết ở Vô sắc giới sinh vào Sắc giới.

(4) *Không phải xả bất thành tựu đắc thành tựu tâm thiện Sắc giới, cũng không phải xả bất thành tựu đắc thành tựu tâm hữu phú vô ký Sắc giới;* trừ các trường hợp nói trên.

Nếu xả bất thành tựu đắc thành tựu tâm thiện Sắc giới, cũng xả bất thành tựu đắc thành tựu tâm vô phú vô ký Sắc giới chăng? Hoặc xả bất thành tựu đắc thành tựu tâm thiện Sắc giới, không phải xả bất thành tựu đắc thành tựu tâm vô phú vô ký Sắc giới; nói chi tiết có bốn trường hợp:

(1) *Xả bất thành tựu đắc thành tựu tâm thiện Sắc giới, không phải xả bất thành tựu đắc thành tựu tâm vô phú vô ký Sắc giới,* đó là lúc tu gia hành tâm thiện Sắc giới tối sơ hiện tiền.

(2) *Xả bất thành tựu đắc thành tựu tâm vô phú vô ký Sắc giới, không phải xả bất thành tựu đắc thành tựu tâm thiện Sắc giới,* đó là lúc ở trong Dục giới đắc ly tham Dục giới.

(3) *Xả bất thành tựu đắc thành tựu tâm thiện Sắc giới,* [610c01] *cũng xả bất thành tựu đắc thành tựu tâm vô phú vô ký Sắc giới,* đó là lúc chết ở Vô sắc giới sinh vào Sắc giới.

(4) *Không phải xả bất thành tựu đắc thành tựu tâm thiện Sắc giới, cũng không phải xả bất thành tựu đắc thành tựu tâm vô phú vô ký Sắc giới;* trừ các trường hợp nói trên.

---

anantarmānanantaryamārgotpattiḥ), sát-na tối sơ kiến đạo đắc khổ pháp nhẫn. Cũng gọi là thuận quyết trạch phần (*nirvedhabhāgīya*) với bốn thiện căn: noãn (*uṣmagata*), đảnh (*mūrdhāna*), nhẫn (*kṣānti*), thế đệ nhất pháp (*laukikāgradharma*). *Kośa* vi, k. 17 tt.

b. Vô sắc giới

Nếu xả bất thành tựu đắc thành tựu tâm thiện Sắc giới, nhất định không phải xả bất thành tựu đắc thành tựu tâm thiện Vô sắc giới.

Nếu xả bất thành tựu đắc thành tựu tâm thiện Vô sắc giới, nhất định không phải xả bất thành tựu đắc thành tựu tâm thiện Sắc giới. Từ đây về sau đều không có.

4.6. Tâm hữu phú vô ký Sắc giới

a. Sắc giới

Nếu xả bất thành tựu đắc thành tựu tâm hữu phú vô ký Sắc giới, cũng xả bất thành tựu đắc thành tựu tâm vô phú vô ký Sắc giới? Hoặc xả bất thành tựu đắc thành tựu tâm hữu phú vô ký Sắc giới, không phải xả bất thành tựu đắc thành tựu tâm vô phú vô ký Sắc giới; nói chi tiết có bốn trường hợp:

(1) *Xả bất thành tựu đắc thành tựu tâm hữu phú vô ký Sắc giới, không phải xả bất thành tựu đắc thành tựu tâm vô phú vô ký Sắc giới,* đó là đã ly tham Sắc giới, lúc trở lại thoái thất khỏi ly tham Sắc giới, và lúc chết ở Vô sắc giới sinh vào Dục giới.

(2) *Xả bất thành tựu đắc thành tựu tâm vô phú vô ký Sắc giới, không phải xả bất thành tựu đắc thành tựu tâm hữu phú vô ký Sắc giới,* đó là lúc ở Dục giới đắc ly tham Dục giới.

(3) *Xả bất thành tựu đắc thành tựu tâm hữu phú vô ký Sắc giới, cũng xả bất thành tựu đắc thành tựu tâm vô phú vô ký Sắc giới,* đó là lúc chết ở Vô sắc giới sinh vào Sắc giới.

(4) *Không phải xả bất thành tựu đắc thành tựu tâm hữu phú vô ký Sắc giới, cũng không phải xả bất thành tựu đắc thành tựu tâm vô phú vô ký Sắc giới;* trừ các trường hợp nói trên.

b. Vô sắc giới

Nếu xả bất thành tựu đắc thành tựu tâm hữu phú vô ký Sắc giới, nhất định không phải xả bất thành tựu đắc thành tựu tâm thiện Vô sắc giới.

Nếu xả bất thành tựu đắc thành tựu tâm thiện Vô sắc giới, nhất định không phải xả bất thành tựu đắc thành tựu tâm hữu phú vô ký Sắc giới.

Nếu xả bất thành tựu đắc thành tựu tâm hữu phú vô ký Sắc giới, cũng xả bất thành tựu đắc thành tựu tâm hữu phú vô ký Vô sắc giới chăng? Hoặc xả bất thành tựu đắc thành tựu tâm hữu phú vô ký Sắc giới, không phải xả bất thành tựu đắc thành tựu tâm hữu phú vô ký Vô sắc giới; nói chi tiết có bốn trường hợp:

(1) *Xả bất thành tựu đắc thành tựu tâm hữu phú vô ký Sắc giới, không phải xả bất thành tựu đắc thành tựu tâm hữu phú vô ký Vô sắc giới*, đó là Hữu học, dị sinh, đã ly tham Sắc giới, lúc trở lại thoái thất khỏi ly tham Sắc giới, và lúc chết ở Vô sắc giới sinh vào Dục giới.

(2) *Xả bất thành tựu đắc thành tựu tâm hữu phú vô ký Vô sắc giới,* [611a01] *không phải xả bất thành tựu đắc thành tựu tâm hữu phú vô ký Sắc giới*, đó là lúc A-la-hán khởi thoái thất trở lại Vô sắc giới.

(3) *Xả bất thành tựu đắc thành tựu tâm hữu phú vô ký Sắc giới, cũng xả bất thành tựu đắc thành tựu tâm hữu phú vô ký Vô sắc giới*, đó là lúc A-la-hán khởi thoái thất trở lại Dục giới, Sắc giới.

(4) *Không phải xả bất thành tựu đắc thành tựu tâm hữu phú vô ký Sắc giới, cũng không phải xả bất thành tựu đắc thành tựu tâm hữu phú vô ký Vô sắc giới; trừ các trường hợp nói trên.*

Nếu xả bất thành tựu đắc thành tựu tâm hữu phú vô ký Sắc giới, nhất định không phải xả bất thành tựu đắc thành tựu tâm vô phú vô ký Vô sắc giới và tâm Vô học.

Nếu xả bất thành tựu đắc thành tựu tâm vô phú vô ký Vô sắc giới và tâm Vô học, nhất định không phải xả bất thành tựu đắc thành tựu tâm hữu phú vô ký Sắc giới.

c. Hữu học

Nếu xả bất thành tựu đắc thành tựu tâm hữu phú vô ký Sắc giới, cũng xả bất thành tựu đắc thành tựu tâm Hữu học chăng? Hoặc xả bất thành tựu đắc thành tựu tâm hữu phú vô ký Sắc giới, không phải xả bất thành tựu đắc thành tựu tâm Hữu học; nói chi tiết có bốn trường hợp:

(1) *Xả bất thành tựu đắc thành tựu tâm hữu phú vô ký Sắc giới, không phải xả bất thành tựu đắc thành tựu tâm Hữu học,* đó là Hữu học, dị sinh, đã ly tham Sắc giới, lúc trở lại thoái thất khỏi ly tham Sắc giới, và lúc chết ở Vô sắc giới sinh vào Dục giới, Sắc giới.

(2) *Xả bất thành tựu đắc thành tựu tâm Hữu học, không phải xả bất thành tựu đắc thành tựu tâm hữu phú vô ký Sắc giới,* đó là lúc A-la-hán khởi thoái thất trở lại Vô sắc giới, và lúc tu gia hành nhập kiến đạo.[439]

(3) *Xả bất thành tựu đắc thành tựu tâm hữu phú vô ký Sắc giới, cũng không phải xả bất thành tựu đắc thành tựu tâm Hữu học,* đó là lúc A-la-hán khởi thoái thất trở lại Dục giới, Sắc giới.

(4) *Không phải xả bất thành tựu đắc thành tựu tâm hữu phú vô ký Sắc giới, cũng không phải xả bất thành tựu đắc thành tựu tâm Hữu học;* trừ các trường hợp nói trên.

4.7. Tâm vô phú vô ký Sắc giới

Nếu xả bất thành tựu đắc thành tựu tâm vô phú vô ký Sắc giới, nhất định không phải xả bất thành tựu đắc thành tựu tâm thiện Vô sắc giới.

Nếu xả bất thành tựu đắc thành tựu tâm thiện Vô sắc giới, nhất định không phải xả bất thành tựu đắc thành tựu tâm vô phú vô ký Sắc giới. Từ đây về sau đều không có.

4.8. Tâm Vô sắc Giới

a. Thiện

Nếu xả bất thành tựu đắc thành tựu tâm thiện Vô sắc giới, nhất định không phải xả bất thành tựu đắc thành tựu tâm hữu phú vô ký Vô sắc giới.

---

[439] Xả bất thành tựu tâm, **xem cht. 428.**

Nếu xả bất thành tựu đắc thành tựu tâm hữu phú vô ký Vô sắc giới, nhất định không phải xả bất thành tựu đắc thành tựu tâm thiện Vô sắc giới. Từ đây về sau đều không có.

b. Hữu phú vô ký

Nếu xả bất thành tựu đắc thành tựu tâm hữu phú vô ký Vô sắc giới, nhất định không phải xả bất thành tựu đắc thành tựu **[611b01]** tâm vô phú vô ký Vô sắc giới và tâm Vô học.

Nếu xả bất thành tựu đắc thành tựu tâm vô phú vô ký Vô sắc giới và tâm Vô học, nhất định không phải xả bất thành tựu đắc thành tựu tâm hữu phú vô ký Vô sắc giới.

Nếu xả bất thành tựu đắc thành tựu tâm hữu phú vô ký Vô sắc giới, nhất định xả bất thành tựu đắc thành tựu tâm Hữu học; hoặc xả bất thành tựu đắc thành tựu tâm Hữu học, không phải xả bất thành tựu đắc thành tựu tâm hữu phú vô ký Vô sắc giới, đó là lúc tu gia hành nhập kiến đạo.

c. Vô phú vô ký

Nếu xả bất thành tựu đắc thành tựu tâm vô phú vô ký Vô sắc giới, nhất định không phải xả bất thành tựu đắc thành tựu tâm Hữu học và tâm Vô học.

Nếu xả bất thành tựu đắc thành tựu tâm Hữu học và tâm Vô học, nhất định không phải xả bất thành tựu đắc thành tựu tâm vô phú vô ký Vô sắc giới.

4.9. Tâm Hữu học – Vô học

Nếu xả bất thành tựu đắc thành tựu tâm Hữu học, nhất định không phải xả bất thành tựu đắc thành tựu tâm Vô học.

Nếu xả bất thành tựu đắc thành tựu tâm Vô học, nhất định không phải xả bất thành tựu đắc thành tựu tâm Hữu học.

TIẾT 5. THÀNH TỰU TÂM CHƯA ĐOẠN

Có mười tâm: tâm thiện, tâm bất thiện, tâm hữu phú vô ký, tâm vô phú vô ký thuộc Dục giới; tâm thiện, tâm hữu phú vô ký, tâm vô phú vô ký thuộc Sắc giới; tâm thiện, tâm hữu phú vô ký, tâm vô phú vô ký thuộc Vô sắc giới.

Nếu tâm thiện Dục giới chưa được đoạn, có thành tựu tâm này không? Nếu thành tựu tâm này, tâm này chưa được đoạn chăng? *Cho đến* nếu tâm vô phú vô ký Vô sắc giới chưa được đoạn, có thành tựu tâm này không? Nếu thành tựu tâm này, tâm này chưa được đoạn chăng?

5.1. Tâm Dục giới

Nếu tâm thiện Dục giới chưa đoạn, thành tựu tâm này chăng? (1) Hoặc tâm thiện Dục giới chưa đoạn, không phải thành tựu tâm này; (2) hoặc thành tựu tâm này, không phải tâm này chưa đoạn; (3) hoặc tâm này chưa đoạn, cũng thành tựu tâm này; (4) hoặc không phải tâm này chưa đoạn, cũng không phải thành tựu tâm này.

(1) *Tâm thiện Dục giới này chưa đoạn, không phải thành tựu tâm này*, đó là thiện căn đã đoạn.

(2) *Thành tựu tâm này, không phải tâm này chưa đoạn*, đó là sinh trong Dục giới, đã ly tham Dục giới.

(3) *Tâm này chưa đoạn, cũng thành tựu tâm này*, đó là sinh trong Dục giới, thiện căn không đoạn, chưa ly tham Dục giới.

(4) *Không phải tâm này chưa đoạn, cũng không phải thành tựu tâm này*, đó là sinh trong Sắc giới, Vô sắc giới.

Nếu tâm bất thiện chưa được đoạn, thành tựu tâm này chăng?

Đáp: Đúng vậy.

Nếu thành tựu tâm này, tâm này chưa đoạn chăng?

Đáp: Đúng vậy.

Nếu tâm hữu phú vô ký Dục giới chưa đoạn, thành tựu tâm này chăng?

Đáp: Đúng vậy.

Nếu thành tựu tâm này, tâm này chưa đoạn chăng?

Đáp: Đúng vậy.

Nếu **[611c01]** tâm vô phú vô ký Dục giới chưa đoạn, thành tựu tâm này chăng?

Nếu tâm này chưa đoạn, nhất định thành tựu tâm này. Hoặc thành tựu tâm này, không phải tâm này chưa đoạn, đó là sinh trong Dục giới, đã ly thamD ục giới, và sinh trong Sắc giới.

5.2. Tâm Sắc Giới

Nếu tâm thiện Sắc giới chưa đoạn, thành tựu tâm này chăng? (1) Hoặc tâm thiện Sắc giới chưa đoạn, không phải thành tựu tâm này; (2) hoặc thành tựu tâm này, không phải tâm này chưa đoạn; (3) hoặc tâm này chưa đoạn, cũng thành tựu tâm này; (4) hoặc không phải tâm này chưa đoạn, cũng không phải thành tựu tâm này.

(1) *Tâm thiện Sắc giới chưa đoạn, không phải thành tựu tâm này*, đó là sinh trong Dục giới, chưa đắc tâm thiện Sắc giới.

(2) *Thành tựu tâm này, không phải tâm này chưa đoạn*, đó là sinh trong Dục giới, Sắc giới, đã ly tham Sắc giới.

(3) *Tâm này chưa đoạn, cũng thành tựu tâm này*, đó là sinh trong Dục giới, đã đắc tâm thiện Sắc giới, chưa ly tham Sắc giới, và sinh trong Sắc giới, chưa ly tham Sắc giới.

(4) *Không phải tâm này chưa đoạn, cũng không phải thành tựu tâm này*, đó là sinh trong Vô sắc giới.

Nếu tâm hữu phú vô ký Sắc giới chưa đoạn, thành tựu tâm này chăng?

Đáp: Đúng vậy.

Nếu thành tựu tâm này, tâm này chưa đoạn chăng?

Đáp: Đúng vậy.

(Nếu tâm vô phú vô ký Sắc giới chưa đoạn, thành tựu tâm này chăng? (1) Hoặc tâm vô phú vô ký Sắc giới chưa đoạn, không phải thành tựu tâm này; (2) hoặc thành tựu tâm này, không phải tâm này chưa đoạn; (3) hoặc tâm này chưa đoạn, cũng thành tựu tâm này; (4) hoặc không phải tâm này chưa đoạn, cũng không phải thành tựu tâm này.

(1) *Tâm vô phú vô ký Sắc giới chưa đoạn, không phải thành tựu tâm này*, đó là sinh trong Dục giới, chưa ly tham Dục giới.

(2) *Thành tựu tâm này, không phải tâm này chưa đoạn*, đó là sinh trong Dục giới, Sắc giới, đã ly tham Sắc giới.

(3) *Tâm này chưa đoạn, cũng thành tựu tâm này*, đó là sinh trong Dục giới, đã ly tham Dục giới, chưa ly tham Sắc giới, và sinh trong Sắc giới, chưa ly tham Sắc giới.

(4) *Không phải tâm này chưa đoạn, cũng không phải thành tựu tâm này*, đó là sinh trong Vô sắc giới.

5.3. Tâm Vô sắc Giới

Nếu tâm thiện Vô sắc giới chưa đoạn, thành tựu tâm này chăng? (1) Hoặc tâm thiện Vô sắc giới chưa đoạn, không phải thành tựu tâm này; (2) hoặc thành tựu tâm này, không phải tâm này chưa đoạn; (3) hoặc tâm này chưa đoạn, cũng thành tựu tâm này; (4) hoặc không phải tâm này chưa đoạn, cũng không phải thành tựu tâm này.

(1) *Tâm thiện Vô sắc giới chưa đoạn, không phải thành tựu tâm này*, đó là chưa đắc tâm thiện Vô sắc giới.

(2) *Thành tựu tâm này, [612a01] không phải tâm này chưa đoạn*, đó là A-la-hán.

(3) *Tâm này chưa đoạn, cũng thành tựu tâm này*, đó là Hữu học, dị sinh.

(4) *Đã đắc tâm thiện Vô sắc giới, không phải tâm này chưa đoạn, cũng không phải thành tựu tâm này;* không có trường hợp này.

Nếu tâm hữu phú vô ký Vô sắc giới chưa đoạn, thành tựu tâm này chăng?

Đáp: Đúng vậy.

Nếu thành tựu tâm này, tâm này chưa đoạn chăng?

Đáp: Đúng vậy.

Nếu tâm vô phú vô ký Vô sắc giới chưa đoạn, thành tựu tâm này chăng? (1) Hoặc tâm vô phú vô ký Vô sắc giới chưa đoạn, không phải thành tựu tâm này; (2) hoặc thành tựu tâm này, không phải tâm này chưa đoạn; (3) hoặc tâm này chưa đoạn, cũng thành tựu tâm này; (4) hoặc không phải tâm này chưa đoạn, cũng không phải thành tựu tâm này.

(1) *Tâm vô phú vô ký Vô sắc giới chưa đoạn, cũng không phải thành tựu tâm này,* đó là Hữu học, dị sinh, với tâm của quả dị thục thuộc Vô sắc giới không hiện tiền.

(2) *Thành tựu tâm này, không phải tâm này chưa đoạn,* đó là A-la-hán, với tâm của quả dị thục thuộc Vô sắc giới đang hiện tiền.

(3) *Tâm này chưa đoạn, cũng thành tựu tâm này,* đó là Hữu học, dị sinh, với tâm của quả dị thục thuộc Vô sắc giới đang hiện tiền.

(4) *Không phải tâm này chưa đoạn, cũng không phải thành tựu tâm này,* đó là A-la-hán, với tâm của quả dị thục thuộc Vô sắc giới không hiện tiền.

TIẾT 6. ĐÃ ĐOẠN

Có mười tâm: tâm thiện, tâm bất thiện, tâm hữu phú vô ký, tâm vô phú vô ký thuộc Dục giới; tâm thiện, tâm hữu phú vô ký, tâm vô phú vô ký thuộc Sắc giới; tâm thiện, tâm hữu phú vô ký, tâm vô phú vô ký thuộc Vô sắc giới.

Nếu tâm thiện Dục giới đã đoạn, không thành tựu tâm này chăng? Nếu không thành tựu tâm này, tâm này đã đoạn chăng? Cho đến nếu tâm vô phú vô ký Vô sắc giới đã đoạn, không thành tựu tâm này chăng? Nếu không thành tựu tâm này, tâm này đã đoạn chăng?

6.1. Tâm Dục Giới

Nếu tâm thiện Dục giới đã đoạn, không thành tựu tâm này chăng? (1) Hoặc tâm thiện Dục giới đã đoạn, không phải không thành tựu tâm này; (2) hoặc không thành tựu tâm này, không phải tâm này đã đoạn; (3) hoặc tâm này đã đoạn, cũng không thành tựu tâm này; (4) hoặc không phải tâm này đã đoạn, cũng không phải không thành tựu tâm này.

(1) *Tâm thiện Dục giới đã đoạn, không phải không thành tựu tâm này,* đó là sinh trong Dục giới, đã ly tham Dục giới.

(2) *Không thành tựu tâm này, không phải tâm này đã đoạn,* đó là thiện căn đã đoạn.

(3) **[612b01]** *Tâm này đã đoạn, cũng không thành tựu tâm này,* đó là sinh trong Sắc giới, Vô sắc giới.

(4) *Không phải tâm này đã đoạn, cũng không phải không thành tựu tâm này,* đó là sinh trong Dục giới, không đoạn thiện căn, chưa ly tham Dục giới.

Nếu tâm bất thiện đã được đoạn, không thành tựu tâm này chăng?

Đáp: Đúng vậy.

Nếu không thành tựu tâm này, tâm này đã được đoạn chăng?

Đáp: Đúng vậy.

Nếu tâm hữu phú vô ký Dục giới đã được đoạn, không thành tựu tâm này chăng?

Đáp: Đúng vậy.

Nếu không thành tựu tâm này, tâm này đã đoạn chăng?

Đáp: Đúng vậy.

Nếu tâm vô phú vô ký Dục giới đã đoạn, không thành tựu tâm này chăng? Nếu tâm vô phú vô ký Dục giới không thành tựu, tâm này nhất định đã được đoạn. Hoặc tâm này đã được đoạn, không phải không thành tựu tâm này, đó là sinh trong Dục giới, đã ly tham Dục giới, và sinh trong Sắc giới.

6.2. Tâm Sắc Giới

Nếu tâm thiện Sắc giới đã đoạn, không thành tựu tâm này chăng? (1) Hoặc tâm thiện Sắc giới đã đoạn, không phải không thành tựu tâm này; (2) hoặc không thành tựu tâm này, không phải tâm này đã đoạn; (3) hoặc tâm này đã đoạn, cũng không thành tựu tâm này; (4) hoặc không phải tâm này đã đoạn, cũng không phải không thành tựu tâm này.

(1) *Tâm thiện Sắc giới đã đoạn, không phải không thành tựu tâm này,* đó là sinh trong Dục giới, Sắc giới, đã ly tham Sắc giới.

(2) *Không thành tựu tâm này, không phải tâm này đã đoạn,* đó là sinh trong Dục giới, chưa đắc tâm thiện Sắc giới.

(3) *Tâm này đã đoạn, cũng không thành tựu tâm này,* đó là sinh trong Vô sắc giới.

(4) *Không phải tâm này đã đoạn, cũng không phải không thành tựu tâm này,* đó là sinh trong Dục giới, đã đắc tâm thiện Sắc giới, chưa ly tham Sắc giới; và sinh trong Sắc giới, chưa ly tham Sắc giới.

Nếu tâm hữu phú vô ký Sắc giới đã đoạn, không thành tựu tâm này chăng?

Đáp: Đúng vậy.

Nếu không thành tựu tâm này, tâm này đã đoạn chăng?

Đáp: Đúng vậy.

Nếu tâm vô phú vô ký Sắc giới đã đoạn, không thành tựu tâm này chăng? (1) Hoặc tâm vô phú vô ký Sắc giới đã đoạn, không phải không thành tựu tâm này; (2) hoặc không thành tựu tâm này, không phải tâm này đã đoạn; (3) hoặc tâm này đã đoạn, cũng không thành tựu tâm này; (4) hoặc không phải tâm này đã đoạn, cũng không phải không thành tựu tâm này.

(1) *Tâm vô phú vô ký Sắc giới đã đoạn, không phải không thành tựu tâm này*, đó là sinh trong Dục giới, Sắc giới, đã ly tham Sắc giới.

(2) *Không thành tựu tâm này, không phải tâm này đã đoạn*, đó là sinh trong Dục giới, **[612c01]** chưa ly tham Dục giới.

(3) *Tâm này đã đoạn, cũng không thành tựu tâm này*, đó là sinh trong Vô sắc giới.

(4) *Không phải tâm này đã đoạn, cũng không phải không thành tựu tâm này*, đó là sinh trong Dục giới, đã ly tham Dục giới, chưa ly tham Sắc giới, và sinh trong Sắc giới, chưa ly tham Sắc giới.

6.3. Tâm Vô sắc Giới

Nếu tâm thiện Vô sắc giới đã đoạn, không thành tựu tâm này chăng? Nếu tâm thiện Vô sắc giới đã đoạn, nhất định không phải không thành tựu tâm này. Hoặc không thành tựu tâm này không phải tâm này đã đoạn, đó là chưa đắc tâm thiện Vô sắc giới.

Nếu tâm hữu phú vô ký Vô sắc giới đã đoạn, không thành tựu tâm này chăng?

Đáp: Đúng vậy.

Nếu không thành tựu tâm này, tâm này đã đoạn chăng?

Đáp: Đúng vậy.

Nếu tâm vô phú vô ký Vô sắc giới đã đoạn, không thành tựu tâm này chăng? (1) Hoặc tâm vô phú vô ký Vô sắc giới đã đoạn, không phải không thành tựu tâm này; (2) hoặc không thành tựu tâm này, không phải tâm này đã đoạn; (3) hoặc tâm này đã đoạn, cũng không thành tựu tâm này; (4) hoặc không phải tâm này đã đoạn, cũng không phải không thành tựu tâm này.

(1) *Tâm vô phú vô ký Vô sắc giới đã đoạn, không phải không thành tựu tâm này*, đó là A-la-hán, tâm của quả dị thục Vô sắc giới đang hiện tiền.

(2) *Không thành tựu tâm này, không phải tâm này đã đoạn*, đó là Hữu học, dị sinh, tâm của quả dị thục Vô sắc giới không hiện tiền.

(3) *Tâm này đã đoạn, cũng không thành tựu tâm này*, đó là A-la-hán, tâm của quả dị thục Vô sắc giới không hiện tiền.

(4) *Không phải tâm này đã đoạn, cũng không phải không thành tựu tâm này*, đó là Hữu học, dị sinh, tâm của quả dị thục Vô sắc giới đang hiện tiền.

TIẾT 7. THÀNH TỰU - BẤT THÀNH TỰU

Có mười hai tâm: tâm thiện, tâm bất thiện, tâm hữu phú vô ký, tâm vô phú vô ký thuộc Dục giới; tâm thiện, tâm hữu phú vô ký, tâm vô phú vô ký thuộc Sắc giới; tâm thiện, tâm hữu phú vô ký, tâm vô phú vô ký thuộc Vô sắc giới; tâm Hữu học, tâm Vô học.

Nếu thành tựu tâm thiện Dục giới, trong mười hai tâm này, bao nhiêu tâm thành tựu, bao nhiêu tâm không thành tựu? *Cho đến* nếu thành tựu tâm Vô học, trong mười hai tâm này, bao nhiêu tâm thành tựu, bao nhiêu tâm không thành tựu?

7.1. Tâm Dục giới

Nếu thành tựu tâm thiện Dục giới, hai tâm nhất định thành tựu, một tâm nhất định **[613a01]** không thành tựu, các tâm còn lại hoặc thành tựu hoặc không thành tựu.

Nếu thành tựu tâm bất thiện, bốn tâm nhất định thành tựu, bốn tâm nhất định không thành tựu, các tâm còn lại hoặc thành tựu hoặc không thành tựu.

Nếu thành tựu tâm hữu phú vô ký Dục giới, năm tâm nhất định thành tựu, bốn tâm nhất định không thành tựu, các tâm còn lại hoặc thành tựu hoặc không thành tựu.

Nếu thành tựu tâm vô phú vô ký Dục giới, một tâm này nhất định thành tựu, một tâm nhất định không thành tựu, các tâm còn lại hoặc thành tựu hoặc không thành tựu.

7.2. Tâm Sắc giới

Nếu thành tựu tâm thiện Sắc giới, hai tâm nhất định thành tựu, một tâm nhất định không thành tựu, các tâm còn lại hoặc thành tựu hoặc không thành tựu.

Nếu thành tựu tâm hữu phú vô ký Sắc giới, ba tâm nhất định thành tựu, hai tâm nhất định không thành tựu, các tâm còn lại hoặc thành tựu hoặc không thành tựu.

Nếu thành tựu tâm vô phú vô ký Sắc giới, ba tâm nhất định thành tựu, ba tâm nhất định không thành tựu, các tâm còn lại hoặc thành tựu hoặc không thành tựu.

7.3. Tâm Vô sắc giới

Nếu thành tựu tâm thiện Vô sắc giới, một tâm này nhất định thành tựu, hai tâm nhất định không thành tựu, các tâm còn lại hoặc thành tựu hoặc không thành tựu.

Nếu thành tựu tâm hữu phú vô ký Vô sắc giới, một tâm này nhất định thành tựu, một tâm nhất định không thành tựu, các tâm còn lại hoặc thành tựu hoặc không thành tựu.

Nếu thành tựu tâm vô phú vô ký Vô sắc giới, hai tâm nhất định thành tựu, bảy tâm nhất định không thành tựu, các tâm còn lại hoặc thành tựu hoặc không thành tựu.

7.4. Tâm Hữu học - Tâm Vô học

Nếu thành tựu tâm Hữu học, hai tâm nhất định thành tựu, một tâm nhất định không thành tựu, các tâm còn lại hoặc thành tựu hoặc không thành tựu.

Nếu thành tựu tâm Vô học, hai tâm nhất định thành tựu, năm tâm nhất định không thành tựu, các tâm còn lại hoặc thành tựu hoặc không thành tựu.

TIẾT 8. BẤT THÀNH TỰU - THÀNH TỰU

Có mười hai tâm: tâm thiện, tâm bất thiện, tâm hữu phú vô ký, tâm vô phú vô ký thuộc Dục giới; tâm thiện, tâm hữu phú vô ký, tâm vô phú vô ký thuộc Sắc giới; tâm thiện, tâm hữu phú vô ký, tâm vô phú vô ký thuộc Vô sắc giới; tâm Hữu học, tâm Vô học.

Nếu không thành tựu tâm thiện Dục giới, trong mười hai tâm này, bao nhiêu tâm không thành tựu, bao nhiêu tâm thành tựu? *Cho đến* nếu không thành tựu tâm Vô học, trong mười hai tâm này, bao nhiêu tâm không thành tựu, bao nhiêu tâm thành tựu?

8.1. Tâm Dục giới

Nếu không thành tựu tâm thiện Dục giới, một tâm này nhất định không thành tựu, các tâm còn lại hoặc thành tựu hoặc không thành tựu.

Nếu không thành tựu tâm bất thiện, hai tâm nhất định không thành tựu, các tâm còn lại hoặc thành tựu hoặc không thành tựu.

Nếu không thành tựu [613b01] tâm hữu phú vô ký Dục giới, một tâm này nhất định không thành tựu, các tâm còn lại hoặc thành tựu hoặc không thành tựu.

Nếu không thành tựu tâm vô phú vô ký Dục giới, bảy tâm nhất định không thành tựu, một tâm nhất định thành tựu, các tâm còn lại hoặc thành tựu hoặc không thành tựu.

8.2. Tâm Sắc giới

Nếu không thành tựu tâm thiện Sắc giới, hai tâm nhất định không thành tựu, các tâm còn lại hoặc thành tựu hoặc không thành tựu.

Nếu không thành tựu tâm hữu phú vô ký Sắc giới, ba tâm nhất định không thành tựu, một tâm nhất định thành tựu, các tâm còn lại hoặc thành tựu hoặc không thành tựu.

Nếu không thành tựu tâm vô phú vô ký Sắc giới, một tâm này nhất định không thành tựu, các tâm còn lại hoặc thành tựu hoặc không thành tựu.

8.3. Tâm Vô sắc giới

Nếu không thành tựu tâm thiện Vô sắc giới, ba tâm nhất định không thành tựu, ba tâm nhất định thành tựu, các tâm còn lại hoặc thành tựu hoặc không thành tựu.

Nếu không thành tựu tâm hữu phú vô ký Vô sắc giới, năm tâm nhất định không thành tựu, hai tâm nhất định thành tựu, các tâm còn lại hoặc thành tựu hoặc không thành tựu.

Nếu không thành tựu tâm vô phú vô ký Vô sắc giới, một tâm này nhất định không thành tựu, các tâm còn lại hoặc thành tựu hoặc không thành tựu.

8.4. Tâm Hữu học - Vô học

Nếu không thành tựu tâm Hữu học, một tâm này nhất định không thành tựu, các tâm còn lại hoặc thành tựu hoặc không thành tựu.

Nếu không thành tựu tâm Vô học, một tâm này nhất định không thành tựu, một tâm nhất định thành tựu, các tâm còn lại hoặc thành tựu hoặc không thành tựu.

TIẾT 9. BỔ-ĐẶC-GIÀ-LA CHƯA LY THAM

Có mười hai tâm: tâm thiện, tâm bất thiện, tâm hữu phú vô ký, tâm vô phú vô ký thuộc Dục giới; tâm thiện, tâm hữu phú vô ký, tâm vô phú vô ký thuộc Sắc giới; tâm thiện, tâm hữu phú vô ký, tâm vô phú vô ký thuộc Vô sắc giới; tâm Hữu học, tâm Vô học.

Lại có ba hạng bổ-đặc-già-la: (1) Bổ-đặc-già-la chưa ly tham Dục giới. (2) Bổ-đặc-già-la chưa ly tham Sắc giới. (3) Bổ-đặc-già-la chưa ly tham Vô sắc giới.

Bổ-đặc-già-la chưa ly tham Dục giới, trong mười hai tâm này, bao nhiêu tâm thành tựu, bao nhiêu không thành tựu?

Bổ-đặc-già-la chưa ly tham Sắc giới, trong mười hai tâm này, bao nhiêu tâm thành tựu, bao nhiêu không thành tựu?

Bổ-đặc-già-la chưa ly tham Vô sắc giới, trong mười hai tâm này, bao nhiêu tâm thành tựu, bao nhiêu không thành tựu?

Bổ-đặc-già-la chưa ly tham Dục giới, bốn tâm nhất định thành tựu, bốn tâm nhất định không thành tựu, các tâm còn lại hoặc thành tựu hoặc không thành tựu.

Bổ-đặc-già-la chưa ly tham Sắc giới, ba tâm nhất định thành tựu, hai tâm nhất định không thành tựu, các tâm còn lại hoặc thành tựu [613c01] hoặc không thành tựu.

Bổ-đặc-già-la chưa ly tham Vô sắc giới, một tâm nhất định thành tựu, một tâm nhất định không thành tựu, các tâm còn lại hoặc thành tựu hoặc không thành tựu.

TIẾT 10. BỔ-ĐẶC-GIÀ-LA ĐÃ LY THAM

Có mười hai tâm: tâm thiện, tâm bất thiện, tâm hữu phú vô ký, tâm vô phú vô ký thuộc Dục giới; tâm thiện, tâm hữu phú vô ký, tâm vô phú vô ký thuộc Sắc giới; tâm thiện, tâm hữu phú vô ký, tâm vô phú vô ký thuộc Vô sắc giới; tâm Hữu học, tâm Vô học.

Lại có ba hạng bổ-đặc-già-la: (1) Bổ-đặc-già-la đã ly tham Dục giới. (2) Bổ-đặc-già-la đã ly tham Sắc giới. (3) Bổ-đặc-già-la đã ly tham Vô sắc giới.

Bổ-đặc-già-la đã ly tham Dục giới, trong mười hai tâm này, bao nhiêu tâm không thành tựu, bao nhiêu thành tựu?

Bổ-đặc-già-la đã ly tham Sắc giới, trong mười hai tâm này, bao nhiêu tâm không thành tựu, bao nhiêu thành tựu?

Bổ-đặc-già-la đã ly tham Vô sắc giới, trong mười hai tâm này, bao nhiêu tâm không thành tựu, bao nhiêu thành tựu?

Bổ-đặc-già-la đã ly tham Dục giới, hai tâm nhất định không thành tựu, các tâm còn lại hoặc thành tựu hoặc không thành tựu.

Bổ-đặc-già-la đã ly tham Sắc giới, ba tâm nhất định không thành tựu, một tâm nhất định thành tựu, các tâm còn lại hoặc thành tựu hoặc không thành tựu.

Bổ-đặc-già-la đã ly tham Vô sắc giới, năm tâm nhất định không thành tựu, hai tâm nhất định thành tựu, các tâm còn lại hoặc thành tựu hoặc không thành tựu.

Nếu tâm thiện thuộc Phạm Thế tối sơ[440] hiện tiền, tất cả tâm thiện Dục giới là đẳng vô gián[441] chăng? Nếu tối sơ tu gia hành[442] tâm thiện thuộc Phạm Thế hiện tiền, tất cả tâm thiện Dục giới đều là đẳng vô gián. Hoặc tâm thiện thuộc Phạm Thế tối sơ hiện tiền, không phải tâm thiện Dục giới là đẳng vô gián, đó là từ Phạm Thế thượng phẩm

---

[440] Sát-na tối sơ từ Dục giới chuyển sanh Phạm thế giới (*Brahmaloka*).

[441] Đẳng vô gián, Skt. *samanantara*, trực tiếp không gián cách giữa hai sát-na trước và sau.

[442] Tối sơ nỗ lực tu tập các tĩnh lự (*dhyāna*).

chết, sinh vào Phạm thế trung phẩm,[443] tâm thiện thuộc Phạm Thế tối sơ ấy hiện tiền. *Cho đến nếu tâm thiện thuộc Vô sở hữu xứ tối sơ hiện tiền, tất cả tâm thiện thuộc Thức vô biên xứ là đẳng vô gián chăng?* Nếu tối sơ tu gia hành tâm thiện thuộc Vô sở hữu xứ hiện tiền, tất cả tâm thiện thuộc Thức vô biên xứ đều là đẳng vô gián. Hoặc tâm thiện thuộc Vô sở hữu xứ tối sơ hiện tiền, không phải tâm thiện thuộc Thức vô biên xứ là đẳng vô gián, đó là từ Phi tưởng phi phi tưởng xứ chết, sinh vào Vô sở hữu xứ, tâm thiện thuộc Vô sở hữu xứ tối sơ kia hiện tiền.

TIẾT 11. TÂM HỮU HỌC - TÂM VÔ HỌC

11.1. Xả thành tựu đắc bất thành tựu

[614a01] Có mười hai tâm: tâm thiện, tâm bất thiện, tâm hữu phú vô ký, tâm vô phú vô ký thuộc Dục giới; tâm thiện, tâm hữu phú vô ký, tâm vô phú vô ký thuộc Sắc giới; tâm thiện, tâm hữu phú vô ký, tâm vô phú vô ký thuộc Vô sắc giới; tâm Hữu học, tâm Vô học.

Nếu xả thành tựu đắc bất thành tựu tâm Hữu học, trong mười hai tâm này, bao nhiêu tâm xả thành tựu đắc bất thành tựu, bao nhiêu tâm xả bất thành tựu đắc thành tựu? Nếu xả thành tựu đắc bất thành tựu tâm Vô học, trong mười hai tâm này, bao nhiêu tâm xả thành tựu đắc bất thành tựu, bao nhiêu tâm xả bất thành tựu đắc thành tựu?

Nếu xả thành tựu đắc bất thành tựu tâm Hữu học, hai tâm nhất định xả thành tựu đắc bất thành tựu, một tâm nhất định xả bất thành tựu đắc thành tựu, các tâm còn lại không phải xả thành tựu đắc bất thành tựu, cũng không phải xả bất thành tựu đắc thành tựu.

Nếu xả thành tựu đắc bất thành tựu tâm Vô học, một tâm nhất định xả thành tựu đắc bất thành tựu, hai tâm nhất định xả bất thành

---

[443] Từ Phạm phụ thiên (*Brahmapurohita*) tái sinh xuống Phạm chúng thiên (*Brahmakāyika*).

tựu đắc thành tựu, hai tâm hoặc xả thành tựu đắc bất thành tựu, hai tâm hoặc xả bất thành tựu đắc thành tựu, năm tâm không phải xả thành tựu đắc bất thành tựu, cũng không phải xả bất thành tựu đắc thành tựu.

11.2. Xả bất thành tựu đắc thành tựu

Có mười hai tâm: tâm thiện, tâm bất thiện, tâm hữu phú vô ký, tâm vô phú vô ký thuộc Dục giới; tâm thiện, tâm hữu phú vô ký, tâm vô phú vô ký thuộc Sắc giới; tâm thiện, tâm hữu phú vô ký, tâm vô phú vô ký thuộc Vô sắc giới; tâm Hữu học, tâm Vô học.

Nếu xả bất thành tựu đắc thành tựu tâm Hữu học, trong mười hai tâm này, bao nhiêu tâm xả bất thành tựu đắc thành tựu, bao nhiêu tâm xả thành tựu đắc bất thành tựu? Nếu xả bất thành tựu đắc thành tựu tâm Vô học, trong mười hai tâm này, bao nhiêu tâm xả bất thành tựu đắc thành tựu, bao nhiêu tâm xả thành tựu đắc bất thành tựu?

Nếu xả bất thành tựu đắc thành tựu tâm Hữu học, hoặc có hai tâm nhất định xả bất thành tựu đắc thành tựu, một tâm nhất định xả thành tựu đắc bất thành tựu, hai tâm hoặc xả bất thành tựu đắc thành tựu, hai tâm hoặc xả thành tựu đắc bất thành tựu; hoặc có đắc duy nhất hoàn toàn không có xả, năm tâm không phải xả bất thành tựu đắc thành tựu, cũng không phải xả thành tựu đắc bất thành tựu.

Nếu xả bất thành tựu đắc thành tựu tâm Vô học, một tâm nhất định xả bất thành tựu đắc thành tựu, hai tâm nhất định xả thành tựu đắc bất thành tựu.[444]

---

[444] Hết quyển 16.

NGỮ VỰNG
PHẠN-VIỆT

Nguồn tham khảo:

Pradhan, Prahlad. (ed.) (1967). *Abhidharma-koshabhāṣyaṃ of Vasubandhu*, K.P. Jayaswal Research Institute, TSWS, Patna.

Akira Hirakawa. (1973). *Index to the Abhidharmakośabhāṣya*, Daizō Shuppan.

A

Ābhāsvara (tên cõi trời) *Quang âm/ Cực quang thiên*

Abhāvita-citta .... *Tâm không tu*

Abisamayāntika .... *Hiện quán biên hiện quán hậu biên*

Adhipati-pratyaya ... *Tăng thượng duyên*

Adhipatipratyayatā *Tăng thượng duyên tánh*

Adhivacana .... *Tăng ngữ*

Āhrīkyānapatrāpya *Vô tuỳ quý hối/ vô tàm vô quý*

Ākāsānantyāyatana ... *Cận thú Không vô biên xứ thiên*

Ākiñcanyātana .... *Vô sở hữu xứ*

Akopyākopyadharmaṇa *Bất động pháp (A-la-hán)*

Ālambana-praryaya ... *Sở duyên duyên*

Ālambana-pratyaya-skandha ... *Uẩn sở duyên duyên*

Ālambanaparijāna ... *Biến tri sở duyên*

Anāgami-pratipannaka ... *A-na-hàm hướng/ Bất Lai hướng/ Bất Hoàn hướng*

Ānāgamin .... *Bất Hoàn*

Anantarīya/ antaryakarma *Phạm tội vô gián*

Anantaryamārga .... *Vô gián đạo*

Anartha .... *Vô nghĩa*

Anātmīya .... *Vô ngã*

Animittānimittaś ... *Vô tướng-Vô tướng*

Anirodha (tên riêng) .... *Vô diệt/ A-nậu-lâu-đà*

Anitya .... *Vô thường*

anivṛtāvyākṛta .... *vô phú vô ký*

Aniyata-rāśi *Bất định tánh, bất định tụ*

Anuśaya .... *Tuỳ miên*

Anuśerate .... *Tuỳ tăng*

Anutpādharma ...... *Pháp không sanh*

Anvayajñāna .... *Loại trí*

Apara-godānīya .... *Tây Cù-đà-ni*

Aparaśaila (tên bộ phái) *Tây sơn trụ bộ*

Appaṇihita-samādhi *Vô nguyện đẳng trì*

Apraṇihitāpraṇihitaḥ ... *Vô nguyện-Vô nguyện*

Apratigha .... *Vô đối*

Arūpino dharmāḥ .... *Phi sắc pháp*

Ārūpyadhātu .... Vô sắc giới
Ārūpyāpta .... Vô sắc giới hệ
Ārūpyāvacāra .... Vô sắc triền
Asamāhita .... Tâm không định
Asamanvāgata .... Bất thành tựu
Asaṃjñisattva .... Vô tưởng hữu tình
Asaṃvara .... Bất luật nghi
Aṣṭādaśakadhātu .... Thập bát giới
Aśura .... A-tu-la
Ātman .... Ngã
Audārika .... Thô
Aupacayikas .... Sở trưởng dưỡng
Avijñapti .... Vô biểu
Avijñaptirūpa .... Vô biểu sắc
Avimukta-citta .... Tâm không giải thoát
Avyākṛta .... vô ký
Avyupaśānta-citta ...... Tâm không tĩnh

B

Bāhyāyatana .... Năm ngoại xứ
Bandhana .... Phược
Bhavamārga .... Tu đạo
Bhavarāga .... Hữu tham
Bodhisattva ...... Khai sĩ/ Phù-tát/ Bồ-tát,
Brahmakāyika (tên cõi trời) Phạm chúng
thiên
Brahmaloka .... Phạm thế giới
Brahmaṇa .... Bà-la-môn
Brahmapurohita (tên cõi trời) Phạm phụ
thiên

C

Caityaśaila (tên bộ phái) Chế đa sơn bộ
Cakṣurdhātu .... Nhãn giới
Cakṣurvijñānadhātu .... Nhãn thức giới
Catasraḥ pratyayatāḥ .... Bốn duyên
Catvāra oghāḥ .... Bốn bộc lưu
Catvāraḥ kāya-granthāḥ .... Bốn thân hệ
Catvāro yogāḥ .... Bốn ách
Catvāry upādānāni .... Bốn thủ

Cetaḥkhila .... Tâm căn tài
Cetanā .... Tư/ cố tư
Cittavedanā/ caitasikī vedanā .... Tâm thọ

D

Darśanamārga .... Kiến đạo
Devaśarman (tên riêng) Đề-bà Thiết-ma
Dharmadhātu .... Pháp giới
Dharmānusāri .... Tùy pháp hành
Dharmatā-pratilambika .... Pháp nhĩ/ pháp
tánh tự nhiên
Dharmāyatana .... Pháp xứ
Dhātu .... Giới
Dhyāna .... Tĩnh lự
Dṛṣṭi-parāmarśa .... Kiến thủ
Dṛṣṭīgahaneṣu .... Trù lâm
Dṛṣṭiprāpta .... Kiến chí/ kiến đáo
Dṛṣṭyadhipateya .... Tăng thượng kiến
Duḥkhadarśanaheya .... Kiến khổ đoạn
Duḥkhasatya .... Khổ đế
Duḥkhe dharmajñāna-kṣānti .... Khổ pháp
trí nhẫn
Duḥkhila .... Khổ
Durgati .... Ác thú
Dūrībhāva .... Viễn phần
Dveṣa-paryavasthāna .... Sân triền

E

Ekavyoharika (tên bộ phái) Nhất thuyết
bộ
Evaṃrūpam .... Như thị sắc

H

Haimavata (tên bộ phái) Tuyết sơn bộ
Hetu-pratyaya .... Nhân duyên
Hetupratyaya-skandha Nhân duyên uẩn
Hetupratyayatā .... Nhân duyên tánh

J

Jambū-dvīpa .... Nam Thiệm-bộ châu

Janman .... *Sanh giả*

Jīva .... *Mạng*

Jñānaparijñā .... *Trí biến trí*

K

Kāmadhatu .... *Dục giới*

Kāmarāga .... *Dục tham*

Kāmāvacara .... *Dục triền*

Kāmavītarāga ...... *Ly nhiễm Dục giới*

Kāyaduścarita .... *Thân ác hành*

Kāyasākṣī .... *Thân chứng*

Kāyavedanā/ kāyikī vedanā .... *Thân thọ*

Kśānti .... *Nhẫn*

Kukuika (tên bộ phái) ...... *Kê dận bộ*

Kuśalamūlaccheda ...... *Đoạn thiện căn*

L

Lābha .... *Thu hoạch*

Laukikāgradharma ... *Thế đệ nhất pháp*

Līna-citta .... *Tâm trầm*

Lokottaravāda (tên bộ phái) *Thuyết xuất thế bộ*

M

Māgapatha .... *Nghiệp đạo*

Mahāsaṅgika (tên bộ phái) *Đại chúng bộ*

Maitrīsamāpatti .... *Từ đẳng chí*

Manodhātu .... *Ý giới*

Manoduścarita .... *Ý ác hành*

Manovijñānadhātu .... *Ý thức giới*

Mārga .... *Đạo*

Mārgadarśanaheya .... *Kiến đạo đoạn*

Mārgānvayajñāna ...... *Đạo loại trí*

Mārgānvayakṣānti ...... *Đạo loại nhẫn*

Mārgasatyta .... *Đạo đế*

Mithyātva .... *Tà tánh*

Mithyātvaniyatā *Tà định chủng tánh, tà định tánh*

Mūrdhāna .... *Đảnh*

N

Nabhas .... *Màu thiên thanh*

Nairyāṇka .... *Xuất*

Naivasaṃjñānāsaṃjñāyatana *Phi tưởng phi phi tưởng xứ*

Nāraka .... *Na-lạc-ca (tội nhân)*

Naraka ...... *Nại-lạc-ca (chốn hành tội)*

Niḥsaraṇa .... *Ly*

Nikāyasabhāga .... *Chúng đồng phần*

Nirmāṇa .... *Biến hóa*

Nirodha .... *Diệt*

Nirodhadarśanaheya .... *Kiến diệt đoạn*

Nirodhasatya .... *Diệt đế*

Nirvedhabhāgīya .... *Thuận quyết trạch phần*

Nyāya .... *Như*

O

Ogrāhaka .... *Ốt-yết-lạc-ca*

P

Pañcadhaivordhvabhāgīyam ...... *Năm thượng phần kết*

Pañcadhāvarabhāgīyam *Năm hạ phần kết*

Parijñā .... *Biến tri*

Paryavasthāna .... *Triền*

Paryāya .... *Dị ngữ*

Poṣa .... *Dưỡng dục*

Prabhava .... *Sanh*

Pragṛhīta-citta .... *Tâm cử*

Prahāṇaparijñā .... *Đoạn biến tri*

Prajñāvimukti .... *Tuệ giải thoát*

Prakṛtistha *Trụ tự tánh, trụ bản tánh*

Praṇīta .... *Diệu*

Prāptaphala .... *Đắc quả*

Prāpti .... *Đắc*

Pratipat .... *Hành*

Pratyaya .... *Duyên*

Prayoga-mārga ...... *Gia hành đạo*

Preta .... *Tổ phụ*

Proyoga .... *Gia hành*

Pṛthagjana .... *Dị sanh*

Pudgala-skandha ..... *Bổ đặc-già-la uẩn*

Pudgala .... *Bổ-đặc-già-la*

Punarbhava .... *Đương lai hữu*

Puruṣaphala .... *Sĩ dụng quả*

Puruṣya .... *Sĩ phu*

Pūrva videha-dvīpa ..... *Đông Tì-đề-ha*

R

Rahula (tên riêng) *La-hỗ-la/ La-hầu-la*

Rūpadhātu .... *Sắc giới*

Rūpino dharmāḥ .... *Pháp có sắc*

S

Sabhāga .... *Đồng loại*

Sabhāgahetu .... *Đồng loại nhân*

Sabhāgahetuḥ sadṛśāḥ *Đồng loại nhân tương tợ*

Ṣaḍ-vijñāna-kāyaḥ ...... *Sáu thức tụ*

Śaikṣa .... *Hữu học*

Sakalabandha .... *Thánh giả cụ phược*

Sakṛda-āgāmin ..... *Tư-đà-hàm, Nhất Lai*

Sālambanapratyayatā .. *Sở duyên duyên tánh*

Samagrasya saṅghasya bhedaḥ *Phá hòa hiệp Tăng chúng*

Samāhita .... *Đẳng dẫn vị*

Samanantara-pratyaya *Đẳng vô gián duyên*

Samanantara .... *Đẳng vô gián*

Samanvāgata/ samanvāgama *Thành tựu*

Samayavimukta .... *Thời giải thoát*

Sāmayikī kāntā cetovimukti *Thời ái tâm giải thoát*

Sambhinnapralāpa .... *Tạp uế ngữ*

Saṃkṣipta-citta .. *Tâm lược, tâm tụ*

Saṃsaṃjñā .... *Đẳng tưởng*

Saṃsthāna .... *Hình thể*

Samudaya .... *Tập*

Samudayadarśanapraheya *Kiến tập đoạn*

Samudayasatya .... *Tập đế*

Samutthāna .... *Đẳng khởi*

Samyaktva-niyāma ..... *chánh tánh quyết định*

Samyaktvaniyāmāvakramaṇa ..... *Chánh tánh ly sanh*

Samyaktvaniyato rāśi *Chánh định tánh, chánh định tụ*

Samyaṅmārga .... *Chánh đạo*

Saṃyojana .... *Kết*

Saṅghabheda .... *Phá tăng*

Sanidarśana .... *Sắc hữu kiến*

Śānta .... *Tĩnh*

Sapratigha .... *Hữu đối*

Sarāga .. *Hữu tham, câu hữu tham*

Sarva-dharmābhisajbodhi-vaiśāradya *Nhất thiết pháp hiện đẳng giác vô úy*

Sarvāstivāda (tên bộ phái) ..... *Hữu bộ*

Sarvatragānuśaya .. *Biến hành tùy miên*

Sāsrava-sopādānīya .. *Hữu lậu hữu thủ*

Ṣaṭ tṛṣṇā-kāyāḥ .... *Sáu ái thân*

Satkāyadṛṣṭi *Tát-ca-da-kiến, hữu thân kiến*

Sattva .... *Hữu tình*

Śīlavrata-parāmarśa .... *Giới cấm thủ*

Smanantarapratyayatā *Đẳng vô gián duyên tánh*

Ṣoḍaśākārāḥ *Mười sáu hành tướng (của bốn Thánh đế)*

Śraddhādhimukta .... *Tín giải thoát*

Śraddhādhipateya ..... *Tăng thượng tín*

Śraddhānusārin .... *Tuỳ tín hành*

Śramaṇa-Maudgalyāna (tên riêng) *Sa-môn Mục-liên*

Śrāvaka-arhat .. *Thanh văn A-la-hán*

Śrāvaka-piṭaka .... *Thanh văn tạng*

Śravaka .... *Thanh văn*

Srota-āpatti-pratipanaka *Dự lưu quả*

	hướng
Sthānaprāpti	*Xứ đắc*
Sthūlabhitika	*Chướng*
Śubhakṛtsna	*Biến tịnh*
Śūnya	*Không*
Sūnyatā-samādhi	*Không đẳng trì*
Śūnyatāśūnyatā	*Không-Không*
Śūnyavādin	*Luận sư Tánh không*
Svabhūmyālambana	*Sở duyên tự địa*

T

Tathāgatapiṭaka	*Như Lai tạng (kho tàng của Như Lai)*
Tathāgtagarbha	*Như Lai tạng (thai tạng của Như Lai, theo nghĩa Đại thừa).*
Tatsabhāga	*Bỉ đồng phần*
Tiryagyoni	*Bàng sanh*
Trayo 'parasamādhayaḥ	*Tam trùng đẳng trì*
Trīṇi bandhanāni	*Ba phược*
Trīṇi duścaritānyuktāni	*Ba ác hành*

U

Ubhayatovimukta	*Câu phần giải thoát*
Udānam	*Ốt-đà-nam*
Uddhata-citta	*Tâm trạo động*
Upādānaskandha	*Thủ uẩn*

Upādāyarūpam	*Sắc sở tạo*
Upakleśa	*Tuỳ phiền não*
Upavicāra	*Cận hành*
Uṣmagata	*Noãn*
Uttamapuruṣa	*Thắng quá nhân pháp*
Uttarakurudvīpa	*Bắc Câu-lô châu*
Uttaraśaila (tên bộ phái)	*Bắc sơn trụ bộ*

V

Vāgduścarita	*Ngữ ác hành*
Vāmārga /mithyamārga	*Tà đạo*
Varṇa	*Hiển sắc*
Vastu	*Sự*
Vastuprāpti	*Sự đắc*
Vātsīputrīya (tên bộ phái)	*Độc tử bộ*
Viiñeyatva	*Sở thức tánh*
Vijñānadhātu	*Thức giới*
Vijñānāntyāyatana	*Thức vô biên xứ*
Vijñeya	*Sở thức*
Vikṣipta-citta	*Tâm tán*
Vipākahetu	*Dị thục*
Vipākaja	*Dị thục sanh*
Vipākaphala	*Dị thục quả*
Visayogaphala	*Ly hệ quả*

Y

Yoniśo-manasikāra	*Như lý tác ý*

NGỮ VỰNG
VIỆT-PHẠN

Nguồn tham khảo:

Pradhan, Prahlad. (ed.) (1967). Abhidharma-koshabhāṣyaṃ of Vasubandhu, K.P. Jayaswal Research Institute, TSWS, Patna.

Akira Hirakawa. (1973). Index to the Abhidharmakośabhāsya, Daizō Shuppan.

A

A-na-hàm hướng .... *Anāgami-pratipannaka.*

A-tu-la .... *Aśura.*

Ác hành (ba) .... *duścarita.*

Ác thú .... *Durgati.*

Ách (bốn) .... *yoga.*

Ái thân (sáu) .... *tṛṣṇā-kāya.*

B

Bà-la-môn .... *Brahmaṇa.*

Bắc Câu-lô châu .... *Uttarakurudvīpa.*

Bắc sơn trụ bộ *Uttaraśaila (tên bộ phái).*

Bàng sanh .... *Tiryagyoni.*

Bất định tánh/bất định tụ .. *Aniyata-rāśi.*

Bất động pháp (A-la-hán) .... *Akopyākopyadharmaṇa.*

Bất Hoàn .... *Ānāgamin.*

Bất luật nghi .... *Asaṃvara.*

Bất thành tựu .... *Asamanvāgata.*

Bỉ đồng phần .... *Tatsabhāga.*

Biến hành tùy miên .. *Sarvatragānuśaya.*

Biến hóa .... *Nirmāṇa.*

Biến tịnh .... *Śubhakṛtsna.*

Biến tri sở duyên .. *Ālambanaparijāna.*

Biến tri .... *Parijñā.*

Bổ đặc-già-la uẩn .. *Pudgala-skandha.*

Bổ-đặc-già-la .... *Pudgala.*

Bộc lưu (bốn) .... *ogha.*

C

Cận hành .... *upavicāra.*

Cận thú Không vô biên xứ thiên .... *Ākāsānantyāyatana.*

Câu hữu tham .... *Sarāga.*

Câu phần giải thoát *Ubhayatovimukta.*

Chánh đạo .... *Samyaṅmārga.*

Chánh định tánh chánh định tụ .... *Samyaktvaniyato rāśi.*

Chánh tánh ly sanh .... *Samyaktvanyāmāvakramaṇa.*

Chánh tánh quyết định .... *samyaktvaniyāma*

Chế đa sơn bộ .. *Caityaśaila (tên bộ phái).*

Chúng đồng phần .... *Nikāyasabhāga.*

Chướng .... *Sthūlabhitika.*

D - Đ

Đắc quả .... *Prāptaphala.*

Đắc .... *Prāpti.*

Đại chúng bộ *Mahāsaṅgika (tên bộ phái).*

Đẳng dẫn vị .... *Samāhita.*

Đẳng khởi .... *Samutthāna.*

Đẳng tưởng .... *Saṃsaṃjñā.*

Đẳng vô gián duyên tánh .... *samanantarapratyayatā.*

Đẳng vô gián duyên .... *samanantara-pratyaya.*

Đẳng vô gián .... *Samanantara.*

Đảnh .... *Mūrdhāna.*

Đạo đế .... *Mārgasatyta.*

Đạo loại nhẫn .... *Mārgānvayakṣānti.*

Đạo loại trí .... *Mārgānvayajñāna.*

Đạo .... *Mārga.*

Đề-bà Thiết-ma *Devaśarman (tên riêng).*

Dị ngữ .... *Paryāya.*

Dị sanh .... *Pṛthagjana.*

Dị thục quả .... *Vipākaphala.*

Dị thục sanh .... *Vipākaja.*

Dị thục .... *Vipākahetu.*

Diệt đế .... *Nirodhasatya.*

Diệt .... *Nirodha.*

Diệu .... *Praṇīta.*

Đoạn biến tri ...... *Prahāṇaparijñā.*

Đoạn thiện căn ..... *Kuśalamūlaccheda.*

Độc tử bộ ... *Vātsīputrīya (tên bộ phái).*

Đồng loại nhân tương tợ *Sabhāgahetuḥ sadṛśāḥ.*

Đồng loại nhân .... *Sabhāgahetu.*

Đồng loại .... *Sabhāga.*

Đông Tì-đề-ha ... *Pūrva videha-dvīpa.*

Dự lưu quả hướng *Srota-āpatti-pratipanaka.*

Dục giới .... *Kāmadhatu.*

Dục tham .... *Kāmarāga.*

Dục triền .... *Kāmāvacara.*

Dưỡng dục .... *Poṣa.*

Đương lai hữu .... *Punarbhava.*

duyên (bốn) .... *pratyaya.*

Duyên .... *Pratyaya.*

G

Gia hành đạo ...... *Prayoga-mārga.*

Gia hành .... *Proyoga.*

Giới (mười tám) .... *aṣṭādaśa-dhātu.*

Giới cấm thủ ..... *Śīlavrata-parāmarśa.*

Giới .... *Dhātu.*

H

Hành .... *Pratipat.*

Hiện quán biên, hiện quán hậu biên .... *Abisamayāntika.*

Hiển sắc .... *Varṇa.*

Hình thể .... *Saṃsthāna.*

Hữu bộ *Sarvāstivāda (tên bộ phái).*

Hữu đối .... *Sapratigha.*

Hữu học .... *Śaikṣa.*

Hữu kiến .... *Sanidarśana.*

Hữu lậu hữu thủ *Sāsrava-sopādānīya.*

Hữu tham .... *Bhavarāga.*

Hữu tình .... *Sattva.*

K

Kê dận bộ ..... *Kukuika (tên bộ phái).*

Kết .... *Saṃyojana.*

Khai sĩ (Phù-tát/Bồ-tát) ... *bodhisattva*

Khổ đế .... *Duḥkhasatya.*

Khổ pháp trí nhẫn .... *Duḥkhe dharmajñāna-kṣānti.*

Khổ .... *Duḥkhila.*

Không đẳng trì ... *Sūnyatā-samādhi.*

Không-Không ...... *Sūnyatāśūnyatā.*

Không .... *Śūnya.*

Kiến chí, kiến đáo ..... *Dṛṣṭiprāpta.*

Kiến đạo đoạn .... *Mārgadarśanaheya.*

Kiến đạo .... *Darśanamārga.*

Kiến diệt đoạn ... *Nirodhadarśanaheya.*

Kiến khổ đoạn .... *Duḥkhadarśanaheya.*

Kiến tập đoạn .... *Samudayadarśanapraheya.*

Kiến thủ .... *Dṛṣṭi-parāmarśa.*

L

La-hỗ-la/ La-hầu-la *Rahula (tên riêng).*

Loại trí .... *Anvayajñāna.*

Luận sư Tánh không ...... *Sūnyavādin.*

Ly hệ quả .... *Visayogaphala.*
Ly nhiễm Dục giới .... *Kāmavītarāga.*
Ly .... *Niḥsaraṇa.*

M

Mạng .... *Jīva.*
Màu thiên thanh .... *Nabhas.*
Mười sáu hành tướng (của bốn Thánh
đế) .... *Ṣoḍaśākārāḥ.*

N

Na-lạc-ca (tội nhân) .... *Nāraka.*
Nại-lạc-ca (chốn hành tội) ..... *Naraka.*
Năm hạ phần kế t ....
.... *Pañcadhāvarabhāgīyam.*
Năm ngoại xứ .... *Bāhyāyatana.*
Nam Thiệm-bộ châu .... *Jambū-dvīpa.*
Năm thượng phần kế t ....
..... *Pañcadhaivordhvabhāgīyam.*
Ngã .... *Ātman.*
Nghiệp đạo .... *Māgapatha.*
Ngữ ác hành .... *Vāgduścarita.*
Nhân duyên tánh .... *Hetupratyayatā.*
Nhân duyên uẩn *Hetupratyaya-skandha.*
Nhân duyên ...... *Hetu-pratyaya.*
Nhãn giới .... *Cakṣurdhātu.*
Nhãn thức giới .... *Cakṣurvijñānadhātu.*
Nhẫn .... *Kśānti.*
Nhất thiết pháp hiện đẳng giác vô úy
Sarva-dharmābhisajbodhi-vaiśāradya.
Nhất thuyết bộ .... *Ekavyoharika (tên bộ
phái).*
Như Lai tạng (kho tàng của Như Lai)
.... *tathāgatapiṭaka*
Như Lai tạng (thai tạng của Như Lai,
theo nghĩa Đại thừa) .... *tathāgtagarbha*
Như lý tác ý .... *Yoniśo-manasikāra.*
Như thị sắc .... *Evaṃrūpam.*
Như .... *Nyāya.*
Noãn .... *Uṣmagata.*

Ô

Ốt-đà-nam .... *Udānam.*
Ốt-yết-lạc-ca .... *Ogrāhaka.*

P

Phá hòa hiệp Tăng chúng *Samagrasya
saṅghasya bhedaḥ.*
Phá tăng .... *Saṅghabheda.*
Phạm chúng thiên .... *Brahmakāyika (tên
cõi trời).*
Phạm phụ thiên *Brahmapurohita (tên cõi
trời).*
Phạm thế giới .... *Brahmaloka.*
Phạm tội vô gián ...... *Anantarīya/
antaryakarma.*
Pháp có sắc ...... *Rūpino dharmāḥ.*
Pháp giới .... *Dharmadhātu.*
Pháp không sanh .... *Anutpādharma.*
Pháp nhĩ, pháp tánh tự nhiên .....
...... *Dharmatā-pratilambika.*
Pháp xứ .... *Dharmāyatana.*
Phi sắc pháp ...... *Arūpino dharmāḥ.*
Phi tưởng phi phi tưởng xứ ....
...... *Naivasaṃjñānāsaṃjñāyatana.*
Phược (ba) .... *bandhana.*
Phược .... *Bandhana.*

Q

Quang âm/ Cực quang thiên *Ābhāsvara
(tên cõi trời).*
Sa-môn Mục-liên *Śramaṇa-Maudgalyāna
(tên riêng).*
Sắc giới .... *Rūpadhātu.*
Sắc sở tạo .... *Upādāyarūpam.*
Sân triền .... *Dveṣa-paryavasthāna.*
Sanh giả .... *Janman.*
Sanh .... *Prabhava.*
Sĩ dụng quả .... *Puruṣaphala.*
Sĩ phu .... *Puruṣya.*
Sở duyên duyên tánh ....

	Sālambanapratyayatā.	thân hệ (bốn)	*kāya-grantā.*
Sở duyên duyên	*Ālambana-praryaya.*	Thân thọ	*Kāyavedanā/ kāyikī vedanā.*
Sở duyên tự địa	*Svabhūmyālambana.*	Thắng quá nhân pháp	*Uttamapuruṣa.*
Sở thức tánh	*Vịiñeyatva.*	Thánh giả cụ phược	*Sakalabandha.*
Sở thức	*Vijñeya.*	Thành tựu	*Samanvāgata/*
Sở trưởng dưỡng	*Aupacayikas.*		*samanvāgama.*
Sự đắc	*Vastuprāpti.*	Thanh văn A-la-hán	*Śrāvaka-arhat.*
Sự	*Vastu.*	Thanh văn tạng (Thánh điển của Thanh
Tà đạo	*Vāmārga /mithyamārga.*	văn)	*śrāvaka-piṭaka.*
Tà định chủng tánh, tà định tánh		Thanh văn	*Śravaka.*
	Mithyātvaniyatā.	Thế đệ nhất pháp	*Laukikāgradharma.*
Tà tánh	*Mithyātva.*	Thô	*Audārika.*
Tâm căn tài	*Cetaḥkhila.*	Thời ái tâm giải thoát	*Sāmayikī kāntā*
Tâm cử	*Pragṛhīta-citta.*		*cetovimukti.*
Tâm không định	*Asamāhita.*	Thời giải thoát	*Samayavimukta.*
Tâm không giải thoát	*Avimukta-citta.*	thủ (bốn)	*upādānāni.*
Tâm không tĩnh	*Avyupaśānta-citta.*	Thu hoạch	*Lābha.*
Tâm không tu	*Abhāvita-citta.*	Thủ uẩn	*Upādānaskandha.*
Tâm lược, tâm tụ	*Saṃkṣipta-citta.*	Thuận quyết trạch phầ n	
Tâm tán	*Vikṣipta-citta.*		*Nirvedhabhāgīya.*
Tâm thọ	*Cittavedanā/ caitasikī vedanā.*	Thức giới	*Vijñānadhātu.*
Tâm trầm	*Līna-citta.*	Thức tụ/thức thân (sáu)	*vijñāna-kāya.*
Tâm trạo động	*Uddhata-citta.*	Thức vô biên xứ	*Vijñānāntyāyatana.*
Tam trùng đẳng trì	*Trayo*	Thuyết xuất thế bộ	*Lokottaravāda* (tên
	'parasamādhayaḥ.		bộ phái).
Tăng ngữ	*Adhivacana.*	Tín giải thoát	*Śraddhādhimukta.*
Tăng thượng duyên tánh		Tĩnh lự	*Dhyāna.*
	Adhipatipratyayatā.	Tĩnh	*Śānta.*
Tăng thượng duyên	*Adhipati-pratyaya.*	Tổ phụ	*Preta.*
Tăng thượng kiến	*Dṛṣṭyadhipateya.*	Trí biến trí	*Jñānaparijñā.*
Tăng thượng tín	*Śraddhādhipateya.*	Triền	*Paryavasthāna.*
Tập đế	*Samudayasatya.*	Trù lâm	*Dṛṣṭigahaneṣu.*
Tạp uế ngữ	*Sambhinnapralāpa.*	Trụ tự tánh, trụ bản tánh	*Prakṛtistha.*
Tập	*Samudaya.*	Từ đẳng chí	*Maitrīsamāpatti.*
Tát-ca-da-kiến, hữu thân kiến		Tu đạo	*Bhavamārga.*
	Satkāyadṛṣṭi.	Tư-đà-hàm, Nhất Lai	*Sakṛda-āgāmin.*
Tây Cù-đà-ni	*Apara-godānīya.*	Tư, cố tư	*Cetanā.*
Tây sơn trụ bộ	*Aparaśaila* (tên bộ phái).	Tuệ giải thoát	*Prajñāvimukti.*
Thân ác hành	*Kāyaduścarita.*	Tuỳ miên	*Anuśaya.*
Thân chứng	*Kāyasākṣī.*	Tùy pháp hành	*Dharmānusāri.*

Tuỳ phiền não .... *Upakleśa.*

Tuỳ tăng .... *Anuśerate.*

Tuỳ tín hành .... *Śraddhānusārin.*

Tuyết sơn bộ ...... *Haimavata (tên bộ phái).*

Uẩn sở duyên duyên ....
.... *Ālambana-pratyaya-skandha.*

Viễn phần .... *Dūrībhāva.*

Vô biểu sắc .... *Avijñaptirūpa.*

Vô biểu .... *Avijñapti.*

Vô diệt/ A-nậu-lâu-đà ...... *Anirodha (tên riêng).*

Vô đối .... *Apratigha.*

Vô gián đạo .... *Anantaryamārga.*

Vô ký .... *avyākṛta.*

Vô ngã .... *Anātmīya.*

Vô nghĩa .... *Anartha.*

Vô nguyện đẳng trì *Appaṇihita-samādhi.*

Vô nguyện-Vô nguyện ....
.... *Apraṇihitāpraṇihitaḥ.*

Vô phú vô ký .... *anivṛtāvyākṛta*

Vô sắc giới hệ .... *Ārūpyāpta.*

Vô sắc giới .... *Ārūpyadhātu.*

Vô sắc triền .... *Ārūpyāvacāra.*

Vô sở hữu xứ .... *Ākiṇcanyātana.*

Vô thường .... *Anitya.*

Vô tưởng hữu tình ...... *Asaṃjñisattva.*

Vô tướng-Vô tướng ...... *Animittānimittaś.*

Vô tuỳ quý hối (vô tàm vô quý)
.... *Āhrīkyānapatrāpya.*

Xứ đắc .... *Sthānaprāpti.*

Xuất .... *Nairyāṇka.*

Ý ác hành .... *Manoduścarita.*

Ý giới .... *Manodhātu.*

Ý thức giới .... *Manovijñānadhātu.*

GIỚI THIỆU
THỨC THÂN TÚC LUẬN

TUỆ SỸ

A. TÁC GIẢ - TÁC PHẨM – PHIÊN DỊCH

1. Tác phẩm

Thức thân túc luận (*Vijñānakāyapāda-śāstra*), một trong Sáu luận chân *(Lục túc luận)* của tạng A-tì-đàm (*Abhidharma*) của Hữu bộ (*Sarvāstivādin*). Mặc dù cụm từ "Lục phần A-tì-đàm" như được Cưu-ma-la-thập (*Kumārajīva*) nhắc đến trong *Đại trí độ luận*,[1] và được các nhà nghiên cứu đồng nhất với Lục túc (*saṭpādābhidharma*), Sakurabe và Yoichi, trong phần giới thiệu cho bản dịch Nhật ngữ của *Phát trí luận* cho rằng ngay cả đề sách như *Tập dị môn túc luận* và *Pháp uẩn túc luận*, từ "túc luận" do dịch giả thêm vào.[2] Ý kiến này có thể được chứng thực bởi nguyên đề Phạn phục nguyên từ Tạng dịch qua bản sớ giải Câu-xá *Abhidharmakośa-vyākhyā* bởi *Yaśomitra*: rNam shes tshogs (Tibet) = *Vijñāna-kāya* (Sanskrit).[3]

---

[1] *Pháp uẩn túc luận*, Việt dịch, phần Tổng luận, **cht. 13**. Takakusu, Junjiro: *The Abhidharma Litterature of the Sarvāstivādin* (Journal of the Pāli Text Society, 1905), **p. 78 fn.2**.

[2] 桜部建 (Sakurabe Hajime) & 加治洋一 (Kaji Yoichi), 發智論 新國譯大藏經毘曇部1, 1996. **tr. 7**.

[3] Takakusu, sách dẫn trên, **tr. 73, 76**.

Các nguyên bản Phạn của Sáu luận chân này chưa được phát hiện, duy chỉ được tìm thấy trong các bản dịch Hán của Huyền Trang. Danh sách được xem là đầy đủ với nguyên đề Phạn và Tạng dịch chỉ có thể tìm thấy trong bản Sớ thích Câu-xá của Xưng Hữu (*Yaśomitra: Abhidharmakośavyākhya*).[4] Trong hệ Tạng dịch, trong Sáu túc luận, duy nhất chỉ một Túc luận có thể được xem là tương đương với bản Hán dịch *Thi thiết túc luận* của Huyền Trang, đó là các bản Tạng dịch hiện có thể đọc trong tạng sDe-dge, phần mNgon pa, số hiệu theo *Thư mục Đông bắc Đại học*, từ No 4086-4088.[5] Tuy vậy danh sách đầy đủ của Sáu luận chân và một Luận thân (*Phát trí luận/ Jñānaprasthānaśāstra*) cũng được liệt kê bởi Bu-ston (1290-1364), sử gia Phật giáo Tây tạng, như sau:

1. *Chos kyi phung po* (*Dharmaskandha*/ Pháp uẩn), soạn bởi *Śāriputra* (Xá-lợi-phất).

2. *gDags pa'i bstan bcos* (*Prajñapti śāstra*/ Thi thiết luận), soạn bởi *Maudgalyāyana* (Mục-kiền-liên).

3. *Khams kyi tshogs* (*Dhātukāya*/ Giới thân), soạn bởi *Pūrṇa* (Phú-lan-na).

4. *rNam shes tshogs* (*Vijñānakāya*/ Thức thân), soạn bởi *Devakṣema* (Đề-ba-sai-ma? Tib. *lHa Skyid*).[6]

---

[4] Xem phần Tổng luận, *Pháp uẩn túc luận*, bản dịch Việt, Tuệ Sỹ & Nguyên An.

[5] Đông bắc Đế quốc Đại học Tạng bản: *Tây tạng Đại tạng kinh tổng mục lục*, số hiệu No. 4086 [I. 1b^1 – 93a^7] *'Jig rten gzhag pa* (*Lokaprajñapti*/ Thế gian thi thiết), soạn bởi *Maudgal gyi bu* (*Maudgalyāyana*/Mục-kiền-liên); dịch giả, khuyết danh. No. 4087.

[6] Phụ chú nguyên danh Phạn theo *Tāranātha*'s History of Buddhism in India, translated from Tibetan by Lama Chimpa, Motilal Banarsidass, Delhi 1990; p. 87 fn. 17. Trong *History of Buddhism* (*Chos-hbyung*) by Bu-ston I. Part, The Jewelry of Scripture Translated from Tibetan by Dr. E. Obermiller, Heidelberg 1931. p. 49 fn. 480. Tib. *skyid* (*skyid po*), theo nguyên nghĩa Tạng ngữ: khoan khoái, thân tâm an lạc (*lus sems bde po* – Hán Tạng từ điển, Dân tộc xuất bản xã, 1985). Sanskrit,

5. *Ye shes 'jug* (*Jñānaprasthāna*/ Phát trí), soạn bởi *Kātyāyana* (Ca-chiên-diên).

6. *Rab tu byed pa* (*Prakaraṇa*/ Phẩm loại), soạn bởi *Vasumitra* (Bà-tu-mật/ Thế Hữu).

7. *Yang dag 'gro ba'i rnam grang* (*Saṃgītiparyāya*/ Tập dị môn).[7]

Trong danh sách này có một số điểm không đồng nhất với bản liệt kê của *Yaśomitra* về thứ tự cũng như tác giả. Trước hết, phải thấy nó không phân biệt Thân luận và Túc luận. Trong bản liệt kê của *Yaśomitra*, *Jñānaprasthāna* (Phát trí) được kể hàng thứ nhất, trong khi Bu-ston liệt nó vào hàng thứ 5. *Prakaraṇapāda* (Phẩm loại túc luận), *Yaśomitra* liệt kê vào hàng thứ hai; *Bu-ston*: hàng thứ sáu. *Vijñānakāya* (Thức thân), hàng thứ ba theo *Yaśomitra*; thứ năm theo Bu-ston. Về tác giả, Sanskrit theo *Yaśomitra* được đọc là *Devaśarma*/ Đề-bà-thiết-ma); *Bu-ston*: *Devakṣema*, Tạng dịch: *lHa sKyid*...[8]

Thứ tự liệt kê trong tập quán Phạn văn thường không phải ngẫu nhiên, mà được ghi nhận theo nội dung quan trọng tương đối của các tác phẩm.

2. Niên đại – Tác giả

Niên đại của tác phẩm, và tất nhiên cũng của tác giả, ngoài những gì được ghi chép bởi Huyền Trang trong *Tây vực ký*, chưa thấy đâu

---

kṣema (Wogihara: an ổn, an lạc, bình an) và *śarman* (Wogihara: khoái lạc, hạnh phước, chí phước) đều có nghĩa tương tợ, do đó Hán dịch là Thiên Tịch - 俱舍論記卷第一, T41n1821_p0008c02: 提婆設摩... (此云天寂).

[7] Xem J Takakusu - *The Abhidharma Literature of the Sarvāstivādins* 1904-5; tr. 76.

[8] So sánh hai bản liệt kê được chép lại trên đây, và một trong phần Tổng luận, *Pháp uẩn túc luận*, Việt dịch, dẫn trên. x. *Abhidharmakośavyākhyā* by *Yaśomitra*, edited by Unrai Wogihara Part I. Tokyo 1932-1936; p. 11.

cung cấp thông tin chi tiết và xác thực hơn.[9]

Về tác giả và tác phẩm, *Tây vực ký* ghi chép như sau: "Về con đường bên trái phía nam thành có một ngôi già-lam lớn. Xưa, A-la-hán Đề-bà-thiết-ma (*Devaśarma*) viết *Thức thân luận* ở đây, nói về thuyết bổ-đặc-già-la vô ngã[10]. A-la-hán Cù-ba (Gopa) viết *Thánh giáo yếu thật luận* thuyết minh Bổ-đặc-già-la luận;[11] nhân bởi pháp chấp này mà phát sinh tranh luận sâu sắc."[12] Watters bình luận vấn đề này, nói rằng các vị Tì-bà-sa (*Vaibhāṣika*) xem đây là Thánh điển của họ nhưng các vị Kinh lượng bộ (*Sautrāntika*) cho rằng nó chỉ là tác phẩm của một tì-kheo. Watters lại nhận xét thêm, nói rằng Huyền Trang ghi chép *Devaśarma* là một A-la-hán, nhưng những nơi khác ghi nhận ông này cũng chỉ là một tì-kheo hay một Thượng tọa (*sthavira*).[13]

Trong các nguồn tư liệu Hán văn, đặc biệt trong *Câu-xá luận ký* của Phổ Quang, và *Câu-xá luận sớ* của Pháp bảo, hai môn đệ trực tiếp của Huyền Trang, ngoài một đoạn ngắn như đã thấy được ghi trong *Tây vực ký*, cho biết thêm chi tiết: "Trong khoảng sau Phật niết-bàn 100 năm, Đề-bà-thiết-ma soạn *Thức thân túc luận* gồm 7 nghìn tụng", với phụ chú thêm rằng "Đề-bà-thiết-ma, Hán nói là Thiên Tịch."[14]

---

[9] *On Yuan Chwang's Travels In India*, by Thomas Watters M.R.A.S.; London Royal Asiatic Society, 1904; p. 373. Takakusu, dẫn trên, tr. 107. - *Abhidharmakosabhasyam of Vasubandhu*, vol. I. translated into French by Louis de la Vallée-Poussin; English Version by Leo M. Prudhen, Berkeley, Calif.: Asian Humanities Press, 1988-1990. Intro, p. 21.

[10] 無我人, *anātmapudgalavāda*.

[11] 有我人, *pudgalavāda*.

[12] 大唐西域記卷第五 T51n2087_p0898c15 ‖ 城南道左，有大伽藍。昔提婆設摩阿羅漢於此造《識身論》，說無我人；瞿波阿羅漢作《聖教要實論》，說有我人。因此法執，遂深諍論。
順導師 - 說一切有部為主的論書與論師之研究, 第七節 阿毗達磨識身足論.

[13] Watters, *On Yuan Chwang*, dẫn trên, tr. 374.

[14] 俱舍論記卷第一, T41n1821_p0008c02 ‖，俱舍論疏卷第一, 41n1822_p0466b14 ‖ 佛涅槃後一百年中。提婆設摩。造識身足論。七千頌(此

Takakusu bác bỏ niên đại này, lập luận rằng không có chi tiết nào trong nội dung của *Thức thân túc luận* có thể sớm hơn niên đại của *Jñānaprasthāna* (*Phát trí luận*), mà tác giả của Luận này, *Kātyāyanīputra* (Ca-đa-diễn-ni Tử) được phỏng định sau Phật niết-bàn 300 năm. Niên đại của tác giả *Phát trí luận* được ghi chép trong *Tây vực ký*, phỏng định sau Phật 300 năm.[15]

Pháp sư Ấn Thuận cũng đồng ý niên đại này, với lập luận rằng "*Thức thân luận* chịu ảnh hưởng của *Phát trí* rất sâu, tư tưởng cực kỳ thấu đáo. Truyền thuyết nói được soạn bởi Đề-bà-thiết-ma sau Phật niết-bàn 100 năm là điều không thể."[16] Watters, *On Yuan Chwang*, phỏng đoán niên đại của *Devaśarman* sau Phật khoảng 400 năm.[17]

3. Địa danh

Về địa danh, nơi mà *Thức thân túc luận* được soạn tập, *Tây vực ký* ghi chép như sau: "Từ đây (thành Ca-xa-bố-la, Skt. *Kaśapura*)... đi về hướng bắc 170 dặm, đến nước Bỉ-sách-ca, chu vi hơn 4000 dặm, đại đô thành chu vi 16 dặm... có hơn 20 ngôi già-lam, tăng chúng hơn 3000 người, thảy đều học theo pháp Chánh lượng bộ (*Sammatīya*) ... Bên trái thành nam có một ngôi đại già-lam, tại đây, xưa A-la-hán Đề-bà-thiết-ma (*Deveśarma*) soạn *Thức thân luận* (*Vijñānaśāstra*), luận thuyết về tự ngã (*pudgala*) không tồn tại. A-la-hán Cù-ba (*Gopa*) soạn *Thánh giáo yếu thật luận* (Skt.?), chủ trương hữu ngã luận (*pudgalavāda*). Nhân bởi pháp chấp này mà xảy ra tranh luận."[18]

云天寂). 俱舍論疏卷第一 T41n1822_p0466b14 ‖ 佛涅槃後一百年中。提婆設摩。造識身足論。七千頌(此云賢寂).

[15] 大唐西域記卷第四, T51n2087_p0889c03 ‖ 釋迦如來涅槃之後第三百年中，有迦多衍那(舊曰迦旃延，訛也)論師者，於此製《發智論》焉.

[16] Pháp sư Ấn Thuận, sách dẫn trên.

[17] On Xuan Chwang, đã dẫn, **tr.** 374.

[18] 大唐西域記卷第五 T51n2087_p0898b11-898c09 ‖ 迦奢布羅城 ... 自此北行百七八十里，至鞞索(山格反)迦國(中印度境)。鞞索伽國，周四千餘里。國大都城周十六里。... 伽藍二十餘所，僧眾三千餘人，並學小乘正量部法。... 城南道左，有大伽藍。昔提婆設摩阿羅漢

Nguyên Phạn của địa danh theo phiên âm Hán "Bỉ-sách-ca" mà Pháp sư Ấn Thuận ghi là *Visākhā*, như tên của một ưu-bà-di danh tiếng được biết đến trong nhiều Kinh Luật, nhất là trong những vấn đề liên hệ đến giới luật tại gia và xuất gia. Nhưng trong các khảo cứu phương Tây, nguyên Phạn địa danh này có nhiều thuyết phục nguyên khác nhau.

Thuyết nên được nhắc đến đầu tiên ở đây là từ Cunningham. Trong đây, Cunningham có vẻ đồng nhất với địa danh Bỉ-sách-ca của Huyền Tráng mà ông phỏng định nguyên Phạn *Visāka*, với địa danh Sa-kì mà ông phỏng định Sanskrit là *Shachi*. [19] Vị trí của *Sa-kì* trong *Pháp Hiển truyện* và Bỉ-sách-ca trong *Tây vực ký* đồng nhất. Duy có có điều khác biệt: trong *Pháp Hiển truyện* vị trí của Xá-vệ (*Srāvasti*) nằm ở phía nam Sa-ki (*Sāketa*) trong khi *Tây vực ký* đặt nó ở tây bắc.[20]

Cunningham cũng muốn chứng minh rằng Bỉ-sách-ca trong *Tây vực ký* cũng chính là Sa-kì trong *Pháp Hiển truyện*, và *Sāketa* hay *Ayodhyā* trong văn học Ấn. Watters cho rằng Cunningham hoàn toàn quên sự kiện Pháp Hiển cho Sa-kì cách Khúc-nữ thành (*Kanoj/ Kanauj*, *Kāṇyākubja*)[21] 13 do-diên (gần 100 dặm Anh) theo hướng tây bắc, như vậy cả hai cách *Ayudhya*[22] của Huyền Tráng cách Khúc nữ thành khoảng 100 dặm về phía đông bắc. Watters cho rằng Cunningham có thể nhầm lẫn sông *Ayodhyā*, một nhánh của sông Hằng với *Ayudhya* danh hiệu quốc thổ mà cũng là kinh đô của nó. Thật rất khó mà

於此造《識身論》，說無我人；瞿波阿羅漢作《聖教要實論》，說有我人。因此法執，遂深靜論。

[19] *Cunningham's Ancient Geography of India*, edited with Introduction and Notes by Surendranath Majumdar Sastri, 1924. p. 460. - 高僧法顯傳: T51n2085_p0860b04 ‖ ... 到沙祇大國.

[20] Cunningham, dẫn trên. - 大唐西域記卷第五 T51n2087_p0898c26 ‖ 交映。 從此東北行五百餘里，至室羅伐悉底國(舊曰舍衛，訛也。中印度境)。 - 高僧法顯傳T51n2085_p0860b08 ‖ 四佛經行坐處。起塔故在。從此南行八由延。到拘薩羅國舍衛城。

[21] *Kanoj, Kāṇyākubja*: Tây vực ký:羯若鞠闍國; Pháp Hiển truyện: 罽饒夷城.

[22] *Ayudhya*, Tây vực ký: 阿踰陀國.

đồng nhất A-dũ-đà của Huyền Tráng với Sa-kì của Pháp Hiển, và con sông *Ayodhyā* với những con sông khác.[23] Như vậy, Watters kết luận, *Ayudha* của Huyền Trang có thể là Sa-kì hay *Saket*, tức là *Ayodhyā*, của Pháp Hiển.

Bỉ-sách-ca nằm giữa *Kosambhī* (Kiều-thưởng-di/ Câu-diệm-di) và *Śrāvasti* (Thất-la-phiệt/Xá-vệ). Nó cách 500 dặm về phía đông *Kosambhī*; cách 500 dặm về phía tây bắc *Śrāvasti* (Xá-vệ). Do vị trí này mà Cunningham liên hệ địa danh Bỉ-sách-ca với danh hiệu ưu-bà-di *Visākhā*.[24] Liên hệ của Cunningham có thể không chính xác, theo ý của Watters;[25] bởi vì danh hiệu vị ưu-bà-di danh tiếng này trong các bản Hán dịch Huyền Tráng đều nhất trí phiên âm là Tì-xá-khư.[26]

Về phiên âm và nguyên danh Phạn của Hán 鞞索迦, âm hán Việt có thể đọc *Bỉ-sách-ca, Tì-sách-ca* hay *Bệ-sách-ca*. Stanislas Julien, phiên âm theo khẩu âm Pháp của ông: *Pi-so-kia* và đề nghị nguyên danh Sanskrit: *Vaisaka*.[27] Từ Sanskrit này không rõ nguồn gốc. Cunningham[28], không thấy phiên âm, mà chỉ đề nghị Sanskrit *Visâkha*. Watters đề nghị các phiên âm: *Pi* (hay *P'i*, hay *Fi*)-*sho-ka*, và Phạn danh *Viśoka* mà ông tỏ dấu nghi ngờ độ chính xác.[29]

---

[23] *On Yuan Chwang*, đã dẫn, tr. 355.

[24] Cunningham, đã dẫn, tr. 461.

[25] *On Yuan Chwang*, đã dẫn, tr. 355

[26] 大唐西域記卷第六　T51n2087_p0900b06. – [Pali/Skt] *Visākhā*. Bà sinh ở nước Anga (Ương-già); sau theo cha sang sống ở *Sāketa*; được *Punnavaddhana* ([Skt] *Punarvardhana*), người *Sāvatthi* ([Skt] *Śrāvasti*), chọn làm vợ cho con trai của ông là *Migāra*, do đó bà theo chồng về sống ở *Sāvatthi*).

[27] *Mémoires sur Les Contrées Occidentales*, traduits du Sanscrit en Chinois, en l'an 648, par Hiouen-Thsang, et du Chinois en Français par M. Stanilas Julien, Paris 1857; **p. 290.**

[28] Cunningham, sách đã dẫn, **tr. 459.**

[29] Watters, sách đã dẫn, 373. Pháp sư Ấn Thuận, phỏng đoán nguyên Phạn của Bỉ-sách-ca 鞞索迦 là *Visākhā*. Bản dịch Anh, *The Great Tang Dysnasty Record of The Western Regions* (2087) by Li Rongxi, phục nguyên [Skt] *Viṣaka*. Sử thi *Mahābhārata* nhắc đến *Viśoka* nhiều lần

4. Hán dịch

Bản Hán dịch do Pháp sư Huyền Tráng theo *Đại Đường Nội điển lục*, được cho là vào khoảng niên hiệu Hiển Khánh (TL. 656-661), trong cung Ngọc Hoa[30] *Chúng kinh mục lục* cũng ghi như vậy.[31] Nhưng *Khai nguyên lục* cũng ghi là dẫn nguồn từ *Nội điển lục*, theo đó: "*A-tì-đạt-ma Thức thân túc luận*, 16 quyển (được thấy trong *Nội điển lục*; soạn bởi Đề-bà-thiết-ma; niên hiệu Trinh quán 23 (TL. 649)[32], tháng Giêng, ngày 15 [Pháp sư Huyền Tráng] dịch ở Viện Hoằng pháp, Bắc khuyết, cho đến ngày 8 tháng Tám (năm đó), hoàn tất ở chùa Từ Ân, Sa-môn Đại Thừa Quang chấp bút.[33]

Về sự kiện phiên dịch tại Viện Hoằng pháp, *Pháp sư truyện*, thuật bởi Huệ Lập và Ngạn Tông, ghi rõ: "Tháng Mười [Trinh quán 22, Pháp sư] theo vua [Đường Thái Tông] về Kinh đô. Vua sắc lệnh cho xây một cơ sở đặt hiệu là Viện Hoằng pháp ở phía Tây điện Tử vi trong Bắc khuyết[34] để Pháp sư ngụ tại đó. Ban ngày Vua lưu Pháp sư ở đó để cùng đàm luận, ban đêm Pháp sư trở về Viện Phiên kinh.[35] Viện Phiên kinh nằm trong phía bắc chùa Từ Ân. Chùa này do Hoàng Thái tử Lý, con trưởng vua Thái Tông, tháng 12 năm Trinh quán 22, cho dựng chùa Từ Ân để cầu phúc cho mẹ là Văn Đức Hoàng hậu.

---

như là nhân danh và địa danh. Nó cùng là tên một con sông được nói đến trong *Nīlamatapurāṇa*.

[30] 大唐內典錄卷第七 T55n2149_p0301a08 ‖ 識身足論(十六卷二百七十一紙) 唐顯慶年玄奘於宮中譯.

[31] 大周刊定眾經目錄卷第十 T55n2153_p0435c23.

[32] Năm Đường Thái Tông băng hà.

[33] 開元釋教錄卷第八 T55n2154_p0557a12‖阿毘達磨識身足論十六卷(見內典錄提婆設摩造貞觀二十三年正月十五日於北闕弘法院譯至八月八日於慈恩寺畢沙門大乘光等筆受).

[34] 北闕紫微殿. *Cung Tử vi*, trung tâm thống trị của quốc gia; thời Đường, vị trí tây bắc bộ đô thành Lạc dương. Bắc khuyết, cung điện cửa hướng về phía Bắc; thường là cấm cung của Hoàng đế.

[35] 大唐大慈恩寺三藏法師傳卷第七 T50n2053_p0259a28 ‖ 冬十月隨駕還京。勅所司於北闕紫微殿西。別營一所號弘法院。令奘居之。晝則帝留談說。夜乃還院翻經。

Cung Ngọc Hoa được xây dựng vào năm Trinh quán thứ 2 (628) dưới triều vua Đường Thái Tông, làm nơi tĩnh dưỡng. Năm Vĩnh huy 2 (TL. 651) Đường Cao Tông đổi thành chùa Ngọc Hoa. Năm Hiển khánh 4 (659), Pháp sư dời vào Cung Ngọc hoa, năm sau (660) khởi sự phiên dịch. *Nội điển lục* nói *Thức thân túc luận* được phiên dịch tại chùa Ngọc Hoa, điều này có thể nhầm lẫn.

B. NỘI DUNG LUẬN

Khoa mục toàn luận, một cách tổng quát phân làm sáu phần, gọi là sáu *uẩn*. Mỗi UẨN có thể xem như tương đương với một CHƯƠNG trong khoa mục Việt.

Trong các luận thư của Hữu bộ, *uẩn* hay *kiền-độ* (*skandha*) chỉ được thấy trong *Phát trí luận*,[36] *Thức thân túc luận* và *Tôn Bà-tu-mật Bồ-tát sở tập luận*. *Đại Tì-bà-sa* cũng tổ chức với các uẩn, nhưng vì luận thư này là bản giải thích chi tiết của *Phát trí luận* nên cũng phân khoa mục như luận này.

Toàn luận được phân thành sáu UẨN, được giới thiệu tổng quát bằng một bài tụng, Hán âm là ốt-đà-nam 嗢拕南, Sanskrit: *udānam*. Trong *Câu-xá luận ký 1*, Phổ Quang đọc theo phiên âm *ô-đà-nam* 鄔陀南, và giải thích: "Ô-đà-nam, Hán nói là *tự thuyết*, tức thứ năm trong 12 thể loại Kinh."[37] Trong các luận thư A-tì-đàm, *udānam* chỉ cho kệ tụng tổng nhiếp, giới thiệu những vấn đề sẽ được luận thuật. *Thức thân luận* giới thiệu sáu vấn đề lớn bằng bài tụng tổng nhiếp như sau:

初目乾連蘊，　　次補特伽羅，

因所緣雜類，　　四句最為後。

I. Mục-kiền-liên uẩn

Chương I. Mục-kiền-liên uẩn, gồm 4 tiết; các vấn đề sẽ được luận thuật trong chương này được giới thiệu bằng một bài tụng tổng

---

[36] Bản Hán dịch khác: *Bát kiền-độ luận*, tức luận thư được khoa mục với 8 uẩn.

[37] 俱舍論記卷第一 T41n1821_p0011a09 ‖ 鄔陀南。此云自說。即十二部 經中第五自說經也。

nhiếp, với 4 tiết, cơ bản được cho là y trên giáo chứng để chứng minh sự tồn tại của pháp thể trong ba thời. Vấn đề được dẫn khởi do bởi cần phải có nhận thức chính xác về thể tính tồn tại của các tùy miên (*anuśaya*), nếu không thể chúng chỉ là những ý niệm mơ hồ không có tác dụng thực hữu gì để được nói là gốc rễ của mọi hình thái tồn tại (*bhava*, hữu) của hữu tình.[38] Để có cơ sở cho nhận thức chính xác, *Thức thân* thuật ý Kinh: Nếu không thể quán căn bất thiện này thì cũng không thể có sự đã nhàm chán, đang nhàm chán, sẽ nhàm chán. Đây là giáo chứng mà Hữu bộ - Tì-bà-sa y chỉ để lập thuyết tam thế thực hữu.[39] Từ cơ sở giáo chứng này, *Thức thân* luận chứng thể tính tồn tại của các tùy miên trong các hoạt động liên hệ đến sự tồn tại của một tự ngã (*pudgala*), quan hệ nhận thức trong hoạt động của tâm, của các thức; cư xử của các hữu tình; sự đoạn trừ các lậu (*āśrava*). Thế Thân phỏng theo phương pháp luận này để tường thuật các luận điểm tranh luận giữa Hữu bộ và Kinh bộ về chủ đề này:[40] **a.** *Do Phật thuyết*; **b.** *do hai*, duyên hai pháp (căn và cảnh) tồn tại thức mới phát sinh; **c.** *do cảnh*; sở duyên (*ālambana*: đối tượng) không tồn tại, thức cũng không tồn tại; **d.** *do nghiệp quả*,

1. Chủ đề tranh luận

Chủ đề của chương là tranh luận về thể tính và thời gian giữa hai phái:

---

[38] *Câu-xá* v tụng 1, AK. v k.1: *mūlaṃ bhavasyānuśayāḥ*, Ht. 隨眠諸有本." Pradhan 277³, *tāni karmāṇy anuśayavaśād upacayaṃ gacchanti antareṇa cānuśayān bhavābhinirvarttane na samarthāni bhavanti |* nghiệp được tích lũy do tùy miên; nếu không tồn tại tùy miên, các hữu không thể xuất hiện.

[39] *Tạp 3*, kinh số 79, tr. 20a14: "Này các Bí-sô, nếu sắc quá khứ không tồn tại, Thánh đệ tử đa văn chắc hẳn không quan tâm xả sắc quá khứ. Nhưng vì sắc quá khứ tồn tại, cho nên Thánh đệ tử đa văn quan tâm xả sắc quá khứ. Sắc vị lai nếu không tồn tại, Thánh đệ tử đa văn chắc hẳn hoan hỷ sắc vị lai. Nhưng vì sắc vị lai tồn tại." Dẫn bởi *Câu-xá* v (Việt dịch, cht.21).

[40] AK.v. k. 25: *sarvakālāstitā uktatvāt dvayāt sadviṣayāt phalāt| tadastivādāt sarvāstivādā iṣṭāḥ caturvidhāḥ||25||*

1. Hữu bộ hay nói đủ, Thuyết nhất thiết hữu bộ (*sarvāstivāda*), đại biểu cho thuyết "Pháp thể tồn tại trong tất cả thời gian" (*sarvakālāstitva*). Chủ đề này được Thế Thân luận thuật khá chi tiết trong *Câu-xá* v. tụng 25a: *sarvakālāstitā*.[41] Các vị Hữu bộ-Tì-bà-sa (*Sarvāstivādin-Vaibhāṣika*) dẫn chứng, và được dẫn bởi Thế Thân, đoạn Kinh Phật thuyết có thể đọc được trong các A-hàm hay *Nikāya*.[42] Đoạn Kinh tương tợ cũng được dẫn chứng bởi *Thức thân*.

2. Đại biểu cho lập trường phản đối, tức thuyết "Pháp thể không tồn tại trong quá khứ, hiện tại; duy chỉ tồn tại pháp thể trong hiện tại và pháp vô vi", trong luận này được chỉ danh là Sa-môn Mục-kiền-liên. Thế Thân không chỉ danh đại biểu, nhưng Chúng Hiền (*Saṃghabhadra*) chỉ đích danh Thí dụ bộ (*Dārṣṭāntika*).[43] *Câu-xá* nêu một trong các đại biểu của thuyết này là *Phân biệt thuyết bộ* (*Vibhajyavāda*), theo đó, "Các bộ phái nào mà, do phân tích nghiệp quá khứ mà chưa cho quả và nghiệp hiện tại, thực thể tồn tại; nghiệp quá khứ đã cho quả và nghiệp vị lai, thực thể không tồn tại; những vị này được gọi là những vị Phân biệt thuyết, không thuộc bộ phái [Nhất thiết hữu] này."[44]

Vậy, những bộ nào, ngoài hữu bộ, thuộc Phân biệt thuyết?

---

[41] *Câu-xá* v tụng 25cd. AK. v. Pradhan 296³: *tadastivādāt sarvāstivādā iṣṭāḥ*, vì nó tồn tại nên nói "tất cả tồn tại" (Nhất thiết hữu).

[42] *Tạp 3*, kinh số 79, tr. 20a11: 過去 未來色尚無常 況復現在色 多 聞聖弟子如是觀察已 不顧過去色 不欣未來色 於現在色 厭 離欲 滅寂靜 受想行識亦復如是。[...]; Pāli, S.22.9-11, *atītānāgatapaccuppanna. rūpaṃ, bhikkhave, aniccaṃ atītānāgataṃ; ko pana vādo paccuppannassa. evaṃ passaṃ, bhikkhave, sutavā ariyasāvako atītasmiṃ rūpasmiṃ anapekkho hoti; anāgataṃ rūpaṃ nābhinandati; paccuppannassa rūpassa nibbidāya virāgāya nirodhāya paṭipanno hoti...*

[43] 阿毘達磨順正理論卷第二十五 T29n1562_p0482b20 ‖ 是分別說故, 是則摽釋還不相符. 又譬喻宗過未無體. Tranh luận giữa Hữu bộ và Kinh bộ về thể tính và thời gian, *Câu-xá* v tụng 25

[44] *Câu-xá* v, dẫn trên. Pradhan dẫn trên: *ye tu kecidasti yat pratyutpannam adattaphalaṃ cātītaṃ karma kiñcinnāsti*

Phân Biệt Thuyết bộ được đề cập trong *Bộ Chấp Dị Luận* là một bộ phái thuộc Đại Chúng bộ. Nhưng *Bộ chấp dị luận*[45] cho một danh sách hơi khác với *Dị Bộ Tông Luân Luận*. Theo *Dị Bộ Tông Luân Luận*, từ Đại chúng bộ, trước sau xuất hiện 9 bộ, kể cả bản bộ: 1. Đại chúng bộ (*Mahāsaṅghika*), 2. Nhất thuyết bộ (*Ekavyāvahārika*), 3. Thuyết xuất thế bộ (*Lokotaravāda*), 4. Kê dẫn bộ (*Kukkuṭika*), 5. Đa văn bộ (*Bahuśrutīya*), 6. Thuyết giả bộ (*Prajñaptivāda*), 7. Chế đa sơn bộ (*Caitika*), 8. Tây sơn trụ bộ (*Aparaśaila*), 9. Bắc sơn trụ bộ (*Uttaraśaila*).[46]

Trong danh mục các bộ phái, *Phân biệt thuyết bộ* (*Vibhajyavāda*) được liệt kê thuộc trong nhiều hệ khác nhau. Trong số đó, đáng kể là các bộ: Đồng diệp bộ (*Tāmraśāṭiya*), Tuyết sơn bộ (*Haimavata*). Hai danh hiệu khác nhau, nhưng thực chất chỉ cho một bộ phái mà hệ phái *Mahāvihāra* (Đại tự), Tích-lan, trong truyền thống Thượng tọa bộ (*Theravāda*), tự nhận là những vị theo thuyết *Phân biệt luận* (*Vibhajjavāda*).[47] Trong đại hội kết tập lần thứ ba tại thành *Pāṭaliputta* (Hoa tử thành), khi được vua A-dục hỏi giáo lý của Phật là gì, bấy

---

yaddattaphalamatītamanāgataṃ ceti vibhajya vadanti te vibhajyavādinaḥ |

[45] (T2033_.49.0020b01-2: 從大眾部又出一部,名分別説部). 部執異論 天友大菩薩造 三藏真諦譯 T49 n2033; soạn tập bởi Thiên Hữu, Hán dịch nghĩa khác của từ Phạn *Vasumitra* (âm Bà-tu-mật) cũng được dịch nghĩa là Thế Hữu. Do đó một bản dịch khác bởi Huyền Tráng đồng soạn giả với tiêu đề *Dị bộ tông luân luận*, 異部宗輪論 世友菩薩造 藏法師玄奘譯 T49 n2031.

[46] 異部宗輪論 T49n2031_p0015b05 ‖ 如是大眾部 ... 本末別說合成九部。一大眾部。二一說部。三說出世部。四雞胤部。五多聞部。六說假部。七制多山部。八西山住部。九北山住部。

[47] *Dīpavaṃsa*, XVIII, 4, 44; *Mahāvaṃsa*, V, 271; *Kathāvatthu-Aṭṭhakathā*, beginning; Cullavagga, p. 72, 312; *Tikapaṭṭhāna-Aṭṭhakathā*, pp. 366-367. Dẫn bởi André Bareau: *Les Sectes Bouddhiques du Petit Véhicule.* 'École Française D'EXTRÊME-ORIENT SAÄGON, 1955. - Bản dịch Anh: THE BUDDHIST SECTS OF THE LESSER VEHICLE, Translated from the French by Gelongma Migme Chodron 2005; p. 170 fn. 898.

giờ *Tissa Mogalliputta*, chủ tọa đại hội trả lời: Đức Phật là vị Phân biệt thuyết.[48] Dẫn chứng này có thể được xác nhận bởi *Tì-bà-sa* trong nhiều đoạn văn khi nêu tranh luận giữa các bộ phái về một chủ điểm giáo nghĩa. *Tì-ba-sa* chỉ rõ trong bất cứ tranh luận nào đều diễn ra từ hai lập trường: tự đề xuất tông chỉ của phái mình, hoặc bác bỏ tông chỉ của phái khác. Vị theo lập trường ứng lý được *gọi* là Ứng lý luận tông (*Yuktivādin*); những vị theo lập trường phân biệt được gọi là Phân biệt luận tông (*Vibhajyavādin*).[49] Trong các bản Hán dịch của ngài Huyền Tráng, từ "ứng lý" (Skt. *yukti*) thường chỉ những luận chứng hợp lý, phù hợp đạo lý, chánh lý, như định nghĩa bởi *Tì-bà-sa*: "Quyết định ý nghĩa được thiết lập một cách không điên đảo thuận theo Khế kinh."[50]

Theo ý nghĩa này, nếu từ Sanskrit *Vibhajyavāda* có thể hiểu là *Phân biệt bộ*, một bộ phái riêng biệt ngoài Hữu-bộ, như các bộ khác; hoặc cũng có thể là *Phân biệt thuyết*, hàm nghĩa phương pháp luận như là xu hướng phân tích được một số bộ phái vận dụng để phân tích ý nghĩa Pháp, thế thì có khi nó cũng bao gồm cả Hữu bộ và có thể cả các bộ phái đối lập. Như trường hợp *Câu-xá* xác định ý nghĩa *vibhajyavādi*n được hiểu là bộ phái đối nghịch với Hữu bộ *Tì-bà-sa* về chủ đề Thể tính và Thời gian, đã dẫn trên.[51]

Vậy, từ Phân biệt thuyết mà *Tì-bà-sa* đề cập nhiều lần không nhất thiết chỉ cho một bộ phái nào; nó được hiểu là một phương pháp luận (methodology). Như Bhikkhu Sujato xác định, điều rất có ý nghĩa để nói rằng *Phân biệt thuyết* (*Vibhajjavāda*) đại biểu cho xu hướng

---

[48] *Kiṃ vādī bhante Sammāsambuddhoti? – Vibhajavādī Mahārājāti. Evaṃ vutte rājā theraṃ pucchi: Vibhajavādī Sammāsambuddhoti*; dẫn bởi A. Bareau, sách đã dẫn, tr.170.

[49] *Tì-bà-sa*.10. T27n1545_p0571c21 ‖ 答論有二種。一立自宗。二遮他立自宗者。如善說法者立善說法宗。惡說法者立惡說法宗。應理論者立應理論宗。分別論者立分別論宗。

[50] Tì-bà-sa, dẫn trên, T27n1545_p0138c21 ‖ 不應理。答如是者。是應理論者答。謂順契經無顛倒義所立決定故言如是。

[51] Xem cht. 44.

phương pháp tiếp cận ý nghĩa đại thể *Dhamma*.[52]

Như vậy, ý nghĩa *vibhajjavādī*, phân biệt luận giả mà Tissa Mogallinaputta hàm ý chỉ cho Đức Phật không phải có ý nói Phật theo lập trường được mệnh danh là "phân biệt thuyết", mà nên hiểu Phật thường vận dụng phương luận phân tích khi gặp một vấn đề giáo nghĩa. Điều này có thể thấy rõ trong *Saṅgītisutta* (*Dīgha-Nikāya*), *Chúng tập kinh* (Trường A-hàm, và được giải thích trong *Tập dị môn túc luận*).

Theo truyền thuyết của Chánh lượng bộ (*Sammatīya*), hoặc Đại chúng bộ (*Mahāsaṅghika*), từ các nhà Phân biệt thuyết phát xuất ba hoặc bốn bộ: Hóa địa bộ (*Mahīśāsaka*), Ẩm quang bộ (*Kaśyapīya*), Pháp tạng bộ (*Dharmaguptaka*) và Đồng diệp bộ (*Tāmraśātīya*).[53]

2. Sa-môn Mục-kiền-liên

Như đã đề cập trên, trong hệ truyền Chánh lượng bộ xuất phát ba bộ từ Phân biệt thuyết, trong đó Pháp tạng là một. Bộ phái này, trong *Dị bộ tông luân*, xuất phát từ Hóa địa bộ, và chi tiết thêm: "Bộ này tự nhận kế thừa 'Thái Thúc thị'"; đây là Hán dịch từ Phạn *Maudgallyāna* (Mục-kiền-liên).[54] Phát xuất từ Phân biệt thuyết và tôn Thái Thúc thị là Sư tổ; vậy, có thể xác nhận Sa-môn Mục-kiền-liên được chỉ danh đại biểu cho thuyết "Quá vị vô thể".

Thế nhưng, Thái Thúc thị hay *Maudgallyāna* nói đây là ai? Là đại đệ tử thần thông đệ nhất của Thế Tôn, hay *Moggalliputtatissa*, vị chủ trì đại hội kết tập III dưới thời vua A-dục?

Trước hết, một đoạn ký tải được Bhikkhu Sujato[55] phát hiện trong *Xá-lợi-phất vấn kinh* (*Śāriputraparipṛcchā*) nói: [Đức Phật

---

[52] Bhikkhu Sujato, sách đã dẫn, p. 49.

[53] A. Bareau, sách đã dẫn, tr. 171.

[54] 俱舍論記卷第一 T41n1821_p0008b28目乾連 此云採菽氏。異部宗輪論 T49n2031_p0015b16‖百年。從化地部流出一部。名法藏部。自稱我襲菽氏師. 部執異論 T49n2033_p0020b16‖從正地部。又出一部。名法護部。此部自說勿伽羅是我大師.

[55] Sujato, sách đã dẫn, tr. 126.

thọ ký,] sau ngày Phật Niết-bàn, trong khoảng 300 năm, nhân do tranh luận giáo nghĩa, xuất hiện hai bộ Tát-bà-đa (*Sarvāstivāda*) và Độc tử (*Vātsīputrīya*)... "Từ Tát-bà-đa phát xuất bộ Di-sa-tắc (*Mahīśāsaka*). Mục-kiền-la-ưu-ba-đề-xá phát khởi bộ Đàm-vô-quật-đa-ca (*Dharmaguptaka*: Pháp tạng bộ, hay Pháp mật bộ), bộ Tô-bà-lị-sư (*Suvarṣaṇa*)."[56] Đoạn ký tải này nhất trí với *Bộ chấp dị luận* đã dẫn trên.[57] Điều cần được xác định nguyên danh Phạn mà *Xá-lợi-phất vấn kinh* âm là "Mục-kiền-la-ưu-ba-đề-xá" trong khi *Bộ chấp dị luận* âm là "*tự thuyết* Vật-già-la". Cả hai phiên âm đều có thể từ một nguyên danh Phạn: *Maudgallyāna-upadeśa*, trong đó *upadeśa* Hán dịch có thể là "tuyên thuyết" hay "giải thuyết" mà ở đây *Bộ chấp dị luận* dịch là "tự thuyết": tự tuyên bố. Nhưng cả hai cũng có thể từ một nguyên danh Phạn khác: *Maudgallyāna-upatiṣya/ Moggallāna-upatissa*. Trong đó, *upatiṣya/ upatissa* thường đi chung với *kolita*, các từ chỉ tộc họ, một của ngài Xá-lợi-phất, và một của ngài Mục-kiền-liên, xuất hiện thường xuyên trong Luật tạng Pāḷi, và các bộ luật Hán dịch với phiên âm *Ưu-ba-đề xá*, phiên âm từ Skt. *upatiṣya* (Pāli: *upatissa*), và *Câu-luật-đà*, phiên âm từ Skt. *kolita* (Pāḷi đồng).[58] Thế nhưng, trong phiên âm của *Xá-lợi-phất vấn kinh*: Mục-kiền-liên-ưu-ba-đề-xá, nhất định không phải chỉ cho vị Đại đệ tử thần thông nhất. Vậy, cần được xác định nguyên danh Skt. là *Maudgallyāna-upatiṣya* (Pāli: *Moggallāna-upatissa*), và do đó có khả năng rất cao để đồng nhất với Pāḷi *Moggallāna-upatissa*, và từ đó dẫn đến đồng nhất với "Sa-môn Mục-kiền-liên" được chỉ danh trong *Thức thân túc luận*. Sự đồng nhất này cũng được xác nhận như được ghi nhận trong truyền thuyết của Chánh lượng bộ và Đại chúng

---

[56] 舍利弗問經 T24n1465_p0900b28 ‖ 我去世時三百年中，因於諍故，復起薩婆多部及犢子部。... 其薩婆多部，復生彌沙塞部。目揵羅優婆提舍，起曇無屈多迦部、蘇婆利師部。

[57] Xem cht. 36.

[58] 四分律卷第三十三T22n1428_p0799a20 ‖ ... 彼遠來二人者：一名優波提舍，二名拘律陀，此二人於我諸弟子中最為上首，... Pāli, Vin. *Mahāvaggapāḷi*, PTS. i.43. ete dve sahāyakā, āgacchanti kolito upatisso ca; etaṃ me sāvakayugaṃ, bhavissati aggaṃ bhaddayuganti.

bộ về lịch sử bộ phái, như đã dẫn trên:[59] "từ các nhà Phân biệt thuyết (Vibhajyavādin) phát xuất ba hoặc bốn bộ: Hóa địa bộ (Mahīśāsaka), Ẩm quang bộ (Kaśyapīya), Pháp tạng bộ (Dharmaguptaka) và Đồng diệp bộ (Tāmraśātīya)."

Như vừa dẫn, tuy Phân biệt thuyết được ghi nhận như một bộ phái độc lập với các bộ khác, thế nhưng, vấn đề này khá phức tạp.[60] Theo như định nghĩa của Thế Thân về Phân biệt thuyết.[61]

Để minh xác vấn đề, trước hết nên biết nội dung thuyết "nhất thiết hữu" là gì.

Thế Thân, Câu-xá v: "Những thuyết nào nói hết thảy các pháp quá khứ, vị lai, hiện tại đều tồn tại; những bộ ấy được gọi là "thuyết nhất thiết hữu".[62]

Ý nghĩa này cũng được giới thiệu bởi Kathāvatthu, sớ thích: "Hết thảy các pháp quá khứ, vị lai, hiện tại không từ bỏ tự tính của chúng, do đó kiến chấp nói *tất cả tồn tại*. Đây nói là quan điểm của các bộ Thuyết nhất thiết hữu."[63]

Thêm nữa, sắc quá khứ đã diệt, đã ly, đã biến dị... sao có thể nói nó tồn tại. Sắc vị lai chưa sanh, chưa hiện hữu, chưa đã sanh, chưa hướng đến sanh, chưa xuất hiện, sao có thể nói sắc vị lai tồn tại? Và tác giả Kathāvatthu tự xác định quan điểm, như sớ thích nói: "kiến giải *nhất thiết hữu* của các ngài là tà kiến vì nó không như thực; kiến của chúng tôi là chánh kiến, vì nó như thực."[64] Như thế là tuyên ngôn

---

[59] Xem cht. 53.

[60] A. Bareau, *Les Sectes Bouddhiques...*, sách đã dẫn (bản Pháp), tr. 167.

[61] Xem cht. 44 trên.

[62] AK. v, Pradhan 296⁴: ye he sarvam astīti vadanti atītamanāmataṃ pratyutpannaṃ ca te sarvāstivādāḥ.

[63] *Kathāvatthu-aṭṭakathā*, PTS. 45. sabbepi atītādibhedā sabbamatthivādānaṃ dhammā khandhasabhāvaṃ na vijahanti, tasmā sabbaṃ atthiyeva nāmā " ti laddhi, seyyathāpi etarahi sabbamatthivādānaṃ.

[64] Sách đã dẫn như trên: yā te esā sabbamatthīti diṭṭhi, sā diṭṭhi ayāthāvakattā micchādiṭṭhīti evaṃ yāamhākaṃ diṭṭhi, sā diṭṭhi

của thuyết "quá vị vô thể": pháp quá khứ, pháp vị lai không tồn tại, không thực hữu.

Một cách cụ thể, định nghĩa bởi Thế Thân về Phân biệt thuyết được xác định bởi *Dị bộ tông luận* là quan điểm của Ấm quang bộ (*Kaśyapīya*), theo đó, "Pháp đã đoạn, đã biến tri không tồn tại; pháp chưa được đoạn, chưa được biến tri mới tồn tại. Quả (dị thục của) nghiệp đã chín thì không tồn tại; quả của nghiệp chưa được chín mới tồn tại."[65] Quan điểm về tồn tại hay không tồn tại như vậy cũng có thể được tìm thấy trong đối biện của *Kathāvatthu* (Luận sự): "Quá khứ một phần tồn tại, một phần không tồn tại. Cái gì tồn tại? Quá khứ một phần tồn tại, đó là các pháp dị thục chưa chín (*atītā avipakkavipākà dhammā*). Một phần không tồn tại, đó là các pháp dị thục đã chín (*atītā vipakkavipākà dhammā*)."[66] Sớ thích chỉ rõ, trong đây, thuyết một phần quá khứ tồn tại, đây là thuyết của *Kassapikā* (Skt. *Kaśyapīya*: Ấm quang bộ).

Qua một số dẫn luận trên, đây có thể xác định mà không ngại sai lầm, tác giả *Kathāvatthu*, *Moggaliputtatissa*, cũng là Sa-môn Mục-kiền-liên của *Thức thân túc luận*, đại biểu cho quan điểm của Thượng tọa bộ (*Theravāda/ Sthavira*) về quá vị vô thể. Andre Bareau lập đồ biểu về hai xu hướng đối nghịch này liên hệ đến chủ đề bản thể luận (ontologie), tức chủ đề "thể tính pháp và thời gian". Theo đây,

1. Nhất thiết tồn tại (*sarvam asti/ sabbaṃ atthi*): Hữu bộ - Tì-bà-sa (*Sarvāstivāda-Vaibhāṣika*) và Hóa địa bộ (*Mahīśāsaka*).

2. Quá vị vô thể, quá khứ (*atīta*) và vị lai (*anāgata*) pháp thể không tồn tại; pháp hiện tại (*pratyutpanna*) và vô vi (*asaṃkṛta*) tồn tại:

---

yāthāvakattā sammādiṭṭhīti.

[65] 異部宗輪 T49n2031_p0017a27 ‖ 大眾部執。其飲光部本宗同義。謂若法已斷已遍知則無。未斷未遍知則有。若業果已熟則無。業果未熟則有。Xem thêm, *Tì-bà-sa 51*, T27n1545_p0263c26 ‖ 如飲光部。彼作是說。諸異熟因果未熟位其體猶有。果若熟已其體便無。

[66] *Kāthavatthu*, PTS. 151: *atītaṃ ekaccaṃ atthi ekaccaṃ natthīti? āmantā. kiṃ atthi kiṃ natthīti? Atītā avipakkavipākā dhammā – te atthi; atītā vipakkavipākā dhammā – te natthīti.*

Thượng tọa bộ (*Theravāda*), Kinh lượng bộ (*Sautrāntika*), Hóa địa bộ (*Mahīśāsaka*), Đại chúng bộ (*Mahāsaṅghika*), An-đát-la (*Andharka*).[67]

II. Bổ-đặc-già-la uẩn

1. Thức thân phá ngã luận

Chủ đề tranh luận về sự tồn tại hay không tồn tại một tự ngã (*ātman*/ *pudgala*), chủ thể nhận thức và luân hồi. Nó cũng được biết đến với nhiều tên gọi khác nhau trong nhiều hình thái tồn tại khác nhau.[68]

Thức thân giới thuyết vấn đề: "Luận sư Bổ-đặc-già-la nói rằng, bằng *đế nghĩa thắng nghĩa*, bổ-đặc-già-la có thể biết được..."[69]

Đây là chủ đề số 1 được nêu bởi tác giả *Kathāvatthu* (*sakassa pūchā*).

---

[67] A. Bareau, sách đã dẫn, **p.290tt.**

[68] Các từ hàm nghĩa hay đồng hữu tình (*sattva*): 那羅意生儒童命者生者養者士夫補特伽羅, theo thứ tự Hán, ⓢ *nara*: con người (chỉ chung), *manuja*, con người, loài người (sinh bởi Manu, thần nhân, thần thoại); *māṇava*, thiếu niên; *jantu*, sinh vật (vì sinh đẻ), *puruṣa*, con người, loài người (chỉ chung); *poṣa*, con người (do nuôi), *pudgala*, con người, nhân xưng, cá nhân. X. *Tập dị môn*, Việt dịch, **cht. 413**. Pāḷi, dẫn trên: *tattha puggaloti attā, satto jīvo*, các từ đồng nghĩa với puggala: ngã, hữu tình, mạng căn (linh hồn).

[69] *Kathāvatthu-Pāli*, PTS.1: *puggalo upalabbhati saccikaṭṭhaparamatthenāti*. Sớ nghĩa: (a) *saccikaṭṭha* (đế nghĩa, chân lý chân thật, thực hữu): đó là đối tượng thực hữu, chứ không phải các đối tượng bất thực như ảo ảnh, quáng nắng, v.v... (*māyāmarīciādayo viya abhūtākārena aggahetabbo bhūtaṭṭho*). (b) *paramattha* (thắng nghĩa, chân lý siêu việt), được nhận thức trực tiếp, không do truyền văn. Chân lý thắng nghĩa được định nghĩa trong đây, *Kathāvatthu*, chỉ cho 5 uẩn, 12 xứ, 18 giới, 22 căn, được thu nhiếp trong 57 pháp. Các pháp này, trong Đại thừa không được xem là thắng nghĩa đế, mà chỉ thuộc về thế tục đế (*sammutisacca*/ *saṃvṛttisatya*).

Thức thân và *Kathāvatthu* đều lập cước trên nguyên lý nhận thức, hai chân lý, đế nghĩa (*saccikaṭṭha*) và thắng nghĩa (*paramaṭṭha*), để bác bỏ tồn tại của bổ-đặc-già la. Cả hai cũng đồng vận dụng phương pháp luận biện chứng mâu thuẫn, hay biện chứng phủ định (*niggaha-patta*), theo đó, mệnh đề công bố trước mâu thuẫn với mệnh đề công bố sau; mệnh đề công bố sau mâu thuẫn với mệnh đề công bố trước.[70]

Thức thân áp dụng phương pháp luận này để phân tích tồn tại của các chủ thể nhận thức, luân hồi, v. v... được trần thuật trong ba tiết.

Tiết 1. a. Chủ thể luân hồi trong năm thú. **b.** Tám thánh giả bổ-đặc-già-la, gồm bốn hướng và bốn quả. **c.** Ba hạng bổ-đặc-già-la: tà, chánh và bất định. **d.** Ba học (hữu học, vô học và phi học) bổ-đặc-già-la. **e.** Bổ-đặc-già tự tác tha tác khổ lạc; bổ-đặc-già-la tự thọ tha thọ khổ lạc. **f.** Cuối cùng, kiểm điểm tính tồn tại của bổ-đặc-già-la qua nhận thức thường nghiệm qua các giác quan bởi thấy-nghe-cảm-biết.[71]

Tiết 2. a. Bổ-đặc-già-la với sở duyên của từ, đối tượng tu từ tâm định, tương ưng sáu thức thân, Sở duyên (*ālambanā*) của từ là hữu tình; nhưng trong sáu thức, mắt chẳng hạn duyên đến đối tượng là sắc chứ không duyên đến cái gì gọi là hữu tình. Cũng vậy, thức tương ưng bốn niệm trụ, và tương ưng bảy giác chi. **b.** Bổ-đặc-già-la với các pháp hữu vi và vô vi.

Tiết 3. a. Bổ-đặc-già với sáu xúc thân; trong đó, đối tượng của mắt là sắc chứ không phải bổ-đặc-già-la. Kinh nói: mắt và sắc làm duyên, phát sinh thức con mắt. **b.** Bổ-đặc-già-la với nhận thức của 12 xứ. **c.** Đồng sanh đồng diệt với các tâm: căn-cảnh-thức, ba hòa hiệp xúc, đồng sinh đồng diệt, trong đó không thấy có bổ-đặc-già-la.

---

[70] *purimāya vattabbapaṭiññāya pacchimā navattabbapaṭiññā, pacchimāya ca purimā na sandhiyati, tasmāpi niggahaṃ patto.*

[71] 見聞覺知. *kiến* (*dṛṣṭa*: cái được thấy bởi mắt); *văn* (*śruta*: cái được nghe bởi tai); *giác* (*jñāta*: cái được biết bởi mũi, lưỡi và thân); *tri* (*mata*: cái được biết bởi ý).

2. Thế Thân phá ngã luận

Khi được hỏi "Mạng căn này là của ai mà khi nó không tồn tại thì thành kẻ chết?" Thế Thân hứa hẹn, vấn đề sẽ được cứu xét trong bổ-đặc-già-la luận[72] - *Pudgalavāda*. Huyền Tráng dịch "Phá ngã luận", Chân Đế dịch "Phá ngã thuyết". Cả hai Hán dịch đều phù hợp với nguyên Phạn được *Yaśomitra* đề xuất: *pudgalapratiṣedha*. Thêm nữa, từ "phá ngã luận" hay "phá ngã thuyết" (*ātmavādapratiṣedha*) cũng được Thế Thân dùng đến khi giới thiệu quan điểm của Kinh bộ về vấn đề "Quả phát sinh từ điểm đặc thù của chuỗi tương tục được dẫn đầu bởi nghiệp".[73] Điều này cho phép suy diễn rằng hai từ Phạn *pudgala* và *ātman* trong một số trường hợp có thể được hiểu như là đồng chỉ một ý niệm; do đó, bác bỏ thể tính tồn tại của *pudgala* đồng thời cũng là bác bỏ thể tính tồn tại tại *ātman*. Như chúng ta đã thấy, *Thức thân luận*, *Kathāvatthu*, cũng như Thế Thân khi bác bỏ thể tính tồn tại của tự ngã đều lập luận phê bình khái niệm hay ý tưởng về một cái được mệnh danh là *pudgala* (bổ-đặc-già-la). *Thức thân luận* cũng như *Kathāvatthu* không đề cập gì đến *ātman*. Sự im lặng này đã khiến không ít các nhà nghiên cứu hiện đại cho rằng cái tự ngã (*ātman*) mà đức Phật bác bỏ được thấy trong hầu hết các Kinh điển, từ các bộ phái cho đến các hệ Đại thừa, đó chỉ là tự ngã như là chủ thể nhận thức và hành động, và cũng là chủ thể của luân hồi; chứ không phải là tự ngã như là thể tính tồn tại nhất thể, thường hằng, bất biến, trong suốt chuỗi luân hồi.

Thế nhưng, ngay trong đoạn mở đầu cho *Phá ngã luận*, Thế Thân khẳng định, "ngoài giáo pháp này không đâu dẫn đến giải thoát, vì ở đó, các giáo nghĩa ấy chấp chặt quan điểm về sự tồn tại của một

---

[72] AK. iv. Pradhan 243[22]: *pudgalavāde vicārayiṣyāmaḥ. Câu-xá iv.* Huyền Tráng, T29n1558, tr. 0086c13 ‖ 破我論中當廣思擇。Chân Đế: T29n1559_p0242a21‖此義於破說我中當共思量。

[73] *Câu-xá v.* Ht. T29n1558_p0106a12 ; Cđ. T29n1559_p0259b18. AK. v. Pradhan 300[23] : *tatpūrvakātsaṃtānaviśeṣādityātmavādapratiṣedhe saṃpravedayiṣyāmaḥ.*

tự ngã *ātman* bất thực."[74] Thực chất, đó chỉ là chuỗi tương tục của các uẩn (*skandhasantāna*), từ trên đó người ta cho nó một tên gọi, mệnh danh là *ātman* (*ātmābhidhānaṃ vartate*), được chỉ định theo quy ước, giả danh (*prajñapti*), như tên gọi *sữa, ngôi nhà, đoàn quân* các thứ. Thực chất, không có cái gì là *sữa*, mà chỉ là tập hợp các phân tử sắc, hương, vị, xúc. Cái gọi là *nhà*, cũng chỉ là tên gọi giả lập chỉ cho tập hợp của cỏ, gạch, ngói, v.v... Cũng vậy, ngoài tập hợp quân voi, quân ngựa, v.v... không có cái gì là *đoàn quân*.[75] Thế nhưng, cái tự ngã *ātman* mà các hệ tư duy ngoại giáo quan niệm không được quy ước (*prajñapta*) từ trên cơ sở là chuỗi tương tục năm uẩn, cho nên nó là một danh từ rỗng, là một sự gán ghép hư dối không chỉ cho bất cứ hiện thực nào, như lông rùa, sừng thỏ; do đó, nói *ātman* tồn tại hay không tồn tại chẳng khác nào nói lông rùa cứng hay mềm.[76]

Trên cơ sở nhận thức luận, các luận sư Phật giáo chỉ công nhận có hai nguồn nhận thức định lượng giá trị chân lý (*pramāṇa*): *hiện lượng* (*pratyakṣa-pramāṇa*), nhận thức được định lượng giá trị bằng trực quán, "thấy bằng con mắt của mình";[77] *tỉ lượng* (*anumāna*), nhận thức đạt được bằng suy lý, với những đối tượng không thể nhận thức trực tiếp. Như vậy, những gì không được nhận thức trực tiếp bằng hiện lượng hay gián tiếp suy lý bằng tỉ lượng, những đối tượng ấy không hiện thực tồn tại. Tự ngã *ātman* mà các hệ ngoại giáo quan niệm cũng vậy. Đây là nguyên lý nhận thức cực kỳ quan trọng trong

---

[74] *Câu-xá* ix, Phá ngã phẩm; Ht. T29n1558_p0152b24. Cđ. T29n1559_p0304a24. AK. ix. Pradhan 461[2]: *kiṃ khalv ato 'nyatra mokṣo nâsti? nâsti | kiṃ kāraṇam? vitathātmadṛṣṭiniviṣṭatvāt|.*

[75] *Yaśomitra, Abhidharmakośavyākhyā* ix, edit. Unrai Wogihara, part II, Tokyo 1932-1936; p. 699: *yathā kṣīra-gṛha-senādikaṃ rūpa-rasa-gandha-spraṣṭavyebhyaḥ tṛṇa-kāṣṭheṭikādibhyaḥ hasty-aśva-rathādibhyaś ca na bhāvāntaram iṣyate.*

[76] AK. ix. Pradhan 469[12]: *kaurmasyeva romṇo'ntaḥkharatā mṛdutā vā.*

[77] Các đối tượng được nhận thức trực tiếp bởi năm căn như sắc-thanh-hương-vị-xúc, và các đối tượng được nhận bởi ý (các thọ, cảnh giới tu quán, và Thánh giáo; các đối tượng này có thể được nhận thức bằng hiện lượng.

nhận thức luận Phật giáo.

Thức thân luận cũng như *Kathāvatthu* tuân thủ nguyên lý nhận thức này, khi đặt vấn đề về tồn tại bổ-đặc-già-la: "Hỏi: Bổ-đặc-già-la có thể được nhận biết bằng *đế nghĩa, thắng nghĩa*? – Đáp: Không thể."[78]

Những gì được nhận thức bằng *đế nghĩa* (*saccikaṭṭhena*), đó là những đối tượng hiện thực được tiếp nhận bởi các căn, loại trừ những thứ bất thực như ảo ảnh, quáng nắng v.v...[79] Những gì được nhận thức bằng thắng nghĩa (*paramatthena*), đó là đối tượng siêu nghiệm không thể nhận thức qua trung gian nào.[80]

Từ hai nguyên lý định lượng giá trị nhận thức này, Thế Thân thay thế bằng hiện lượng và tỉ lượng, nó đánh dấu sự phát triển luận lý học Phật giáo.[81]

Từ *Thức thân* và *Kathāvatthu*, cho đến luận chứng bác bỏ *attā/ ātman* bởi Thế Thân, chúng ta có thể thấy rằng ý niệm *ātman* như được đề cập trong các *Upanishad* tiền kỳ[82], cũng như trong các hệ tư duy Số luận (*Saṃkhya*) và Thắng luận (*Vaiśeṣika*), chưa được biết đến

---

78 *Kathāvatthu*, PTS.1. '*puggalo upalabbhati saccikaññhaparamatthena,*' no ca vattabbe.

79 *Kathāvatthu-Atthakātha* PTS. 9: *saccikaṭṭhoti māyāmarīciādayo viya abhūtākārena aggahetabbo bhåtaññho.*

80 Sách dẫn trên, *paramatthoti anussavādivasena aggahetabbo uttamattho.* **xem cht. 69 trên.**

81 cf. Gillon, Brendan, "*Logic in Classical Indian Philosophy*", The Stanford Encyclopedia of Philosophy (Summer 2022 Edition), Edward N. Zalta (ed.), URL = <https://plato.stanford.edu/archives/sum2022/ entries/logic-india/>.

82 Cf. *Brihadaranyaka Upanishad* 6.11.3, ... *jīvāpetaṃ vāva kiledaṃ mriyate na jīvo mriyate iti sa ya eṣo'ṇimaitadātmyamidaṃ sarvaṃ tatsatyaṃ sa ātmā tattvamasi śvetaketo iti bhūya eva mā bhagavānvijñāpayatviti tathā somyeti hovāca,* "khi hồn (*jīva:* mạng căn) lìa khỏi, thân xác này nhất định chết, nhưng hồn không chết. Nó là tự thể cực vi tế của tất cả hiện thực này. Nó là thể tính chân lý. Nó là tự ngã (*ātman*). Nó chính là ngươi- *tat tvam asi.*

trong thời Đức Phật và ít nhất cho đến trước thời A-dục, như được thấy trong phê phán của Thế Thân *Phá ngã luận*. Thế Thân dẫn lời Phật để chứng minh ý nghĩa này:

"Những sa-môn, bà-la-môn nào chấp kiến hữu ngã, tất cả đều chấp kiến trên năm thủ uẩn này."[83]

Trong năm thủ uẩn này, từ nơi sắc, chấp kiến "sắc là ta", "ta có sắc", "sắc trong ta", "ta trong sắc";[84] cho đến thức cũng vậy. Từ đó, trong quan hệ với năm thủ uẩn, phát khởi 20 ý tưởng khác nhau về một "cái ta", một *pudgala*, chủ thể của nhận thức, hành động, ký ức v.v..., với ý tưởng rằng "ta đi, ta cảm thọ, ta nhận thức, ta ghi nhớ v.v... Chủ thể giả danh ấy được trừu tượng hóa thành một linh hồn bất tử, một thể tính nhất thể, thường hằng, bất biến, được cho tên gọi là *ātman*.

Pudgala, trước hết, là một danh từ quy ước, chỉ cho một con người, một nhân cách. Như nói, "Có một Con Người xuất hiện trong thế gian";[85] một Con Người đó chỉ cho Phật. *Pudgala* còn là danh từ quy ước chỉ mọi loài chúng sanh, cho đến các hàng Thánh giả. Nó xuất hiện dưới nhiều hình thái khác nhau trong một đời người; tùy theo tuổi tác, thân phận, địa vị xã hội các thứ, mà nó được kinh nghiệm

---

[83] *Câu-xá* ix Phá ngã phẩm, T29n1558_p0154c20. AK. ix. Pradhan 282[1]: —"*ye kecid bhikṣavaḥ śramaṇā vā brāhmaṇā vā ātmêti samanupaśyantaḥ samanupaśyanti, sarve ta imān eva pañcopādānaskandhān.*" Pāli, SN 22. 47. *Samanupassanāsuttaṃ* PTS 3.47: *ye hi keci, bhikkhave, samaṇā vā brāhmaṇā vā anekavihitaṃ attānaṃ samanupassamānā samanupassanti, sabbete pañcupādānakkhandhe samanupassanti, etesaṃ vā aññataraṃ.*

[84] *Nakulapitusuttaṃ-Atthakathā, Saṃyuttanikāye Khandhavagga-aṭṭhakathā,* PTS. ii. 255: Chấp kiến "sắc là ta: sắc là ta, ta là sắc" (*yaṃ rūpaṃ so ahaṃ, yo ahaṃ taṃ rūpaṃ*), như đốt đèn dầu, ánh sáng là màu sắc, màu sắc là ánh sáng (*yā acci so vaṇṇo, yo vaṇṇo*). "Ta có sắc", như cây có bóng. "Sắc trong ta", như hương thơm trong hoa. "Ta trong sắc" như hạt châu trong hộp.

[85] *sattva upapāduka.* Pāli, A.I.170 tt (PTS.i.22 tt): *ekapuggalo, bhikkhave, loke uppajjamāno uppajjati...* Hán, *Tăng nhất 3,* T02n0125, tr.561a09.

như thế này hay như thế kia. Các luận sư Hữu bộ đề cập đến *pudgala* dưới nhiều tên gọi khác nhau để chỉ cho nhiều hình thái tồn tại khác nhau trong một đời người: *nara*: con người (chỉ chung), *manuṣya*, con người, loài người (sinh bởi Manu, thần nhân, thần thoại); *māṇava*, thiếu niên; *jantu*, sinh vật (vì sinh đẻ), *puruṣa*, con người, loài người (chỉ chung); *poṣa*, con người (người nuôi), *pudgala*, con người, nhân xưng, cá nhân.[86] Do vậy, từ *Kathāvatthu*, cho đến *Phá ngã luận*, bác bỏ thể tính tồn tại của *pudgala*, đồng thời cũng bác bỏ luôn thể tính tồn tại của tự ngã hay *ātman*.

3. Những Bộ chấp hữu ngã thuyết

Các bộ chủ trương hữu ngã luận (*pudgalavāda/ puggalavāda*, bổ-đặc-già-la luận) được sớ thích *Kathāvatthu* nêu, nội giáo gồm có Độc tử bộ (*Vajjiputaka*), Chánh lượng bộ (*Sammītiya*), và nhiều phái dị giáo.[87]

Các bộ chủ trương hữu ngã, theo đồ biểu của A. Bareau: Độc tử bộ (*Vatsiputrīya*), Tuyết sơn bộ (*Haimavata*), Chánh lượng bộ (*Sammatīya*). Đối nghịch lại, gồm các bộ: Thượng toạ bộ (*Theravāda*), Nhất thiết hữu bộ (*Sarvāstivāda*), Kinh lượng bộ (*Sautrāntika*), Thí dụ bộ (*Dārṣṭāntika*), Đồng diệp bộ (*Tāmraśāṭiya*).[88]

III. Nhân duyên uẩn

Gồm 2 tiết. Nội dung, theo Pháp sư Ấn Thuận, đề cập đến sáu thức thân, duyên khởi 12 chi, tâm tính vô thường, chánh quán khổ-tập-diệt-đạo và 4 duyên cho sáu thức. Đây cũng thuyết minh bổ-đặc-già-la không tồn tại.[89]

---

[86] *Tì-bà-sa 137*. T27n1545, tr. 0707a19 ‖ 說為有情　梗落　意生　儒童　養者　補特伽羅　命者　生者。*Câu-xá ix*, T29n1558_p0154a29 ‖ 有情　不悅　意生　儒童　養者　命者　生者、補特伽說為有情。 AK. ix. *sattvo naro manuṣyo mānavaś ca poṣaḥ puruṣaḥ pudgalo jīvo jantur iti.*

[87] *Kathāvatthu-Aṭṭhakāṭha*, PTS. 9: *sāsane vajjiputtakā ceva samitiyā ca bahiddhā ca bahī aññatitthiyā.*

[88] A. Bareau, sách đã dẫn trên.

[89] 印順導師 – 說一切有部為主的論書與論師之研究－第七節　阿毘達磨識身足論。

Khoa mục theo Watanabe[90], nội dung phân thành 14 tiết:

- thuyết minh pháp duyên khởi đồng thời, dị thời;

- quán sát nhân duyên của tâm tính vô thường;

- bốn Thánh đế;

- sáu thức thân;

- tư cách làm nhân của 10 loại tâm mà thể chưa đoạn trừ, đã đoạn trừ;

- tư cách làm nhân của 15 tâm với tùy miên tiềm phục;

- quan hệ nhân duyên của sáu thức thân với kết, phược, tùy miên, tùy phiền não, triền;

- kết, phược, tùy miên, tùy phiền não, triền tương ưng và không tương ưng với sáu thức thân.[91]

IV. Sở duyên duyên uẩn

Sở duyên duyên (*ālambanā-pratyaya*), cảnh sở duyên (đối tượng) là điều kiện tất yếu cho thức sinh khởi. Các vấn đề được đề cập:

- sở duyên tồn tại trong ba thời; ba tánh (thiện, bất thiện, vô ký) của sở duyên;

- hoạt động nhận thức của sáu thức thân;

- nhận thức các pháp hệ thuộc, không hệ thuộc ba giới hệ của 4 loại tâm, cùng với tiềm phục của tùy miên và hoạt động nhận thức của 4 loại tâm;

- các vấn đề về 4 loại tâm; quan hệ thể của 10 loại tâm chưa đoạn, và sở duyên chưa đoạn, đã đoạn;

- quan hệ chủ thể năng duyên với tùy miên tiềm phục trong 15 tâm; nhận thức năm bộ tùy miên của 15 tâm; thức của 15 tâm năng duyên thuộc ba tính đối với tùy miên tiềm phục, cùng với các vấn đề liên hệ.

---

[90] Watanabe Baiyū 渡邊梅雄 阿毘達磨識身足論 國譯一切經阿毘曇部四.

[91] Sách đã dẫn.

V. Tạp uẩn

Các vấn đề:

- Khởi nhiễm và ly nhiễm của thức; các pháp có sắc và không sắc được nhận thức bởi sáu thức;

- Tăng ích và tổn hoại của các đại chủng, trưởng dưỡng và tổn hoại của các căn, cùng với 6 xứ được nhận thức bởi 6 thức. Tăng ích đại chủng là nói về các pháp dị thục sinh (*vipākaja*). Trưởng dưỡng các căn là nói về các pháp sở trưởng dưỡng (*aupacayika*). Đây là một trong các cặp thể tài được Hữu bộ Tì-bà-sa phân tích về các đặc tính sai biệt của các pháp.[92] Dị thục là kết quả của nghiệp. Sở trưởng dưỡng là những thứ được tích lũy từ các điều kiện cá biệt như thực phẩm, y phục, ngủ nghỉ, thiền định. Các pháp dị thục được bảo vệ và được tăng ích bởi các pháp sở trưởng dưỡng.

- Hiển sắc và hình sắc.

- Giới hệ của tâm, nghiệp và quả.

- Thọ trong ba thời, đã diệt, sẽ diệt và hiện tiền.

- Sau tâm chỉ duyên pháp nào trong ba pháp: thiện, bất thiện và vô ký.

- Đẳng vô gián duyên và tăng thượng duyên, hai duyên còn lại trong 4 duyên; trong đó nhân duyên và sở duyên duyên đã được thuyết minh bởi hai uẩn trước.

- Đoạn thiện căn và tội ngũ nghịch.

- 12 xứ, đồng phần (*sabhāga*) và bỉ đồng phần (*tatsabhāga*). Câu-xá i tụng 39d: *sabhāgaḥ, tatsabhāgāśca/ ... yo na svakarmakṛt*, các gì thực hiện chức năng của nó, cái đó được gọi là đồng phần (*sabhāga*); không thực hiện chức năng của nó, được gọi là bỉ đồng phần. Như nói *đồng phần nhãn*, chúng một lớp, cùng đồng loại mắt, và cùng chức năng mắt; mắt quá khứ đã nhìn sắc, hiện tại đang nhìn sắc, vị lai sẽ nhìn sắc.

---

[92] *Câu-xá* i tụng 36.

- Các vấn đề về 18 giới, đoạn biến tri. *Câu-xá 21* T29n1558, tr. 112a17: có hai biến tri (*parijñā*): trí biến tri (*jñānaparijñāna*), đó là trí vô lậu; đoạn biến tri (*prahāṇaparijñā*), đó là sự đoạn trừ tham v.v... Kinh nói: "Biến tri và bổ-đặc-già-la biến tri. Biến tri những gì? Ở đây, đoạn dục tham, siêu việt dục tham..."[93]

- Các trường hợp nhận thức và không nhận thức của các tâm thiện, bất thiện, vô ký trong ba giới hệ, cùng với tâm hữu học và vô học.

VI. Thành tựu uẩn

Thành tựu (*samanvaya*) và bất thành tựu (*asamanvaya*), thuộc trong hai hành không tương ưng tâm (*cittaviprayuktāḥ saṃskārā dharmāḥ*): đắc (*prāpti*) và phi đắc (*aprāpti*). Định nghĩa cơ bản: *đắc* có hai: những gì chưa từng có, hay đã có nhưng đã mất, nay lần đầu tiên có được, gọi là hoạch;[94] cái đã có, đã được mà chưa mất, gọi là thành tựu.[95] Đây là một khái niệm rất quan trọng trong vấn đề nhận thức luận cũng rất quan trọng trong vấn đề thể tính luận (bản thể luận) của Hữu bộ A-tì-đàm. Kinh bộ không thừa nhận *đắc* là pháp thực hữu. Để chứng minh ý niệm về *đắc* cũng được tìm thấy trong Kinh, như nói: "Luân vương thành tựu thất bảo."[96] Ý nghĩa ở đây nói rằng ý niệm về Luân vương luôn luôn cùng lúc dẫn khởi ý niệm về bảy báu. Nếu khi khởi ý tưởng về một ông vua mà không đồng thời dẫn khởi ý tưởng về bảy báu, vị ấy không phải là vị Luân vương.

---

[93] *parijñeyaṃś ca vo bhikkṣavo dharmān deśayiṣyāmi. parijñāṃ ca parijñāvantaṃ ca pudgalam. parijñeyā dharmāḥ katame. paṃcopādānākandhāḥ. parijñā katamā. yad atra chandarāgaprahāṇaṃ. chandarāgasamatikramaḥ. ...* Yaśomitra, dẫn trên, Wogihara, 503.

[94] *lābha*: thu hoạch, thủ đắc, lợi đắc.

[95] *Câu-xá ii* tụng 36b: *prāptir lābhaḥ samanvayaḥ.* *Câu-xá ii* T29n1558_ p0022a11: 得謂獲成就. 成就 thành tựu, *samanvaya*: sam-anu-aya (*eti*) cái luôn luôn đi theo, tùy hành hay tiềm hành, có thể hiểu là bẩm thụ hay phú bẩm. Cđ. 同隨 đồng tùy.

[96] Dẫn bởi AK. ii ~~Pradhan~~ 63[7], *sūtra vacanāt.* "*rājā bhikṣavaś cakravarti saptabhī ratnaiḥ samanvāgata.*"

Tuy vậy, trong cách dịch Phạn-Hán của Huyền Tráng, cụm từ *đắc thành tựu*, hay *bất thành tựu* không nhất thiết hàm nghĩa *đắc* (*prāpti*) trong hành không tương ưng. Điều này có thể được thấy trong đoạn Sanskrit: *yo vā cakṣurvijñānadhātunā cakṣurdhātunā 'pi saḥ*,[97] Hán dịch: 若有眼界先不成就今得成就亦眼識耶？[98] Hán dịch bởi Chân Đế: 若人與眼識界相應，為與眼界相應不?[99] Trong đó, *dhātunā*, danh từ biến cách 3, Huyền Tráng dịch "thành tựu"; Chân Đế dịch "tương ưng". Thêm nữa, tụng văn Sanskrit: *syāt pṛthak lābhaḥ sahāpi ca*,[100] Huyền Tráng dịch: 獨俱得非等, Chân Đế dịch: 獨俱得復有.[101] Trong đó, *lābha*, Huyền Tráng và Chân Đế đều dịch là *đắc*. Trong định nghĩa về *đắc* (*prāpti*) như đã dẫn trên, *đắc* trong hành không tương ưng tâm hàm hai nghĩa: "những gì chưa từng có, hay đã có nhưng đã mất, nay lần đầu tiên có được, gọi là *hoạch – lābha*" và "cái đã có, đã được mà chưa mất, gọi là *thành tựu – samanvaya/ samanvagāma.*"

Trong hiện tại, vì thiếu văn bản Phạn để xác định từ Hán dịch *đắc* và *thành tựu* trong các bản dịch của Huyền Tráng có hàm nghĩa *đắc* và *thành tựu* như là hành không tương ưng hay không, dù vậy, từ nghĩa này đã được phát triển thành nội hàm chủng tử (*bīja*) như được thấy trong *Câu-xá* và *Thuận chính lý*.

Câu-xá nói: "Do vậy, duy chỉ chủng tử trong thời gian chưa bị bứt bỏ, chưa bị tổn hại, vẫn được tự do sinh trưởng, y theo đây mà nó được gọi là thành tựu (*samavāgama*), chứ không phải thực thể nào khác."[102]

Bác bỏ điều này, *Thuận chính lý* nói: "Các vị Thí dụ bộ (*Dārṣṭāntika*) đa phần trong vấn đề này trình bày sở chấp của mình về chủng tử của

---

[97] Pradhan 26[13].

[98] *Câu-xá* 2, T29n1558_p0009b25

[99] *Câu-xá thích luận* 2, T29n1559_p0169b25

[100] AK. i. k 38.

[101] Đã dẫn, nt.

[102] AK. ii Pradhan 64[3], *tasmād bījam evātrānapoddhṛtam anupahatam paripṛṣṭaṃ ca vāsitvakāle samanvāgamākhyaṃ labhate nānyad dravyam.- Câu-xá* 2, T29n1558, tr. 022c10.

các pháp, làm rối loạn chính nghĩa khiến cho không được sáng tỏ. Hoặc có các luận sư khác, tản mạn trong nhiều nơi tùy nghĩa thiết lập các từ khác nhau; hoặc nói là *tùy giới* (anudhātu), hoặc nói là *huân tập* (vāsanā), hoặc nói là *công năng* (śakti), hoặc nói *bất thất* (avipraṇāśa, cái không mất), hoặc nói là *tăng trưởng* (vardhana)."[103]

Mặc dù trong chương VI, về "Thành tựu uẩn", do không có văn bản Phạn đối chiếu để xác định từ "thành tựu" ở đây có là dịch từ Phạn *samanvāgama*, hay từ *pratilambhika/lābha*, như đã thấy; nhưng đoạn văn sau đây của *Thức thân* cũng gợi ý điều gì đó: "Thành tựu tâm thiện Dục giới, không phải tâm bất thiện, đó là bổ-đặc-già-la sinh trong Dục giới, đã ly tham Dục giới". Vị bổ-đặc-già-la đã ly tham Dục giới, đấy chỉ vị Bất Hoàn (ānāgamin); vị Thánh giả này "*thành tựu thiện tâm Dục giới*, được hiểu là thủ đắc, hoạch đắc thiện tâm Dục giới. Nó cũng hàm ngụ ý nghĩa thành tựu, theo đó tâm thiện này tiềm hành, tiềm tàng trong thân sở y của vị nó. Từ "thành tựu" trong ngữ cảnh như vậy cũng đã hàm chứa trong nó ý nghĩa đắc-thành tựu, cho đến phát triển thành pháp chủng tử (bīja) trong chủ trương của Kinh bộ, và cả sau này trong Du già hành tông (Yogācāra).

THƯ MỤC THAM KHẢO

大正新脩大藏經

長阿含經 No.1.

中阿含經 No.26.

雜阿含經 No.99.

阿毘達磨大毘婆沙論 No. 1545.

阿毘達磨俱舍論 No. 1558.

阿毘達磨順正理論 No. 1562.

異部宗輪論 No. 2031.

部執異論 No. 2033.

高僧法顯傳 No. 2085.

---

[103] *Thuận chính lý 12*, T29n1562_p0398b25.

大唐西域記 No. 2087.

Pāli *Tipiṭaka Chaṭṭha Saṅgāyana* - https://tipitaka.org/romn/
Dīgha-Nikāya: DN.
Samyutta-Nikāya: SN.
Aṅguttara-Nikāya: AN.
Kathāvatthu-Pāli.
Kathāvatthu-aṭṭhakathā - Pañcapakaraṇa-aṭṭhakathā.

新譯大唐西域記 陳飛 凡評譯注 三民書局印行2003.

L'Abhidharmakośa de Vasubandhu, traduit et annoté par Louis de la Vallée Poussin, vol. I-VI, Paris, Paul Geuthnier Louvain, 1923.

The Abhidharma Literature of the Sarvāstivādins, J. Takakusu; Journal of the Pali Text Society (904-5): 67-146.

Cunningham's Ancient Gepgraphy of Indian, edited by Surendranath Majumdar Sstri, Calcutta, Chuckervertty, Chatterjee, 1924.

The Debates Commentary (Kāthavatthuppakaraṇa-Aṭṭhakathā), translated into English for the first time by Bimala Churn Law; Published by Oxford, The Pali Text Society, 1989.

The Great Tang Dynasty Record of the Western Regions, translated by Li Rongxi; BDK America, Inc. 1996.

On Yuan Chwang's Travels in India (629-645 A.D.), by Thomas Watters; London Royal Asiatic Society, 1904.

Points of Controversy or *Subjects of Discourse*, being a Translation of *Kathāvatthu*, by Shwe Zan Aung & Mrs. Rhys Davids; London Published for the Pali Text Society, by Humphrey Milford Oxford University Press Warehouse, Amen Corner, F.C. 1915.

Les Sectes Bouddhiques du Petit Véhicule, par André Bareau; Ecole Francaise d' Extrêm-Orient, Saigon 1955.

Sects & Sectarianism, The origins of Buddhist schools; Bhikkhu Sujato, Santipada, Originally published by The Corporate Body of the Buddha Education Foundation, Taiwan, 2007. This revised edition published in 2012 by Santipada.

SÁCH DẪN

Liên lạc HỘI ĐỒNG HOẰNG PHÁP

Hòa thượng Thích Như Điển, Chánh Thư Ký, HĐHP
Chùa Viên Giác. Karlsruher Str. 6, 30519 Hannover, Germany
Website: www.hoangphap.org; Email: hdhp.ctk@gmail.com;
Tel: + 49 511 879 630

Thượng tọa Thích Nguyên Tạng, Trưởng ban Báo Chí & Xuất Bản, HĐHP
Tu Viện Quảng Đức, 105 Lynch Road, Fawkner, Vic.3060 Australia
Website: www.hoangphap.org; Email: hdhp.bbc@gmail.com;
Tel: +61 481 169 631

Hòa thượng Thích Tâm Hòa, Trưởng ban Bảo Trợ, HĐHP
Trung Tâm Văn Hóa Phật Giáo Pháp Vân, Ontario, Canada
420 Traders Blvd E, Mississauga, ON L4Z 1W7, Canada
Website: www.phapvan.ca; Email: thichtamhoa@gmail.com
Tel: +1 905-712-8809

www.ingramcontent.com/pod-product-compliance
Lightning Source LLC
Chambersburg PA
CBHW081651120626
46550CB00010B/2860